एकवचनी

भाग १

हिंदूहृदयसम्राट बाळासाहेब ठाकरे यांच्या रोखठोक मुलाखतींचं संकलन

संजय राऊत

मेहता पब्लिशिंग हाऊस

Please contact us at **Mehta Publishing House,** Pune 411030.
✆ +91 020-24476924 / 24460313 / Mob. No. 9545000513
Email : production@mehtapublishinghouse.com
Website : www.mehtapublishinghouse.com

◆ *या पुस्तकातील लेखकाची मते, घटना, वर्णने ही त्या लेखकाची असून त्याच्याशी प्रकाशक सहमत असतीलच असे नाही.*

EKVACHANI BHAG 1 by SANJAY RAUT

एकवचनी भाग १ : संजय राऊत / मुलाखत संग्रह

Email : author@mehtapublishinghouse.com

प्रकाशक : सुनील अनिल मेहता, मेहता पब्लिशिंग हाऊस,
१९४१, सदाशिव पेठ, माडीवाले कॉलनी, पुणे – ४११०३०.

मुद्रक : ट्रिनिटी ॲकॅडमी फॉर कॉर्पोरेट ट्रेनिंग लिमिटेड

मुखपृष्ठ
छायाचित्रकार : उद्धव ठाकरे

मुखपृष्ठ : चंद्रमोहन कुलकर्णी

प्रकाशनकाल : जानेवारी, २००२ / मे, २००२ / पुनर्मुद्रण : मे, २०१७

संचाची किंमत : ₹ ८९५ (२ पुस्तकांचा संच)

P Book ISBN 9788171619689
E Book ISBN 9789386454812
E Books available on : amazonkindle Apple Books Google Play Books

---

माझे वडील
कै. राजाराम गणपत राऊत
यांना...
यांच्यामुळेच मला माननीय *बाळासाहेब ठाकरे*
यांच्या विचारांची गोडी लागली.

बाळासाहेब जसेच्या तसे

सामना मधील मा. शिवसेनाप्रमुख श्री. बाळासाहेब ठाकरे यांच्या मुलाखतींचे पुस्तक एकवचनी नावानं प्रसिद्ध होत आहे हे ऐकून अतिशय आनंद झाला. त्याही पेक्षा आनंद द्विगुणीत झाला तो म्हणजे या पुस्तकाची प्रस्तावना मी करावी अशी विनंती श्री. संजय राऊत यांनी केल्यामुळे झाला. पण यासंबंधातील पत्रामध्ये जेव्हा लिहिण्यात आले की, 'प्रस्तावनेसाठी आपल्याशिवाय योग्य व्यक्ती माझ्या समोर नाही.' त्यावेळी तर मला पराकोटीचा आनंद झाला.

मा. श्री. बाळासाहेबांच्या मुलाखतींवर मी कोण लिहिणार? उद्या एखाद्याने मला अग्नीवरून चालण्यास सांगितल्यावर त्यावेळी जी भावना होईल तीच भावना यावेळी माझ्या मनात आली. परंतु शिवसेनेत वारंवार अग्नीवरून चालण्याची सवय झाल्यामुळे पुन्हा एकदा ही जबाबदारी स्वीकारण्याचे मी ठरविले व तसे श्री. संजय राऊत यांना सांगून टाकले. जवळजवळ ५२ मुलाखती वाचल्या आणि माझ्या लक्षात आले की, या मुलाखती सर्वंकष आहेत. ह्या मुलाखती म्हणजे शिवसेनेची धोरणे, शिवसेनेचे आचार-विचार, शिवसेनेच्या अपेक्षा सारे काही सांगणाऱ्या आहेत. अतिशयोक्ती म्हणून म्हणत नाही परंतु ह्या मुलाखती म्हणजे शिवसेनेची घटनाच! वाचता वाचता लक्षात आले की, हिऱ्यांचा हार तुटल्यावर एखाद्याने सर्व हिरे पकडण्याचा प्रयत्न करावा तशा या मुलाखती आहेत. या ५२ हिऱ्यांच्या हारात एवढी तेजस्विता आहे की, वाचतांना मन थक्क होऊन जाते.

या मुलाखतींमधून शिवसेना समजते, शिवसेनेचा इतिहास समजतो, प्रत्येक विषयावरील शिवसेनेचे मत समजते आणि शिवसेनेचा भविष्यकाळ कळतो. श्री. बाळासाहेबांचे व्यक्तिमत्त्व पारदर्शक असल्यामुळे ते व्यक्तिमत्त्व त्यांच्या तोंडून ऐकायला मिळते. त्यांचा राग, लोभ, चीड, देश भावना, प्रखर राष्ट्रवाद सारे एकत्र पाहायचे असले तर या मुलाखती वाचल्याच पाहिजेत. अनेक मुलाखतीत श्री. शरद पवारांचा उल्लेख आढळतो, त्यांच्यावर श्री. बाळासाहेबांचा राग का आहे हे समजते. एक समाजकारणी आपल्या समोर एक शरद पवारांसारखा राजकारणी उभा करतो. मी स्वत: राज्याचा मुख्यमंत्री असल्यामुळे अनेक ठिकाणी श्री. बाळासाहेबांचे माझ्याबद्दलचे मतसुद्धा मला वाचायला मिळते. पण हे सर्व घडते याचे कारण श्री. संजय राऊत यांनी त्यांच्याकडून माहिती काढून घेण्यासाठी केलेल्या प्रश्नांची रचना.

त्यांचे प्रश्न मला आवडले, धाडसी, चिडविणारे, माहिती काढणारे, गौप्यस्फोट करावयास लावणारे, संतापजनक साऱ्या प्रकारचे प्रश्न या मुलाखतींमध्ये विचारले आहेत. मा. श्री. बाळासाहेबांच्या मातोश्री गुहेतून श्री. संजय राऊत सुखरूप बाहेर आले ही सुद्धा त्यांच्यावरील आई भवानीचीच कृपा म्हटली पाहिजे.

मा. शिवसेनाप्रमुखांच्या सर्व मुलाखती वाचणे म्हणजे मेजवानीच आहे. बाळासाहेब मुलाखतीत आपले विचार हातचे राखून न ठेवता मांडतात, परिणामांची पर्वा न करता दिलखुलासपणे स्पष्ट बोलत राहतात. समाज, पक्षाचे मंत्री आणि प्रशासन यांना मार्ग दाखविणारा दीपस्तंभ म्हणजे शिवसेनाप्रमुख श्री. बाळासाहेब ठाकरे. त्यांच्या प्रत्येक मुलाखतीनंतर महाराष्ट्राच्या राजकीय व समाज जीवनात विविध तरंग उठले आहेत. एखाद्या कसलेल्या राजकीय योद्ध्याप्रमाणे ते शब्दांची लखलखती तलवार चालवितात. त्यांच्या विचारातील जोश व आवेश थक्क करणारा असतो. माझ्या मुख्यमंत्रीपदाबद्दल सांगताना मा. शिवसेनाप्रमुख म्हणतात, "मुख्यमंत्री मनोहर जोशी जाणतेपणाने व जागेपणाने कारभार करीत आहेत. मी बिनधास्त आहे, सरकार पाच वर्ष टिकणार आहे. मनोहर जोशी एका तडफेने काम करीत आहेत हे पाहिल्यावर माझी पसंती योग्य आहे हे मान्य करावेच लागेल. मनोहर जोशींच्या बाबतीत मी कोठेही नाराज नाही. अत्यंत हुशार, विरोधी पक्षांना पुरून उरणारा आणि ठोशास ठोसा देणारा मुख्यमंत्री मी नेमला आहे." परंतु तेच शिवसेनाप्रमुख माझी चूक झाली असे त्यांना वाटताच कठोर निर्णय घेतांना कचरत नाहीत. श्री. संजय राऊत यांनी शिवसेनाप्रमुखांच्या मुलाखतीबद्दल लिहितांना 'एक लोहार की' असे जे म्हटले आहे त्याचा अनुभव अनेकांना आला असेल. बाळासाहेब म्हणजे आठ कोटी जनतेचे अनभिषिक्त सम्राट! मंत्री किंवा मुख्यमंत्री कोणीही असो महाराष्ट्रातील शिवशाहीचे महानायक शिवसेनाप्रमुखच!! या मुलाखतींमुळे अनेकांना अनपेक्षित धक्के मिळाले तर अनेकांच्या पाठीवर सणसणीत आसूड ओढले गेले. हे आसूड खाण्यात पहिला नंबर शरद पवारांचाच.

पण या मुलाखतींची उपयुक्तता ही त्यातील अनेक गोष्टींच्या अनुभवातून मिळणाऱ्या माहिती संबंधात आहे. थोडक्यात सांगायचे तर या मुलाखती म्हणजे शिवसेनेचा चालता-बोलता इतिहासच आहे.

शिवसेनेचा जन्म कसा झाला आणि शिवसेना हे नाव कसे अस्तित्वात आले याबद्दल श्री. बाळासाहेब दिनांक २३ जानेवारी, १९८७ रोजीच्या मार्मिक अंकातील मुलाखतीत म्हणतात की, "मार्मिकचा संपादक झाल्यावर तर या गुणांना वावही मिळाला आणि त्यातच मराठी माणसाच्या होणाऱ्या अन्यायाची यादीच मार्मिकमधून छापू लागल्यावर दादांनीच मला विचारले की, याला काही संघटनात्मक आकार देणार की नाही? तेव्हाच शिवसेना जन्माला आली आणि त्यांनीच हे नाव दिले."

या राजकीय पक्षाचा जन्म महाराष्ट्राचा अभिमान, मराठी अस्मिता, महाराष्ट्राचा इतिहास, महाराजांबद्दल नितांत आदर यातून निर्माण झाला. बाळासाहेब सांगून टाकतात "१९९५ च्या निवडणुकीत शिवसेना आणि भा. ज. पा. त जागा वाटपांत कुरबुरी झाल्या नसत्या तर जास्त जागा जिंकून पूर्ण बहुमत मिळाले असते असे त्यांचे स्पष्ट मत आहे."

आनंद दिघेंना शिवसेनाप्रमुखांनी पूर्ण स्वायत्तता दिली होती हा इतिहास मुलाखतीमधून आपल्याला कळतो. ते स्वत: सांगतात की, "आनंद दिघेंनी उमेदवारांची यादी करायची आणि मी मग म्हणायचे इतके स्वातंत्र्य मी त्यांना दिले होते." शिवसेनेच्या इतिहासातील अनेक गोष्टी बाळासाहेब सहजासहजी सांगून टाकतात. बोलता-बोलता ते पक्षाचे धोरण सांगतात, काहीवेळा सुटसुटीत शब्दांत अवघड वाटणारे तत्त्वज्ञान बोलून जातात.

बाळासाहेब स्पष्टपणे एकच विचार मांडतात म्हणून नियम आणि कायद्याबद्दल बोलताना ते म्हणतात, 'नियम आणि कायदे कोणासाठी? लोकांना जेरीस आणण्यासाठी? जाळून टाका ते कायदे : मी म्हणेन, असा फालतूपणा चालणार नाही. जनहिताच्या आड येणारे नियम आणि कायदे बदलायला हवे.' सत्ता टिकवावी लागेल असे त्यांचे मत आणि मग त्यासाठी प्रसंगी मुत्सदेगिरी करण्यास तयार असतात.' सत्ता तर मला टिकवावीच लागणार आहे, नाहीतर मूर्खासारखी घ्यायची कशासाठी? घसे कोरडे कशासाठी करायचे? आतडी कशासाठी फाडायची? संकटे का म्हणून ओढवून घ्यायची?' त्यांचे देशप्रेम वादातीत आहे म्हणून एका बोचक प्रश्नाला उत्तर देताना म्हणतात, 'दिल्लीत शिवसेनेचे १५ खासदार कसे खेळवायला पाहिजेत, खेळविण्यासारखी परिस्थिती आहे की नाही याला महत्त्व आहे. हे राजकारण मी केलेले नाही, या शक्तीचा मी घाणेरड्या राजकारणासाठी उपयोग केलेला नाही. मी माझा देश आधी बघतो. शिवसेनेचे १५ खासदार आज लोकसभेत आहेत परंतु बाळासाहेब त्यांचा वापर वाजपेयींना छळण्यासाठी करणार नाहीत. केंद्रीय मंत्र्यांजवळील असणारी खाती नगण्य असली तरी देशहिताकडे बघून मी थांबायचे ठरविले आहे असे धोरण ते स्पष्ट करतात. मुंबईतील गिरण्यांच्या जमिनी विकण्यासंबंधात सुद्धा बाळासाहेब असेच आपले धोरण एका मुलाखतीत सांगून टाकतात आणि ते स्पष्ट करतात की, "जर जमिनी विकून कामगारांचे देणे देणे शक्य असेल तर आणि नुसत्या पडून राहिलेल्या जमिनी जाऊन कामगारांची भाकरी चालू राहणार असेल तर जमिनी विक्रीला शिवसेनेचा विरोध नाही हे धोरण आम्ही स्वीकारलेले आहे." बाळासाहेबांनी एक नवी पिढी निर्माण केली ज्या पिढीने पहिला विचार देशाचा केला आणि नंतरच महाराष्ट्राचा केला. हेच सांगत असताना ते म्हणतात, 'आमची एक मुळची भूमिका अशी आहे की, माझ्या भाषणाच्या शेवटी मी बोलतो, 'जय हिंद,

जय महाराष्ट्र'. एका वाक्यात शिवसेनेचे धोरण सर्वांना कळून येते. आय. एस. आय. चे हल्ले देशावर होणार असतील तर मला आमच्या जीवितांचे रक्षण करण्याचा जन्मसिद्ध हक्क आहे तो मी करणार. कोणत्याही मार्गाने मी तो करीन. पक्षाला असे स्पष्ट ठणठणीत धोरण सांगणारा नेता आजच्या काळात क्वचितच भेटतो. हिंदुत्वाबद्दल तर बाळासाहेब अनेक वेळा सांगून टाकतात आणि त्यांच्या मते हिंदुत्व आक्रमक असले पाहिजे. आक्रमक हिंदुत्व नसेल तर तुम्ही जगू शकणार नाही.

एखादे तत्त्वज्ञान सांगण्याची पद्धत बाळासाहेबांची वेगळीच आहे. तत्त्वज्ञान हे नाव न देता ते हलक्या-फुलक्या शब्दात मोठा विचार सांगून जातात. दोघांमध्ये स्पर्धा असताना मला मुख्यमंत्रीपदाची संधी का दिली याचे विचार त्यांच्या शब्दात सांगतो, "व्यक्ती संघटनेमुळे मोठी झाली आहे, व्यक्तीमुळे शिवसेना मोठी झाली नाही. मी डिसीजन घेणार हे मनोहर जोशी यांना माहीत नव्हते, मी त्यांचे नाव जाहीर करणार आहे, नुसता गदारोळ, तमाशा आणि वक्तृत्व म्हणजे कामकाज नव्हे." जनता म्हणजे ज्वालामुखी हवी असे त्यांना वाटते म्हणून ते म्हणतात, "क्रोध की ज्या क्रोधाचे शासनावर दडपण हवे. सतत अशी जनता मला हवी नाहीतर मी त्यांना लोकशाहीतील मेंढरं म्हणेन."

हिंदुत्वाबद्दल बाळासाहेबांच्या अपेक्षाही आहेत. हिंदुत्वाला महत्त्व देतो म्हणून म्हणतो, "हे पहा मी बी. जे. पी. ओळखत नाही, शिवसेना ओळखत नाही मी हिंदुत्व ओळखतो. आज ज्याची नितांत गरज आहे." कम्युनिस्ट पक्षात सत्तेपेक्षा पक्ष संघटना प्रभावी असते हे बरोबर असल्याचे मत ते व्यक्त करतात आणि सर्व आमदार, खासदार, नगरसेवकांना सांगतात की, 'मिजास मारू नका, शिवसैनिकांनी घाम गाळला त्या जोरावर तुम्ही आमदार, खासदार झाला आहात.' अनेकांना प्रश्न पडतो की, बाळासाहेबांवर एवढे असंख्य लोक का प्रेम करतात. बाळासाहेबांनी स्वतःच सांगितले आहे, "मी तत्त्वांशी प्रामाणिक राहिलो म्हणून माझ्यावर प्रेम करतात."

बाळासाहेबांचे विचार हे नेहमी पक्के राहिले. लोकशाहीच्या नावाने जनतेची छळवणूक त्यांना मान्य नाही. हिटलरसुद्धा त्यांना पूर्णपणे मान्य नाही. देशासाठी धडपडणारा माणूस म्हणून त्यांना तो आवडतो पण ज्यू लोकांना ज्या पद्धतीने त्याने मारले ते त्यांना मान्य नाही. लोकशाहीतील विलंबाचा त्यांना प्रचंड राग म्हणून ते स्पष्ट शब्दात म्हणतात, "पहिल्यांदा लाल फितीला मी चाट मारीन. लाल फीत हा प्रकार शिवसेनेच्या राज्यात अजिबात राहणार नाही. करतो, पाहतो, बघतो, चौकशी करतो, फाईल मागवतो हे शब्द लोकांना ऐकायला मिळणार नाहीत (सामना- १ मे, १९९४). बाळासाहेबांना लोककल्याणकारी लोकशाही हवी असते परंतु लोकशाहीतील ढोंगबाजीची त्यांना चीड येते. बाळासाहेबांना मतांसाठी मुसलमानांची लाचारी मान्य

नाही. निधर्मवादी लोकांचा ढोंगीपणा ते उघडा करू इच्छितात आणि म्हणून फक्त एकच काम करा हिंमत असेल तर मुसलमानांचा मतांचा अधिकार काढून घ्या. मुसलमानांसाठी कोण रडते ते पाहू? सर्व निधर्मवादी क्षणात हिंदुत्ववादी होतील'' असे ते म्हणतात. बाळासाहेब त्यांच्या समाजकारणात व राजकारणात शिवसैनिकांना प्रमुख स्थान देतात. ''मी सर्वांना सांगतो शिवसैनिक हे माझे सर्वस्व आहे, शिवसैनिक हे आपले भांडवल आहे. ते आहेत म्हणून तुम्ही आहात, मी आहे. त्यांना जपा, कधीच त्यांच्याशी उर्मटपणाने वागू नका हे माझे सगळ्यांना स्पष्ट सांगणे आहे. अगदी Right From मनोहर जोशी.

बाळासाहेबांच्या सर्व मुलाखतीत ते आर्थिक अडचणींबाबत सातत्याने बोलतांना दिसून येतात. त्यांच्या मते सगळ्या गोष्टी केंद्रित होतात पैशाच्या जोरावर परंतु शिवसेनेचे आर्थिक साम्राज्य फारच कमी पडते म्हणून पैशाची अडचण सांगताना अनेक वेळा म्हणतात, ''कमी पडतो ते पैशाने; अहो, वाहने नसतील तर कार्यकर्ते तरी काय करणार बैलगाडीतून फिरणार काय? शक्य असेल तेथे बैलगाड्या वापरल्या आहेत.'' शरद पवार यांच्याकडे अफाट पैसा असल्याचा उल्लेख ते करतात आणि त्या बरोबरच आमची पैशाची नेहमीच पंचाईत आहे असे वारंवार सांगतात. मात्र, याचा अर्थ बाळासाहेबांना भ्रष्टाचाराचा पैसा मान्य आहे असा कोणीही काढू नये. भ्रष्टाचाराविषयी त्यांचे स्वच्छ मत अनेक वेळा अनेक मुलाखतीतून वाचायला मिळेल.

महाराष्ट्रात सत्ता येण्यापूर्वी बाळासाहेबांनी सांगितले की, उद्याची सत्ता सामान्य शिवसैनिकाच्या घामातून येणार आहे. कॉंग्रेसप्रमाणेच माझे लोक भ्रष्टाचार करायला लागले तर ही सत्ता तुम्हाला लखलाभ, मी मोकळा होईन, संन्यास घेऊन निघून जाईन.' म्हणूनच अत्यंत हुशार, भ्रष्टाचारी नसणाऱ्याची मुख्यमंत्री पदावर नेमणूक करीन. सत्ता आल्यानंतर बाळासाहेब मोकळेपणाने म्हणाले की, 'भ्रष्टाचाराचा रोग जरी कॉंग्रेसने वाढविला असला तरी त्याची लागण अलीकडे काही वर्षात शिवसेनेलाही झाली आहे. मी भ्रष्टाचार वाकडा-तिकडा सहन करणार नाही. मी हंटर घेऊन बसेन, बार्गेनिंग सहन करणार नाही.' ते पुढे म्हणतात की, 'भ्रष्टाचार नष्ट करायला पाहिजे, मी तसा अण्णांना शब्द दिला आहे. भ्रष्टाचारात कोणीही मंत्री अडकला तर त्याला मी सोडणार नाही अशी स्पष्ट भूमिका घेतात आणि संपूर्ण मुलाखतीतील बाळासाहेब भ्रष्टाचार विरोधी विचार ऐकून महाराष्ट्रातच नव्हे तर संपूर्ण देशात प्रत्येकाला अभिमान वाटेल याची मला खात्री आहे. आपल्या सर्वांना माहीत आहे की, बाळासाहेब आणि पत्रकार यांचे संबंध परस्परविरोधी राहिले. मी स्वत:सुद्धा बारकाईने याचे कारण शोधण्याचा प्रयत्न केला आणि या मुलाखतीतील बाळासाहेबांचे विचार वाचल्यावर त्यांच्याच शब्दात त्यांचे पत्रकारांबद्दलचे मत कळून आले. त्याचबरोबर त्यांनी सामना का काढला याचे कारण समजले.

''असं का हे पत्रकारांनी स्वत:लाच विचारून पाहावं. बाळासाहेब रागवतात का, कशाकरिता आपल्यावर चिडतात, ह्याचं कारण काय, निवडणुकीच्या काळामध्ये माझ्या शब्दाशब्दाचा अर्थ लावत जाता, त्या तुमच्या सगळ्या चौकटी आणि बॅनर लाईन की ह्या वेळेला शिवसेनेला लोळवायचीच. कोणासाठी माहीत नाही. कोणाच्या पे-रोलवर तुम्ही आहात, तुम्हाला दरमहा किती मिळतात हे मला न समजण्याइतका मी बुद्धू नाहीय. मानतो की, योग्य असेल तर टीका करा, पण तुम्ही जर कोण' प्रो पवार' किंवा 'प्रो अमुक' असाल तर मी सहन नाही करणार. कोणाच्या तोंडामध्ये जर नानी पालखीवाल्याच्या बिर्याणीची शितं अडकली असतील तर मी ते मानणार नाही. पत्रकारांनी सत्याची कास धरावी. आमच्यावर विधायक टीका करावी, चुकत असू तर प्रसंगी कठोर होऊन लिहावे, पण सध्या आमच्या विरोधात अत्यंत वन साईडेड प्रकार चाललाय. ही माणसं अगोदर कोणतीतरी आहेत. त्यामध्ये पवारांचा हात मोठा असल्याचा टोलाही त्यांनी लगावला. गिरणी कामगारांचा प्रश्न गेली पंधरा वर्षे जैसे थे आहे. वृत्तपत्र, पत्रकार तुमच्या विरोधात इतकी का आहेत– एक असं आहे की, पत्रकारांतही गट-तट आहेत. शेवटी बरं-वाईट चित्रं रंगविण्यात मिडियाचा फार मोठा वाटा आहे. आदर्श पत्रकारितेची तुमची संकल्पना काय आहे– त्यांनी सत्याची कास धरावी. आज मला वर्तमानपत्र काढण्याची का वेळ यावी, मला माहीत आहे की, शिवसेनेबद्दल दात-ओठ खाणारे भरपूर आहेत आणि जर माझ्या हातात वृत्तपत्र नसेल तर मात्र हे लोक मला कच्चा खातील. माझं काहीच छापून येणार नाही. माझे विचार येणार नाहीत. माझा प्रचार होणार नाही आणि मला सर्वत्र तोंडघशी पाडतील. मी कसा उपडा होईन हेच पाहतील म्हणून मला वृत्तपत्र काढावं लागलं.' असे असूनही बाळासाहेब वृत्तपत्रांची ताकद मानतात. त्यांच्या मते जर वृत्तपत्रात ही जर ताकद नसती तर Fourth Estate (चौथा स्तंभ) म्हणून त्याचा गौरव झाला नसता.

बाळासाहेबांच्या मुलाखतींचे पुस्तक वाचताना अजिबात कंटाळा येणार नाही याची मी ग्वाही देतो. या पुस्तकात शिवसेनेचे 'धोरण' असले, तत्त्वज्ञान असले, हिंदुत्वाचे विचार असले तरी शिवसेनाप्रमुख आणि विनोद हे समीकरण मुलाखतीच्या पुस्तकातही येतेच. विनोदाशिवाय बाळासाहेब ही आपण कल्पनाच करू शकत नाही. विनोदाने ते श्रोत्यांना खुलवतात, भाषणं रंगवतात आणि मग श्रोत्यांना जिंकून घेतात. हेच त्यांच्या मुलाखतीतून आढळते म्हणून एका ठिकाणी ते म्हणतात, ''कौटुंबिक माझं चांगलं चाललंय की, अजूनही बायकोच्या डोक्यात माझ्याशी घटस्फोट येण्याचा विचार आलेला नाही.'' ''नक्की केव्हा मी मरणार आहे हे ठरलं नसल्यामुळे वारसदार ठरविण्यात आता काही जल्दी आहे किंवा निकड आहे असं मला वाटत नाही.'' ते हसत-हसत म्हणतात, ''तुम्ही जर उद्या त्या नोकरशहांना

सलाम करायला लागलात आणि खाली वाकून नमस्कार करायला लागलात तर ते म्हणतील, च्या आयला, हे केव्हाही गिळता येईल आपल्याला.'' कोणताही आरोप कोणीही करू शकतो हा मुद्दा सांगताना ते म्हणतात ''आरोप करायला काय जाते? माझं तर म्हणणं असं आहे की, काही संपादक जे आहे त्यांच्या चार-पाच रखेल्या आहेत. रोज रात्री एका ठिकाणी फोरास रोडला दारू प्यायला जातात. तिकडे ते झिंगलेले असतात.'' जेव्हा त्यांना गंभीरपणे प्रश्न विचारला, पन्नास वर्षांपूर्वी स्वातंत्र्य दिनाच्या दिवशी काय करीत होता– त्यावेळी ते म्हणाले, ''१५ ऑगस्ट, १९४७ रोजी जे इतर करीत होते तेच मी करीत होतो, माझ्या पत्नीबरोबर रोषणाई बघायला गेलो होतो.'' शरद पवार यांना वारंवार मैद्याचे पोतं, कांद्याचे पोतं असे म्हणत. पुढे पुढे तर मैद्याचे पोतं, कांद्याचे पोतं असे म्हटले तर श्रोत्यांमधून लोक ओरडत असत शरद पवार, शरद पवार!! महाराष्ट्र सरकारची खूप गाजावाजा झालेली एअरवेज कंपनी जेव्हा बंद पडली तेव्हा असले प्रयत्न करावयाचे कशासाठी? असा प्रश्न त्यांना विचारला असता बाळासाहेबांनी स्पष्ट शब्दात उत्तर दिले की, ''प्रयत्न चालू ठेवावे लागतात. कोंबडीची अंडीच घ्या. कोंबडी चार अंडी किंवा पाच अंडी घालणारच. त्यात एखाद-दुसरं नासकं निघण्याची शक्यता आहे. म्हणून कोंबडीला अंडीच घालू द्यायची नाहीत काय? अंडी घालतेय, काही चांगली निघतात. काही नासकी निघतात. तसेच आमचं ज्यावेळेला चांगलं निघतं त्यावेळेला खातात ना चवीनं मग एखादे अंडं नासकं निघाले म्हणून दोष कशाला देता? शरद पवारांनी महाराष्ट्राची अस्मिता आणि स्वाभिमान हे तुमचे विचार उचलून घेतले असे म्हणताच बाळासाहेब उत्तर देतात,'' यावर माझ्या ठाकरी भाषेत सांगेन, एकदा एक सायकलस्वार सायकल बाजूला ठेवून लघुशंकेसाठी उतरला. ती सायकल डबोलं मिळालेल्या माणसाने न्यावी असा हा प्रकार आहे.'' भुजबळांना भावी मुख्यमंत्री म्हणून शरद पवारांनी पुढे केलंय याविषयी साहेब विनोदाने बोलतात, ''भावी काहीही होता येतं हो. एखाद्या सुंदर मुलीचा भावी नवरा मी आहे; पण तू झाला पाहिजे नं. ती मुलगी तुला पदरात पडली पाहिजे. राज्याचे मुख्यमंत्री विलासराव देशमुख असं म्हणाले की, जे ३० वर्षांत झालं नाही ती कामं आम्ही ६ महिन्यांत करून दाखवली– यावर प्रतिक्रिया व्यक्त करताना बाळासाहेब म्हणतात, ''शक्य आहे. त्यांना असं म्हणायचं असेल की, सहा महिन्यांत आम्ही किती कमावून दाखवलं! ३० वर्षात जमलं नाही ते आम्ही सहा महिन्यांत कमावलं.

बाळासाहेबांची भाषा ही बाळासाहेबांचीच भाषा, त्यांची नक्कल कुणीही करण्याचा प्रयत्न करू नये. ती भाषा त्यांनाच शोभून दिसते, ते चिडून कोर्टांना प्रश्न विचारतात, 'तुम्हाला माझे आमदार, खासदार बाद करण्याचा अधिकार काय? हिंदुत्वाच्या नावावर, धर्माच्या नावावर व इस्लामच्या नावावर त्या मुसलमान

बायकांना तुम्ही बुरख्याची परवानगी देता. अरे, मी पेटवून टाकीन सबंधी, आग लावून टाकीन सगळी.

शिवसैनिकांचे काही चुकले तर बाळासाहेब शब्दांचा हंटर हातात घेतात, ते म्हणतात की, 'शिवसेनेच्या महिला कार्यकर्त्यांवरच शिवसैनिकांनी अलिकडे हल्ले केले. ही आक्रमकता समजायची? तो मूर्खपणा आहे. दोन फुल्यांची मस्ती आहे ती असंच मी म्हणेन.

बाळासाहेबांच्या व्यक्तिगत जीवनाबद्दल सर्वांना फार उत्कंठा असते. अनेकांनी बाळासाहेबांना आत्मचरित्र लिहिण्याचा आग्रह केला. त्यांनी सतत या गोष्टीसाठी नकार दिला, मी आत्मचरित्र लिहिणार नाही व सांगणार नाही अशी त्यांची स्पष्ट भूमिका; परंतु जेव्हा माणूस मुलाखत देतो त्यावेळी अपरिहार्यपणे व्यक्तिगत जीवनाबद्दल बोलतोच. या सर्व मुलाखतींच्या पुस्तकात मला बाळासाहेब सहज शोधता येतात म्हणून या मुलाखतींच्या आधारे बाळासाहेबांचे छोटेसे आत्मचरित्रच प्रसिद्ध झाले आहे की काय असे वाटते. पूर्वी ते शिकारीच्या कथा वाचत. आता मात्र वर्तमानपत्राचे वाचन नियमितपणे करतात. त्यांना फालतू कादंबऱ्या आवडत नाहीत. वर्तमानपत्राबद्दल त्यांच्या वडिलांनी सांगितलेला मुद्दा सांगताना ते म्हणतात की, 'पूर्वीचे संपादक कसे लोकांनी शहाणं व्हावं म्हणून लिहायचे, पण आताचे संपादक मी किती शहाणा आहे हे दाखविण्याकरिता लिहितात.' नियमितपणे वर्तमानपत्र वाचणारे बाळासाहेब छोट्या छोट्या गोष्टींची दखल घेतात, कोठे घाण साचली असेल तर ती दूर करण्यासाठी महापौरांना, नगरसेवकांना फोन करतात. ते विचारांबाबत कधी तडजोड करत नाहीत. हातचे राखून बोलत नाहीत म्हणून आमचा विश्वास आहे. फटकळ म्हणा किंवा काहीही म्हणा पण यांच्या मनाच्या आत बाहेर काही नाही. काही लोक याला मुत्सद्दीपणा म्हणतात तसला त्यांच्याकडे नाही.

राज आणि उद्धव यांच्याबद्दल त्यांना सार्थ अभिमान आहे. हे दोघेही विचार, आचारांनी डेव्हलप झाले आहेत असे त्यांना वाटते आणि त्या बरोबरच संघटनेत काम करून या दोघांना मुख्यमंत्री करण्याचे त्यांच्या मनातही नाही. बाळासाहेब लोकांची बांधिलकी मानतात आणि म्हणून सरकार जर चुकले तर त्याला क्षमा करणार नाही असेही स्पष्टपणे बजावतात. त्यांना शिवसैनिकांबद्दल जबरदस्त आत्मविश्वास आहे आणि त्यांच्यावर हल्ला करण्याची कोणाची हिंमत होणार नाही अशी खात्री त्यांना वाटते. सर्वप्रथम शिवसैनिक हे त्यांचे तत्त्वज्ञान आहे.

मृत्यूची बाळासाहेबांना पर्वा नाही. ज्यावेळी माणूस जन्म घेतो त्यावेळी त्याचा मृत्यू लिहिलेला असतो; त्यामुळे त्याची पर्वा करण्याचे कारण नाही असे त्यांना वाटते. मात्र, मृत्यू यावा तो मर्दाचा यावा असेही ते सांगून टाकतात. मृत्यूबद्दल बोलत असताना त्यांना त्यांच्या हृदयविकाराच्या आजाराची आठवण येते आणि ते

सांगून टाकतात, "उद्धवने उठाव केला नसता तर मी शस्त्रक्रिया केली नसती अशी माहिती ते देतात. शिवसेनाप्रमुखपदावरून निवृत्त होण्याच्या विचारासंबंधी त्यांची भूमिका स्पष्ट आहे. ते म्हणतात की, 'विजय मर्चंट यांच्याप्रमाणे मला निवृत्त व्हायचे आहे. लोकांनी "का निवृत्त झाला?" हा प्रश्न विचारलेला मला आवडेल, पण लोकांनी "का निवृत्त होत नाही" हे विचारण्याची वेळ माझ्यावर येऊ नये.

जाहीर सभांतून बोलत असताना मी नेहमीच सांगत आलो आहे की, मा. शिवसेनाप्रमुख श्री. बाळासाहेब ठाकरे हा एक आदर्श नेता आहे. या मुलाखतींतून त्यांचा द्रष्टेपणा अनेकदा दिसून येतो. ते अखिल भारतीय सेनेबद्दल म्हणतात की, 'हा नवीन प्रकार मुंबईत निर्माण झालेला आहे. तो थोडे दिवस गाजेल. शिवसेनेनंतर ८० सेना देशामध्ये निघाल्या फक्त टिकली शिवसेना.' आज त्यांच्या द्रष्टेपणाचा आपणांस अनुभव येतो. पाकिस्तान युद्धाबद्दल बोलत असताना ते म्हणतात की, "पाकिस्तानशी युद्ध झाल्यास आम्ही नक्कीच जिंकू, कारगील युद्धाने ही गोष्ट सिद्ध झाली आहे." केंद्रात भा. ज. पा. सरकार येण्यापूर्वीच त्यांनी स्पष्टपणे सांगितले की, भा. ज. पा. चे सरकार आल्याशिवाय राहणार नाही. त्यांचा आत्मविश्वास खरा ठरला. त्यांना पाकिस्तानबरोबर एकतर्फी युद्धबंदी मान्य नव्हती. विशेषत: रमजानच्या वेळेला युद्धबंदी केली यावर ते नाराज झाले, चिडून म्हणाले, "रमजानला आम्ही काय म्हणून एवढे महत्त्व द्यायचे? मुसलमान अतिरेक्यांना एवढे महत्त्व येत आहे. आज बाळासाहेबांचे हेच उद्‌गार पटतात याचे कारण अमेरिकेचे अध्यक्ष बुश यांनीसुद्धा असेच विचार मांडले व रमजानच्या काळात अफगाणिस्तानबरोबरचे युद्ध थांबविण्यास स्पष्ट नकार दिला. शिवरायांच्या राजवटीसारखा सुवर्णकाळ महाराष्ट्रात येण्याबद्दल बाळासाहेबांना आत्मविश्वास वाटतो. परंतु त्याचबरोबर ते स्पष्टपणे म्हणतात, "तुम्ही भावनेवर जगू शकत नाही. हे बघा, इतिहासावर जगता येत नाही. इतिहास निर्माण करावा लागतो, नवा इतिहास! तुम्ही जुन्या शिदोऱ्या घेऊन पुढे चालू शकणार नाही. कारण शिदोरी कधीतरी संपते. नंतर शिदोरी ज्या कापडात बांधली असेल ते कापड तुम्हाला खावे लागेल. मी एक इतिहास घडवून दाखवेन की, ज्यामुळे माझी पुढची पिढी माझे नाव घेईल, हा निर्धार तुमच्यात हवा, ही हिंमत का नाही तुमच्यात? ही जिद्द का नाही तुमच्यात? जुन्या इतिहासावर तुम्ही किती जगणार? शिवाजी महाराज की जय! होय, त्याने रक्त सळसळते; पण सळसळलेले रक्त थोड्याच वेळात जर थंड पडणार असेल तर नाव घेऊ नका महाराजांचं." राजकारणात तुम्ही अनेक भाकीत करीत असता, तुम्ही द्रष्टे आहात असे म्हणतात. शिवसेनेच्या भवितव्याबद्दल तुम्ही काही सांगाल का? असा प्रश्न संजय राऊत यांनी विचारला, बाळासाहेबांनी सांगितले ते महत्त्वाचे आहे म्हणून त्यांच्या शब्दात ते पुढे देतो. "ही जाग जी आहे नं शिवसेनेनं आणलेली ती कधीच मरायची नाही. ते तेज

कायम राहणार. पण पुढे चालवायचं कसं? कोणी? आणि किती स्पष्ट आणि पारदर्शक विचारानं तो प्रश्न नंतरचा आहे. तो नंतरच उभा राहील. जे कोणी असतील चालविणारे त्यांनी फक्त आपली काँग्रेस होणार नाही याचीच काळजी घ्यावी. शिवसेना ही शिवसेनाच राहिली पाहिजे. पण जोपर्यंत ती जाग आहे तोपर्यंत शिवसेनेला कोणी धक्का लावू देणार नाही. मी असलो काय नसलो काय तरी पण. मी तर नाहीच नाही. पण ती जाग बऱ्याच लोकांमध्ये आहे. तेव्हा चावटपणा आणि पाचकळपणा कुणाला करू देणार नाही.''

अशा कितीतरी गोष्टी या मुलाखतीतून येतात की, ज्या पाहिल्यानंतर मा. शिवसेनाप्रमुखांनी मांडलेला भविष्यकाळ किती अचूक असतो त्याचे दिग्दर्शन होते.

श्री. संजय राऊत यांनी मा. शिवसेनाप्रमुख श्री. बाळासाहेब ठाकरे यांच्या मुलाखती वाचकांना देऊन एक फार मोठे कार्य केले आहे. बाळासाहेबांचे आचारविचार, व्यक्तिगत जीवन, शिवसेनेची धोरणे, शिवसेनेचा इतिहास, शिवसेनेचा भविष्यकाळ सारे या मुलाखतीतून स्पष्ट झाले आहे. या मुलाखती म्हणजे ''जसेच्या तसे बाळासाहेब'' आहेत. मुलाखती देताना या मुलाखती जशाच्या तशा छापून आल्या पाहिजेत असा आग्रह मा. शिवसेनाप्रमुखांनी धरला होता आणि म्हणून बाळासाहेब या वाक्याने बेअदबीचा खटला होण्याची शक्यता आहे असे संजय राऊत सुचवितात. त्यावेळी बाळासाहेब ताडकन म्हणाले होते की, ''कंन्टेम्प्ट ऑफ कोर्ट मध्ये तुम्ही कुणाचेही बांबू घालू शकता. हे वाक्य आहे माझं, त्यात बदल करणं नाही. माझ्या शब्दात कोठेही बदल झालेला मला चालायचा नाही. तरच माझी मुलाखत छापा, नाहीतर छापू नका.'' हे वाक्य बोलू शकतात मा. शिवसेनाप्रमुख श्री. बाळासाहेब ठाकरे आणि अशा मुलाखती छापू शकतात श्री. संजय राऊतच! म्हणून दोघांचेही अभिनंदन!!

– मनोहर जोशी
शिवसेना नेते

मनोगत

शिवसेनाप्रमुख श्री. बाळासाहेब ठाकरे यांच्याशिवाय हिंदुस्थानच्या राजकारणाचा इतिहास पूर्णच होऊ शकत नाही. नव्हे, बाळासाहेब ठाकरे हे त्यांच्या हयातीतच एक आक्रमक आणि वेगवान इतिहास बनून लाखो-करोडो लोकांच्या मनांवर अधिराज्य गाजवीत राहिले. त्यांची धोरणे, त्यांचा विचार, त्यांनी वेळोवेळी घेतलेल्या भूमिका सगळ्यांना पटल्याच असे नाही. तरीही त्यांनी त्या त्यावेळी घेतलेल्या भूमिकेस देशाच्या राजकारणात एक महत्त्वाचे स्थान राहिले. काही वेळा त्यांनी घेतलेल्या भूमिकेमुळे देशाचे राजकारण बदलले. त्यामुळे वाद व वादळे निर्माण झाली. विविध तरंग निर्माण झाले ते प्रदीर्घ काळ राहिले. शिवसेनाप्रमुख म्हणून बाळासाहेब ठाकरे यांनी निर्माण केलेल्या वादळ निर्मितीच्या प्रक्रियेतील एक घटक म्हणून मला काम करता आले. कारण बाळासाहेब ठाकरे यांनी सर्व भूमिका अनेकदा 'सामना'च्याच माध्यमातून मांडली. त्यांनी 'सामना'साठी वेळोवेळी दिलेल्या प्रदीर्घ मुलाखतींतून ही वादळे निर्माण केली. या मुलाखती मी घेतल्या. त्यामुळे शिवसेनाप्रमुखांच्या विचारांचे, त्यांनी घेतलेल्या भूमिकेचे सामर्थ्य मी जाणतो.

गेल्या साधारण पंधरा वर्षांत मी बाळासाहेब ठाकरे यांच्या ज्या प्रदीर्घ मुलाखती घेतल्या त्यांचे हे संकलन आहे. प्रत्यक्ष मुलाखती घेतल्या व प्रसिद्ध झाल्या. त्यावेळच्या राजकीय, सामाजिक व धार्मिक परिस्थितीचे भान ठेवूनच आमच्यात चर्चा झाली. त्या मुलाखतीच्या मूळ गाभ्यात कोणताही बदल केला नाही, पण काही प्रमाणात मथळे पुस्तकांची सोय म्हणून बदलून घेतले. परंतु या सगळ्या विचारांमध्ये एक सूत्र आहे ते सूत्र मुलाखतीच्या प्रत्येक शीर्षकामध्ये सूचित झालेले आहे. शिवसेनाप्रमुखांच्या वयास साठ वर्षे झाली तेव्हा बरोबर पंधरा वर्षांपूर्वी मी त्यांची सर्वप्रथम प्रदीर्घ मुलाखत घेतली. या पहिल्या मुलाखतीत त्यांनी हिंदुत्वाचा विषय अत्यंत आक्रमकपणे मांडला. हिंदुत्वाच्या लाटेवर स्वार होऊन शिवसेना दिल्लीचे तख्त काबीज करील असे त्यांनी तेव्हा अत्यंत आत्मविश्वासाने सांगितले. ते पुढे तंतोतंत खरे करून दाखविले. हेच त्यांचे सामर्थ्य. दहशतवाद, पाकिस्तान, मराठी माणूस अशा विविध विषयांवर त्यांनी जे विचार पहिल्या मुलाखतीत मांडले तेच शेवटपर्यंत कायम राहिले. योगायोग कसा असतो ते पाहा. शिवसेनाप्रमुखांनी साठाव्या वर्षांत पदार्पण केले तेव्हा मी त्यांची पहिली मुलाखत घेतली व शिवसेनाप्रमुखांना

७५ वर्षे पूर्ण होत असताना त्यांच्या आतापर्यंत मी घेतलेल्या ५२ मुलाखतींचा खंड प्रसिद्ध होत आहे.

शिवसेनाप्रमुखांची दुसरी प्रदीर्घ मुलाखत मी साप्ताहिक 'लोकप्रभा'साठी घेतली. छगन भुजबळ यांच्या नेतृत्वाखाली शिवसेनेचे १५ आमदार फुटले व त्यांनी काँग्रेस पक्षात प्रवेश केला. महाराष्ट्रातील राजकारण तेव्हा ज्वालामुखीच्या तोंडावर होते. शिवसेनेत अस्वस्थता होती. भुजबळांच्या पक्षत्यागानंतर स्वत: शिवसेनाप्रमुख बराच काळ शांत होते. वृत्तपत्रांशीही ते बोलले नाहीत. या वर्षभराच्या शांततेचा भंग करणारी बाळासाहेब ठाकरे यांची मुलाखत मी घेतली. ही मुलाखत म्हणजे एक चकमक होती. बाळासाहेबांचा संताप होता आणि त्यांच्या राजकीय रणनीतीची दिशा ठरविणारी भूमिका होती. ती तशीच्या तशी शब्दबद्ध झाली. या मुलाखतीने मोठी खळबळ माजली व त्यानंतर फक्त आठवडाभरातच दैनिक 'सामना'च्या कार्यकारी संपादकपदाची सूत्रे माझ्याकडे आली व त्यानंतरच्या दहा वर्षांत विविध प्रसंगांच्या निमित्ताने बाळासाहेब ठाकरे यांच्या किमान पन्नास मुलाखती मी घेतल्या. एखाद्या ज्येष्ठ नेत्याच्या इतक्या मुलाखती घेण्याचा हा एक विक्रमच ठरावा.

'एकवचनी' हा शिवसेनेच्या व शिवसेनाप्रमुखांच्या विचारांचा एकत्रित संदर्भ ग्रंथ ठरावा. जगभरातील राजकीय अभ्यासकांना यातून बाळासाहेब ठाकरे यांनी वेळोवेळी घेतलेल्या भूमिका व मांडलेले विचार यांचा अभ्यास करणे शक्य होणार आहे. शिवसेनाप्रमुख म्हणून बाळासाहेब ठाकरे यांनी दिलेल्या मुलाखती व मांडलेले विचार हा शिवसेनेबरोबरच महाराष्ट्राच्या राजकारणाचा इतिहास आहे असे मी मानतो. हा इतिहास काही प्रमाणात खंडरूपाने प्रसिद्ध होत आहे. हे बाळासाहेबांचे चरित्र नाही की आत्मचरित्र नाही. गेल्या पंधरा वर्षांतील त्यांच्या राजकारणातले त्यांनीच मांडलेले व सांगितलेले टप्पे आहेत. यात त्यांचा भूतकाळ, वर्तमान आणि भविष्यकाळही आला. त्यांनी 'एकवचनी' पद्धतीने तो मुलाखतीतून सांगितला हे महत्त्वाचे. शिवाय त्यांच्या या सर्व मुलाखतींवर सहज कटाक्ष टाकला तरी जाणवेल की, त्यांनी दिलेले शब्द व वचने फिरवली नाहीत. त्या दृष्टीने शिवसेनाप्रमुख 'एकवचनी' आहेत. म्हणूनच या पुस्तकाचे नावही 'एकवचनी' असे ठेवले. मराठी वाचकांना 'एकवचनी' पसंत पडेल, असा मला विश्वास आहे.

'एकवचनी'च्या निर्मितीत माझ्यावर प्रेम करणाऱ्या अनेक जिवलगांचा सहभाग आहे. वामन देशपांडे यांनी आग्रह धरला व ते एक दिवस आयडियलच्या कांताशेठ नेरुरकर यांना 'सामना'त घेऊन आले. ही दोनही माणसे बाळासाहेबांवर प्रेम करणारी. हे पुस्तक निघायलाच हवे असा त्यांनी माझ्याकडे तगादा लावला व स्वत: कांताशेठ 'मेहता पब्लिशिंग हाऊस'च्या सुनील मेहता यांना घेऊन 'सामना'त आले.

त्यामुळे मला सर्व आळस झटकून व कामे बाजूला ठेवून पुस्तकात लक्ष घालावेच लागले. हे पुस्तक आता तयार झाले.

गेल्या पंधरा वर्षांतील या सर्व मुलाखतींची कात्रणं गोळा करून ती व्यवस्थित लावून देणे हे अत्यंत जिकिरीचे काम माझे सहकारी सुरेंद्र मुळीक यांनी केले. शिवाय राजन शेलार व संदीप घवाळी यांची धावपळ व मेहनतही विसरता येणार नाही.

मनोहर जोशी यांनी पुस्तकास प्रस्तावना लिहिण्याचे मान्य केले व मोठ्या आनंदाने त्यांनी ते केले. याबद्दल मी त्यांचा आभारी आहे.

या पुस्तकाच्या वाचनातून कुणाला काय मिळेल, कोणती प्रेरणा मिळेल व दिशा मिळेल हे मी सांगू शकत नाही; पण बाळासाहेब ठाकरे नावाचा एक प्रखर राष्ट्राभिमानी माणूस देशाच्या व महाराष्ट्राच्या उज्ज्वल भवितव्याच्या चिंतेने, तळमळीने बोलत राहिला. त्यातून त्यांनी अनेक वादळे व संकटे अंगावर घेतली. अत्यंत निर्धारपूर्वक काम करण्याची प्रेरणा त्यातून पुढील पिढीस मिळावी हीच माझी इच्छा.

– संजय राऊत

अनुक्रमणिका

''देशभर हिंदुत्वाची जाग आली आहे. त्यावरच शिवसेना दिल्लीच्या तख्तावर जाईल''

"बाळासाहेब ठाकरे ह्यांच्या एकसष्टीनिमित्त मुंबईसह संपूर्ण महाराष्ट्रात विविध कार्यक्रम झाले. दि. २३ जानेवारी १९८७ रोजी बाळासाहेबांनी एकसष्टाव्या वर्षात पदार्पण केले. त्यानिमित्त बाळासाहेबांची सर्वप्रथम मी घेतलेली ही प्रदीर्घ मुलाखत. महाराष्ट्रात शिवसेना व शिवसेनाप्रमुखांच्या विचारांचे वादळ नुकतेच घोंघावू लागले होते. महाराष्ट्राच्या खेड्या-पाड्यातील तरुण पिढी शिवसेनेकडे आकर्षित होऊ लागली होती. त्याच वेळी महाराष्ट्राची सत्ता शिवसेना आता घेतल्याशिवाय राहात नाही, त्याची खात्री शिवसेनाप्रमुखांना वाटत असावी. ह्या मुलाखतीत हिंदुत्व, धर्मांधता आणि पाकिस्तानच्या प्रसंगावर त्यांनी कठोर प्रहार करीत एक महत्त्वाचा मुद्दा मांडला तो म्हणजे, 'देशभर हिंदुत्वाची जाग आली आहे, त्यावरच शिवसेना दिल्लीच्या तख्तावर जाईल!'

त्यांच्याशी राजकीय, वैचारिक मतभेद असणाऱ्या प्रत्येकाला हे मान्य करावेच लागेल की, 'हिंदुत्वा'च्या जोरावरच बाळासाहेब ठाकरे ह्यांनी महाराष्ट्राची सत्ता मिळविली आणि केंद्रातील सत्तेतही शिवसेना सहभागी झाली. शिवसेनाप्रमुख बाळासाहेब ठाकरे ह्यांच्याशी १९८७ साली झालेली ही प्रदीर्घ चर्चा....."

◗ **प्रबोधनकार ठाकरे हे विलक्षण कर्तृत्ववान वादळी व्यक्तिमत्त्व महाराष्ट्रात होऊन गेलं. लोक म्हणतात तुम्ही त्यांचा वारसा पुढे चालवीत आहात....**

कोणाचाही वारसा चालविणे म्हणजे काही गुन्हा आहे काय? तसेच याबाबत पसंती, नापसंती असा इतरांचा काही प्रश्न येतो का? आणि वारसा चालविला यात विशेष काय? मला तर आपण दादांचा वारसा चालवीत आहोत ही तर अभिमानाची बाब वाटते.

◗ **आज शिवसेनाप्रमुख म्हणून किंवा राजकीय नेते म्हणून दादांचा तुमच्यावर कितपत प्रभाव आहे?**

प्रभाव हा शब्द बरोबर नाही. पण बाळकडू हे पाजावेच लागते आणि बाळकडू हे मूल काही स्वत:हून बाटली घेऊन पीत नाही. अर्थात संस्कार या नात्याने बोलतो आहे मी. दादांच्या ज्या चळवळी चालू होत्या ते संस्कार माझ्यावर झाले. दलित चळवळ, ब्राह्मण-ब्राह्मणेतर चळवळ, संयुक्त महाराष्ट्राची चळवळ यांतील नेत्यांच्या माकडउड्या, बेडूकउड्या व त्या वेळी दादा त्यांच्याशी कसे झगडले या साऱ्या गोष्टींचे संस्कार माझ्यावर झाले. विशेषत: त्यातील राजकारणाचे परिणाम तर प्रभावीपणे झाले. याबरोबरच दादांचा समाजसुधारकाचा पिंड माझ्यात उतरलाय. अन्यायाशी टक्कर देणे, अन्याय सहन न करणे, काही बुरसटलेल्या सवयी, विचार समाजातून काढून टाकून नवी पिढी उभी करणे अशा दादांच्या विचारांचा प्रभाव माझ्यावर झाला. 'मार्मिक'चा संपादक झाल्यावर तर या गुणांना वावही मिळाला. आणि त्यातच मराठी माणसावर होणाऱ्या अन्यायाची यादीच मार्मिकमधून छापू लागल्यावर दादांनीच मला विचारले की याला काही संघटनात्मक आकार देणार की नाही? तेव्हाच 'शिवसेना' जन्माला आली आणि त्यांनीच हे नाव दिले. आचार्य अत्रे यांचा 'मराठा' हे नावही दादांचेच!

◗ **राजकारणात-समाजकारणात किंवा महाराष्ट्राच्या एकंदर सांस्कृतिक जीवनात दादांना जे जमले नाही हे तुम्ही केले असे नाही तुम्हाला वाटत?**

दादांचे अपुरे राहिलेले काम मी पूर्ण केले असे दादाच म्हणाले.

◗ **किंबहुना शिवसेनेच्या स्थापनेत दादांचा कितपत सहभाग आहे?**

विचारांची दिशा त्यांच्यापासून घेतली असे काही नाही. महाराष्ट्राचा अभिमान, मराठी अस्मिता, महाराष्ट्राचा इतिहास, महाराजांबद्दल नितान्त आदर या गोष्टी कोणालाच विसरता येणार नाहीत. दादांचीही मला त्याबाबत शिकवण होतीच. आणि त्याचाच उपयोग शिवसेना उभारणीत झाला.

◗ शिवसेनेच्या पहिल्या मेळाव्यापासूनच तुमचा हुकूमशाहीकडील कल स्पष्टपणे जाणवत आहे. ही हुकूमशाही बीजं शिवसेनाप्रमुख झाल्यावर की आधीच रुजली होती?

हुकूमशाही म्हटले की लोकांच्या डोळ्यांसमोर प्रथम हिटलर येतो. तसे हुकूमशहा कितीतरी देशांत आहेत पण अनेकदा हुकूमशाही ही जनहित साध्य करण्यासाठी अभिप्रेत असते. तसे महाराजही हुकूमशहा होते. 'जनतेला उपद्रव झाला तर याद राखा' असे ते ठणकावून सांगत आणि आम्हीदेखील हेच सांगतो. लोकशाहीच्या नावाने जनतेची छळणूक आम्हाला मान्य नाही. हिटलर हा देशासाठी धडपडणारा माणूस होता. पण त्याने ज्यूंना ज्या प्रकारे मारले ती पद्धत मात्र मला मान्य नाही. देशातील लाचलुचपत, भ्रष्टाचार नाहिसा करून जर्मनी सुधारावयाची, तसेच ज्यूंनी ही जर्मनी नासवली आहे या मताचा तो होता. पण त्याचवेळी मला माझ्या पद्धतीने देशासाठी जे करता येईल ते करू देत असा ही त्याचा पवित्रा होता. मात्र, केवळ अतिमहत्त्वाकांक्षेपायी त्याने सारे धुळीस मिळवले. राक्षसी महत्त्वाकांक्षा जर त्याने बाळगली नसती तर तो जर्मनीपुरता आदर्श ठरला असता. मात्र, आजही इंग्लंड-अमेरिकेत हिटलरचे गुणगान गाणारी लोकं मिळतात. पण हिटलरमधील काही वाईट गुणांना दुर्बिणीतून जनतेसमोर मांडण्यात आले आहे आणि हीच तर एक वाईट गोष्ट आहे.

महाराष्ट्राचा विचार करताना हा देश, देश म्हणूनही कसा ताठमानेने उभा करता येईल याचाही विचार करणे हीच शिवसेनेची विचारसरणी आहे. शिवसेनेचा लढा हा जातीय आणि प्रांतीय नसून तो रोजीरोटीचा, आर्थिक लढा आहे. स्वाभिमानाचा आहे.

◗ शिवसेनेची २० वर्षे होत आली. यापैकी जास्तीत जास्त काळ पालिका तुमच्या ताब्यात आहे. पण मुंबईला भेडसावणाऱ्या समस्या कायम आहेत. विशेषतः लोंढे... हे कसे?

खरं म्हणजे, या शहरात 'शिवसेने'ने जन्म घेतला नसता तर या शहरातून मराठी माणसाचे कायमचेच उच्चाटन झाले असते. एकतर या शहरात मराठी टक्का कमी आणि त्यात भर बेपर्वा राज्यकर्त्यांची, त्यामुळेच या शहराचा विकास होऊ शकला नाही. शिवाय बीपीसीसी (मुंबई प्रदेश काँग्रेस कमिटी) ही रखेली मुंबई भकास करायला बसलेली आहेच. होते असे की, पालिकेत शिवसेनेची सत्ता आत्ता आली. तरी कित्येक गोष्टी या शासनाकडून त्यांना संमत करून घ्याव्या लागतात व तेथे शासन मुद्दाम अडवणूक करते. खरं म्हणजे, शिवसेनेच्या हातात मुंबई महानगरपालिकेची सत्ता आल्यामुळे अनेकांच्या पोटात पोटशूळ उठलाय. काही बाबतीत तर कारस्थाने रचली जात आहेत.

◗ **मुदतपूर्व निवडणुकांची काही शक्यता वाटते का?**

मुदतपूर्व निवडणुका घेण्याचा मूर्खपणा करण्याची आता कोणाचीच हिंमत होणार नाही. एकदा महापालिका विसर्जित करण्याचा त्यांनी मूर्खपणा केला.

◗ **संधी मिळेल तेव्हा शिवसेनेने उचल खाऊन स्मगलर व गुन्हेगारांशी संघर्ष केला आहे. आज तो पवित्रा दिसत नाही. असे का?**

आजची गुन्हेगारी ही समाजाला उपद्रव देण्याच्या गुन्हेगारीचे बदललेले स्वरूप आहे. आज टोळ्या-टोळ्यांत मारामाऱ्या होतात आणि त्यातच त्यांचा खात्मा होतो आहे. मात्र, शिवसेना नसती तर हे गुन्हेगार निश्चितच माजले असते. अगदी गर्दच्या आगमनाबाबत शिवसेनेने जो लढाऊ पवित्रा घेतला त्यामुळे गर्दच्या विळख्यातून बरेचसे तरुण वाचले. गर्दमागील गुन्हेगाराना शिवसेनेचाच वचक आहे. शिवसेना अंगावर कधी येईल हे सांगता येणार नाही या जाणिवेनेच ते गप्प आहेत.

◗ **मुंबई स्वच्छ करण्यासाठी पदपथावरील झोपडपट्ट्या हटविण्याच्या मोहिमेचे काय झाले? सारेच थंड आहे...**

फूटपाथवरील अनधिकृत झोपडपट्ट्या पाडाव्यात अशी शिवसेनेची भूमिका होती आणि आहे! पण त्या प्रश्नाबाबत काही राजकीय पक्षांनी शिवसेनेला बदनाम करण्याचे डावपेच रचले. शिवसेना शहरातील सर्वच झोपड्यांवर सरसकट बुलडोझर फिरवणार असे चुकीचे चित्र त्यांनी निर्माण केले. पण आम्ही फूटपाथ साफ करणारच. त्या प्रश्नावर आमच्या हातून सत्ता गेली तरी हरकत नाही. ७५ पर्यंतच्या झोपड्यांना सुविधा, ८० पर्यंतच्यांना राहण्याची संधी देणार. मात्र, अनधिकृत झोपडपट्ट्यांबाबत कोर्टाने दिलेला न्याय मात्र अजबच आहे. त्यामुळे कोर्ट हे न्याय द्यायला बसले आहे की अन्याय करायला बसले आहे याचीच शंका येते. नागरी सुविधांच्या आड येणाऱ्या फूटपाथवरील झोपड्यांना कायद्याने संरक्षण दिले. जर त्यांना या झोपड्या नागरी सुविधांच्या हिताआड येणाऱ्या वाटत नसतील तर त्यांच्या बंगल्यातील हिरवळीवर या झोपड्यांना जागा करून द्यावी आणि त्यांचे चोचले पुरवावेत. जर लोकांना उपद्रव होत नाही असे कोर्टास वाटत असेल तर या फूटपाथावरील झोपड्यांना न्यायाधीशांनी आपल्या 'लॉन'वर वाढवावे. उद्या जर कोणी नागरिकाने फूटपाथवरील झोपड्यांबाबत न्यायालयात दाद मागितली तर हे कोर्ट काय न्याय देणारे आहे? जर या न्यायाधीशांना राजकीय शिक्के असतील तर त्यांनी राजीनामे द्यावेत.

◗ आज महाराष्ट्रात शिवसेनेची लाट आली आहे. राज्यातील ९० खेड्यांत शिवसेनेच्या शाखा स्थापन झाल्या आहेत. याला चमत्कार म्हणावा काय?

आम्ही काय म्हणणार त्यापेक्षा पत्रकारच काय ते म्हणतात... आता तुम्हीच काय ते सांगा... इतिहासाची पाने काही लोकांसाठी राखीव असतात, आता ती आमच्यासाठी राखीव असावीत. शिवसेनेची आजची वाढ ही यापूर्वीच व्हायला हवी होती असे नाही तुम्हाला वाटत?

अर्थात महाराष्ट्र म्हणजे मुंबई नाही, महाराष्ट्राच्या राजकारणात प्रामुख्याने पैशाचे राजकारण आहे. पैसे आमच्याकडे पूर्वीही नव्हते व आजही नाहीत. पण महाराष्ट्रातील अनेक गावांतून सतत आमंत्रणे येत आहेत. तेथे आमचा कार्यक्रम हा 'काँग्रेसने जनतेचा विश्वासघात केला' असाच असणार. मुंबईत सध्या तरी 'अंगावर येण्यासारखे' कोणीच राहिलेले नाही. सर्वच झोपलेत. ग्रामीण भागात लढा अन्य विरोधी पक्षांशी असला तरी शिवसेनेच्या कार्यपद्धतीने तेथे माणूस जिंकणे अवघड जाणार नाही.

◗ जेथे संभाजीनगरला शिवाजी मैदानावर पंतप्रधान राजीव गांधी यांची सभा झाली तेथेच सभा घेऊन मी माझा महाराष्ट्राचा दौरा सुरू करणार आहे.

ग्रामीण जनतेच्या विशेष अशा काही मागण्या नाहीत. मात्र, शरद पवारांसारखा विश्वासघातकी त्यांना नको.

शेतकऱ्यांच्यासुद्धा न्याय्य मागण्या आहेत. हे शंकररावसुद्धा कठोरपणाने मोडून काढू अशी भाषा करीत आहेत. कोणाशी कठोरपणाने वागताय तुम्ही? हिम्मत असेल तर देशद्रोही मुसलमानांशी ही भाषा करून दाखवा, मग शेतकऱ्यांविषयी ही भाषा वापरा. घरच्या म्हातारीचे काळ. अशा तऱ्हेची वागणूक ह्यांची? सत्ता त्यांच्या हातूनही गेली होती. पण सत्तेची, खुर्चीची उब हवी म्हणून शरद पवारांच्या मंत्रिमंडळात ते अर्थमंत्री म्हणून घुसले होते. तशी लाचारी आमच्याने होणे कदापि शक्य नाही. सत्ताधाऱ्यांना सत्तेची मस्ती आहे. त्यामुळे शेतकऱ्यांना न्याय मिळत नाही.

◗ महाराष्ट्राच्या आजच्या राजकारणाविषयी काय वाटतं?

वेश्या परवडल्या, पण महाराष्ट्राचे राजकारण त्याहीपेक्षा हीन आहे.

◗ शिवसेना महाराष्ट्रात सत्तेवर येण्याचे स्वप्न बाळगून आहे. जर हे स्वप्न पूर्ण झालेच तर राज्यकारभाराविषयी तुमच्या काय योजना असतील?

काँग्रेसची पापे निश्चितपणे मोडून काढू. अर्थात् भविष्यात काय लिहिले आहे

ते सांगता येत नाही... पण प्रथम आम्ही महाराष्ट्र बांधणार आणि मग अन्य राज्यांतील शिवसेनेला आकार देणार. आज देशभर एक हिंदुत्वाची जाग आली आहे. त्यावरच शिवसेना दिल्लीच्या तख्तावर जाईल.

◗ पाश्चिमात्य ढंगाने वागणाऱ्या पंतप्रधान राजीव गांधी... त्यांच्या सध्याच्या राजकारणाविषयी काय वाटतं?

पंतप्रधान राजीव गांधींची धोरणे त्यांच्या आईपेक्षाही विचित्र चालतात. त्यांचे काहीतरी निराळेच राजकारण चालल्याचे दिसते. पण त्यांना देशापेक्षा खुर्ची प्यारी आहे. आणि ते प्रसिद्धीलोलुपही आहेत. सवंग लोकप्रियतेचे फॉर्म्युले त्यांच्याकडे तयारच आहेत. इंदिरा गांधींना नैसर्गिक मृत्यू आला असता तर मात्र याच पंतप्रधानपदासाठी जोरदार मारामाऱ्या झाल्या असत्या. अगदी प्रणव मुखर्जी, शंकरराव चव्हाण, वसंत साठे, सारे रांगेत उभे राहिले असते. पण इंदिराजींची हत्या झाली आणि त्यामुळे त्या पदावर बसण्याची कोणाचीच हिंमत झाली नाही. राजीव गांधी तुम आगे बढो हम तुम्हारे पीछे है. गोळी लागली तर ती राजीवला लागेल अशी बाकीच्या साऱ्यांची बदमाशी आहे. येथे निष्ठा, श्रद्धा सारे काही झूठ आहे.

◗ या देशातील काही प्रश्न गंभीर होत असतानाच भारताची काही शेजारी राष्ट्रेदेखील सीमेवर कुरापती काढीत आहेत. भविष्यात युद्धाचा धोका तुम्हाला जाणवतोय काय?

हा देश कधी एक राष्ट्र म्हणून उभा राहिला आहे काय? या देशाला कधी मजबूत शासन, खंबीर पंतप्रधान, विचारी नेता कधी लाभला आहे काय? या गोष्टी या देशाला जिथपर्यंत लाभत नाहीत तिथपर्यंत हिंदू राष्ट्र म्हणून उभे राहण्याची हिंमत येथे निर्माण होणार नाही. मुसलमानांचे लाड करणारे राज्यकर्ते कधी हिंदूंच्या असंतोषाचा विचार करणार आहेत की नाही? याचा वेळीच विचार होण्याची आवश्यकता आहे.

जेव्हा या देशातील हिंदूंमध्ये घुसमटणाऱ्या असंतोषाचा स्फोट होईल तेव्हा तो या देशातील राज्यकर्त्यांना परवडणारा नाही. आज एकीकडे आपण आंतरराष्ट्रीय तंगडीत बचावाचे पवित्रे घेत आहोत. अमेरिका पाकला शस्त्रास्त्रांची मदत करते आहे 'ही शस्त्रे कोणासाठी वापरली जाणार आहेत हे आपणाकडून अमेरिकेला विचारण्याचेही धाडस होत नाही. तर आंतरराष्ट्रीय चढाओढीतही कोणालाच दुसऱ्याबद्दल आत्मीयता, प्रेम, जिव्हाळा नाही. पाकिस्तानही उद्या अमेरिकेवर उलटू शकते. त्यांचा काटाही काढेल. तशी ती जातही आहे आणि त्यांची तशी परंपराही आहे.

◗ भाषावार प्रांतरचना झाली नसती तर या देशातील बऱ्याच समस्या कमी झाल्या असत्या. तुम्हाला काय वाटतं?

भाषावार प्रांतरचना केली म्हणूनच प्रत्येक प्रांताच्या अस्तित्वाचा प्रश्न आहे. म्हणून सीमालढे हे सोडविणे अत्यावश्यक आहेच. मात्र, या देशाचे हिंदुत्व हे शरीर आहे आणि त्याचे भाषावार प्रांत हे अवयव आहेत. पण उद्या जर ही भाषावार प्रांतरचना या देशाच्या मुळावर येणार असेल आणि हिंदुत्व नष्ट होणार असेल तर मात्र अखंड हिंदुस्थान करण्यासाठी आमचा पुढाकार राहील.

◗ देशद्रोही मुसलमानांना धडा शिकविणे ही काळाची गरज आहे. पण कोणत्या पद्धतीनं?

पाकिस्तानचा क्रिकेट संघ जिंकल्यावर फटाके वाजविणाऱ्यांना या देशात राहण्याचा अधिकारच नाही. मी जर पंतप्रधान असतो तर देशद्रोह्यांविरुद्धचा कायदा अधिकाधिक कडक केला असता. या देशाच्या दुःखात आनंद साजरा करता, तुम्हाला मतदानाचा अधिकारच का द्यावा?

◗ तुम्हाला या देशाचे खोमेनी तर व्हायचे नाही ना?

खोमेनीचे धर्मप्रेम ही एक विकृती होती. त्याने देश तारला जाण्याऐवजी मारला जाईल. तो 'धर्मांध' होता. मी धर्माभिमानी आहे आणि समाजाने धर्माभिमानी व्हावे अशी माझी मागणी आहे. मात्र, राष्ट्रविकासाआड धर्म येता कामा नये या विचाराचे आम्ही आहोत. मला खोमेनी नको, जरी त्याने हिंदूंचा अभिमान घेऊन उभे राहायचे ठरविले तरी तो नको. तसा तो उभा राहिला तर त्याला मीच गोळी घालून ठार मारीन.

◗ पंजाब प्रश्नामुळे हिंदू-शिखांमधील बंधुत्वाची भावना, राष्ट्रीय एकता आणि अखंडता सारे काही संकटात सापडले आहे. पंजाबमधील परिस्थिती खरोखरच वळणावर यायची असेल तर...

अतिरेक्यांना पकडून चौकशा चालू न ठेवता त्यांना गोळ्या घालायला हव्यात. लोकशाहीमधील मानवतावादाने हा प्रश्न सुटणारा नाही. आणि वंदे मातरमचा काळ या देशातील तरुण पिढी विसरली असेल तर या देशाला भवितव्य नाही. या देशात आज धिंग्रा उभा राहिला पाहिजे. अशा तरुणांनी राष्ट्रद्रोही अतिरेक्यांना जेथे मिळतील तेथे ठेचून ठार मारले पाहिजे आणि अशा राष्ट्रप्रेमी तरुणांना वाचविण्याचे काम हिंदुस्थान सरकारने करायला हवे. अशानेच देशद्रोह्यांना उत्तर देता येईल. तरच या देशाला काही भवितव्य राहील.

◗ पंजाबातील हिंदू मारला जातोय. हिंदूंचे संसार उद्ध्वस्त होत आहेत. निरपराध हत्या झालेल्या या हिंदूंच्या दुःखावर फुंकर घालण्यासाठी देशाचा नेता म्हणून पंतप्रधानांनी पंजाबात जायला हवे होते असे नाही वाटत?

भिवंडी, कामाठीपुरा-बेहरामपाड्यात दंगल होताच मुसलमानांचे सांत्वन करायला जाणारी मंडळी या माझ्या हिंदुस्थानातील हिंदू मारला जात असताना त्याला दिलासा देण्यासाठी का जात नाहीत? एकदा मी पंजाबला पंतप्रधान का जात नाहीत असा प्रश्न राष्ट्रपती झैलसिंगना केला होता. तेव्हा ते मला म्हणाले होते, जाना तो चाहिए, मै जाना भी चाहता था मगर प्राइम मिनिस्टरने ना बोला. मला याचीच चीड आहे. हेच मुसलमानांवर हल्ले झाले असते तर सगळे झाडून धावले असते. या गोष्टीची प्रत्येक हिंदूला चीड यायला हवी.

◗ आपल्या देशाच्या दुर्दैवाने पंजाबचा लचका तोडून पुन्हा एकदा या देशाचे विघटन होण्याची वेळ आलीच तर हिंदूंचे सेनापती म्हणून तुमची भूमिका काय असेल?

पंजाबचा लचका तोडणे हे वाटते तितके सोपे नाही. आणि समजा सरकारच्या धरसोड धोरणामुळे तशी चिन्हे दिसू लागली तर ते मूर्खपणाचे ठरणार आहे आणि मग पंजाबमागोमाग दुसरा लगेच काश्मिरचा प्रश्न उभा राहणार आहे. आज फारूक अब्दुल्लाच्या गळ्यात गळा घाला नाहीतर जे काय अवयव घालायचे असतील ते घाला. पण फारूक म्हणतो एकदा खलिस्तान झाले की मला काश्मिर मिळाले. मध्यंतरी फारूक अब्दुल्ला मुंबईत आला होता तेव्हा मी, शरद पवार व मनोहर जोशी आम्ही त्याला ताज हॉटेलात भेटलो होतो. तेव्हा अब्दुल्लानेच मला विचारले होते, बालासाहेब यह खलिस्तान होगा तो काश्मिरका क्या होगा? त्यावेळच्या त्याच्या वक्तव्यावरून तरी मला त्यालाही फुटीरतेची स्वप्ने दिसू लागलीत असे वाटते.

जर सरकारने खलिस्तान जाऊ दिलेच तर या देशात भयानक रक्तपात झाल्याशिवाय राहणार नाही. तेव्हा हिंदूंच्या मनातील संतप्त चीड दिसून येईल.

◗ येथे हिंदवी स्वराज्य व्हावे अशीच आपली इच्छा आहे, पण या देशातील सत्ताधारी आणि राजकारणी यांना हिंदू असूनही धर्माबद्दल आत्मीयता-प्रेम नाहीच. मग हे कसे शक्य आहे?

हा देश हिंदूंचा व्हावा अशी माझी इच्छा आहे. आणि जर तशी कोणाची इच्छा नसेल तर हिंदू म्हणून जगता कशाला? सरळ सुंता करून टाका.

पंतप्रधान राजीव गांधींचे काहीच कळत नाही. वडील पारशी, आई हिंदू, हे

मिश्रण काय आहे तेच कळत नाही. बायको केली ती इटलीची. म्हणजे कॅथोलिक धर्म. तर त्यांच्या दोन मुलांना पोप मध्यंतरी भारतात आले असता त्यांनी बाप्तिस्मा दिला असे म्हणतात. अशा वेळी त्यांना हिंदू धर्माबाबत काही प्रेम, जिव्हाळा वाटेल काय? त्यांचा धर्म कोणता हेच सांगता येणार नाही. आणि आमचे नशीब असे दळभद्री की असे राज्यकर्तेच आम्हाला लाभतात.

राजीव गांधी, शरद पवार ईश्वर, धर्म हे काही मानत नाहीत. मात्र, मंत्रिपद स्वीकारताना गांभीर्यपूर्वक शपथा घेतात, अशा यांच्या अजब श्रद्धा आहेत. आणि हिंदू जागरूक होतो आहे म्हणून आमच्या मागे लागलेत. पण हे राष्ट्र हिंदूंचेच होणार याबाबत मला ठाम खात्री आहे.

◗ या देशातील राजकारणाविषयी काय वाटते?

या देशातील राजकारण आणीबाणीनंतर इतक्या खालच्या पातळीवर पोहोचले की आज तो केवळ एक धंदा उरला आहे. धंद्यातील स्पर्धक एकमेकांच्या मालाला कधीच चांगले म्हणत नाहीत. त्याप्रमाणे आजचे राजकीय पक्ष परस्परांच्या द्वेषावर जगत आहेत.

◗ जातीयता व धर्मांधता राजकारणात वाढते आहे...

स्वत:ची सत्ता टिकविण्यासाठी राज्यकर्त्यांनी या देशातील जातीयतेला खतपाणी घातले आणि मूठभर जात्यांध मुसलमानांना राष्ट्रीय प्रवाहापासून अलग काढण्याचा सतत प्रयत्न चालू ठेवला, त्यामुळे या देशातील हिंदू आणि मुसलमानांच्या मतांच्या आणि विचारांच्या तारा कधीच जुळल्या नाहीत. आता झालेल्या चुका सुधारायच्या म्हणजे १९४७ सालापर्यंत मागे जायला हवे, पण ते शक्य नाही. याचा अर्थ जातीयवादी विनाशाच्या गर्तेत सापडलेल्या या देशाला तुटलेल्या पतंगाप्रमाणे असेच झोकांड्या खात ठेवायचे काय? आम्हाला ते पटत नाही. आम्हाला ते पाहावत नाही, म्हणून आम्हाला ते सहन होत नाही. म्हणून आम्ही बोलत राहतो. मुसलमानांविषयी आमच्या मनात द्वेष नाही, पण मुसलमानांना आम्ही मुसलमान म्हणून नव्हे तर या देशाचा एक राष्ट्रवादी नागरिक म्हणून उभा राहिलेला पाहू इच्छितो. प्रथम राष्ट्र आणि मग धर्म ही व्यवहारी समाजवादी विचारधारा आम्ही देऊ इच्छितो. धर्म घरात ही विचारधारा जोपर्यंत आमच्या राज्यकर्त्यांना पटत नाही तोपर्यंत या देशात जातीय दंगे चालूच राहतील. फक्त त्याची कारणे वेगवेगळी असतील आणि दंगली शमल्या तरी ज्या जातीय भावनेने तो उत्पात घडविला ती भावना नष्ट होणार नाही. त्या भावनेला खतपाणी घालण्याचे काम असेच चालू राहिले तर जातीय सलोखाच नव्हे तर या देशाचे उरले सुरले स्वातंत्र्यही धोक्यात

आल्याखेरीज राहणार नाही. शासनाला त्याची खंत नसली तरी राष्ट्रवादी हिंदू आणि मुसलमानांनीही एकत्र येऊन या संभाव्य संकटांचा विचार करावा. शासनालाही कोठे लोकशाहीची आणि स्वातंत्र्याची चाड असेल तर त्यांनी या ठाकऱ्यांच्याऐवजी देशाच्या होणाऱ्या ठिकऱ्यांचा गंभीर विचार करावा आणि या देशाला जातीयवादी विषयापासून कामयचे मुक्त करावे, नाहीतर असे दंगे यापूर्वी चालू होते, पुढेही चालू राहतील. पण अनादी काळातील राजाला जे कळले ते या कलियुगातील राज्यकर्त्यांना कळत नाही हे देशाचे दुर्दैव!

◗ इंदिराजींचा खून, नंतर महाराष्ट्रात अरुण वैद्यांचा खून- हे दोन धक्के देशाला बसले. आपली लढाऊ संघटना दोन्ही वेळेस शांत होती. शिवसैनिक आपल्या आदेशाची वाट पाहत होते, तुम्ही काहीच केले नाहीत...

सर्वत्र शिखांना आपले शत्रू करून घेणे हे देशाच्या दृष्टीने बरोबर नाही. अनेकांना तर खलिस्तानची चळवळ मान्य नाही. शिखांच्या पिढ्या वर्षानुवर्षे येथे चालत आल्या असल्यामुळे अनेकांच्या मनात या देशातच राहावे ही भावना आहे, पण केवळ आंतरराष्ट्रीय हलकट डावपेचांच्या चढाईत ही जमात अडकली आहे. आंतरराष्ट्रीय डावात आज भारतातील पंजाबी व गुरखा या दोन जमाती पकडल्या गेल्यात. त्यामुळे आर्मीतही फूट पडण्याचा धोका निर्माण झाला आहे. अशा वेळी शत्रू वाढविण्यात काय अर्थ आहे? पण त्याचवेळी राष्ट्रद्रोही शिखांना मात्र आमचे आव्हान आहेच की, त्यांनी आपले उद्योग असेच चालू ठेवले तर त्यांच्यावर सामाजिक बहिष्कार टाकला जाईल. त्यांचे ट्रक फिरू दिले जाणार नाहीत. त्यांच्या दुकानात कोणीही जाणार नाही. अशी त्यांची पंचाईत केली जाईल.

◗ मुसलमानांची संख्या वाढते आहे... त्यांचे काय करणार?

जीनाला एक स्वतंत्र मुस्लिम राष्ट्र हवे होते. त्याला ते मिळाले आणि त्यांनी इस्लामवर आधारित त्या मुस्लिम राष्ट्राची पाकिस्तानची घटना निर्माण केली, पण आमचे मात्र हिंदू राष्ट्र न होता ते निधर्मी राष्ट्र बनले आणि गांधीजींच्या विचाराने भारावलेल्या भावनेने आमची निधर्मी घटना निर्माण झाली. मुसलमानांना मुस्लिम राष्ट्र मिळाले, पण हिंदूंना मात्र हिंदू राष्ट्र मिळाले नाही. पाकिस्तानातील काँग्रेससहित सर्व भारतीय पक्ष विसर्जित झाले आणि पाकिस्तानची मागणी करणारा मुस्लिम लीग मात्र पाकिस्ताननिर्मितीनंतरही भारतात अस्तित्वात राहिला. कोणी काहीही म्हणतो, पण या देशातील हिंदूंच्या काळजाला त्याक्षणी झालेली जखम अद्यापही कोणी विसरू शकत नाही. त्या वेळी हिंदू राष्ट्र मागणाऱ्या सावरकरवाद्यांचेही मुसलमानांशी बिलकूल वैर नव्हते, पण निर्माण होणाऱ्या या निधर्मी राज्यातील संभाव्य धोके

त्यांनी ओळखले होते. बाबासाहेब आंबेडकरांसारख्या विचारवंतांना आणि प्रवर्तकांना त्याची तीव्रतेने जाणीव झाली. म्हणून या देशातील अनेक अनुभवी द्रष्ट्यांनी त्याच वेळी सांगितले की, या देशाची फाळणी जर अटळ असेल तर निर्माण होणाऱ्या दोन देशांत स्थैर्य आणि शांतता राखण्यासाठी किमान एक गोष्ट करा, पाकिस्तानातील सर्व हिंदूंना हिंदुस्थानात आणा आणि भारतातील सर्व मुसलमानांना पाकिस्तानात पाठवा. त्यासाठी दहा वर्षांचा एक योजनाबद्ध कार्यक्रम आखा. पण त्या वेळी नौखालीच्या होमकुंडात सर्वच विचारांची होळी झाली आणि त्या विचारवंतांकडे पाठ फिरवून महात्माजी शांतता प्रस्थापित करण्यासाठी पदयात्रेला गेले.

◗ हे मतांचे राजकारण कुठपर्यंत जाणार?

ज्या भेदनीतीने ब्रिटिशांनी या देशात राज्य केले त्याच भेदनीतीने पण थोड्या वेगळ्या प्रकारे या देशातील सत्ताधीश आपली सत्ता टिकवीत असतात. या सत्तेच्या आणि मतांच्या राजकारणात देशाचा सत्यानाश झाला. या देशाचे सरकार आज बहुसंख्यांक नव्हे तर अल्पसंख्यांक ठरवत असतात. दिल्लीच्या आसनावर कोणी बसायचे हे अल्पसंख्यांक ठरवतात. कश्मीरात राज्य कोणाचे असावे, केरळात सरकार कोणाचे असावे हे अल्पसंख्यांक ठरवतात. रत्नागिरीची विधानसभेची आमदारकी कोणाला द्यावयाची हेही अल्पसंख्यांक ठरवतात. त्यामुळे या देशात एक भयानक कोंडी निर्माण झाली आहे. या देशाची लोकशाही एका दुष्टचक्रात सापडली आहे. दुष्टचक्रातून बाहेर पडणे आता शक्य नाही म्हणून एका प्रकारचा निराशावाद दाटला आहे... त्या निराशावादातून चीड निर्माण होते आणि तेथे दंगली होतात.

◗ हिंदूंच्या मतास किंमत राहिली नाही... अशी परिस्थिती आहे.

हिंदूंची न्याय आणि नैतिक बाजू घेण्यात आम्हास काहीच संकोच वाटत नाही. त्यामुळे आमच्या काही ८-१० जागा गेल्या तरी अन्य १००-१५० जागा आम्ही खेचून आणू याची आम्हास खात्री आहे आणि हा प्रश्न जागांचा नसून तत्त्वांचा आहे, स्वाभिमानाचा आहे! राष्ट्राच्या परिस्थितीबाबत वस्तुनिष्ठ भूमिका घेणे कधीतरी अत्यावश्यक आहे आणि त्यास हीच वेळ योग्य आहे. कारण आता नाही तर कधीच नाही. रामकृष्ण, शिवाजी, सावरकर या परंपरेतल्या हिंदूंना आम्ही सरळ आवाहन करणार आहोत की राष्ट्रहितासाठी आणि हिंदू समाजसरक्षणासाठी आम्ही कटिबद्ध आहोत. आता हिंदूंनीच याचा विचार करणे आवश्यक आहे. या राष्ट्रहिताच्या वाटाचालीत ज्यांचे आम्हास साहाय्य मिळेल त्यांचे आम्ही जरूर स्वागत करू, परंतु जे आम्हास विरोध करतील त्यांचा विरोध धुडकावून आम्ही आमचे इप्सित पुरे करू. मुसलमानांच्यासुद्धा काही राष्ट्रप्रेमी शक्ती असू शकतील त्या शक्तीचे साहाय्य

आम्हाला अपेक्षित आहे. त्या शक्तींनी हे लक्षात ठेवले पाहिजे की, येथील बहुजन समाज हिंदू त्यांच्याशी सामंजस्य राखूनच या देशाचे व त्यांचे भले होणार आहे. संघर्षातून भरभराट आणि प्रगती होत नाही. अशा या राष्ट्रहित करणाऱ्या आवाहनांना घेऊन शिवसेना पुढे जाणार आहे. त्यात मिळेल त्या शक्तींचे साहाय्य जरूर स्वीकारले जाईल, परंतु कोणत्याही तात्कालिक लाभासाठी, मोहासाठी शिवसेना कधीही अध:पतीत होणार नाही. आमच्या दैवताने, शिवछत्रपतींनी आणि आमच्या मायबाप मराठी जनतेने हा राष्ट्रद्रोह आम्हास कधीच शिकविला नाही.

◗ शिवसेनाप्रमुख व व्यंगचित्रकार याशिवाय आपलं आणखी काही जीवन आहे का? म्हणजे... छंद वगैरे...

क्रिकेट, कॅरम खेळावेसे वाटते. पण आता स्ट्रायकर वेगळा आहे. तशा मला अनेक गोष्टी कराव्याश्या वाटतात. पण वयाचा आणि जबाबदारीचाही काही विचार करायला हवाच.

◗ ज्या कुंचल्याच्या सामर्थ्यावर आपण हे साम्राज्य उभं केलंय त्या व्यंगचित्रकलेचा आपण त्याग करावा हे आपल्या चाहत्यांना धक्कादायकच आहे.

हल्ली पूर्वीसारखी एकाग्रता लाभत नाही. थकायलाही होते. हातही कधी कधी थरथरतो. शिवाय राजकारणात पूर्वीसारखी मॉडेल्सही राहिलेली नाहीत. राजीव-शरद किती वेळा काढायचे. ते नुसते गोटे आहेत त्यांना किती वेळा काढायचे? शंकररावांचा चेहरा गिरवून, गिरवूनही येत नाही. इंदिराजींचा चेहरा काढण्यात मात्र मजा होती.

◗ देशातील सर्व मुसलमानांना हाकलून द्यावे हीच तुमची आकांक्षा आहे काय?

राष्ट्रप्रेमी मुसलमानांनी राष्ट्रद्रोही मुसलमानांविरुद्ध उभे राहावे; आम्ही त्या राष्ट्रप्रेमी मुसलमानांबरोबर उभे राहू. पाकिस्तान विजयाचा आनंद उपभोगल्यावर त्यांनी चाल करून गेले पाहिजे आणि 'आमच्या देशात हे चालणार नाही' असे सांगावे. विशेषत: शेवटच्या वाक्याला आता फार महत्त्व आहे.' अशाने राष्ट्रप्रेमी मुसलमानही समजून घेता येईल. मात्र 'मला काय त्याचे?' या वृत्तीने या मुसलमानांना जगता येणार नाही.

◗ दैनिक 'मार्मिक' साधारण केव्हा सुरू होईल?

तयारी चालू आहे. प्रेसची बांधणी चालू आहे.

◗ सध्याच्या 'मराठी' पत्रकारांविषयी काय वाटते?

पत्रकारांविषयी बोलायचे तर... ते पत्रकार आहेत बस... झालं.

◗ माधव गडकरी?

वैयक्तिक जाऊ नका. पण कोणालाही वृत्तपत्रीय सल्ले देण्याचा अधिकार असला-नसला तरी तुम्ही रामशास्त्रींचे वडील आहात असे वागू नका. तसेच पत्रकारांनी दुसऱ्याचा अपमान करायचा. मात्र, त्याचा दुसऱ्याने केलेला अपमान सहन करायचा नाही, हे सोडून द्या. शिवाय, अनेकदा तर काही पत्रकार आपण कोणाचे तरी जावई आहोत अशा थाटात वागतात. आम्ही कोण तर प्रेस फोटोग्राफर्स, प्रेस रिपोर्टर्स! असली वर्तणूक शोभेची नाही. अलीकडे काही पत्रकारांत मग्रूरी येत चाललेली दिसते. 'तुम्ही कोणीतरी खास घडवलेले आहात' ही वृत्ती सोडून द्या. दुसऱ्याचा तुम्ही अपमान करू नका, तुमचा कोणी अपमान करणार नाही. स्वातंत्र्याच्या गप्पा मारणारे काही पत्रकार तर शरद पवाराने शेठ, ज्याला टाकलेल्या शब्दावर संपादक झाले. अशा संपादकाने स्वातंत्र्याच्या गप्पा मारायच्या कशाला? तो तर मिंधा आहे. आता तर पवारानीच एक वृत्तपत्र विकत घेतले आहे. अशा वृत्तपत्रातून कोणता 'विचार' अपेक्षित आहे सांगा? त्यातून त्यांचीच तळी उचलली जाण्यापलीकडे काहीच होणे शक्य नाही.

◗ राजकीय शिवसेना व सामाजिक शिवसेना यांची तुलना तुम्ही कशी कराल?

मी राजकीय व्यंगचित्रकार नसतो तर सामाजिक शिवसेना उभी राहिली नसती. मला राजकीय विचारांचा उपयोग अनेकदा तरी शिवसेनेच्या सामाजिक मांडणीसाठी करता आला. कोठे, कसे पवित्रे घेता येतील याचा दृष्टिकोन राजकीय व्यंगचित्रकार असल्यामुळे बराच झाला.

◗ 'मार्मिक'चे दैनिकात रूपांतर लवकरच होणार आहे. दैनिक 'मार्मिक'ला प्रामुख्याने कोणाशी स्पर्धा करावी लागेल?

'मार्मिक' दैनिक काढताना आम्हाला कोणाशीही स्पर्धा जाणवत नाही. तसा विचारही आमच्या मनात येत नाही. कारण स्पर्धा असते ती विचारांची असते. वाचकांना विचाराने जिंकायचे असते. फटकळपणाने, बेधडकपणे महाराष्ट्रात हिंदुत्वाचा विचार आम्ही जसा मांडू शकतो, तेवढी या महाराष्ट्रात कोणाची हिंमत आहे काय? शिवसेना या हिंदुत्वाच्याच विचाराने फोफावतेय.

◗ शिवसेनाप्रमुख ठाकरे हे एक वादग्रस्त व्यक्तिमत्त्व आहे. तुम्हाला स्वत:विषयी विचार करताना काय वाटतं?

अंतर्मुख होऊन स्वत:कडे तटस्थपणे पाहतो तेव्हा मजा वाटते.

◗ शिवसेनेचे नेते म्हणून भविष्यात काय पाहू इच्छिता?

हाती घेतलेले कार्य यशस्वी व्हावे असे वाटते. लोकांनी मानावे की ही व्यक्ती प्रामाणिकपणे कार्य करते की नाही? या माणसाची अपेक्षा काय आहे? याचा जनतेने विचार करावा.

माझी एक अपेक्षा आहे की माझे म्हातारपण अत्यंत निवांतपणे जावे. तसेच आतापर्यंत जे कार्य मी उभे केले आहे त्याबाबत लोकांनी माझ्या पाठीत वार करू नये ही माझी किमान अपेक्षा आहे. लोकांनी माझा विश्वासघात करता कामा नये. मी तर लोकांचा विश्वासघात निश्चितच करणार नाही आणि तसा विश्वासघात होणे नाही असा मला पूर्ण आत्मविश्वास आहे.

◗ कोणत्याही सत्तेवर नसताना या देशात तुम्ही एक प्रचंड ताकद... साम्राज्य निर्माण केलंय. भविष्यात या सगळ्याचा वारसदार म्हणून तुम्ही कोणाकडे बोट दाखवाल...?

तरुण रक्त! त्याखेरीज तरी कोणी नाही. हे जर तरुण रक्त तापले नसते तर

शिवसेना उभी राहू शकली नसती.

◗ **होय, पण ठाकरे नावात जादू आहे... म्हणूनच हे उभं आहे. अन्यथा...**

ठाकरे नावात जादू नाही. तळमळ आहे. परवा राजीव गांधी, शरद पवार यांचे जे मिलन झाले ते किती सूक्ष्म झाले, ड्राय झाले. या 'विलीनीकरणा'चे रिपोर्ट्स फार वाईट आहेत. कारण तेथे सत्तेची तडफड आहे. शिवसेनेला सत्तेची तडफड कधीच नव्हती. सत्ता मिळाली नाही तरी जनहिताचे कार्य करीत राहावे ही तळमळ मात्र आहे. आणि अशाच कार्याच्या इच्छेवर महाराष्ट्राची सत्ता एकदा आमच्याकडे आली तर ती कोणाकडेही जाणार नाही.

[२३ जानेवारी, १९८७]

''फुटले ते शिवसैनिक नव्हते! शिवसेना अभेद्य आहे''

“सत्ता येण्याची पुसटशी चाहूलही लागली नव्हती तेव्हा शिवसेना ही एक अभेद्य संघटना होती. त्या संघटनेची शिस्तही बुलंद होती. पण १९८५ च्या विधानसभा निवडणुकीत शिवसेनेस अभूतपूर्व यश मिळून सत्तेच्या जवळ जाऊन ही संघटना पोहोचली; तिथेच सत्ता व पदासाठी संघर्ष व कुरबुरींना सुरुवात झाली. कारणं काही असोत, पण 'अभेद्य' म्हटल्या गेलेल्या शिवसेनेत पहिली मोठी फूट पडली ती १९९२ साली. शिवसेनेत छगन भुजबळ ह्यांच्या नेतृत्वाखाली १७ शिवसेना आमदारांनी पक्ष सोडून काँग्रेसचा आसरा घेताच महाराष्ट्रात राजकीय धरणीकंप झाला. महाराष्ट्राच्या भावी राजकारणाला कलाटणी देणारे हे फोडाफोडीचे राजकारण. शिवसेना त्यामुळे संपली काय? बाळासाहेब ठाकरे ह्यांच्या नेतृत्वालाच हे आव्हान होते काय? ह्याविषयी दैनिकांनीही काही अनेक महिने चर्चा केली. ह्या सर्व काळात स्वत: बाळासाहेब कमालीचे मौन बाळगून होते. शांततेचा पोलादी पडदा भेदून 'लोकप्रभा'साठी पहिली खळबळजनक मुलाखत शिवसेनाप्रमुखांनी मला दिली. ह्या मुलाखतीत शिवसेनाप्रमुखांनी राजकारणाची भावी रणनीतीच आक्रमकपणे मांडली. राज्यात त्या मुलाखतीची पुढे अनेक दिवस चर्चा सुरू राहिली.”

शिवसेनाप्रमुखांचं वागणं आणि बोलणं एकदम रोखठोक. वारंवार पराभव पचवून आणि संकटांचे डोंगर पार करून पुन्हा त्याच जोशात राजकारणाचा नवा डाव मांडणारे हे देशातील ज्वलंत नेतृत्व. त्यांच्या वागण्यात आणि विचारांत तफावत नाही... शिवसेनेच्या गडावर त्यांची भेट झाली आणि तितक्याच रोखठोक सवाल-जवाबांची जुगलबंदी सुरू झाली. थेट प्रश्न आणि थेट उत्तरं...

◗ शिवसेनेतील फुटीचा महाराष्ट्राच्या राजकारणावर काय परिणाम होणार आहे?

फुटीचा परिणाम काहीच होणार नाही. बिलकुल होणार नाही. पण शिवसेना जी खचते आहे, मार खाते आहे ती फक्त पैशांमुळे. काँग्रेससारख्या भ्रष्टाचारानं आर्थिकदृष्ट्या बळकट झालेल्या पक्षाशी टक्कर देणे कधीकधी जड जातं. आमची एक मोठी समाधानाची बाब म्हणजे मनुष्यबळ. आणि हे मनुष्यबळ मात्र आज ना उद्या काँग्रेसच्या पैशांवर मात केल्याशिवाय राहणार नाही.

◗ मी फुटीविषयी विचारतोय...

हे पाहा, ही फूट त्या व्यक्तीपुरतीच मर्यादित आहे. मोठे गट किंवा दल काँग्रेसमध्ये शिरले असं कुठेही झालेलं नाही. जिल्ह्या-जिल्ह्यांत जाऊन आपण हे अजमावू शकता.

◗ शिवसेनेचं हे रौप्यमहोत्सवी वर्ष आणि त्या वर्षातच सेनेत फूट पाडून काँग्रेसने तुमच्यावर राजकीय मात केलीय...

नाही. राजकारणात काँग्रेसने मात केलेली नाही. शेवटी आजही तुल्यबळ विरोधी पक्ष म्हणून आम्हीच आहोत. आणि गेल्या विधानसभा निवडणुकीतसुद्धा शरद पवारांचा काही फार मोठा विजय झालाय असंही नव्हतं. किंबहुना शरद पवारांची काँग्रेस हरली होती. विरोधी पक्षांच्या १४७ आणि शरद पवारांच्या १४१ जागा निवडून आल्या.

◗ तरीही पवारांनीच बाजी मारली...

कसली बाजी मारली? पैशांच्या बळावर त्यांनी पुन्हा मात केली. म्हणजे त्यांनी काही आमदार विकत घेतले. काहींना सत्तास्थानं देऊ केली. जसे आमच्या लखोबाला एक मंत्रिपद देऊ केलं. दुसऱ्या एका कपाळकरंट्याला आणखी एक मंत्रिपद देऊ केलं. बाकीचे मात्र भालदार-चोपदार सगळे. पण शेवटी त्यांचीसुद्धा काही ना काही सोडवणूक नक्की झालेली आहे. एका आमदाराच्या बहिणीच्या बाबतीत. तिची

फॅक्टरी आहे ठाण्याला. तिचं इलेक्ट्रिसिटीचं बरंच मोठं बिल तुंबलं होतं. जवळपास करोडोच्या घरात. त्याची सोडवणुकीची खात्री दिलेली आहे.

◗ **पण मुळात पोलादी शिस्तीच्या या संघटनेत फूट का पडू शकली?**

पोलादी, पोलादी कितीही म्हटलंत तरी शेवटी माणसं आणि मानवी स्वभाव.

◗ **पण इतक्या वर्षांत असं कधी घडलं नाही...**

इतक्या वर्षांत हे होणं न होण्यापेक्षा काँग्रेसने एका नीच डावाला सुरुवात केली. इंदिरा गांधींचं दडपण उडालं. त्यामुळे मनमानी कारभार प्रत्येकजण करू लागला. स्वत: काँग्रेसमध्ये 'एस्टॅब्लिश' होण्याचा प्रयत्न करू लागला आणि शरद पवारसारखा काल-परवाचा स्थानिक माणूस आज दिल्लीचं राजकारण खेळायला लागला. त्या कार्यकारिणीमध्येसुद्धा चौथा का असेना, पण नंबर पटकावला. शेवटी या ईर्षा ते दोघे असेपर्यंत तरी नव्हत्या आणि मग त्याकरिता आपण महाराष्ट्रात आपली बळकटी दाखविल्याशिवाय आपल्याला राष्ट्रीय पातळीवर तेवढी किंमत येणार नाही म्हणून त्यांनी कारस्थानाने महाराष्ट्र आपल्याजवळ ठेवण्याचा प्रयत्न केला. पैशाच्या रूपाने, काही आमिषं दाखवून, विरोधी पक्ष फोडून एक ताकद दाखवण्याचा त्यांनी प्रयत्न केलाय, दुसरं काय?

◗ **सेनेतलं बंड हे तुमच्या नेतृत्वाविरुद्ध होतं...**

माझ्या नेतृत्वाविरुद्ध कोणत्याही परिस्थितीत नाहीय. म्हणजे मूर्खपणा ज्यांनी केला आहे त्यांना हेही कळलं नाही, शेवटी आपण करायला गेलो काय आणि झालं काय? अगदी लखोबाचेसुद्धा नाही म्हटलं तरी मनोहर जोशींशी मतभेद होते, वाद होते. पण त्याने शिवसेनेलाच चरोटा मारला. मनोहर जोशी बाजूलाच राहिले आणि त्यांनाही आता पश्चात्ताप होत असणार असं मला वाटतं. माझ्याविरुद्ध एक जरी शिवसैनिक उभा राहिला की 'बाळासाहेब, तुमच्यासाठी मी शिवसेना सोडली, तर त्या एका शिवसैनिकासाठी मी शिवसेनाप्रमुखपद सोडीन. इतकी मला खात्री आहे स्वत:ला की, माझ्यामुळे कुणीच दुखावलेलं नाही.

◗ **सुरुवातीला छगनरावांनी मनोहर जोशींवर टीका केली आणि धीर चेपत गेला तेव्हा ते तुमच्यावर घसरले...**

ते साहजिकच आहे. शेवटी जो बाटगा असतो त्याला आपल्या निष्ठा व्यक्त कराव्याच लागतात. मी किती काँग्रेसमय झालोय, मी तुमच्याशी किती निष्ठावान आहे हे दाखवण्याकरिता मग तो त्या पद्धतीत बोलायला लागला. नाही म्हटलं तरी

त्याला काँग्रेसमध्ये विरोध आहेच. आणि हे ऐतिहासिक सत्य आहे. बाटगा नेहमी जोरदार असतो. खऱ्या मुसलमानांनी ह्या देशाचं नुकसान करण्यापेक्षा बाटग्यांनी जास्त केलंय, हा इतिहास आहे. त्याचप्रमाणे पक्षापक्षांमध्ये गेलेले जे बाटगे असतात त्यांच्या निष्ठा उफाळून वर येत असतात.

◗ पण काँग्रेसमधून जी माणसं तुमच्याकडे आली त्यांच्या निष्ठाही त्याच प्रकारच्या होत्या...

एका बाजूला आपण एक न्याय देतो. बोजड शब्दांत बोलायचं झालं तर, एक सिद्धांत मांडतो. तो सिद्धांत आमच्याकडे येणाऱ्या माणसांच्या बाबतीतसुद्धा असणारच.

◗ शिवसेनेत प्रवेश करताच तुम्ही चंद्रिका केनियास खासदार केलेत, त्यामुळे निष्ठावंतांना धक्का बसला...

हे बघा, त्याचीही काही कारणं आहेत ती समजून घ्या. फोडाफोडी हा एक प्रकार आणि काही माणसं मतलबाने जवळ येणं हा एक प्रकार. मी चंद्रिका केनियांना काँग्रेसमधून फोडली नाही. मी बाबासाहेब भोसल्यांना फोडलं नाही. ते आपणहून सेनेकडे आले. चंद्रिका केनिया आणि बाबासाहेब भोसले ह्यांच्यात फार मोठं अंतर आहे. बाईंनी प्रवास चिक्कार केलेला आहे. तसा काही बाबासाहेब भोसल्यांनी केलेला नाही. चंद्रिका केनियांना राज्यसभेवर पाठविण्याआधी मी सगळ्यांना विचारलं होतं. अगदी नेत्यांनाही. पण कुणीही दिल्लीत जायला तयार नाही. अगदी लखोबासकट. काँग्रेसमध्ये असताना चंद्रिकेने मुरली देवराविरुद्ध आघाडीच उघडली होती. काँग्रेसमध्ये भ्रष्ट लोकं आहेत. नतद्रष्ट आहेत. काँग्रेसमध्ये बायकांच्या शिलाचं काही सांगता येत नाही. वगैरे बरेच आक्षेप घेतले. मला वाटतं, तुमच्या प्रेमकुमार शर्मानेही निवडणुकीत त्याचा वापर केला. असं सगळं असल्यावर मी असा विचार केला की, आपल्याकडेसुद्धा उत्तम हिंदी-इंग्रजी जाणणारी एक चांगली बाई आहे. ॲडव्होकेट आहे... आणि काँग्रेसमधून आल्यामुळे आणखी मजा येणार आहे. आमच्याकडेसुद्धा तुमच्याकडले 'सो कॉल्ड इंटलेक्चुअल्स ॲट्रॅक्ट' होऊ शकतात हेच मला दाखवायचं होतं... म्हणून चंद्रिकेला खासदार केलं. ती इतकी हलकट निघेल असं वाटलं नव्हतं. पण ती निघाली. अहो, पंचवीस वर्षं माझ्याबरोबरचा लखोबा, जो मला पितृतुल्य-मातृतुल्य अशा बिरुदावल्या बाहेर लावायचा, तो जर जाऊ शकतो तर काल-परवा आलेली चंद्रिका गेली...

◗ त्यामुळे चित्र असं निर्माण झालंय...

चित्र निर्माण करणारे तुम्ही पत्रकार आहात.

◗ पण जे फुटले त्यांच्याविरुद्ध जनक्षोभ उसळला नाही... त्यामुळे सेनेतून फुटल्यावरही काहीच होत नाही असं चित्र निर्माण होतंय...

त्यांनी एक मांडणी केलेली आहे. जबरदस्त पोलिस प्रोटेक्शन. एक वेळ मुख्यमंत्र्यांना नसेल एवढे प्रोटेक्शन या आंडू-पांडूना द्यायला सुरुवात केली आहे. त्यांना सूड उगवायचा आहे शिवसेनेवर. जे फोडलेत त्यांना धक्का लागता कामा नये यासाठी पोलिस कमी पडणार नाहीत याची व्यवस्था केलीय... गावात खून, चोऱ्या, दरोडे आणि बलात्कार वाढले तरी चालतील, पण ह्या आमच्या चमच्यांना कुणी फोडता कामा नये याची फार मोठी मांडणी त्यांनी केलीय. राज्यातील कायदा आणि सुव्यवस्था ढासळत असताना या फोडलेल्या लोकांच्या मागे पोलिसांच्या पलटनी उभ्या आहेत.

◗ काँग्रेसने फोडाफोडी करून तुमच्या आमदार-खासदारांची संख्या कमी केलीय, त्यात आता हिंदुत्वाच्या प्रश्नावर न्यायालयातही तुमच्या लोकप्रतिनिधींच्या निवडणुका रद्द होऊ लागल्या आहेत...

आमदारांनी जागेच संरक्षण घ्यायचं, खासदारांनी जागेचं संरक्षण घ्यायचं... आणि न्यायमूर्तींनी मात्र त्यांना जे न्यायमूर्ती म्हणून जे संरक्षण आणि अधिकार आहेत त्याबाबतीत मात्र अन्याय करीत सुटायचं?

◗ कोणता अन्याय?

संभाजीनगरच्या खंडपीठानं अशोक देशमुख आणि गुंडेवार ह्यांच्याबाबतीत एक न्याय द्यायचा... आणि साव्यांना दुसरा न्याय द्यायचा. एकाची तर केस रद्दबातल ठरवली. गुंडेवारने सुधाकरराव नाईकांचे नातेवाईक राठोडांचा पराभव केला होता. नाईकांनी राठोडना माघार घ्यायला लावली. त्याबदल्यात त्यांना एका महामंडळाची जागा दिली. का? तर गुंडेवार काँग्रेसमध्ये गेला म्हणून. किंबहुना त्याला सांगितलं, तू काँग्रेसमध्ये ये. तुझी केस काढून घेतली जाईल. अशोक देशमुखांची केस हिंदुत्वाचीच. पण 'टेक्निकल' गोष्टींवर उडवली. सावे जर काँग्रेसमध्ये गेले असते तर मला खात्री आहे, सावेसुद्धा सुटले असते. काँग्रेसमध्ये गेल्यावर त्यांचं हिंदुत्व आड येत नाही आणि सेनेत राहिल्यावर आड येतं? न्यायाधीशांनी असा विचार करायला सुरुवात करावी? हिंदुत्व म्हणजे हिंदुत्व! नियमाप्रमाणे-कायद्याप्रमाणे ते आडवं आलेलं आहे. मग ते काँग्रेसवाल्यांचं असो, भाजपाचं किंवा शिवसेनेचं असो You give justice only, Thats all. हे न्यायमूर्तींना सांगण्याची पाळी आमच्यावर येऊ नये. आज हा अत्यंत गैरप्रकार झालेला आहे. स्फोट व्हायचा झाला तर होईल की... मला काय गरज आहे दारुगोळा पुरवायची? चित्र दिसतंय तेवढं साधं नाहीय. तुम्ही लक्षात घ्या. हा शाप नव्हे, ही भविष्यवाणी आहे माझी.

हे सत्तेचं राजकारण?

म्हणजे सत्तेनं न्यायमूर्तींनासुद्धा खिशात ठेवायचं? फोनवरती कारभार चाललेले असतात. ही आतली बातमी आहे माझी. ह्याला पुरावा काय? पुरावा काही नाहीय. `Contempt of court' मध्ये तुम्ही कुणाचेही बांबू घालू शकता. हे वाक्य आहे माझं. त्यात बदल करणं नाही. माझ्या शब्दांत कोठेही बदल झालेला मला चालायचा नाही. तरच माझी मुलाखत छापा. नाहीतर छापू नका.

हत्येचं राजकारण शिवसेनेनं सुरू केलं...

असलं राजकारण शिवसेनेनं कधीच केलं नाही.

कालपर्यंत सेनेनं राजकीय हत्या केल्या. आज तुमच्या माणसांचे खून होताहेत...

किती खून केलेत हो शिवसेनेने? मला आकडा द्या. खुनाचा आकडा द्या.

परळमधील कम्युनिस्ट आमदाराची हत्या करून शिवसेनेनं मुंबईत आपले पाय घट्ट रोवले. त्याच परळमध्ये आज तुमच्या आमदाराचा खून झालाय...

मला काही कायद्याचा आधार घ्यायची गरज नाहीय. नाव घेऊन बोलायचं तर कृष्णा देसाईच्या बाबतीत. तुम्ही पत्रकार म्हणजे असं अधांतरी ठेवून गैरसमजांचं रान पेटवता. जे निघतील ते बाजूला निघतील. त्या आगीपासून वाचले ते वाचले, अशी तुमची पत्रकारिता हल्ली चालू आहे. कृष्णा देसाईच्या खुनाशी शिवसेनेचा काय संबंध होता? माणसं पकडली गेली म्हणून शिवसेनेची? अनेक अशी लोकं आहेत, त्यांच्या वैयक्तिक काही गोष्टी असू शकतात. पण ते शिवसैनिक आहेत म्हणून तुम्ही शिवसेनेवर घालता त्यांच्या हत्या? किंबहुना कृष्णा देसाई तिकिटासाठी जास्त हुज्जत घालू लागला तेव्हा डांगे चिडून त्याला म्हणाले, "निवडणुकीचं तिकीट म्हणजे चार-पाच खून करण्याइतकं साधं नसतं". मी त्या पद्धतीत नाही बोलत तुमच्याशी. की तो कोण होता महात्मा? म्हणून काय ती हत्या मला वाचवायची नाहीय. पण त्याची काही कारणं तुम्हाला मिळाली आहेत का?

कोणती कारणं?

कृष्णा देसाईचं जे तिकडलं राजकारण होतं, त्यामुळेही तेथे त्याला कुणी उडवण्याची शक्यता होती. आणि खोपकरच्या बाबतीतसुद्धा. कारण तुमच्या मनात ते नाव आहे. पण बोलायचं नाही. ठाकऱ्यांना शब्दात कसं पकडायचं हेच उद्योग जास्त पत्रकारांचे. मग त्या चौकटी टाकायच्या ऐन निवडणुकीच्या तोंडावर.

◗ आतापर्यंत तुमचा शिवसैनिक आक्रमक होता; पण आता...

दळवी बिल्डिंगवरती चाल करून जाणारा शिवसैनिक. आक्रमकता अशी होती. ती मला प्यार होती. हे मी वसंतराव नाईकांकडे ते मुख्यमंत्री असताना बोललो होतो. म्हटलं, आम्हाला दळवी बिल्डिंग जाळायची होती. पण इतर भाडेकरू आमचे मतदार असल्यामुळे पोरांना रोखावे लागले. पण त्यांनी नासधूस केली. टाईपरायटर वरून फेकला हे सगळं खरं आहे.

◗ ते सगळं खरं आहे. पण आज तुमचे आक्रमक शिवसैनिक लागोपाठ मारले जात आहेत...

आज विठ्ठल चव्हाणचा जो खून झालेला आहे- हा आमदार असला तरी आतल्या भानगडी तुम्हाला माहीत आहेत का? शेवटी आमचेच दात आणि आमचेच ओठ म्हणून मलाही गप्प बसावं लागतं. काय करायचं ह्या दुर्दैवाला? कुणाला दोष द्यायचा ह्याच्यामध्ये? शिवसैनिकानं एखाद्याचा खून करणं आणि शिवसैनिकानं शिवसैनिकाचा खून करणं ह्यातला फरक फक्त समजावून घ्या. नाहीतर एरव्ही कुणाची चाल करायची हिंमत नाहीय.

◗ सेना ज्या झपाट्यानं वाढली त्या वाढलेल्या सेनेवर नियंत्रण ठेवण्यास इतर सेना नेतृत्व थिटं पडलं...

थिटं म्हणण्यापेक्षा ज्या पद्धतीनं एक नेतृत्वाची कल्पना त्यांना यायला हवी होती ती दुर्दैवानं आली नसावी. परत मी तुम्हाला सांगतो, तुम्ही कितीही काही बोललात तरी सगळ्या गोष्टी केंद्रित होतात त्या पैशाच्या जोरावर. आमचं आर्थिक साम्राज्य फारच कमी पडतं. निवडणूक काळातही आम्ही मर्यादित काही गोष्टी करू शकतो. काँग्रेस त्यांच्या पद्धतीनं उतू जाईपर्यंत मदत करते. शुगर लॉबी त्यांच्याबरोबर आहे. तरीसुद्धा शंकरराव कोल्हेंशी टक्कर आमच्या एका फाटक्या माणसाने दिली हे नाही विसरता येणार. शेवटी कुठंतरी आम्ही कमी पडतो. आणि या सगळ्या गोष्टींशी टक्कर शिवसेना घेतेय.

◗ पंचवीस वर्षांपूर्वी ज्यांना तुम्ही नेते केलेत, आजही तेच नेते आहेत.

तुम्ही हे शिवसेनेच्याच बाबतीत का बोलताय? हा एकाकीपणा तुमच्या विचारात का?

◗ तेच-तेच नेतृत्व सेनेत दिसतंय आणि त्यांच्याविरुद्ध नाराजी आहे.

काँग्रेसमधलं तरुण नेतृत्व तुम्ही मला दाखवा. की हे नवं नेतृत्व उभं राहिलंय

आणि त्यांचं हे काम आहे. जुन्या नेतृत्वाच्या गाद्या-गिरद्या गोळा करायच्या हेच त्यांचं काम नं? ते बसताना नीट ठेवायच्या आणि गेल्यावर जाजमं झटकायची. आमच्याकडे तरुणांना ते तर काम करावं लागत नाही. आम्ही सगळे कामाला लागतो. माझ्यासकट.

◗ सेना नेत्यांत अंतर्कलह आहेत...

हा प्रश्न सगळ्याच पक्षांमध्ये विचारला पाहिजे. म्हणून माझा जो आरोप आहे ना 'संजय राऊत' ह्या व्यक्तीवर तो हा की ह्यामध्ये आणखी कशी आग लावता येईल त्याच प्रवृत्तीनं तुम्ही लिहीत असता. म्हणून तुमच्यावर मी चिडतो, आव शिवसेनेच्या प्रेमाचा आणता, कधी तरी एखादं लिखाण आमच्या बाजूनं लिहून जाता. पण त्यानंतर तुमची प्रवृत्ती मात्र अजून कुठे ह्यांचं फाडता येईल. हे प्रश्न तुम्ही शरद पवारांनाही विचारू शकता. काय शरद पवाराने नेतृत्व उभं केलं हो? स्वत:भोवतीच गुरफटत ठेवलंय ना पैशाच्या जोरावर? कोणतं नेतृत्व महाराष्ट्रात उभं केलंय सांगा? तुम्ही लाचार पत्रकार... खिशामधले पत्रकार शरद पवारांनाच मुजरा करणार. माझ्याकडे सत्ता आली तर तुम्ही मला मुजरे करणार. पैशाचा जोर आहे त्याच्याकडे. करोडो रुपये असेच पडले आहेत.

◗ माझा प्रश्न सेना नेतृत्वाचा आहे...

तुमचा प्रश्न घाणेरडा आहे. आमच्यामध्ये तुम्ही कलागती लावायचा प्रयत्न करताय.

◗ ह्या लोकांच्या भावना आहेत...

ते सोडून द्या. लोकांच्या भावनांवरती घालू नका. समजलं की नाही? लोकांना भरीस घालू नका. लोकं मला असले प्रश्न कधीच विचारीत नाहीत. चला, लोकांना भेटताय माझ्याबरोबर? विचारा तुम्ही लोकांना. शिवाजी पार्कला चला. महाराष्ट्राच्या कानाकोपऱ्यात चला. एकतर मी तरी थोडे जोडे खाईन नाहीतर तुम्हाला तरी खावे लागतील. काय लोकांचं, लोकांचं करताय? ए. सी. चेंबरमध्ये बसायचं आणि लोकांच्या चिंता वाहायच्या? What are your movement? 'लोकसत्ता'च्या चेंबरमध्ये बसायचं आणि लोकांच्या नावे फितवायचं? शिवसैनिक आणि नेत्यांमध्ये फूट पाडायची?

◗ अंतर्कलह होतेच आणि सत्तेची चाहूल लागताच संघटनेत नंबर दोनचा वाद उफाळून आला हे नाकारताय तुम्ही?

हे दोन व्यक्तींपुरतंच मर्यादित होतं आणि तुम्ही विचारायच्या आधी मीच त्या दोघांना बोललो आहे. मनोहर जोशी आणि भुजबळ घरी आले होते तेव्हा त्यांच्या

तोंडावर बोललोय मी, की काय हो? एखादं पद निर्माण झाल्यावर ते तुमच्याकरताच निर्माण झालंय असा काय नियम झालाय का शिवसेनेत?' असं विचारलंच मी त्यांना. विचारा त्या दोघांना.

सेनेत फूट पडू नये, भुजबळ जाऊ नये यासाठी तुमची काय भूमिका होती?

भूमिका म्हणजे? ज्याप्रकारे डाव रचले गेले ते दळभद्री होते. त्याला एकदा मी बोललो होतो, तुम्ही शरद पवारला भेटलात हे खरं आहे काय? तर म्हणतो कसा, 'शरद पवार दिल्लीमध्ये... मी इकडे', पण दिल्लीत जाऊन भेटला हा. हे काँग्रेसमधल्या एका जबाबदार माणसाने सांगितलंय मला. ह्या तारखेला ते शरद पवारला दिल्लीत जाऊन भेटले. ह्या तारखेला बारामतीत जाऊन आणि ह्या तारखेला मुंबईत भेटलेले आहेत. तीन भेटी झालेल्या आहेत शरद पवारांच्या त्याच्याबरोबर. तरीसुद्धा तो माणूस नाटकीपणानं मला सांगतोय, कसं शक्य आहे साहेब हे?' डिसेंबरच्या चार तारखेला तो मुंबईला येऊन भेटणार होता मला. का आला नाही तो? अज्ञातवासात तू गेलास. नागपूरमध्ये असलेल्या माझ्या लोकांनाही कळले नाही. आणि नंतर सांगतो 'सेनाप्रमुखांनी माझ्याशी संपर्कच ठेवला नाही', कसा ठेवणार? मला माहीतच नाही तू अज्ञातवासात कुठे आहेस तो. अज्ञातवासात गेल्यावर तुला बोलावलंही होते आणि निघालाही होता तो. म्हणाला होता, 'साहेब मी सगळं सोडून देतो.' मी म्हटलं नाही, तुला मोकळा करायचा का नाही हा माझा निर्णय आहे. तुला तसा मोकळा करता येणार नाही. हे पद मी तुला दिलेलं आहे. लोकांनी तुला निवडून दिलेलं आहे... शिवसेनेच्या नावावर तू इकडे ये, आपण बोलू.

त्यांचा जो आरोप आहे की तुम्ही मनोहर जोशींच्या कलानं वागता...

हा फैसला तुम्ही जनतेत करा ना.

पण अशी चर्चा बाहेरही नेहमीच असते.

मी एक धोरण आखलं होतं, जे आमदार होतील त्यांना नगरसेवकपद द्यायचं नाही. आणि हे कुणी मोडलं? मनोहर जोशींनी की भुजबळांनी? केवळ भुजबळासाठी मला नगरसेवकपद पुन्हा भुजबळांना द्यावं लागलं. एकदा महापौरपद दिल्यावर पुन्हा महापौरपद करायचं नाही हा नियम कुणी मोडला? पुन्हा भुजबळांनीच. भुजबळांना पुन्हा महापौर करा असं मला मनोहर जोशींनी सांगितलं? की असा भुजबळाचा हट्ट आहे म्हणून. दिलंत ते घेतलंत ना. असं बोलतात का, की साहेब एकदा मला मिळालंय. आणखी कोण संघटनेत असेल तर पाहा. हे औदार्य तुम्ही का दाखवलं

नाही? इथे कुठे मनोहर जोशींचा प्रभाव आहे. तुम्हीच मला सांगा. हा माझा निर्णय होता. मी संघटना मानतो. व्यक्ती संघटनेमुळे मोठ्या झालेल्या आहेत. व्यक्तींमुळे शिवसेना मोठी झालेली नाही. मी डिसिजन घेणार. मनोहर जोशींनाही माहीत नव्हतं. मी त्यांचं नाव जाहीर करणार आहे.

◗ तेथेच वाद सुरू झालाय...

प्रत्येकाची एक 'इंटलेक्युअल' कॅपॅसिटी असते. समजलं? मनोहर जोशींची एक पद्धत आहे. सुधीर जोशींची आहे, नवलकरांची आहे आणि दत्ताजी साळवींची आहे. त्यानंतर भुजबळसुद्धा असू शकतो. आहेच मुळी. तर हे सगळं असताना मी त्यावेळेला तेथे कोण 'फिट' बसू शकेल ह्याचा विचार करतो. नुसता गदारोळ, तमाशा आणि वक्तृत्व म्हणजे कामकाज नव्हे. त्या संघटनात्मक गोष्टी ठरू शकत नाहीत. जोशींची जी अभ्यास करण्याची पद्धत आहे, एखाद्याचा पिच्छा पुरवण्याची प्रवृत्ती आहे ती निश्चितच लखोबामध्ये नाहीय. लखोबा नाटकात कमी पडणार नाही. नाटकं त्याच्याकडे भरपूर आहेत.

◗ आज मनोहर जोशी विधानसभेपासून दूर का आहेत?

मी त्यांना बोललो होतो की, शक्यतो तुम्ही जाऊ नये... ऑस्ट्रेलियाला. जायचं असेल तर विधानसभा सांभाळून जा. शेवटी नाही म्हटलं तरी माणूस आहे तो. आरोप तरी किती सहन करायचे कारण नसताना. ज्यांच्या-ज्यांच्याकरिता तडफडायचं त्यांनीच उलटं फिरायचं? विठ्ठल चव्हाणने ज्यांना ज्यांना नोकरीला लावलं – 'बेस्ट'चा चेअरमन असताना– ते सगळे त्याच्या विरोधात गेले. शेवटी-शेवटी विठ्ठललासुद्धा पश्चाताप झाला होता. कोणासाठी करायचं मी हे सगळं? तसंच मनोहर जोशींच्या बाबतीत झालं. इतकं की, मी तडफडून काम करतोय, महाराष्ट्राचे दौरे करतोय, प्रचार करतोय, शेवटी धोंडेच अंगावरती घेतले नं? म्हणून ते रिलीफसाठी ऑस्ट्रेलियाला गेले असतील...

◗ विधानसभेच्या शिवसेना गटनेतेपदी गणेश नाईक ह्यांची निवड धक्कादायक होती...

माझ्यापुढे काय प्रश्न होता? विधानसभा सुरू होतेय आणि गणेश नाईक हा माझ्या डोक्यात अनेक वर्षांपासून होता. अभ्यासू आहे. आता त्याला म्हणे चमक दाखवता आली नाही असं म्हणतात. अरे, मनोहर जोशी ते मनोहर जोशी... गणेश नाईक तो गणेश नाईक. गणेश नाईक जे करील ते कदाचित मनोहर जोशींना जमणार नाही. त्या पोराला डॅश आहे. मीच त्याला सांगितलंय, चल हो पुढे.

◗ शिवसेना ज्या वेगानं महाराष्ट्राची सत्ता काबीज करायला सरसावली त्याच वेगानं ती मागे घसरली... मुंबई, ठाण्याच्या पालिकेतही सेना सत्ता टिकवू शकली नाही...

काय झालंय मी तुम्हाला सांगतो... मुंबईत एक लखोबाखेरीज कुणी फुटलेलं नाही.

◗ सत्ता तुमच्याकडून जाताना दिसतेय...

त्याचंच उत्तर मी देतोय की, जे गेले शिवसेनेतून ते पूर्वाश्रमीचे समाजवादी काँग्रेसचे होते. पर्यायानं शरद पवारच्या काँग्रेसचे होते. आम्हाला निवडीला वेळ मिळाला नाही हेच आमचं दुर्दैव आहे. त्यामुळे जेवढे आले तेवढ्यांना आम्ही उभं केले.. आता हा देसाईसुद्धा समाजवादी काँग्रेसचाच. त्याचं घराणं चांगलं आहे.. वडील संशोधक आहेत. फाळकेंना सोडून तो माझ्याकडे आला तेव्हा माझ्या लोकांना दुखवून मी त्याला तिकीट दिलं. ते इतकं झालं की, कोल्हापुरात माझी जाहीर सभा सुरू असताना रक्तानं लिहिलेले कागद माझ्याकडे आले. त्या देसायाच्या विरुद्ध. ते लोकांना दाखवून मी सांगितलं की, आता हे कृपया गाडून टाका. काँग्रेसचा पराभव करून शिवसेनेला निवडून देणं याखेरीज आपल्यासमोर कोणताही हेतू नाही. लोकांनी माझ्या शब्दाखातर दिलीपला निवडून दिलं. पण तो गेला. ह्याचं कारण बेसिकली ही इज अ काँग्रेसमन.

◗ सेनेला बसलेला हा मोठा धक्का आहे आणि ठाण्याची महापालिकाही तुम्ही जिंकू शकला नाहीत...

धक्के बसतातच हो! सुंदर घर बांधावं आणि भूकंप झाला. घर पडलं. काय करणार? ठाण्यातलं राजकारण निराळं होतं. मीसुद्धा काही समाधानी आहे ठाण्याच्या बाबतीत असं बिल्कुल नाहीय. मी आनंद दिघेलासुद्धा बोललोय त्याबाबतीत. त्याला जास्त बिघडवणारा कुणी असेल तर नावानिशी त्याचा उल्लेख करतो तो म्हणजे अनिल थत्ते. त्या अनिल थत्तेनी त्याला बिघडवलेला आहे. त्याला ते धर्मवीर आणि आणखी काही करून... ह्यात त्याची विघ्नसंतोषीच वृत्ती आहे. तसा आनंद हा अगदी कडवट निष्ठावंत. काहीतरी कुठेतरी दबावाखाली येतो. त्याचे काही ओलावे आहेत. तो डाव खेळण्यात चुकला असेल.

◗ कोणते डाव म्हणता तुम्ही?

मला मुळामध्ये ठाण्यात बी.जे.पी.शी का संगनमत नको होतं? बी.जे.पी. ही जागा वाढवते आणि मग कुठेच आपल्याला उपयोगी पडत नाही. आज काय झालंय

की, त्यांची एकच वीणा भाटिया होती. पण आज युतीमध्ये त्यांचे दहा आले आणि आमचे कमी झाले. मग मी आनंदला सांगितलं की, तू डावपेचात कमी पडलास. मी ती मम म्हणायची... इथपर्यंत मी स्वातंत्र्य दिलं. ही युती तुला हवी म्हणून मी दिली. मला नको होती. आणि तरीही तुम्ही माझ्याच डोक्यावर पाटी ओतणार असाल तर काय म्हणायचं? तुम्ही मला हुकूमशाहीच्या नावाखाली भरडून काढता, पण मी किती स्वायत्तता देतो, तरुणांच्या भावनांचा किती आदर करतो ह्याचं ठाणे हे एक उदाहरण आहे.

◗ सत्ता गेल्याचं तुम्हाला दुःख वाटतंय काय?

आमच्या सत्ता गेल्या नाहीत. आमच्या मूर्खपणामुळे फटके बसलेले आहेत. माझं चुकलं ते एवढ्यापुरतं मर्यादित, की माझी हुकूमशाही चांगल्या पद्धतीनं वापरायला हवी होती. ती वापरली नाही. की कोवळी पोरं आहेत म्हणून. मला ती पुन्हा सुरू करावी लागेल.

◗ आज महाराष्ट्रात तुमची बी.जे.पी.शी युती तुटली आहे आणि शे. का. पक्षाशी जुळलं आहे. हे नवीन समीकरण काय आहे?

आम्ही स्वत:हून कोठेही युती करण्यासाठी गेलेलो नाही. पण मला महाराष्ट्राला एक चांगलं सरकार द्यायचं आहे आणि ह्या सरकारासाठी सहकार हा लागणारच. शेवटी मराठी माणूससुद्धा इतका फाटलेला आहे आणि हिंदूसुद्धा जोडता जोडता पुष्कळ वेळा पंचाईत होते. कारण आपल्याकडे ज्या पद्धतीचा माथेफिरूपणा पाहिजे तितका नाहीय. तो मुसलमानांमध्ये आहे. ते एक म्हणजे एक होतात. आपल्याकडे लेबलं वगैरे फार बघितली जातात. पुन्हा ही कोर्टाची लफडी नवीन निघालेली आहेत. न्यायानं जर ते वागले तर आम्हालाच न्याय मिळाला पाहिजे. पण आज राजकीय दबावाखाली हिंदुत्वाचे निर्णय चालले आहेत.

◗ म्हणजे?

एक माणूस दहाजणांच्या हिंदुत्वावरती निर्णय देतो हे चूकच आहे मुळी. हिंदुत्वाच्या केसेस ह्या बेंचपुढे यायला पाहिजेत. पाच ते सात न्यायमूर्ती तेथे बसायला पाहिजेत. तर त्याला म्हणेन मी न्याय. एका माणसाने एक विरुद्ध न्याय दिल्यानंतर इतर नऊ लोकांच्या बाबतीत तो कसा बदल करू शकतो? करता येणार नाही. तेव्हा त्यांनी आपल्या जजमेन्टचे जुने झेरॉक्स कागद सगळ्यांना वाटून टाकायला काय हरकत आहे? कोर्टाचा वेळ आणि पैसा खर्च करायची गरजच काय? हे माझं स्पष्ट मत आहे. ह्याच्यामध्ये कुणाला 'कन्टेम्प्ट' वाटला काय

त्याची मला पर्वा नाही. न्यायमूर्तींकडे जे आदरानं पाहिलं जात होतं ते त्यांनी स्वत:हून कमी करून घेतलं आहे, राज्यकर्त्यांच्या नादी लागून. हे सगळ्यांविषयी बोलत नाही. सुप्रीम कोर्टामध्ये कितीतरी चांगले न्यायमूर्ती आहेत. मुंबईच्या हायकोर्टातही काही चांगले न्यायमूर्ती आहेत. पण मात्र आता आकडा असा वाढतोय की, सत्तेच्या दबावाखाली हे न्यायमूर्ती येताहेत. मला जास्त लागलं ते संभाजीनगरच्या निकालाबाबतीत. काँग्रेसवाले दोन सुटतात आणि एक तुम्ही आमचा काढताय. जवळजवळ ढाचा तोच आहे तक्रारीचा. एका ठिकाणी मुख्यमंत्र्यांच्या शब्दाखातर उडवली आणि एक तांत्रिक मुद्याने उडवली. साऱ्यांचीही तांत्रिक मुद्यावर उडवता आली असती. म्हणजे किती आमची न्यायमंदिरे सडत चाललेली आहेत. वाळवी लागलेली आहे. हे भयानक दृश्य आहे आणि उद्या तरुणांच्या बाबतीत जर असे न्याय मिळू लागले तर तरुण ज्या दिवशी भडकेल त्या वेळी मात्र कुणाचाही मुलाहिजा राखला जाणार नाही.

◗ या निर्णयाविरुद्ध शिवसेना काय करणार आहे?

मी तुम्हाला आज सांगतोय. तुमच्या प्रश्नाचं उत्तर मी केव्हाच देऊन टाकलं होतं. एकदा हायकोर्टावरतीच मोर्चा काढायचा. चीफ जस्टिसवर. मुख्य न्यायमूर्तींच्या अधिकाराचा पूर्ण मान राखून... ही ब्रह्मदेवानं कुणी खास घडवलेली माणसं आहेत हे मी मानायला तयार नाही. हीसुद्धा माणसंच आहेत. आणि जर दबावाखाली ती न्याय देणार असतील तर ते सहन केलं जाणार नाही.. ते म्हणतील की, आम्ही वाट्टेल तसं वागू. वागू दिलं जाणार नाही. शेवटी जनता नावाचं एक कोर्ट आहे. आम्ही तुम्हाला दाखवून देऊ एक दिवशी मग... अरे, जेथे तुमच्या बार कौन्सिलनेच तुमच्या निषेधाचे ठराव केलेत तेथे तुम्ही तुमची किंमत तरी काय ठरवलीत?

◗ माझा प्रश्न होता... बी.जे.पी.शी युती तुटलीय आणि...

तुटलेली नाहीय. बी.जे.पी.ने मात्र आपल्याला काय साधायचं आहे ह्याच्यावर जोर द्यावा. खुर्च्या कशा वाढतील ह्याच्यावर जोर देऊ नये. बी.जे.पी.ने जरी आम्ही दिलेल्या जागा आमच्या संगनमतानं लढवल्या असल्या तरी त्यांच्या जागा वाढल्या असत्या आणि आपण मुंबई महानगरपालिका जिंकली असती. ते ८० जागा मागायला लागले आणि त्यांची एकच जागा वाढून १४ झाल्या. आता तरी शहाणपणानं त्यानं वागावं आणि शिवसेना वगैरे आपण एकत्र येऊन महाराष्ट्राची सत्ता हाती घेऊन लोकांना एक चांगलं सरकार द्यावं इतकंच माझं म्हणणं आहे. बाकी काही नाही. आमची युती तशी तुटली, म्हटल्यास तुटली नाहीतर बिल्कुल तुटलेली नाही.

◗ शे. का. पक्षाचं काय?

शे. का. पक्षाची काही ताकद तुम्हाला मानावी लागेल. ग्रामीण 'पॉकेट्स' जेवढे त्यांच्याकडे आहेत तेवढा जनसंपर्क बी.जे.पी.चा नाहीय. आज जे चित्र तुम्हाला दिसतंय ग्रामीण भागाचं ते शिवसेनेच्या मदतीनं उभं राहिलेलं आहे, हे नाकारू नाही शकणार. आतापर्यंत का नाही आले हो त्यांचे? जेमतेम एक खासदार यायचा. ती ठाण्याची जागा. नाही म्हटलं तरी रामभाऊ म्हाळगींची पुण्याई होतीच.. आता एकदम दहा खासदार.

◗ पण शे. का. पक्ष जेव्हा रायगड जिल्ह्यात सत्तेवर होता तेव्हा त्यांनीच तुमच्या शिवसैनिकांचं जास्त रक्त सांडवलंय...

त्यांनी आमचं सांडलंय, आम्ही त्यांचं सांडलंय ह्याबद्दल वादच नाहीय. दत्ता पाटील मला इथेच भेटले. आतल्या खोलीत. कोणत्याही हॉटेलमध्ये नाही. त्यामुळे जेवणाचा प्रश्नच नाही. मी त्यांना म्हटलं, ह्या तुमच्या आणि आमच्या मारामाऱ्या किती पिढ्या चालणार आहेत? झालं आता पुरे. दत्ता पाटील म्हणाले, "मी तुमचं अभिनंदन करतो, इतकं सगळं होऊनही तुम्ही माझं प्रेमाने स्वागत केलंत." मी असा कुढत बसणारा आणि कुथत बसणारा माणूस नाहीय. आज शे. का. पक्ष आणि शिवसेना एकत्र आले तर खरोखरच महाराष्ट्रात मोठी ताकद उभी राहू शकते. जी उभी राहात होती ती शरद पवारांनी मोडून टाकण्याचा प्रयत्न केला आणि आता उभी राहू नये म्हणूनही शरद पवार प्रयत्न करणारच!

◗ जॉर्ज फर्नांडिस आणि शरद पवार तुमचे मित्र आहेत. एका मित्राने शिवसेना फोडली आणि दुसऱ्याने तुमच्यावर भ्रष्टाचाराचे आरोप केले... तरीही हे दोघे तुमचे मित्र कसे?

मलासुद्धा कधी कधी वाटतं की, ह्यांना नक्की काय म्हणायचं? मित्र म्हणायचे... शत्रू हा शब्द एकदम नाही वापरत... कारण कधीतरी येतात, बोलतात वगैरे. जॉर्जला अजून त्याची दिशा कळलेली नाही राजकारणाची. आपल्याला कॉंग्रेसविरोधी भूमिका घेऊन कॉंग्रेसला गाडायची आहे. तिचा पराभव करायचा आहे. आपण कॉंग्रेसविरोधक आहोत हे नक्की त्याला समजलंय की नाही हे कठीण आहे. हा माणूस सायकिक केस आहे की काय राजकारणातली, असं वाटायला लागतं. विरोधी पक्ष म्हणून शिवसेनेला बरोबर घेऊन आपल्याला कॉंग्रेसला गाडायची आहे ही भूमिका तो विसरतो कसा? खरोखर मला त्या माणसाची कीव येते. शरद पवार मात्र त्याने कितीही गप्पा मारल्या मित्रत्वाच्या तरी ज्या वेळेला नीचपणा करायचा त्यावेळेला तो मागेपुढे पाहाणार नाही. It is difficult to accept even as a friend. आता जेवायलाही बसेल तुमच्याबरोबर. बाहेर जाऊन काय करील सांगता येत नाही. त्यामुळे मला अशा लोकांच्या मैत्रीचेही काही उपयोग नाहीत. It is better to accept enimies than such friends ह्यांच्या मैत्रीचा उपयोगच नाही आणि उघड उघड दिसतंय ते शत्रुत्व, आपणच एक भूमिका घेऊया की त्यांच्याबाबतीत.

◗ मराठी माणसांचे प्रश्न सुटलेत असं तुम्हाला वाटतं?

तो तपास तुम्हीच करायचा आहे. शेवटी लग्नं होत असतात. मुलं होत असतात. ती मोठी होत असतात. शिक्षण घेऊन बाहेर पडत असतात... आणि त्यांच्या डोक्यावरची जबाबदारी मात्र पालक आमच्या खांद्यावर टाकतात... बेकार सतत निर्माण होत असतात... किंबहुना हा आकडा वाढतच असतो. ह्याचं कारण असं की, ज्या पद्धतीनं औद्योगिकीकरण व्हायला पाहिजे आज ते तिथे तसंच राहिलंय आणि बेकारी मात्र वाढतेय. अशा वेळेला शिवसेनेला का दोष देता? त्याचबरोबर आपली शिक्षणाची पातळी ढासळत चाललीय.

◗ तुम्ही स्वतः पत्रकार आहात.

नाही. मी व्यंगचित्रकार आहे.

◗ 'सामना'चे संपादक आहात तुम्ही. तरीदेखील तुम्ही सतत पत्रकारांवर शाब्दिक हल्ले करीत असता...

असं का हे पत्रकारांनी स्वत:लाच विचारून पहावं. बाळासाहेब रागवतात का? कशाकरिता आपल्यावर चिडतात? ह्याचं कारण काय? निवडणुकीच्या काळामध्ये माझ्या शब्दाशब्दाचा अर्थ लावत जाता. त्या तुमच्या सगळ्या चौकटी आणि बॅनर लाईन की ह्या वेळेला शिवसेनेला लोळवायचीच. कोणासाठी माहीत नाही. कोणाच्या पेरोलवर तुम्ही आहात? किती तुम्हाला दरमहा मिळतात, हे मला न समजण्याइतका मी बुद्दू नाहीय... मी रणधुमाळीत सापडलो असताना तुम्ही माझ्या पाठीवर वार करू लागल्यावर तुम्हाला काय वाटतं, मी ते असे पचवू? I am the last person to tolerate any nonsense from any Journalist... माझा बाप पत्रकार होता. मी तुमची कशाकरिता हाजी हाजी करू? हारेन मी, हरकत नाही, पण तुम्ही सुटणार नाही. मी अजूनही काही शस्त्र वापरत नाहीय... तुम्ही तुमच्या जबाबदाऱ्या ओळखून वागायला पाहिजे. मी जशास तसा वागणारा माणूस आहे.

◗ वसंतराव नाईक तुमचे मित्र होते, पण त्यांचे पुतणे सुधाकरराव नाईकांनी तुमच्या पाठीत वार केलाय...

त्यांचं म्हणणं आहे की, हा वार मी केलेला नाही. ते म्हणतात, शरद पवार राजकारणी आहेत. ते त्यांच्या पद्धतीनं वागतात. माझा नाइलाज आहे.

◗ ह्यापुढे तुम्हाला कशाप्रकारचं जीवन जगावसं वाटतं?

पत्रकारांपासून दूर.

◗ राजकीय?

राजकारणात मला कधीच इंटरेस्ट नव्हता. मी कधीच निवडणुका लढवल्या नाहीत. मात्र, एक चांगलं सरकार द्यायचं आहे. बाकी काही नाही. लोकांना समाधान मिळालं पाहिजे. चव्वेचाळीस वर्षांत काँग्रेसच्या राजवटीत जे मिळालं नाही ते जनतेला मिळावं... शहर कसं असावं याबद्दल चित्रकार म्हणून माझी काही स्वप्नं आहेत... चांगली झाडं आम्ही लावली. लोकांनी झाडं उपटून नेली. काय करणार आम्ही?

◗ आणि कौटुंबिक?

कौटुंबिक माझं चांगलं चाललंय की, अजूनही बायकोच्या डोक्यात माझ्याशी घटस्फोट घेण्याचा विचार आलेला नाही. सुख कशात मानावं हा तुमचा प्रश्न आहे.

◗ तुमच्या कुटुंबातलं कोणी राजकारणात येत असेल तर...

मीहून त्यांना काही भरीस पाडणार नाही आणि कुणी येत असेल तर थांबवू शकणार नाही. उद्या राज येत असेल राजकारणात तर मी थांबवू शकणार नाही. मला माझ्या वडिलांनी रोखलं नाही. वडिलांच्या आशीर्वादानेच मी उभा राहिलोय, मदतीनं नाही.

◗ वैफल्यग्रस्त शिवसैनिकांसाठी तुमच्या भावी योजना काय आहेत?

नाही. ते वैफल्यग्रस्त नाहीत. तेही एका पद्धतीनं विचार करताहेत. काय चाललंय हे? वार करायचा झाला तर तो शत्रूवरती करा ना. आपापसात कशाला करता? आणि हे नवीन लोण आहे ते चिरडून टाकले जाणार आहे. ते घाबरलेत... भेदरलेत... भांबावलेत असं काही नाहीय. आमचं दुःख काय आहे? आम्ही तुम्हाला नोकऱ्या लावायच्या आणि तुम्ही आमचे मारेकरी म्हणून मिरवायचं? कशाला नोकऱ्या लावायच्या मग तुम्हाला? तरीसुद्धा हा मानवी स्वभाव असतो. ह्याला दुरुस्त करणं अवघड असतं. 'अरे मानसा मानसा कधी होसील मानूस' असं बहिणाबाईंनी म्हटलंय... किती सुंदर वाक्य आहे पाहा.

◗ समाजातल्या कोणत्या गोष्टी तुम्हाला खटकतात?

समाजामध्ये जी एक जबरदस्त चीड निर्माण व्हायला पाहिजे ना ती तात्पुरती असते. एक जबरदस्त असा संतापलेला... क्रोधी की ज्या क्रोधाचं शासनावरती एक दडपण असायला पाहिजे. सतत अशी जनता मला हवी. त्याला मी जनता म्हणेन. नाहीतर नाही. सरळ मेंढरं म्हणतो मी त्यांना लोकशाहीतली.

◗ समाज सुसंस्कृत व्हावा यासाठी तुमच्या काही योजना..

सुसंस्कृत वगैरे शब्द घालण्याची काही गरज नाही. जास्त सुसंस्कृत झाला तर फार पंचाईत होईल.

◗ कोणत्या प्रकारचं साहित्य तुम्ही वाचता?

साहित्याचं माझं वाचन फार निराळ्या प्रकारचं आहे. शिकारीच्या कथा वाचत होतो पूर्वी. वर्तमानपत्र वाचन हे माझं नित्याचं असतं. फालतू कादंबऱ्या वगैरे कधी वाचत नाही.

◗ अलीकडच्या काळात कोणत्या संपादकांनी तुमच्यावर प्रभाव टाकलाय...

प्रभाव वगैरे असण्याचा काहीच प्रश्न येत नाही. प्रत्येकाची एक भाषाशैली आहे, मेहनत आहे. आता तुमचे माधव गडकरी... जबरदस्त मेहनती माणूस आहे. एक शैली त्यांनी कमावलेली आहे. वक्तृत्व त्यांच्याकडे आहे. ते जेव्हा स्वतंत्रपणानं काही लेखन करतात तेव्हा एक मजा असते. त्यांचा अभ्यास दांडगा आहे. त्यांच्याबाबतीत नाही, पण हल्लीच्या संपादकांत मीपणा वाढीस लागलेला आहे. माझे वडील मला सांगायचे, पूर्वीचे संपादक कसे लोकांनी शहाणं व्हावं म्हणून लिहायचे, पण आताचे संपादक मी किती शहाणा आहे हे दाखविण्याकरिता लिहितात. हा फरक तुम्ही लक्षात घ्या.

◗ शिवसेना पुन्हा सत्तेवर येईल अशी उमेद तुम्हाला आहे का?

नक्कीच. एकदा गर्भपात झाल्यावर आता आशा सोडा. हे धंदे कशाला, प्रयत्न करा नाहीतर नपुंसक म्हणून समजा.

◗ पण फक्त हिंदुत्वाच्या बळावर हे कसं शक्य आहे?

हे बघा, फक्त हिंदुत्वाच्या बळाचा प्रश्न नाहीय. हिंदुत्व हा शब्द या देशामध्ये भयंकर काहीतरी 'ॲलर्जी'सारखा प्रकार आहे, इन्फेक्शन आहे असं का वागताय तुम्ही? मी काय शिकवतोय लोकांना? तुम्ही कोणीतरी आहात. कोणीतरी आहात

म्हणजे काय आहात? हेही भिनवायचं नाही आम्ही? ही काँग्रेसची जी अवलाद आहे ती कसली अवलाद आहे? ह्या सगळ्या लोकांना आई-बाप तरी आहेत का? आणि असले तर ते कोण आहेत? की त्यांचे आईबापसुद्धा सर्वधर्मीय?

◗ मुस्लिम नेत्यांविषयी तुमचं मत काय आहे?

मुस्लिमांना दुर्दैवानं नेता नाही. हे अजून त्यांना समजत नाहीय आणि ज्यांना नेते म्हणून त्यांनी डोक्यावर घेतलंय ते त्यांचे नेतेपणच सांभाळत बसले आहेत. समाजासाठी त्यांनी काय केलंय? तो समाज अजूनही नरकातच आहे.

◗ आपला वारसदार कोण?

नक्की केव्हा मी मरणार आहे हे ठरलं नसल्यामुळे वारसदार ठरविण्यात आता काही जल्दी आहे किंवा निकड आहे असं मला वाटत नाही. हा प्रश्न एकदा पवारांना विचारून बघा, नरसिंह राव, वाजपेयी किंवा आडवाणींना विचारा.

◗ पण त्यांच्यापेक्षा शिवसेनाप्रमुख हे पद मोठं आहे?

ते ठीक आहे सगळं. तो आपला शहाजोगपणा झाला... पण किती लोक माझ्या पिंडाला शिवण्यासाठी टपून बसले आहेत ह्याची मला कल्पना आहे. समजलं?

[१० मे १९९२ सा. लोकप्रभा]

सत्ता येत आहे!
पवारांचे आव्हान अजिबात नाही!!

“‘सामना’त प्रसिद्ध झालेली बाळासाहेब ठाकरे ह्यांची ही प्रदीर्घ मुलाखत. ९४ सालच्या महाराष्ट्र दिनाचा संदर्भ ह्या मुलाखतीस आहे. शिवसेना विरोधी पक्षातच होती. शरद पवार मुख्यमंत्री होते. राजकीय वारे बदलत असून ते कॉंग्रेसच्या विरोधात जात असल्याचे स्पष्टपणे दिसू लागताच. शिवसेनेचे राज्य कसे असेल? मुख्यमंत्री कोण होईल? ह्याचे आडाखे परस्पर बांधले जाऊ लागले. शिवसेनाप्रमुखांनी ह्या मुलाखतीत अत्यंत परखडपणे येणाऱ्या सत्तेबाबत त्यांचे विचार मांडले. त्यांनी अत्यंत ठामपणे सांगितले की, ‘‘महाराष्ट्राची सत्ता शिवसेनेकडे झेपावत आहे. सत्तेवर येण्यापासून आता शिवसेनेस कोणीही रोखू शकत नाही. लाल फीत हा प्रकार शिवसेनेच्या राज्यात राहणार नाही. करतो, पाहतो, बघतो, चौकशी करतो, फाईल मागवतो हे शब्दप्रयोग लोकांना ऐकायला मिळणार नाहीत.’’”

महाराष्ट्र दिनाचा संदर्भ घेऊन शिवसेनाप्रमुखांना विचारले की, संयुक्त महाराष्ट्र होऊन तीस वर्षे झाली. १ मेचा महाराष्ट्र दिन नित्यनेमाने साजरा होत असला तरी महाराष्ट्रातील जनतेच्या आशाआकांक्षा पूर्ण झाल्या आहेत काय? यावर शिवसेनाप्रमुख उसळून, संतप्त होऊन म्हणाले, ''मुळात महाराष्ट्राच कोठे पूर्ण झाला आहे? अजूनही बिचारे सीमाबांधव रडताहेत. मध्ये मध्ये त्या विषयाला कुठेतरी उकळी फुटते. ती उकळी राजकारणाच्या सोयीप्रमाणे असते. पुन्हा सर्व काही थंड होतं. जिथे महाराष्ट्रच पूर्ण करू शकलो नाही तिथे महाराष्ट्राच्या जनतेच्या काही आशाआकांक्षा पूर्ण झाल्या असे म्हणणे यालाही काही अर्थ नाही. आशाआकांक्षा बिलकूल पूर्ण झालेल्या नाहीत. इकडे राजकारण जेवढं खदखदतंय तेवढं समाजकारण काहीच नाही.''

◗ पण हे कशामुळे?

एक तर मी असं म्हणेन की, लोकांना अजून कळलं नाही. दरवेळेला कुठच्या कुठच्या एखाद्या भावनेच्या भरात जाऊन दडपणाखाली. हे करून, ते करून गग तेथे कोठे साखरसम्राट आहेत. बँकांचं जाळं आहे. त्यामुळे बराचसा बहुजन समाज... बहुजन समाज तुम्ही बोलतानं. तो सगळा या लोकांनी बँकांच्या कर्जामध्ये अडकवून ठेवला आहे आणि विरोधी पक्षांना त्यांना त्यातून बाहेर काढणं कठीण होतं. कारण त्यांना धमक्या दिल्या जातात. ही काही बांधणी नव्हे महाराष्ट्राची. काँग्रेसने ज्या पद्धतीनं जाळं विणलंय ती महाराष्ट्रात एक भयंकर कूटनीती आहे. प्रेमानं माणसं जिंकली नाहीत त्यांनी. शेतकऱ्याला उद्या दम मारला की काँग्रेसला मतदान नाही केलंस तर तुझं सगळं घरदार जप्त करून टाकू. काय करणार तो शेवटी? त्या बिचाऱ्याला काय माहीत की हे खरं असू शकेल की खोटं असू शकेल?

◗ पण महाराष्ट्रात आणि दिल्लीतही तुमचा विरोधी पक्ष सत्तेवर होताच. त्यांनी तरी जनतेच्या किती आकांक्षा पूर्ण केल्या?

नाही. काँग्रेसने मुळात जी घाण करून ठेवलेली आहे त्यात चटका लागलेला आहे. विरोधी पक्ष म्हणजे धुतल्या तांदळासारखा आहे असेही मानायला मी तयार नाही. तेही तेवढेच काही बाबतीत जबाबदार आहेत. पण काँग्रेसने जी भयानक घाण करून ठेवलेली आहे ती निस्तरणं असं पटकन् शक्य नाही. एक-दोन वर्षे ती घाण साफ करण्यातच जातात. पाच वर्षे कुठचं सरकार टिकलंय विरोधी पक्षाचं ते मला आधी सांगा पाहू.

◗ विरोधी पक्षाचं सरकार टिकूच शकत नाही हेच वारंवार सिद्ध झालंय...

एक-दोन वर्षांत काहीच अपेक्षा करू नका. मग मुंबईचे महापौर मुंबई केवढी सुधारून टाकतील? पण एक वर्षात महापौर काय करणार? काहीच करू शकत नाही.

◗ विरोधी पक्ष हे राज्य करूच शकत नाहीत हा लोकांचा समज झाला आहे...

बराचसा विरोधी पक्ष हा हतबल केला तो लोकांनीच असं मी म्हणेन. सत्ता हाती आली आहे एवढंच तुम्हाला दिसतं, पण काठावरची सत्ता उपयोगाची नाही. उद्या शिवसेनेच्या हातामध्ये महाराष्ट्राची सत्ता आली तर त्याच्यामध्ये दोन गोष्टी आहेत. एक तर केंद्रामध्ये भारतीय जनता पक्षाचंच सरकार अपेक्षित आहे मला. तिथे काँग्रेस आली तर आमच्या इथे येण्यालाही काही अर्थ राहणार नाही. म्हणजे हा गडगडाट साऱ्या देशात झाला पाहिजे. पुन्हा महाराष्ट्रातील सत्ता तुम्ही उद्या आमच्या हातात सोपवलीच तर ती काठावरची सत्ता नको आहे. चार-एक आमदार विकत घेता, की आमच्या हातातली सत्ता गेली. कारण शेवटी 'दलबदल' हा जो प्रकार आहे, एका 'परसेन्ट'ने तुम्हाला ते बदलता येतं. तेव्हा हे परसेण्टेजच इतका कठीण करून ठेवायचा एवढे आमचे आमदार तुम्ही निवडून द्यायचे की मूठभरांना तिकडे 'दलबदल' करून जाताच येणार नाही इतपत ते कठीण होऊन बसलं पाहिजे. तरच सत्ता राबवता येईल चांगल्या तऱ्हेने...

◗ या परिस्थितीत सत्ता टिकवून शिवसेना लोकांच्या आशाआकांक्षा पूर्ण करू शकेल काय?

शिवसेना लोकांच्या आशाआकांक्षा नक्कीच पूर्ण करू शकेल. आताच तुम्ही पाहिलंत, मी माझ्या नगरसेवकाला दम मारला. कामाच्या बाबतीत असे दम कुणीच मारत नाही. लोकांच्या संबंधित काही इथे गोष्टी आहेत, त्याची कोणाला पर्वा नाहीय. शरद पवार, नरसिंह राव इतक्या निष्ठेनं जनहितासाठी कुणाला फोनवरून असे दम मारत असतील की नाही ते माहीत नाही. मला नाही वाटत, असे दम ते मारत असतील. मी ताडकन् विचारतो. मग ते आमदार असोत, नेते असोत... अरे, तुमच्याकडे बरोबर नाही चाललंय हं. जनतेचं काम होत नाही म्हणून फोन करणारा नेता तुम्ही दाखवा मला हिंदुस्थानात. मी ते करतोय. तुमच्या समोरच तो प्रकार झालाय आता म्हणून सांगतोय. नगरसेवकाला विचारलं मी, शिवाजी पार्कात घाण का? दोन दिवसांत ते झालं नाही तर तिसऱ्या दिवशी मी स्वत: येईन शिवाजी पार्क साफ करायला. शरद पवार करेल हे असं?

◗ पालिकेत तुमची सत्ता असतानाही तुम्ही स्वत: अनेक गोष्टी पाहत होता?

होय. पूर्वी महापौरांना मी माझा कार्यक्रम द्यायचो. किंबहुना वर्तमानपत्र वाचन झाल्याबरोबर मी त्यांना फोन करायचो. अरे बाबा, अमुक-अमुक ठिकाणी घाण साचलेली आहे. नळपाणी नाहीय. जरा ताबडतोब चौकशी करा. इतकंच नव्हे, तर मी महापौरांना हेही सांगून ठेवलं होतं की, काही वाचू नका वर्तमानपत्रातलं, पण जनतेच्या गाऱ्हाण्यांची जी पत्रं येतात वृत्तपत्रातून त्याचं वाचन करा. ते पत्र तुम्हाला आलं नाही तरी चालेल. पण मुंबईचा महापौर म्हणून त्या नागरिकाच्या तक्रारीची तुम्ही दखल घेतली पाहिजे. उलट त्याला पत्र लिहा की मी 'सामना'मध्ये आपल्या तक्रारीचं पत्र वाचले. मी स्वत: जातीनं याकडे लक्ष घालीत आहे आणि जातीनं लक्ष घालीत आहे हे त्या पत्रापुरतं मर्यादित वाक्य नको. खरोखर ते घाला आणि काम झाल्याबरोबर मला ते ताबडतोब कळवावे, असेही त्या पत्रात असायला हवे.

◗ काँग्रेसच्या राज्यात लोकांचे जीवन ही एक नरकपुरी झाली आहे. तुमच्या राजवटीतील आदर्श समाजव्यवस्थेची तुमची कल्पना काय आहे?

पहिल्यांदा लाल फितीला मी चाट मारीन. लाल फीत हा प्रकार शिवसेनेच्या राज्यात राहणार नाही. अजिबात राहणार नाही. करतो, पाहतो, बघतो, चौकशी करतो, फाईल मागवतो हे शब्दप्रयोग लोकांना ऐकायला मिळणार नाहीत. आज मुख्यमंत्र्यांना एवढ्या 'पॉवर्स' आहेत, एक फोन केला तरी कामं पटकन् होतात. पण करायचा नाही आणि केलाच फोन तर तो देखावा असतो, नाटकं असतं. खरं तर त्या दुसऱ्या टोकाला कोणी असतं की नसतं हाच प्रश्न येतो. पण या लोकांना मुख्यमंत्री काय भासवतात, की आपलं काम झालंच म्हणून समजा. याचा अनुभव मी घेतलेला आहे. ही असली फसवाफसवी शिवसेनेच्या राज्यात मी सहन करणार नाही. बिलकूल करणार नाही. एक कालचे मामुली उदाहरण घ्या. भूकंपग्रस्तांचा मोर्चा आला. त्यात राजकारणाचा भाग असूही शकेल, पण आता याला महत्त्व आहे. भूकंप झाल्यापासून आज या क्षणापर्यंत ते ग्रस्तच आहेत. भूकंपग्रस्त असले तरी ते आता निराळ्या अर्थाने ग्रस्त आहेत. सरकारग्रस्त आहेत. शासनग्रस्त आहेत. आमच्याकडे लक्ष आहे की नाही तुमचं? पैसा तर तुफान मिळविलेला आहे. गेला कुठे तो पैसा? का कारणी येत नाही?

◗ तुम्ही एक गाव दत्तक घेतले आहे त्याचे काय?

आज आम्ही लिंबाळा गाव जे दत्तक घेतले आहे. नुसतं मांडीवर नाही घेऊन बसलो आम्ही. कामाला सुरुवात झाली आहे. आता मला पहिला हप्ता चाळीस

लाखांचा द्यावा लागतो आहे. आमच्याकडे पंच्याहत्तर एक लाख रुपये जमलेत आता. शिवसेना आणि 'सामना'च्या वतीनं भूकंपग्रस्तनिधी उभा केला होता तो. त्याच्यातून चाळीस लाखांचे रस्ते वगैरे आमचे सुरू झाले. चार ट्रॅक्टर्स जमिनी नांगरायला दिले फुकट. त्याचा काही लोकांनी गैरवापरही केला. आपल्या खासगी जमिनी नांगरून घेतल्या. ठीक आहे. पण मी काय म्हणतो, आम्ही निदान ट्रॅक्टर्स दिले. जमिनी नांगरून दिल्या. काँग्रेस सरकारने काय केले ते दाखवून द्यावे.

◗ **महाराष्ट्रात मुदतपूर्व निवडणुका होतील असं वाटतं का?**

मला वाटत नाही. हातात असलेली सत्ता मूर्खाप्रमाणे काँग्रेस सोडेल असं मला वाटत नाही. एवढे ते अडाणी नाहीयंत आणि एवढे त्यागी पण नाहीयंत. निवडणुका ९५ लाच होतील!

[१ मे, १९९४]

तर हा कायदा झुगारून देईन... पेटवून देईन...

"शिवसेनाप्रमुखांची मुलाखत म्हणजे धडधडता तोफखानाच असतो आणि तो अखंड सुरू राहतो. शिवसेनाप्रमुखांचे विचार ठाम असतात. एखादी गोष्ट मनावर घेतली की ती तडीस नेणार. मागच्या मुलाखतीचा धागा पुढे पकडून मुलाखतीस सुरुवात झाली. त्यांनी पुन्हा एकदा सांगितले, 'मला लोकांना एक चांगलं सरकार द्यायचं आहे की ज्याला तुम्ही सरकार म्हणाल. हा माझा मोठा प्रयोग आहे. येत्या विधानसभा निवडणुकीत अजिबात बंडखोरी होणार नाही. महानगरपालिकेत ज्यांनी केली ते सर्व बंडखोर हातात रुमाल बांधून शरण आले आहेत.' ह्याच मुलाखतीत ते पुढे म्हणाले, ''मुसलमान महिलांना निवडणुकीत बुरख्याची सवलत दिलीच तर मी माझा शंकराचा तिसरा नेत्र उघडीन. या देशात मुश्कील करून टाकीन सगळं. हा कायदा झुगारून देईन. आग लावून टाकीन सगळी, पेटवून देईन सगळं...''"

◗ आगामी निवडणुकीत तुमच्यासमोर आव्हान कोणाचं आहे? शरद पवारांचं?

नाही. मतदार शहाणपणानं जर वागले तर आव्हान कोणाचंच राहत नाही. मतदारांनी शहाणपणानं या वेळेला शिवसेनेला निवडून द्यावं. त्याचं कारण असं, काशीरामचा महाराष्ट्रावर काही परिणाम होणार नाही. हे माझं स्पष्ट म्हणणं आहे. शरद पवार हे आव्हान ठरूच शकत नाहीत. शरद पवारांकडे पैसा आहे. पण निष्ठा नाही कोणाची आणि गेल्या वेळी आम्ही हरवलं होतंना शरद पवारांना. मुख्यमंत्रीच होते ते. काँग्रेसचे १४१ आणि विरोधी पक्षांचे आम्ही सगळे मिळून १४७ आलो होतो. पण केवळ शिवसेनेचा मुख्यमंत्री होईल म्हणून नतद्रष्टांनी आम्हाला अपशकून केला. नाहीतर चमत्कार झाला होता. या चमत्कार शब्दाची व माझी या लोकांनी टिंगल केली.

◗ मग चमत्कार फसला कोठे?

माणसं विकली गेली शेतकरी संघटनेची वगैरे त्याला मी काय करू? आणि तुम्हाला माहीत आहेत काही काळी मेंढरं. ती आमच्याकडे येणारच नाहीत कधी. म्हणून या वेळेला अपक्षांवरतीसुद्धा लोकांनी आता मात करावी.

◗ हे मान्य आहे, पण काँग्रेसचं आव्हान नसलं तरी त्यांच्याशी जबरदस्त लढाई करावी लागणार आहेच. करणार का?

अहो, आव्हान नाही असं कसं म्हणता येईल? आव्हान हे राहणारच. किंबहुना कोणाच्या कोणाच्या आता युत्या होताहेत. त्यानंतर विचार एकत्र नसले तरी सत्तेची नाही म्हटलं तरी लालसा आहेच. कुणाला वाटतं, आपल्या जातीचा मुख्यमंत्री होईल मग आपली वट राहील. अमुक करू, तमुक करू हे सगळं राहणारंच. त्याच्याकरिता या युक्त्या... इकडे लोकांकरिता म्हणून युती नाही. महाराष्ट्राचं भलं व्हावं म्हणून कुणी युती करणार नाहीय. माझ्या पक्षाला जास्तीत जास्त जागा मिळाव्यात आणि वट माझीच असली पाहिजे. एवढ्यापुरती ती मर्यादित राहणार आहे. माझं... शिवसेनेचं तसं नाहीय. मला लोकांना एक चांगलं सरकार द्यायचं आहे, की ज्याला तुम्ही सरकार म्हणाल. ते सरकार काय असतं ते मला तुम्हाला द्यायचं आहे. हा माझा मोठा प्रयोग आहे. तो प्रयोग लोकांनी यशस्वी करावा. नाही झाला तर माझं त्यामध्ये काहीच जाणार नाही. ते दुर्दैव लोकांचं ठरेल. महाराष्ट्राचं ठरेल.

◗ पवार आणि काँग्रेसपेक्षा शिवसेनेसमोर मोठं आव्हान आहे ते अंतर्गत बंडखोरीचं. मागच्या विधानसभा आणि पालिका निवडणुकीतही त्याचा फटका तुम्हाला बसला.

आम्हाला खरं मोठं आव्हान हे पैशाचं आहे. खरं आव्हान ते आहे. तिथून सुरुवात करीन मी. पैसे कसे जमायचे? आरोप काही होताहेत त्याची मला पर्वा नाही.

◗ मी बंडखोरीविषयी विचारतोय...

आव्हान खरं पैशाचंच आहे आणि बंडखोरीची लागण जी आहे ना ती मला वाटतं यावेळी फारशी तुम्हाला दिसणार नाही. बिलकूल नाही. आता ज्यांनी ज्यांनी बंडखोरी केली मुंबई महानगरपालिकेच्या वेळेला ते सगळे हाताला रुमाल बांधून अक्षरश: माझ्या समोर येताहेत. साहेब, आम्हाला माफ करा. चूक झाली. माझ्यासमोर प्रश्न एवढाच आहे की, त्यांना घ्यायचं की नाही. अक्षरश: मी तुम्हाला सांगतो ते शरण आले आहेत. त्यामुळे तशी आता बंडखोरी शिवसेनेत तरी होईल असे मला वाटत नाही.

◗ पवारांनी केंद्रात आणि महाराष्ट्रात अशी हवा निर्माण केली की शिवसेनाप्रमुखांशी असलेल्या मैत्रीमुळे महाराष्ट्राचे राजकारण माझ्या मुठीत आहे. याचा फायदा ते वारंवार उठवीत असतात.

दोन गोष्टी आहेत याच्यामध्ये. व्यक्तिगत मैत्री आणि राजकारणातील मैत्री किंवा राजकारणातील शत्रुत्व यात मी फार फरक मानतो. ते मला चाहतात. माझ्याकडे निराळ्या आदराने बघतात. बोलतात. वागवतात. याबद्दल वादच नाही. मलाही त्या माणसाकडून खूप काही अपेक्षा होत्या. पण त्यांचा मार्ग बदलला आणि मग स्वत:च्या मोठेपणासाठी, स्वार्थासाठी तो माणूस कुठच्याही टोकाला जाऊ शकतो. असे मला काही अनुभव आलेले आहेत. तरीपण ज्या पद्धतीचं चित्र तुम्ही म्हणताहात तसं काही नाहीय. एरवी आम्ही कितीही मित्र असलो तरी निवडणुकीच्या वेळी मात्र कोण कोणाला हाणतंय तेच पाहणार आणि याच्यामध्ये त्यांच्या दृष्टीनं ते पक्षाचं हित म्हणत असतील, पण ते पक्षाचं हित नसतं. त्यांचा बडेजाव वाढण्यासाठी ती निवडणूक असते.

◗ आणि तुमच्या दृष्टीनं...

माझ्या इथे मात्र माझा बडेजावाचा प्रश्नच नाही. कारण मला काहीच व्हायचं नाही. शरद पवार आणि माझ्यामध्ये हाच फरक आहे. त्यांना दिल्लीमध्ये जायचं

आहे. मला कोठेच जायचं नाही. मला गल्लीतही बसायचं नाहीत. तेव्हा स्वभावातला हा बारकावा लक्षात घेऊन आपण त्याच्यामधलं खरंखोटं अजमावू शकतो.

◗ पवारांविषयी एक असा दृढविश्वास निर्माण झाला आहे की, हा माणूस विश्वासघातकी आहे. शिवसेनाप्रमुखांशी मैत्रीचे नाटक करून पाठीत खंजीर खुपसल्याशिवाय राहणार नाही. राजकीय मैत्रीचा गैरफायदाही घेतला जाईल.

संघटनेतील काही महत्त्वाच्या व्यक्ती हाताशी पकडून निराळं राजकारणही पवार खेळू शकतात आणि खेळतच नाहीत असंही नाहीय. अशी काही पावलं त्यांनी टाकली आहेत आणि त्याबाबतीत मी जागा आहे.

◗ पण शरद पवार सत्ता टिकविण्यासाठी कोणत्याही थराला जाऊ शकतात...

जाऊ द्यानं. पण त्याच्यामध्ये त्या व्यक्तींचं नुकसान होईल, शिवसेनेचं नाही. बिलकूल होणार नाही. शेवटी वृत्तपत्र काय आणि पक्ष काय. कशावर जगतो आपण? वृत्तपत्र हे वाचकांवर जगतं आणि पक्ष हा मतदारांवर जगत असतो. तेवढी माणसं जर उद्या जागरूक असतील ना तर कितीही कोणी डावपेच खेळले तर ते यशस्वी होऊ शकत नाहीत. फुकट जातील. एवढा मला स्वत:ला आत्मविश्वास आहे. हल्ली आता वृत्तपत्रांमध्ये एक लागण आली आहे. रंगीत चित्रं द्यायची. रंगीत छपाई. मला नाही वाटत त्याचा काही उपयोग होईल. तुमच्या वृत्तपत्रांमध्ये रंग बातम्यांना असावा. विचारांना असावा. रंग पानांना नसावा. लोकं पानं वाचतात. पाहत नाहीत. तेव्हा रंगामुळे आपला खप वाढेल ही मूर्खपणाची कल्पना आहे. लोकं विकत घेतात ते मला काही तरी बातमी पाहिजे, मला विचार पाहिजे, मार्गदर्शन पाहिजे आणि ते वृत्तपत्र काळं असलं तरी चालतं. रंगाच्या पानांमुळे काही खपाचा आकडा वाढतो असं काही नाही. अशी कितीतरी गुळगुळीत, रंगीत कव्हर छापणारी वृत्तपत्रं आहेत. पण दहा हजारांच्या वरती नाहीत ती.

◗ आताच तुम्ही पवारांचा जो उल्लेख केलात की संघटनेतील काही व्यक्तींना पवारांनी राजकारणासाठी हाताशी धरले आहे. या माणसांवर तुमचं नियंत्रण नाही?

कोणावर?

◗ तुमच्या माणसांवर...

शेवटी माझी माणसं म्हणजे तरी काय? प्रत्येकाला एक स्वार्थ राहणारच. माझ्यासारखा मूर्ख मीच! समजलं की नाही? मी लोकांवर प्रेम करतो. मी लोकांसाठी आहे. लोकांमुळे आहे ही जी माझी भावना आहे ती त्यांच्यापाशी नसल्यामुळे हा प्रकार त्यांच्याबाबतीत होऊ शकतो. नियंत्रण जरूर आहे. नियंत्रण नाही असं म्हणू नका तुम्ही. हे नियंत्रण म्हणजे हुकूमशाहीच्या मार्गाने नव्हे. मी प्रेमानं या लोकांना जिंकलेले आहे. त्यामुळे तिथपर्यंत जाताना... काही करताना त्यांना खूप विचार करावा लागेल. खूप विचार करावा लागेल.

◗ निवडणुकीचा विचार केला तर जनमत तुमच्या बाजूने आहे. पण हे जनमत मतपेटीकडे वळविणारी तुमची यंत्रणा विस्कळित झाल्यासारखी दिसते...

नाही. विस्कळित हा शब्द नाही वापरू देणार. जेवढ्या काँग्रेसमध्ये लाथाळ्या दिसतात, तेवढ्या तर शिवसेनेत दिसत नाहीत हे तर निश्‍चित. तिथे काय नाही आहे, सत्ता आहे, पैसा आहे. सर्व काही आहे; पदं देण्याची ताकद आहे. तरी लाथाळ्या. माझ्याकडे भगव्यावर असलेली निष्ठा इतकी जबरदस्त आहे की क्षणिक तुम्हाला विस्कळितपणा जरी वाटला तरी बांधणी व्हायला वेळ लागत नाही. फटाक करून होते ती. पोटतिडकीने काम करणाऱ्यांचा पक्ष फक्त शिवसेनाच आहे.

◗ हे मान्य. पण निवडणुकीच्या अखेरीस ज्या राजकीय हालचाली कराव्या लागतात त्यात कमी पडता.

कमी पडतो ते पैशाने. अहो, वाहनं नसली तर कार्यकर्ते तरी काय करणार? बैलगाडीतून फिरणार काय? शक्य असेल तिथे बैलगाड्या वापरल्याही आहेत.

◗ सोलापुरातील पोटनिवडणुकीचे उदाहरण घ्या. तेथे तुमची लाखाची सभा होऊनही उमेदवार पडला.

खरं तर आम्ही सोलापूर लढवणार नव्हतो. माझा तरी विचार होता सोलापूर अजिबात लढवायचा नाही. काही लोकांनी, आमच्या युतीतल्या काही लोकांनी अशी एक बाजू मांडली की साहेब, जर आपण ती लढवली नाही तर आपल्याला एकंदर बांधणी किती झाली ते समजणार नाही. कार्यकर्ते सैरभैर होण्याची शक्यता आहे. मी म्हटलं, तुमचे होतील माझे नाही होणार. आणि ती निवडणूक आमच्यावर जबरदस्तीने लादली गेली. आम्हाला रसही नव्हता. मी गेलो नाही प्रचाराला...

◗ सभा झाली तेथे तुमची...

गेलो... सभा झाली माझी. जो मतदारसंघ आहे तेथे माझी सभाच झाली नाही. माझी सभा झाली ती भलत्याच ठिकाणी आणि मतदारसंघातले काय प्रत्येक वेळेस गाड्याबिड्या करून येणार नाहीत. ज्या मतदारसंघात निवडणूक होती तेथे माझी एक सभा घ्यायला हवी होती.

◗ म्हणजेच हा विस्कळितपणा नाही का?

हा विस्कळितपणा नाही. याला भाबडेपणा निराळ्या अर्थानं म्हणावं लागेल. का? तर बाळासाहेबांच्या सभेला ज्या संख्येनं लोक येतील ते पाहता हे मैदान पुरणार नाही म्हणून तेथे घेतली.

◗ मग भावना श्रेष्ठ की राजकीय मुत्सद्दीपणा?

याच्यामध्ये भाबडेपणा म्हटल्यानंतर जरा आरोप करणेही कठीण जाते. आता त्यांना ते पटलं. शेवटी मैदानच नाही तेथे ते तरी काय करणार? हा एक प्रकार आहे. रस्त्यात सभा घेऊन गल्लीबोळं भयंकर भरतील. लोक ऐकतीलही. पण लोकांना पाहण्याचं भयंकर वेड असतं. बाळासाहेब लांबून का होईना पण पाहू द्या. त्यामुळे हा जो विस्कळितपणा आहे तो क्षणिक. मला माफही करावं लागतं. एक त्यांच्यामध्ये आत्मीयता आहे. काम करण्याची जिद्द आहे. प्रेमामुळे थोडा विस्कळितपणा तुम्ही म्हणता त्याप्रमाणे असेल, पण त्यामध्ये बेफिकिरी नाही की गाफीलपणा नाही. ही पटकन् बांधणी होऊ शकते.

◗ आगामी विधानसभा निवडणुकीच्या दृष्टीनं शिवसेना-भारतीय जनता पक्षाची युती किती महत्त्वाची वाटते? युती होणार नाही अशी राजकीय वर्तुळात चर्चा आहे.

हे पहा मी बीजेपी ओळखत नाही. शिवसेना ओळखत नाही. दुसरं काही ओळखत नाही. मी हिंदुत्व ओळखतो. आज त्याची नितान्त गरज आहे. कोणीही मस्तीत जाता कामा नये. बीजेपीशी मी युती करतोय ना ती मी हिंदुत्वाशी युती करतोय. बीजेपीशी करीत नाहीय. हिंदुत्वाच्या विजयासाठी दोघांनीही आपापल्या हक्काला मुरड घातलीच पाहिजे. जर शिवसेनेकडे जास्त जागा असतील तर बीजेपीने त्या द्याव्यात. मला जर उद्या असं वाटलं की बीजेपीकडे महाराष्ट्राची सत्ता येऊ शकते तर I will withdraw. या, तुम्ही सत्तेवर बसा. पण हिंदुत्वाचा विजय होऊ द्या.

◗ बीजेपीतील नेत्यांचे अडथळे आहेत?

बीजेपीचं काय होतं, त्यांची मांडणी पुष्कळदा अशी विचित्र असते की, केवळ प्रमोद महाजन नव्हे, केवळ अमुक अमुक नव्हे तर ते दिल्लीपर्यंत लोण जातं आणि दिल्लीमध्येसुद्धा काही लोकांना शिवसेनेबद्दल प्रेम आहे. काही लोकांना नाही. मग त्यांच्यावरील धोरणं ठरतात आणि त्या धोरणांवर आमचं कमवणं आणि गमावणं अवलंबून असतं. तेव्हा सगळ्यांनीच जरा निराळ्या पद्धतीनं विचार करायला पाहिजे आणि काँग्रेसचा पराभव हे धोरण ठरवून शहाणपणानं जागांचं वाटप करावं. जागेपेक्षा सत्ता काबीज करायची आहे आणि जो काबीज करू शकेल त्याच्याकडे त्यांनी सोपवावं.

◗ बीजेपीच्या जागांच्या हट्टापायीच तुमची युती तुटली व सत्ता गमावलीत...

महापालिकेमध्ये जी युती तुटली ती खऱ्या अर्थानं तशी तुटली नव्हती. एक Communication Gap पडली हे तितकंच खरं. का कुणी पाडली की काय हे मला माहीत नाही. ज्या जागा त्यांना देऊ केल्या होत्या त्यात एखाददुसरी जागा इकडे तिकडे झाल्यास ते समाधान पावायला तयार होते. पण काही लोकांनी माझ्या कानावर ते घातलं नाही. का घातलं नाही मला ते माहीत नाही. म्हणून ती युती तुटली. तरी पण माझं असं स्पष्ट मत आहे की मुंबई महानगरपालिका आम्ही आमच्या ताकदीवर जिंकली होती. त्यावेळेला युती नव्हती. ठाण्याची महानगरपालिका वा आधीची नगरपरिषद आम्ही आमच्या ताकदीवर जिंकत आलो. त्यावेळी युती नव्हती. आता उलट प्रकार झाला. युती असतानाही आमच्या हातून महानगरपालिका गेली ठाण्याची. तर हे चमत्कार विचित्र आहेत. म्हणून आमच्या लहरीपेक्षा मी सर्वस्वी मतदारालाच माझा भगवान समजतो.

◗ तसाच वाद निर्माण झाला तर युती टिकण्यासाठी दोन पावलं मागे याल का?

इकडे मागेपुढचा प्रश्नच नाही. दोघांनीही आपल्याला काय करायचं आहे हे नक्की ठरवायचं आहे, की आपल्याला काँग्रेसला पाडायचं आहे आणि या दृष्टीनं काही औदार्याच्या गोष्टी करता आल्या तर कराव्यात. विनाकारण हट्टास पेटू नये कोणी.

◗ म्हणजे युती व्हावी या भूमिकेशी तुम्ही ठाम आहात...

ठाम आहे म्हणजे... त्यांच्यातला हा एवढा एक दुर्गुण सोडल्यास बाकी आमचे विचार सारखे आहेत आणि युती व्हावी अशी माझी इच्छा जरूर आहे.

◗ **पण अलीकडेच तुम्ही विधान केले की मराठवाड्यातील एकही जागा बीजेपीला देणार नाही.**

नाहीच मुळी. याचं कारण असं की माझा हा प्रश्न नाहीय. नामांतरास पाठिंबा दिल्यामुळे तेथील जनताच त्यांच्या विरोधात गेली आहे. त्यांनी नामांतराला पाठिंबा दिला, आम्ही विरोध केला आणि त्यांनी पाठिंबा दिल्यामुळे मराठवाडा त्यांच्या विरोधात गेलेला आहे आणि नामांतरास पाठिंबा दिला तरी दलित त्यांना मतदान करणार नाहीत. मी बोललो त्या लोकांना अरे तुम्ही कमाई काय केलेत शेवटी? जे नव्हतं ते तुम्ही मिळविण्याचा प्रयत्न केला आणि जे होतं ते घालवून बसलात. इथे बीजेपी आणि शिवसेना हा प्रश्न नाही हो. काँग्रेसचा पराभव करायचा असेल तर मात्र नीट विचारपूर्वक पावलं टाकायला हवीत. तुम्हाला जागा देऊनसुद्धा त्या निश्चित जाणार तर जागा का फुकट घालवायच्या आपण? म्हणून त्या शिवसेनेला लढवू द्या.

◗ **गोपीनाथ मुंडे तर मराठवाड्यातूनच निवडून आले आहेत. त्यांचे काय होणार?**

इतर त्यांच्या आमदारांचं सोडा, पण गोपीनाथ मुंड्यांची फार निराळी पोझिशन आहे. गोपीनाथ जर विरोधी पक्षनेते नसते तर तो मणी आम्ही याच माळेत ओवला असता. आज ते विरोधी पक्षनेते आहेत. त्यांचा वेगळ्या अर्थाने मान राखणं हे आमचं कर्तव्य आहे. गोपीनाथना उभं करावंच लागेल.

◗ **या निवडणुकीत तुमचा मुख्य प्रचाराचा मुद्दा हिंदुत्व असेल की नामांतर? महाराष्ट्रात हे दोनही प्रश्न आज ज्वलंत आहेत.**

आता असं करायचं का... हा मूर्खपणा करायचा का आपण? हिंदुत्वाच्या नावावर निवडणुका लढविल्यामुळे आताचे आमचे आमदार बाराच्या भावात घालविले. याचं कारण सरकार. केंद्रातलं आणि राज्यातलं. आणि हे न्यायमूर्तीसुद्धा. जबाबदारीने बोलतोय. हे सगळे मेतकूट पाहिल्यानंतर आणि हिंदुत्व हे गुन्हा ठरतंय आता तरी. अशा वेळेला पुन्हा हिंदुत्वाचा प्रचार करून... मोठ्या मेहनतीने, प्रेमानं लोकांनी मतदान केल्यानंतर या आगाऊपणामुळे घालवून टाकायची सगळी मेहनत फुकट? पाणी पाडायचं त्याच्यावर? तेव्हा आता जरा हुशारीनं वागू या. आपला कल काय आहे तो लोकांना कळलेला आहे आणि अशा वेळेला निराळ्या पद्धतीनं विचार करून पहिल्यांदा सत्ता हाती घ्या. सत्ता काबीज करा. मग तुमचं काय असेल ते करता येईल. कशात काही पत्ता नसताना, जो एक धोंडा तुमच्या एका पायावर पडलेला आहे तो दुसऱ्या पायावर कशाकरिता पाडून घेताय? तेव्हा जरा हुशारीनं आता करा. हिंदुत्व काय आहे हे कोणी मला सांगण्याची गरज नाही.

◗ प्रचारातली मजाच निघून जाईल...

हिंदुत्वाचा नाही. पण काही प्रश्न मात्र राजकीय राहणार. मुसलमान बायकांना तो बुरख्याचा प्रकार आहे त्याच्यामध्ये धर्म, हिंदुत्व वगैरे काही नाहीय. हा न्याय्य हक्कांचा प्रश्न आहे. शेषनसारख्या एका फार चांगल्या माणसानं कडक पावले उचलली आहेत. मी त्या माणसावर खूष आहे. कोणीतरी असा ठणठणपाल पाहिजेच हो आणि त्यांनी ते लगेच मान्य केलं की नाही. बाबा, तुम्ही जर पासपोर्टवर तुमचे चेहरे दाखवता तर इकडे कशाला अडवणूक करता? ते काही नाही. देशात सगळे सारखे आहेत. ज्या वेळेला आपण कायद्याच्या समोर सगळे नागरिक आहोत ही भूमिका घेतो तर यांनी कशाला आपलं नागरिकत्व झाकून ठेवायचं? A Law is law and before law everybody is a citizen. तुम्हीसुद्धा नागरिक आहात. तुम्हाला ही सवलत मिळणार नाही. धर्माच्या नावावर जर सवलत दिली जाते तर धर्माच्या नावावर प्रचार केला म्हणून आमच्या आमदारक्या तुम्ही कशा काय खाली करू शकता? काहीतरी माना मग.

◗ यासंदर्भातील नक्की भूमिका काय आहे?

निवडणुकात हा विषय असल्यामुळे धर्माच्या नावावर बुरखे घालण्याची परवानगी दिलीत तर माझे जेवढे तुम्ही खासदार-आमदार बाद केलेत त्यांना जिवंत करा परत. The court has no bloody right समजलं की नाही? मग कोर्टाने Contempt केला असं मी म्हणेन. उलटा प्रकार करीन. The contempt is being done by lawyers or by judges. Responsible body. हा त्याचा अर्थ मी लावीन. धर्माचा प्रचार तुम्हाला निवडणुकीत चालत नाही तर धर्माच्या सवलती तुम्ही निवडणुकीच्या तोंडावर कशा काय देऊ शकता? हा माझा प्रश्न राहील. मग या लोकांना...

◗ जर ही बुरख्याची सवलत देण्याचा प्रयत्न झालाच तर तुमची 'रिॲक्शन' त्यावर काय राहील?

मी माझा शंकराचा तिसरा नेत्र उघडीन. या देशात करूच शकणार नाहीत ते तिसरा नेत्र उघडीन मी. निवडणुका होऊ देणार नाही. हा अन्याय आहे. धडधडीत अन्याय आहे. आमच्या आमदारांना, आमच्या खासदारांना तुम्ही बाद ठरवता धर्माचा प्रचार केला म्हणून... हिंदुत्वाचा प्रचार केला म्हणून? आणि मुसलमानांना त्यांच्या इस्लामच्या धर्मप्रमाणे बुरखे घालायच्या परवानग्या देता? कोर्टाने केलेला हा Contempt आहे. असा उलटा प्रकार या देशामध्ये होईल. गिनीज बुकात घालायचं असेल तर घाला नाव ते.

◗ **म्हणजे तुम्ही संघर्ष करणार?**

अर्थात... अर्थात

◗ **तुमच्याविरुद्ध जसे न्यायालयात जाऊन आमदारक्या, खासदारक्या बाद केल्या तसे तुम्ही करणार का?**

त्या वेळेला मी काय करीन ते आता सांगू शकणार नाही

◗ **घनघोर संघर्ष या प्रश्नावर नक्कीच होणार...**

मुश्कील करून टाकीन मी सगळं, कठीण करून टाकीन सगळं. मी हा कायदा झुगारूनच टाकीन. मुळात तुम्हाला हे करताच येत नाही मुळी. शेषनसारखा माणूस तेथे असल्यामुळे त्याने हा वाद पटकन मिटविला. ठीक आहे. पण हे कोर्टातसुद्धा आम्ही 'चॅलेंज केले' असतं आणि कोर्टाच्या निर्णयावर मग आमची पुढली पावलं राहिली असती. Why you allow then this? And you disqualify my

people? हा प्रश्न मी कोर्टाला केला असता. तुम्हाला आमचे आमदार, खासदार बाद करण्याचा अधिकार काय? हिंदुत्वाच्या नावावर, धर्माच्या नावावर आणि त्या इस्लामच्या नावावर त्या मुसलमान बायकांना तुम्ही बुरख्यांची परवानगी देता? अरे, मी पेटवून टाकीन सबंध. आग लावून टाकीन सगळी. नशिबानं तो प्रकार वाचला म्हणून ठीक. नाहीतर गहजब माजवला असता.

[२ मे, १९९४]

''माझ्या लोकांनी भ्रष्टाचार केला तर संन्यास घेईन...''

"शिवसेनाप्रमुखांबरोबर झालेल्या प्रत्येक चर्चेत आणि मुलाखतीत एक गोष्ट ते वारंवार सांगत राहिले ती म्हणजे, ''शिवसेनेची सत्ता महाराष्ट्रावर नक्की येणार आहे आणि त्या वेळी मी भ्रष्टाचार अजिबात सहन करणार नाही. माझा साधा शिवसैनिक हाच खरा आधारस्तंभ असून त्याच्या घामावर आमदारक्या खासदारक्या आणि उद्याची राज्यसत्ता मिळणार आहे. ज्या घामाने सत्ता दिली तो घाम जर कुणी विसरणार असेल, तर माझ्या हातातील हंटर कडाडल्याशिवाय राहणार नाही. उद्या सत्तेवर येताच काँग्रेसप्रमाणे माझी माणसं भ्रष्टाचार करायला लागली. तर मी सगळं सोडून निघून जाईन. संन्यास घेईन.''"

◗ जातीय दंगली आणि बॉम्बस्फोट यांचा किती प्रभाव निवडणुकीवर राहील?

सरकार इथे हतबल झाले आहे. पोलिसांनी आपली बाजी लावली. बॉम्बस्फोट झाले ते कारभारातील गलथानपणा, भ्रष्टाचार, लाचलुचपतपणा यामुळेच. कोर्टात केसेस आहेत. एक कोटी रुपये देऊन आरडीएक्स आत सोडले वगैरे. त्यामुळे त्याच्यावर मी तसं भाष्य करीत नाही; परंतु या दंगलीसुद्धा काही आम्ही घडवून आणल्या नाहीत. निवडणुका जिंकायच्या आहेत म्हणून. मुसलमानांनीच ती सुरुवात केली. त्याला आम्ही उत्तर दिलं. प्रतिकार केला. प्रतिकार करण्याचा तो गला जन्मसिद्ध हक्क आहे. पण उतरली ती शिवसेना आणि शिवसैनिकच. फार मोठी जागृती गुर्जर समाजामध्ये, जैन समाजामध्ये, सिंधी समाजामध्ये व इतरही काही समाजांमध्ये शिवसेनेबद्दल झालेली आहे. ही आपुलकी तशी नष्ट होऊ शकणार नाही. त्यांना कळून चुकलंय की जीव वाचविणारे सरकार नाही, इतर कुठचेही पक्ष नाहीत, फक्त शिवसेनाच आहे!!

◗ हे त्यांनी मान्य केलं आहे?

त्यांनी हे जागोजाग म्हटलेलं आहे. मान्य केलेलं आहे. अनेक ठिकाणी त्यांनी बोलून दाखविलेलं आहे. त्या दिवशी आमच्या महिपतभाईंच्या लग्नाला पन्नास वर्षं झाली. त्यावेळी मीपण होतो. केंद्रीय गृहमंत्री शंकरराव चव्हाणही आले होते. त्यांच्या तोंडावर सांगितलं महिपतभाईंनी, की दंगलीच्या वेळी जर शिवसेना नसती तर आम्ही सगळे हिंदू मारले गेलो असतो. आमच्या गुजराथी बंधूंचा प्राण वाचविला तोही शिवसेनेने वाचवला आहे. चव्हाणांच्या समोर बोलला तो माणूस आणि सगळ्या गुजराथी समाजातील प्रतिष्ठित मंडळी तेथे आली होती त्यावेळी.

◗ दंगलीच्या वेळी शिवसेना नसती तर हिंदूंचा संहार झाला असता हे काँग्रेसमधील अनेक वरिष्ठ मंडळीही खासगीत मान्य करतात, पण शिवसैनिकांना छळण्यातही त्यांचाच पुढाकार असतो.

'आतून कीर्तन आणि वरून तमाशा' हे त्यांच्यातलं चित्र आहे. मला असं वाटतं की त्यांचा तो नाईलाज आहे. मी जिंकलो कोठे? तर आतून ते मान्य करतात. हे सत्य आहे. सत्यमेव जयतेवाले हे काँग्रेसवाले आहेत. त्यामुळे त्यांना सत्याची बाजू फारशी घेता येत नाही. असत्यमेव जयते या पद्धतीनेच वागताहेत. हे त्यांनाही कळून चुकलंय. आम्ही बोललो तर... आमच्या पार्टीचा आदेश आहे. अडचण होईल. पार्टीच्या विरुद्ध बंडखोरी करू शकतात. एरव्ही आदेशाच्या गमजा मारतात. काही जरी असलं तरी एवढं सर्टिफिकेट पुष्कळ झालंय मला, की तुम्ही आणि

तुमच्यामुळेच आम्ही वाचलो. खूप झालं. हे तरी कोठे मिळतंय कोणाला? आणि त्यांची मतंसुद्धा काही तुम्ही चांगलं केल्यामुळे मिळणार नाहीत. हेही तितकंच खरं. नामांतरामुळे भारतीय जनता पक्षाला नवबौद्धांची मतं मिळतील. हे कुठचं नंदनवन आहे हे त्यांनीच शोधावं. मला असं वाटतं की देणारच नाहीत.

◗ दंगली-बॉम्बस्फोटांचा प्रश्न मुंबई शहरापुरताच ठीक आहे. पण विदर्भ, पश्चिम महाराष्ट्रातील शेतकऱ्यांचे प्रश्न वेगळे आहेत.

मी शेतकऱ्यांना एक उलटा प्रश्न विचारतो... काल-परवाला हुरळली मेंढी लागली लांडग्याच्या मागे हा जो प्रकार झाला होता... शरद जोशींच्या बाबतीत. काय दिलं हो या शरद जोशींनी आतापर्यंत शेतकऱ्यांना मिळवून? जेवढी प्रसिद्धी शरद जोशींना मिळाली त्या प्रसिद्धीच्या मोबदल्यात शेतकऱ्यांना काय मिळालं? कोणते प्रश्न सुटले शेतकऱ्यांचे? आता जे डंकेल बोडक्यावर येतंय त्या डंकेलची बाजू शरद जोशी घेताहेत. पश्चिम महाराष्ट्र... पश्चिम महाराष्ट्र तरी काय प्रकार आहे? पश्चिम महाराष्ट्र हा जास्तीत जास्त करून साखरसम्राटांनी पोखरलेला भाग आहे. साखरसम्राटांचं भलंमोठं बीळ तेथे आहे. त्यांच्या बँका निघालेल्या आहेत. सहकारी संस्थांचं जाळं आहे. त्यामुळे त्यांनी फार मोठ्या संख्येनं लोकांना दावणीला बांधलेलं आहे आणि ते दावणीला बांधलेले लोकसुद्धा ती दावणी तोडून बाहेर यायला तयार आहेत. पण पुन्हा सांगतो... आमच्यापुढे पंचाईत पैशाची आहे. ह्यावेळेला आम्ही फार काळजी घेणार आहोत आणि मनुष्यबळ जे आमचं आहे नं ते पैशावरही मात करू शकतं. गेल्यावेळीसुद्धा पैसे आमच्याकडे जास्त नव्हतेच. तुम्हाला आकडा सांगितला तर आश्चर्य वाटेल. एवढ्या पैशामध्ये एवढे तुम्ही लढवलेत? होय लढवलेत. तक्रारी येत होत्या. साहेब गाडी नाही. अमुक नाही. तमुक नाही. म्हटलं काय वाट्टेल ते करा. भाड्याने घ्या. कर्ज काढा. नंतर बघू काय करायचं ते आणि अशा परिस्थितीत आम्ही लढलेलो आहोत. अगदी जगदंबेची शपथ घेऊन सांगतो. ही शपथ फार महत्त्वाची आहे.

◗ विदर्भासारखा मोठा पट्टा तुम्ही कसा काबीज करणार?

कामं सुरू झालेली आहेत आमची. समजलं की नाही?

◗ विदर्भाचे प्रश्न वेगळे आहेत...

मला असं म्हणायचं आहे की प्रश्न कोणाचे नाहीयत? महाराष्ट्राचं घेतले तर साऱ्या महाराष्ट्राचे आहेत. तामिळनाडू, आंध्र, गुजरात, कर्नाटक वगैरे वगैरे मिळून सगळ्या देशाचे प्रश्न आहेत. प्रश्न सगळ्यांचेच आहेत. म्हणून स्वतंत्र विदर्भाच्या

गप्पा मारून म्हणत असाल की तुम्ही मतं जिंकाल तर मला असं वाटतं की ही माणसं मूर्ख म्हणावी लागतील.

◗ भाजपचा स्वतंत्र विदर्भाच्या मागणीस पाठिंबा आहे?

असेल ना. जसं त्यांनी आमच्या नामांतराच्या विरोधाला पाठिंबा दिला नाही त्यामुळे तिथे त्यांच्या स्वतंत्र विदर्भाच्या मागणीला पाठिंबा दिलाच पाहिजे अशी बांधीलकी नाही आमची. मुद्दा काय आहे की, विदर्भ नक्की नागडा कोणी केला? संपूर्ण इतिहास काढला तर मुख्यमंत्री किती विदर्भाचे? कन्नमवार विदर्भाचे होते. वसंतराव नाईक ११ वर्षे मुख्यमंत्री होते. सुधाकरराव नाईक आहेत. हे तीन तर मुख्यमंत्री झालेच. वानखेडेंसारखी टोलेजंग माणसंही वर्षन् वर्ष मंत्रिमंडळात होती. तिडके, तिरपुडे, वसंतराव साठे, मधु वैराळे आहेत. कितीतरी विदर्भातील माणसं केंद्रात आणि राज्यातील मंत्रिमंडळात होऊन गेली. त्यानंतर तुमची ती बाई... नखरेल बाई कोण ती... सरोज खापर्डे. कितीतरी विदर्भातली माणसंही इंदिरा गांधीच्या किचन कॅबिनेटमध्ये होती. तीदेखील विदर्भासाठी काही करू शकली नाहीत. विदर्भाची जनता अशी काय वेडी आहे तुम्हाला वाटतं? आपली माणसं तेथे सत्तेत बसली असताना आपल्याला न्याय देऊ शकली नाहीत आणि स्वतंत्र विदर्भ झाल्यावर तोच तिरपुडे तुमच्या बोडक्यावर बसणार मुख्यमंत्री म्हणून? जो उपमुख्यमंत्री असतानासुद्धा काही करू शकला नाही आणि हा माणूस म्हणतो की, आता नेतृत्व उभं राहिलं की मी स्वतंत्र विदर्भ केल्याशिवाय स्वस्थ बसणार नाही. नाही म्हणजे काय? तुला आता राजकारणामध्ये कोठेच स्थान नाहीय. मला नाही वाटतं विदर्भातील जनता एवढी भोळीभाबडी असेल की कुठच्याही अडाण्याला फटकन निवडून आपला घात करून घेईल. का? विदर्भ स्वतंत्र का? महाराष्ट्राने अन्याय केला का विदर्भावर? तुमच्याच लोकांनी सत्तेवर असताना अन्याय केला त्याचा दोष महाराष्ट्राला का देता? आईला का दोष देता तुम्ही? आईपासून दूर का जाता? आईचा दोष काय? जन्म दिला तुम्हाला नं? आणि विदर्भालासुद्धा स्वतंत्रपणा नकोय. वेगळे व्हायचं नाहीय. बिलकूल नाही. जाऊन बघा तुम्ही.

◗ मग वेगळ्या विदर्भाची मागणी सगळ्याच पक्षांतून वारंवार उफाळून का येते?

काही वेस्टेड इंटरेस्ट तिकडे गुंतले आहेत. काही मतलबी आहेत. जसं गोवा महाराष्ट्रात येता कामा नये. विशाल गोमंतकसुद्धा होता कामा नये. याला कारण तिकडचे सगळे उद्योगपती. जर एकदा का विशाल गोमंतकाचं राज्य निर्माण झालं वा गोवा महाराष्ट्रात सामील झाला तर आपली जी एक टगेगिरी आहे, दादागिरी आहे

ती कमी होऊन जाईल ही भीती. जनता पार्टीमध्ये शिवसेना नको. का? तर इथूनची जी समाजवादी टाळकी आहेत त्यांचं महत्त्व कमी होईल. लाटणेवाली बाईला किंमत राहणार नाही. जॉर्ज फर्नांडिसला कुत्र विचारणार नाही. हे मला एस. एम.नी बोलून दाखवलं आहे. बाळासाहेब, ही माणसं तुम्हाला का येऊ देणार नाहीत तर त्यांचं महत्त्व कमी होईल मुंबईत. प्रभू संघवींच्या घरी बोलून दाखवलं हे एस. एम. जोशींनी मला. म्हणे खूप प्रयत्न केला. पण या माणसांची इच्छा नाही. हे आतलं राजकारण लोकांना माहीत नसतं. अरे निधड्या छातीनं जा लोकांसमोर आणि सांगा ना त्यांना. पण ते धाडस तुमच्यानं नाही होणार!

▸ या निवडणुकीत तुम्ही प्रचाराला बाहेर पडणारच. त्याशिवाय पर्याय नाही. पण तुमची दुसऱ्या फळीतील नेतेमंडळीही निवडणुकीत स्वत:च्याच प्रचारात गुंतल्याने त्यांचा तसा संघटनेस फायदा होत नाही. सर्वच नेत्यांनी निवडणुका लढवाव्यात हे योग्य आहे का?

खरं सांगायचं म्हणजे आमची जी काही नेतेमंडळी आहेत त्यांची स्वत:ची अशी काही लोकप्रियता आहे. त्यांच्या त्यांच्या भागात ती आहेच. त्याचा उपयोगही होतो. दुर्दैवानं कोर्टाच्या निर्णयामुळे जर त्यांना बसावंच लागलं तर निवडणुकीचा... उभं राहण्याचा प्रश्नच येणार नाही. जे अजून शेषनवरती अवलंबून आहे. शेषनपुढे या केसेस जातील आता सगळ्या. त्यांनी होकार, नकार द्यायचा किंवा यांना सहा वर्षं निवडणुका लढविता येणार नाहीत किंवा लढवू शकतात याच्यावरती बरचंसं अवलंबून आहे. मी अनेकांना सांगितलं की, एम. एल. सी. म्हणूनसुद्धा निवडून येऊ शकता. तुम्ही आता प्रचाराला मोकळे राहा. हा निर्णय आता अजून पक्षात व्हायचा आहे.

▸ सत्ता तुमच्याकडे येईल तेव्हा तुमचे मंत्रिमंडळ 'शहरी' असेल... ग्रामीण नेतृत्व तुमच्याकडे नाही.

आम्ही महाराष्ट्रात पसरून किती वर्षं झाली? ही आमची निराळ्या अर्थाने चूकच झाली. आम्ही मुंबई एके मुंबई करीत बसलो. का? तर ती महाराष्ट्राची राजधानी आणि मुंबईचेच प्रश्न आमच्याकडे सातत्याने येत गेल्याने आमचं फिरणं इकडेच जास्त झालं आणि पुन्हा एकवार सांगतो, पैशाच्या अभावी आम्हाला फारसं पसरताच आलं नाही. पसरलो... पसरलो ते आम्ही ठाण्यापर्यंत आणि लांबची उडी म्हणजे पुण्यापर्यंत. त्यावेळेला पक्ष बांधून निवडणुका लढवायच्या आहेत. सत्ता हाती घ्यायची आहे हे चित्र नव्हतंच आमच्यासमोर. हे उद्दिष्ट नव्हतंच कधी आमचं. आज लोकांच्या दृष्टीनं... लोकांकरिता गरज भासू लागली. त्यामुळे थोडासा आमचा अवधी गेला.

◗ ग्रामीण भागातलं नेतृत्व पुढे येऊ दिलं नाही.

ग्रामीण भागात कोण येऊ देणार नाही नेतृत्व! गणेश नाईक कोण आहे?

◗ मुंबई ठाण्यातलंच ते नेतृत्व आहे.

म्हणजे शेवटी तुम्ही नवी मुंबईपण आमच्यातच घेणार. उद्या परवाचा असा एक विचार होतोय ते नेतृत्व बदलून आम्ही दुसरं आणतोय. ते त्या ग्रामीण भागातलंच आहे. आता शेवटी ग्रामीण भाग म्हणजे तरी काय असं मला म्हणायचं आहे? या आदिवासीला काही तुमची नाटकं आणि तमाशे कळत नाही. तुम्ही हात वर केला म्हणून तो वर करतो. परंतु त्याला काय चाललंय कळत नाही. त्याला तिकीट देऊन तुम्ही फक्त निवडून आणता. तो बिचारा आदिवासी काहीच कळत नसल्यामुळे आदिवासींचे प्रश्न सोडवू शकत नाही. त्यापेक्षा बोलणारा माणूस जर तिकडे ठेवला तर तो आदिवासींचे प्रश्न सोडवू शकतो. हा बारकावा ग्रामीण भागातील लोकांनी समजून घ्यावा. काँग्रेसने याच अज्ञानाचा गैरफायदा घेतला. अडाणीपणाचा मुद्दाम म्हणत नाही कारण पुन्हा त्याच्यावरती वादविवाद. काय तर मला अडाणी म्हटलं. अडाणी नव्हे.. पण अज्ञानाचा फायदा काँग्रेस घेत गेलेली आहे. कशाकरिता हा फायदा घेताय अज्ञानाचा?

◗ काँग्रेस पक्षानं एक केलंय की त्यांनी जिल्हा-तालुकापातळीवर नेतृत्व उभं केलंय..

मी हे मान्य करायला तयार नाही. स्वार्थासाठी उभं राहिलेलं नेतृत्व लोकांसाठी नसतं. कोणी का असेना तिथे. नावं घेऊन मला शत्रुत्व वाढवायचं नाही. त्या सगळ्यांना मात्र एक प्रश्न विचारावयाचा आहे. मग ते विदर्भातलं नेतृत्व असू द्या. मराठवाड्यातलं असू द्या. अन्य कुठलेही अगदी पश्चिम महाराष्ट्रातलंसुद्धा. साखर कारखानदारी तुम्ही उभी केली. जनतेचा काय फायदा झाला? तुम्हाला ऊस पिळायला माणसं हवी होती. म्हणून शेतमजूर लावलात, कामगार लावलात. कारखाना चालावा, साखर बाहेर पडून तिला भाव मिळावा. शेवटी मजूर हा लागतोचना सर्वत्र. तिथे तुम्ही उभे राहिलात ते महाराष्ट्राचं नेतृत्व म्हणून नाही. स्वार्थ म्हणून उभे राहिलात तुम्ही. सत्तेचा पुरेपूर फायदा करून घेतलात. गैरफायदा घेतलात आणि पुन्हा सगळं कमवून नेतृत्वाच्या घमेंडीनं उभं राहिलात. शेवटी त्या ग्रामीण भागाला त्यांनी इतकं चेपून टाकलेलं आहे की आवाज काढण्याची ताकद नाही कुणाची विरोधात उभे राहिलेल्या कित्येकांचे मुडदे पडलेत तिथे. जा त्या ग्रामीण भागात आणि विचारा. एका बाईला आम्ही मागे उभी केली होती. नाव घेत नाही आता दुर्दैवाने पडली. तिच्या नवऱ्याचा खून करणारा माणूस निवडून आला आणि तोच येणार. ज्याला नवऱ्याचा खून करण्याची ताकद

आहे तेथे बाकीच्यांची काय हिंमत आहे त्याला निवडणुकीत पाडण्याची. तो माणूस निवडून आला. याला नेतृत्व म्हणता तुम्ही? मुडदे पाडण्याची ताकद निर्माण झाली म्हणजे नेता झाला काय माणूस? नेतृत्व म्हणायचं ह्याला त्या भागाचं? ही परिस्थिती काँग्रेसनं निर्माण केली आहे. जा : आतमध्ये जा आणि चौकशी करा. काय रे बाबा? 'नाही साहेब गरीब माणसं आम्ही. कशापायी वैर करायचं आम्ही या लोकांशी? हाये ते बरं हाये.' अशा अत्यंत हतबलतेच्या भाषेत ती लोकं बोलतील तुमच्याशी.

◗ मुंबई, ठाणे आणि पुण्यात तुम्हीही हाच दहशतवाद अनेकदा उभा केलाय.

काय? कोणी?

◗ शिवसेनेने...

तो दहशतवाद मतदारांसाठी नव्हता. आमच्या विरोधकांसाठी जरूर असेल. मतदार मतदानाला बाहेर पडत नाही. ते आमच्या दहशतवादामुळे पडत नाही किंवा बाहेर पडतात ते आमच्या दहशतवादामुळे पडतात असं चित्र कुठेही दाखवून द्या तुम्ही मला. मी निवडणूक लढवत नाही चला विधानसभेची. आता सांगतो तुम्हाला. लिहून देतो. असले दहशतवाद आम्ही पोसले नाहीत. आम्ही आमच्या मार्गाने चाललोय. आमच्यावरती धोंडे मारू नका. आणि जो मारेल त्याला मात्र आम्ही सोडणार नाही. त्यात मतदारांचा प्रश्न येतोच कोठे? मतदारांनी मात्र आम्हाला धोंडे कधीच मारले नाहीत. दहशतवादाने आम्ही कधीच मतदान करून घेतलं नाही. बिलकूल नाही. शिवसेनेची इतकी ताकद आहे की आम्हाला बूथ कॅप्चरिंगला काही वेळ लागणार नाही. पण आमचा त्याच्यावरती विश्वास नाही. ही असली सत्ता आम्हाला नकोय. बिलकूल नकोय ही असली सत्ता आम्हाला.

◗ ग्रामीण भागात हे असले प्रकार सर्रास चालतात...

हे मी काँग्रेसचेच नव्हे, तर कोणाचेही असले प्रकार सहन करणार नाही. बूथ कॅप्चरिंग हा प्रश्नच.. नाहीय. आम्ही सहनच करणार नाही तो प्रकार आणि आमच्या कोणी जर दुर्दैवाने हा मूर्खपणा केला तर त्याला हाणा. मला असली मतं नको आहेत. असली शापवाणी असलेली मतं नको आहेत मला. त्या शापानं आमच्याकडे आलेली मतं आणि त्याच्यामुळे असलेली सत्ता मला राबवायची इच्छा नाहीय. पण जर कोणी हे करेल त्याच्याशी मुकाबला केल्याशिवाय आम्ही राहणार नाही. काँग्रसने उद्या जर केलंच बुथ कॅप्चरिंग तर We will fight to the last.

◗ अठरापगड जातींच्या महाराष्ट्रात सत्ता राबविणाऱ्या पक्षाला सर्व जातींना मान्य होणारा मुख्यमंत्रीच द्यावा लागतो. असा सर्वमान्य मुख्यमंत्री तुम्ही कोणाला करणार?

वाकड्या तिकड्या फालतू लोकशाहीच्या मार्गानं मी जाणार नाही.. मी लोकांचं भलं चिंतणारा माणूस आहे. जिथे जिथे लोकांचं भलं होईल त्या पद्धतीनं मी वागेन. मला असं वाटलं की इकडे दलित उपयोगाचा आहे तर मी दलितांचा मुख्यमंत्री करीन. अमुक अमुक पाहिजे. बामण पाहिजे तर बामणाला ठेवीन. मग कोणीही या महाराष्ट्राचं भलं, पर्यायाने जनतेचं भलं करणारा असा अत्यंत हुशार, विचारी पण भ्रष्टाचारी नव्हे असा कुणी माझ्या लक्षात येईल, त्याची मी मुख्यमंत्रीपदी नेमणूक करीन. मी फालतू जातीयवादामध्ये वाहून जाणार नाही. शेवटी मला महाराष्ट्राचं, म्हणजे पर्यायानं जनतेचं भलं करायचं आहे. हे तुमचं भलं करण्याशी कारण नं? मग जातीपातीची चर्चा माझ्याशी कशासाठी करताय? कोल्हापूरला प्रतिनिधित्व पाहिजे - पुण्याला पाहिजे - मुंबईला पाहिजे. याच्यामध्ये तुम्ही काय मिळवता? मी सांगतो की मी इथे बसलोय ना? कोल्हापूर माझा आहे, पुणं माझं, विदर्भ माझा आणि मराठवाडाही माझा आहे. मी देतो तुम्हाला न्याय. न्याय दिला नाही तर माझ्याकडे या. आणि काँग्रेसच्या चालीप्रमाणे जिथे जिथे प्रतिनिधित्व दिलं तिथं तरी किती न्याय मिळाला हे सांगा जरा आपण? आणि प्रतिनिधित्व ज्यांना मिळालं त्यांनी काय काय दिवे लावले तेही जरा विचारा, कशाकरिता हे पोसताय तुम्ही? मुंबईचे आज किती मंत्री आहेत जरा बोला. रामराव आदिक, लखोबा, धारावीचा गायकवाड. काय अगदी मोठा कायापालट झालाय मुंबईचा? फालतू गोष्टी आहेत. काँग्रेसने वाढवलाय हा रोग.

◗ रोग जरी काँग्रेसने वाढविला असला तरी त्याची लागण अलीकडच्या काही वर्षांत शिवसेनेलाही झाली आहे...

कुठची?

◗ मागच्या विधानसभा निवडणुकीपूर्वी सत्तेची चाहूल लागताच मुख्यमंत्रिपदावरून शिवसेनेत वाद निर्माण झाला आणि त्यावरून नंतर मोठी फूट पडली.

नाही नाही. छी छी! हे फार विचार ताणून बोलताहात तुम्ही. किंवा ताणून प्रश्न विचारताहात.

◗ **तसं चित्र उभं राहिलेलं आहे.**

नाही. काय झालं आहे की, नेता असला तरी तो शेवटी माणूस आहे. माणूस म्हटल्यावर स्वभाव आला. प्रत्येकाला असं वाटतं की बरचसं जे काही आहे ते आपल्यालाच मिळावं. लखोबाचा वाद निर्माण झाला तो विरोधी पक्षनेता म्हणून. आणि मी जे नाव फटकन जाहीर केलं ते मनोहर जोशींचं. ते त्याला आवडलं नाही. मग त्याने काय केलं की मंडल अहवालाबद्दल आमची जी भूमिका होती ती पसंत न पडल्यामुळे मी शिवसेनेतून दूर झालो. हे झूठ आहे. त्याच्या पाच-सहा महिन्यांआधीच मी मंडलविरुद्ध बोलत होतो. त्यावेळेस तू राजीनामा का दिला नाहीस? कुठेतरी बाहेर पडण्याकरिता माणूस शेवटी वाट बघत असतोचना. मग उंदराचं बीळ जर मोठं असेल तर तो दरवाजातून जाणार नाही. कारण दरवाजा उघडताच येत नाही. तर बिळातनं पळा. म्हणून आपण उंदीर झालो असंही तो समजत नाही. पण बीळ मिळालं बाहेर पडायला हा महत्त्वाचा प्रकार.

◗ **मुख्यमंत्रिपदी कोणीही असले तरी सुपर मुख्यमंत्री तुम्ही असणार का?**

नाही. मी सुपर-बीपर काही समजत नाही. जो कोणी असेल त्याच्याकडून मी कारभार मात्र चांगला करून घेईन. मी मागच्या एका शिबिरात बोललो होतो.. मी भ्रष्टाचार वाकडा तिकडा सहन करणार नाही. मी हंटर घेऊन बसेन. एवढं ते काम झालं. तेवढंते काम झालं. बार्गेनिंग मी नाही सहन करणार.

◗ **कम्युनिस्ट पक्षात अशी पद्धत आहे की तेथे सत्तेपेक्षा पक्षसंघटना प्रभावी असते...**

होय. अगदी बरोबर आहे.

◗ **पण आज देशाच्या राजकारणात असे दिसते की पक्षसंघटनेवर सत्ता मात करीत आहे. ज्या संघटनेतून सत्ता मिळते ती संघटना सत्तेच्या वाटेवरील एक पायपुसणं ठरते. तुमची सत्ता येताच संघटनेचा प्रभाव कितपत राहील?**

सत्ता दुय्यम आहे. कोणामुळे सत्ता तुम्हाला मिळाली? अरे, संघटनेमुळे मिळाली. मिळाल्यानंतर त्याला तुम्ही दुय्यम समजता? पहिल्यांदा जागेवरनं खाली उतरा म्हणून सांगीन. आजही... प्रत्येक ठिकाणी... कुठेही गेलो तरी माझा साधा शिवसैनिक हा तुमचा खरा आधारस्तंभ आहे. आमदार, खासदार, नगरसेवक ही मिजास मारू नका तुम्ही. शिवसैनिकांनी जो घाम गाळलाय त्याच्या जोरावर तुम्ही आमदार झालात. खासदार झालात. नगरसेवक झालात. मी त्याच्या घामाला किंमत

देतो आणि ज्या पक्षात घामाला किंमत दिली जाते तो पक्ष सत्तेला किंमत देणार नाही. ज्या घामानं सत्ता दिली तो घाम विसरता? आणि सत्ता लक्षात ठेवता? दामाकडे लक्ष, घामाकडे नाही? दाम केव्हा... घाम गाळला म्हणून. दामाला किंमत नाही मी देणार. मी घामाला किंमत देणार आणि दामाच्या गप्पा मारीत बसाल तर हातामध्ये माझ्या चाबूक आहे. हंटर आहे. मी सोडणार नाही.

◗ आज तुमच्या शाखाप्रमुखांना, विभागप्रमुखांना, नगरसेवकांना, आमदार, खासदारकीचे, सत्तेचे त्यामुळे वेध लागले.. पूर्वी असं नव्हतं. हे कितपत योग्य आहे?

योग्य नसलं तरी मात्र त्यातले जे जे चांगले असतील त्यांना वाटतं म्हणून नाही करणार, तर करण्याच्या लायक असतात ते म्हणून करणार. असेल तो शाखाप्रमुख. म्हणून ही प्रथा नव्हे. त्यामुळे काय होतं की अरे तो शाखाप्रमुख होता म्हणून त्याला तिकीट मिळालं. असं नाहीय. तो कार्यकर्ताच चांगला आहे. आजही आम्ही जे शाखाप्रमुख, विभागप्रमुख निवडतो ते त्या लायकीचे आहेत म्हणून निवडतो आणि त्यातून त्यांचं काम चांगले झाल्यानंतर एक मान राखणं हे आमचं कर्तव्य ठरतं. प्रथा म्हणून जर त्यांना वाटतं असेल तर तो चुकीचा समज आहे. आमचं सिलेक्शन हे एका निराळ्या अर्थानं असतं. तिथं तो डेव्हलप होत असतो आणि चांगला डेव्हलप कार्यकर्ता बाजूला फेकायचा आणि कुठूनतरी कुरतडणाऱ्या पोराला आतमध्ये बसवून सांगायचं, चल रे, हो नगरसेवक तेही जमत नाही. संघटना सांभाळणं इतकी साधी गोष्ट नाही. त्यामध्ये अनेक चढउतार आहेत. ते उतरणाऱ्यालाही कळतं आणि चढणाऱ्यालाही कळतं. तसं मी मानसिक समाधान करून घ्यायला तयार नाही. I mean it and I will do it. मी करणारच! आणि करून दाखविणारच! आणि समजा याच्यामध्ये जर यशस्वी झालो नाही तर मी संन्यास घेऊन मोकळा होईन. मला याच्यामध्ये काही अपेक्षा नाही. काही कमवायचं नाही. मी मोकळा होईन याच्यातनं.

◗ संन्यास कशाकरिता?

काँग्रेसप्रमाणं भ्रष्टाचार जर माझी लोकं करायला लागली तर बाबारे तुम्हाला ही सत्ता लखलाभ होवो. मला हे सगळं सोडायचं आहे. मी निघून जाईन. बिलकूल निघून जाईन. अगदी आता हे लिहा. मी त्याच्यावर सही करतो आणि एक लक्षात घ्या.. मी माणसं हेरून ठेवलेली आहेत. सत्ता आल्यानंतर, त्यांच्या नेमणुका झाल्यानंतर माणूस किती, कोण, काय करेल याचे सगळे हिशेब माझ्यापाशी आहेत. तुम्ही मला असा समजू नका. मी धृतराष्ट्र नाहीय डोळ्यावर पट्टी बांधलेला आणि

डोळ्यांवर जरी पट्टी बांधली तरी माझे कान अद्यापि शाबूत आहेत. मला पुष्कळ गोष्टी ऐकू येत असतात आणि अशा लोकांना किती जवळ ठेवायचं आणि किती लांब ठेवायचं याचीसुद्धा माझी अंतरं मी ठरवून टाकली आहेत. तेव्हा तसं तुम्ही काळजी करण्याचं कारण नाहीय.

[३ मे, १९९४]

जनतेच्या मानगुटीवर बसलेली संक्रांत

मराठी माऊलीच्या पोरांनो, गँगवॉर थांबवा!

"शिवसेनेच्या संघटनात्मक बाबीत उद्धव व राज ठाकरे हळूहळू लक्ष घालू लागले. काही महत्त्वाचे निर्णय व नेमणुकांवरही त्यांचा प्रभाव जाणवू लागला. तोच हा काळ. ह्यामुळे सेना वरिष्ठात अस्वस्थता जाणवू लागली. घराणेशाहीचा आक्षेप शिवसेनाप्रमुखांवर होऊ लागला. मुलाखतीच्या ओघात त्यांनी ह्याबाबत त्यांची मतं व्यक्त केली. ते म्हणाले, ''उद्धव व राज ही पोरं आता सर्वच दृष्टीनं मुरब्बी होत चालली आहेत. हा मुरब्बीपणा आपल्या मुळावर येईल की काय, अशी जर उद्या कुणाला भीतीच वाटली तर मी काय करू? उद्धव व राजला मी अजिबात लादले नाही. तो माझा अधिकार नसला तरी त्यांच्या कर्तृत्वाने ती पुढे येत असतील तर रोखण्याचा अधिकारही मला नाही.'' ह्याच काळात मुंबईसारख्या शहरांतील गँगवॉरही पेटले होते. मराठी पोरं ह्या गँगवॉरमध्ये बळी पडू लागली. शिवसेनाप्रमुखांनी त्यावरही आपली मतं मांडली."

◗ मुंबईतील गँगवॉर हा अत्यंत चिंतेचा विषय बनला आहे. मराठी पोरंच आपापसात लढून मरत आहेत.. हे थांबावं त्यासाठी आपण काही प्रयत्न करणार आहात का?

मी तसा प्रयत्न केलाय. पूर्वीचे हे शिवसैनिक सगळे. पण नंतर बिघडले. शेवटी पैसा हा एकदा परमेश्वर मानल्यानंतर आमच्यासारख्या भगवानाला कोण किंमत देतंय? हाही तितकाच महत्त्वाचा प्रश्न आहे. आम्ही फक्त आशीर्वाद देऊ शकतो. पैसा देऊ शकत नाही. पण येणारा पैसा हा या आशीर्वादामुळे मिळाला हे सोयिस्कररीत्या विसरतात लोकं. तो पैसा म्हणजे कामी येणारा पैसा. आशीर्वाद हा श्रद्धेचा प्रश्न झाला. अरुण गवळी अटक होण्यापूर्वी येऊन गेला. मला वाटतं. तीन वर्षांपूर्वी.. मी त्याला सांगितलं- अरुण हे सोडून दे आता सगळं. हे बरं नाही. मिळविणार काय आहात तुम्ही? कसले खून? ह्या मराठी मातीत मराठी माणसाचे रक्त सांडता कामा नये. तुमचे झगडे तरी काय? तर त्याचं म्हणणं असं होतं की ज्यानं माझ्या भावाचा खून केला त्या दाऊदला मी काही सोडणार नाही. नाही म्हटलं ते ठीक आहे. बाकीचं काय चाललंय तुमचं? कशाकरता तुम्ही हे करताय? जरा विचार करा. चांगल्या मार्गावरती या. माझ्याकरिता काही चांगल्या मार्गावर येण्यासाठी मदत लागली तर मी जरूर करीन तुम्हाला, पण तो खूनखराबा बंद करा कोठेतरी. पुढे गंभीर झाला. म्हणाला नाही साहेब मी विचार करीन. अश्विनलाही मी सांगितलं. एकदा तर मी बाबू रेशीमला दम मारला शिवसेनाभवनमध्ये, की 'बाबू हे तुझं चाललंय नं झेंडा उतरवणं वगैरे माझगाव डॉकमधून. जरा शिवसेनेतून बाहेर पडा. मुडदा पडेल तुमचा. आणि खरोखरच तो शिवसेनेतून दूर होताच त्याचा मुडदा पडला. पाडणाऱ्याने पाडून टाकला. सगळे ते रमा नाईक काय... आणखी ते सगळे पहिले दाऊदला मिळाले. नंतर फाटाफूट झाल्या. काय झाल्या, कशावरनं झाल्या तर पैशावरनंच होणार. दुसरं कशावरनं होणार? इथे काय ध्येय धोरणाचा प्रश्न नाही आणि हा इतिहास आहे आमचा... मराठ्यांचा हे विशेष. महाराजांच्या वेळेला... त्याच्याही अगोदर महाराज पोटात असताना जिजामातेच्या भावाचा मुडदा पडला एका हत्तीवरून. आणि सुलतान वरती बसून हसत होता. आज तेच चाललेलं आहे. सुलतान बसलेला आहे दुबईमध्ये आणि तो हसतोय. मराठे माझ्या नावावर लढताहेत. एकमेकांचा खून पाडताहेत. त्याला शेवटच नाहीय. अशी ही खून चढलेली माणसं, माणसांत कशी आणायची सांगा? बदला हा एकमेव त्यांचा गुरू. बदल्याशिवाय त्यांना मार्ग नाही. आणि बदला संपत नाही. मी तर असे म्हणेन की ह्यांना त्यांची कुलदैवतं सुबुद्धी देवो आणि हा संपूर्ण प्रकार जिथल्या तिथे बंद होवो. कुठेतरी शहाणपणानं सगळ्यांनी माघार घेऊन मराठी रक्त... हिंदूंचं रक्त ह्या मराठी मायभूमीत... आणि हिंदुस्थानाच्या मायभूमीवरती सांडणार नाही एवढी एकमेव

शपथ त्यांनी घ्यावी. सगळे प्रश्न सुटतील. आणि मग ज्याच्याशी लढायचं आहे त्याच्याशी लढा. शत्रू मोठा फार दांडगा आहे. बलाढ्य आहे, जबरदस्त आहे. त्याकरता तुमचं हे शौर्य आणा नं कामी? बेसावधपणानं गोळ्या झाडून काय मर्दानगी मिरवताय का तुम्ही? जनावरं पाणी प्यायला आल्यानंतर त्यावर गोळी झाडायची नसते, पाणी प्यायला आलेल्या जनावरावरती गोळी झाडता आणि शिकारी म्हणून मिरवता. हे गांडूचं लक्षण आहे. चॅलेंज देऊन लढायला या चला, पण मी म्हणतो हे नको. बस्स झालं. बंद करा हे. अरुण काय. अश्विन काय, अमर काय, कोणी काय, कोणी काय... ह्या मराठी माऊलीच्या पोरांनी आता माघार घ्यावी. झालं गेलं विसरून गंगेला द्या सोडून, आणि सन्मानानं कसं जगायचं ह्याचा सगळे मिळून विचार करू. त्याला जी मदत लागेल ती मी करायला तयार आहे. जरूर मदत करीन मी. पण तुम्ही हा खूनखराबा आणि बदले विसरा. गेलेली माणसं काही परत येत नाहीत. परत येत नसली तरी आणखी का पाठवता? की जी पुन्हा परत येणार नाहीत. ही साखळी आता तोडा, कोठेतरी. त्यागानं तोडा, निस्वार्थपणानं तोडा. मला जर तुम्ही मानत असाल तर मी सांगतो तुम्हाला की माझा आशीर्वाद राहील ह्या पोरांना. तुम्ही दीर्घायुषी व्हा. पण खूनखराबा थांबवलात तर आणि तरच. नाही तर एकमेकांना मारूनच तुम्ही अर्धायुषी व्हाल. एवढंच मी त्यांना सांगेन.

◗ तुम्हाला संघटनेत सत्तेसाठी सुरू असलेली धुसफूस जाणवते का?

नाही. धुसफूस अजिबात नाही. एखाददुसऱ्या इकडेतिकडे दोन-तीन व्यक्ती असू शकतात. पूर्ण संघटनेत नाही. आणि त्या मूर्खांना हेही कळत नाही की आज आपण हे बोललो त्याचे परिणाम काय झाले असतील? रामशास्त्री बाण्याच्या अविर्भावात कोणीतरी बोलून जातं पण त्यांना कल्पना नाहीय की शिवसैनिकांचं हृदय कसं बांधलं गेलेलं आहे. त्याच्या रक्तात कोणत्या पेशी आहेत ज्या मी टाकलेल्या आहेत. त्या पेशींना किती परवडले तुमचे विचार. हासुद्धा त्या बोलणाऱ्याने, जरा विरोधी सूर असला तरी त्याचा विचार करावा. माणसं अशी एका सभेत जिंकता येत नाहीत. मी त्यांच्या मनावर सारखे संस्कार घडवत असतो. मी प्रेमानं माणसं जिंकलेली आहेत. एक शिवसैनिक जरी उभा राहिला आणि त्यानं सांगितलं की, बाळासाहेबांमुळे मी शिवसेना सोडली तर मी आता शिवसेनाप्रमुखपदाचा राजीनामा देईन, एवढा आत्मविश्वास आहे मला. मी कोणालाही दुखावलं नाही. हां... मी माणसांशी कडवटपणानं बोलतो.. चालतो, पण त्यांना माहितेय की बाळासाहेब का चिडलेत ते. पण त्याच्यामागे प्रेम आहे बाळासाहेबांचं, हे त्या शिवसैनिकाला माहीत असतं. दुसऱ्यानं चिडून दाखवावं शिवसैनिकांवर. काय परिणाम होतील ते बघा. मी ज्यावेळेला चिडतो त्यावेळेस तो नम्रपणानं ऐकतो. आणि त्याला माहीत आहे की

बाळासाहेब आपल्याला मार्गदर्शन करताहेत. बाळासाहेब आपल्यावर रागावले... चिडले... पण त्या चिडण्याच्या मागेही एक फार मोठे प्रेम आहे. आपला उत्कर्ष व्हावा. भलं व्हावं या दृष्टीनं बाळासाहेब बोलताहेत आपल्याला. माझी आयुष्यातली कमाई एवढीच आहे. माझी पैशाची कमाई नसेल, पण ही माझी मोठी कमाई आहे. शिवसैनिकाचं प्रेम... माझं त्यांच्यावर त्यांचं माझ्यावर यापेक्षा आमच्याकडे दुसरं भांडवल नाही.

◗ उद्धव ठाकरे व राज ठाकरे ह्यांच्या झपाट्याने पुढे आलेल्या नेतृत्वामुळे सेनेतील दुसऱ्या फळीत अस्वस्थता दिसत आहे... कारण लोक पूर्णपणे उद्धव व राजच्या मागे जाताना दिसत आहेत.

हे मी लादलेलं तर नाही ना? मी लादलेलं नाही की तुम्हाला राजला स्वीकारावं लागेल. उद्धवला स्वीकारावंच लागेल. असं मी लादत नाही ना? तुम्ही त्यांच्याकडे जाताय. त्यांना बोलवताय. आणि पोरं अक्षरशः विचारानं, आचारानं, सर्वच दृष्टीनं अक्षरशः फार मोठी डेव्हलप झाली आहेत. म्हणजे मुरब्बी होत चालली आहेत. हा मुरब्बीपणा आपल्या मुळावर येईल की काय? अशी जर उद्या कुणाला भीतीच वाटली तर मी काय करू? बरं हे काय त्यांना निवडणुकीला उभे करून मुख्यमंत्री करण्याचे मार्ग नाहीत माझे. त्यांच्या नशिबात जे आहे ते मलाही काढून घेता येणार नाही किंवा देता येणार नाही. मी शिवसेनाप्रमुख होणार हे मला तरी कोठे माहीत होतं? मी व्यंगचित्रकार. माझ्या मेहनतीनं मी उभा राहिलो. पण मी शिवसेनाप्रमुख झालो. उद्या ते कोणी होणार असतील तर त्यांच्या नशिबात असलेलंच होईल. घराणेशाही कोठे सुरू होते? पोरात काही गुण नाही. नालायक कार्ट, बड्या बापाचं कार्ट एवढ्यापुरताच संबंध. तरीपण मी मात्र त्याला मुख्यमंत्री म्हणून लादला, पंतप्रधान म्हणून लादला तर ती घराणेशाही. पण माझं पोरगं कर्तृत्वाच्या जोरावरती पुढं येतंय. त्याचा माझ्याशी काही संबंध नाही आणि ते उद्या चमकलंच तर मी का म्हणून सांगू - ए चमकलास तर याद राख! कानफट फोडून टाकीन असं बोलू त्याला? माझा काय अधिकार आहे तो?

◗ अजिबात नाही..

तो माझा अधिकारच नाही. मी लोकांना फोन करतोय... पत्र लिहितोय... की माझ्या मुलाला अध्यक्षपद दिलं नाही तर याद राखा... प्रमुख पाहुणे म्हणून बोलावलं नाही तर याद राखा. बघतो तुम्ही कसे काम करता संघटनेत. अशी काय आमची पत्र जाताहेत का त्यांना? कोणीही उठून सांगावं- होय, बाळासाहेब तुम्ही मला त्या दिवशी फोन केला होता. राजला बोलवा. उद्धवला सांगा तमुक करा. एकानं सांगावं येऊन. चला. That's my challange. Open challenge to anybody, even to my leaders. Come on. माझ्या नेत्यांना सांगतोय असा काही प्रकार झाला असेल तर मला सांगा तुम्ही. तुम्ही शिवसेनाप्रमुख व्हा. मी बाजूला होतो. कुणी मला विचारलं की राजला न्यायचं की उद्धवला न्यायचं तर मी ताडकन सांगतो हा तुमचा प्रश्न आहे. मला विचारायचे नाही. फाटकन एका शब्दात बोलतो. काय? साहेब, उद्धव हवे होते... नाही. उद्धवचं तुम्ही माझ्याशी काही म्हणायचं नाही. उद्धवशी तुम्ही बोला आणि तो काही हो म्हणेल, नाही म्हणेल तो त्याचा प्रश्न आहे. तुम्ही त्याच्याशी बोला. माझ्याकडून तुम्हाला काही होकार-नकार कळणार नाही. मी देणार नाही. ह्यापेक्षा मी काय करू शकतो? कोणी सांगेल का? मी सांगतोय.

तुम्ही त्या दोघांमधले कोणते गुण हेरले आहेत?

त्यांच्यामध्ये शिवसेनेबद्दल एक जबरदस्त प्रेम आहे. आपल्या बापानं आणि आपल्या काकानं काय केलंय ह्याबद्दल त्यांना एक जबरदस्त आत्मीयता आहे. आपल्या काकानं आणि बापानं खरोखरीच एक जबरदस्त काम केलं आहे ह्याबद्दल आदर आहे त्यांना. व्यंगचित्रकलेची दीक्षा मी त्याला दिली. मी आपणहून दिली नाही. तो डेव्हलप झाला. मी त्याला मार्गदर्शन करीत गेलो व्यंगचित्रकलेमध्ये. ही तर आता घराणेशाही होत नाही. उद्धव फोटोग्राफीकडे वळतोय. घराणेशाहीचा इकडे संबंध नाही ना? मुळात एवढंच आहे की जर चुकलं तर मी त्यांना सांगतो. हे मुद्दे तू नाही बोलायचे. हे बरोबर नाही. हे करण्याचं कर्तव्य माझं आहे. मुलं पुढे येत आहेत. फक्त एवढंच आहे की आमची एक काहीतरी परंपरा राहील ठाकरे घराण्याची म्हणून. त्याला धोका कुठे त्यांनी आणता कामा नये. परंपरेला राजकारणातच शिरलं पाहिजे असं नव्हे. ती संस्कृती असते. संस्कार असतो. त्या संस्काराला कुठे धक्का लागता कामा नये.

मी दोघांतल्या विशिष्ट गुणांविषयी प्रश्न विचारला होता

गुण म्हणाल तर दोघांनी काही कला आत्मसात केलेल्या आहेत. त्याचबरोबर दोघांमध्ये एक Organising Capacity आहे. राजमध्ये काही क्वॉलिटीज आहेत. लोक भेटायला आल्यावर त्यांना भेटण्याची त्याची दानत आहे. भेटतात. लोकांचे प्रश्न समजून घेतात. सोडवतात. ह्यामुळे लोकांना असं वाटलं की निदान कुठेतरी एक दिलासा मिळतोय. आपले प्रश्न शिवसेनाप्रमुखांपर्यंत पोहोचवत नाही कुणी. ते इथून पोहोचले जाताहेत म्हणून ते आपलं मन त्याच्यापाशी मोकळं करतात. त्यांना एक व्हेष्टिलेशन वाटतं. कुणीतरी आहे बाबा. राज नसला तर उद्धव. उद्धव नसला तर राज. तुम्ही करा हे. तुम्ही करत होता पूर्वी आज नाही करत असाल कदाचित. त्यावेळी परिणाम असू शकतात हे. जळणाऱ्याने हाही विचार करावा. जळत कुणी

असतील तरच मला नाही वाटत, नाही वाटत कुणी जळत असेल. तरीपण मी असं म्हणेन, असालच तर ह्याचा विचार करावा. आपण कमी पडतोय का? माझ्या वडिलांनी मला काही कानमंत्र दिले होते. त्याच्यामध्ये एक महत्त्वाचा कानमंत्र असा आहे... की बाबा, निवडणूक जिंकलास तरीपण तू मनाला विचार का जिंकलास? आणि जर तू हरलास तरीपण का हरलास? हा प्रश्न तुला दोन्हीकडे वापरता येईल आणि त्याची उत्तरे तुला मिळतील. राज आणि उद्धव लोकप्रिय होताहेत. ते का होताहेत? आणि नाही होत तर का नाही होत? मनाला विचारा ना तुम्ही. जळता कशाकरिता तुम्ही?

◗ उद्धव आणि राजच्या संघटनेतील कामामुळे तुमच्यावरील ताण कमी झाला का?

निश्चित कमी झाला. उद्धवला मी दादू म्हणतो. अर्थात तो घरीच असतो आणि काही महत्त्वाचं आलंच आणि मला वेळ नसेल तर मी दादूला सांगतो वाचून ठेव. आल्यानंतर जरा मला सांग काय प्रकार आहे तो. काही राजाकडे देतो. राजा हा प्रकार काय आलाय पहा. तुझ्याच भागातला आहे. इकडे जरा जाऊन पहा काय चाललंय ते. कशाकरिता तुम्ही करताहात. जरा चौकशी कर. तर तो जाऊन चौकशी करणार. एवढं कोण आज माझ्याकडे बसून काम करायला तयार आहे. मला सांगा तसं नेते मंडळींकडेही मी काही सोपवितो. त्याप्रमाणे ते करतातही करत नाही अशातला प्रश्न नाही. पण हा अत्यंत जवळचा भाग झाला. जसं माझा एक स्वभाव आहे. जो ज्या वेळेला हजर असेल त्याच्याकडे काम टाकून मोकळा होतो मी. माझ्याकडे आवडतं नावडतं काही भानगड नाही. सगळेच आवडते आहेत. समजलं की नाही? माझा स्वभाव माहीत आहे त्यांना. २८ वर्षांमध्ये जर कोणी नेत्याने वा शिवसैनिकाने वा कोणी माझा स्वभावच ओळखला नसेल ना तर ह्यापेक्षा मला वाटतं तुम्ही दळभ्रदी आहात. मी नव्हे, हा माझा स्वभाव आहे. मी कधीही उणे-दुणे, आवडतं-नावडतं अशी गटबाजी मी कधीही शिवसेनेत येऊ दिली नाही. नेत्यांनी सांगावं मला, की बाळासाहेब, हा तुम्ही एक तुमचा गट 'फॉर्म' केलेला आहे. शिवसेनेत सांगावं चला.

◗ पण नेत्यांचे गट नाहीतच अस तुम्ही कसं म्हणू शकता?

नेत्यांचे अजूनतरी गट आहेत असं वाटत नाही. आणि तसे गट ते फॉर्मही करू शकणार नाहीत. शेवटी गट फॉर्म झाला तरी गटात कोण येणार? हाही प्रश्न राहणारच आहे.

[४ मे, १९९४]

महाराष्ट्रात काँग्रेसचा पराभव अटळ आहे...

“जानेवारी ९५ सालात घेतलेली ही मुलाखत म्हणजे महाराष्ट्रात होणाऱ्या कालांतराची नांदीच ठरली. शिवसेनाप्रमुख बाळासाहेब ठाकरेंनी प्रचारासाठी महाराष्ट्र पिंजून काढला. त्या रणधुमाळीतच– शिवसेनाप्रमुखांनी ही खणखणीत मुलाखत दिली, ''महाराष्ट्रात काँग्रेसचा पराभव अटळ आहे आणि शिवसेना-भाजपा युतीचा भगवा विधान भवनावर फडकणार आहे ते माझे स्वप्न नसून जिद्द आहे.'' असे सांगणाऱ्या शिवसेनाप्रमुखांचा आत्मविश्वास खरा ठरला. पुढे ९ आणि १२ फेब्रुवारी रोजी झालेल्या निवडणुकांत शरद पवारांच्या नेतृत्वाखालील काँग्रेस पक्षाचा व सरकारचा संपूर्ण पराभव झाला.

संभाव्य काँग्रेस पराभवाची 'ब्ल्यू प्रिंन्ट'च बाळासाहेब ठाकरे ह्यांनी त्यांच्या मुलाखतीत मांडली ती अशी–”

◗ महाराष्ट्राचा एक दौरा तुम्ही पूर्ण केलात. नाशकातील अधिवेशनही जबरदस्त झाले. हे सर्व पाहता तुम्हाला महाराष्ट्राचा मूड कसा वाटतो?

यावेळेला एक जबरदस्त लाट आल्याचा भास होतोय. माझ्या कोकणातल्या सभा ९० सालच्या ज्या झाल्या त्याच्यानंतर मी जो आता दौरा केला कोकणचा ते चित्रच अभूतपूर्व असे होते. ज्या वेळेला मी रस्त्यावरून सभेच्या ठिकाणी येत होतो त्या वेळी शुकशुकाट दिसायला लागला. त्याचं कारण सर्व माणसं झाडून सभेला लोटलेली असायची. दुकानवाले गिऱ्हाईकाची वाट बघत बसलेली दिसायचे. हे दृश्य मला ९० साली दिसलं नाही ते आज दिसतंय ९५ साली. अगदी सगळीकडेच. मनोहर जोशींच्या गावाला गेलो, आंबेतला. तिकडेसुद्धा हाच प्रकार गाव सगळं ओस. पूर्ण ओस. कोल्हापूरला तेच. मराठवाड्याचा दौरासुद्धा तुफान. त्यामुळे काँग्रेसच्या बाबतीत एक जबरदस्त असा एक द्वेष, चीड, संताप आहे लोकांच्या मनामध्ये. एक अशी दाटलेली वाफ आहे. ही वाफच ९ आणि १२ तारखेला झाकण उडविणार.

◗ मागच्या विधानसभा निवडणुकीतही यापेक्षा पोषक वातावरण असतानाही आपली संधी थोडक्यात हुकली. तेव्हा या लाटेचं परिवर्तन पुन्हा मतपेटीत होऊ शकेल का?

असं आहे शेवटी की लोकांना घरामध्ये करमत नाही म्हणून लोकं सभेला येऊन बसत नाहीत. महिलांची संख्यासुद्धा आम्ही पाहतो सभेला. एवढ्या दाटीवाटीनं आणि तेही भयानक थंडीत. थंडी म्हणजे काही बोलूच नका. सेलूला थंडीचा मलाही त्रास झाला. सगळ्यांनाच त्रास झाला. सुधीरभाऊ तर कुडकुडत होते. हे किती डिग्री खाली होतं काही कल्पना नाही, तरीही महिला मोठ्या संख्येने बसलेल्या असायच्या डोक्यावरनं पदर घेऊन. तुफान गर्दी होती. मागच्या वेळेला ९० साली आमची फार घाई झाली उमेदवार निवडीत. आता जी मांडणी आहे ती त्या वेळेस नव्हती. आता संपर्कनेते आहेत. संपर्कप्रमुख आहेत, जिल्हाप्रमुख आहेत आणि उमेदवारांची निवडसुद्धा त्यातल्या त्यात काटेकोरपणे होते आहे. एक-दोन ठिकाणी होणार. कारण नाइलाज आहे. कारण तिथे काही कामच तुम्ही केलं नाही. त्या वेळेला एस. काँग्रेसची माणसं पद्धतशीर घुसवली गेली आमच्यामध्ये. तिथूनच्या स्थानिक लोकांनी. हा साहेब म्हणे चांगला कार्यकर्ता आहे. अमुक आहे, तमुक आहे. वैयक्तिक ऊठबसीचासुद्धा फार त्रास होतो काही वेळेला. या वेळेला काटेकोरपणाने सर्व छाटून टाकलं आहे. ह्यावेळेला उभे राहणारे बहुतांशी शिवसैनिक आहेत. तरीही ९८ टक्के म्हणता येईल. बाकी एक-दोन टक्क्यांचा नाइलाज आहे. कारण तुम्ही तेथे काही केलंच नाही. पण जागाही सोडता येत नाही. उदाहरणार्थ मिरज. तुम्ही ते बांधलंच नाही. तेव्हा करायचं काय?

जागा कशाला फुकट घालवायची? काँग्रेसवाल्याला बिनविरोध कशाला निवडून द्यायचा?

◗ १९८९ साली जे आपलं लक्ष्य होतं विधानसभेवर भगवा फडकविण्याचं, तेच आज ९५ सालातही आहे...

माझं कायमचं लक्ष्य आहे ते. माझ्या आयुष्यातील ते फार मोठं स्वप्न तर आहेच आहे. पण एक जिद्द आहे.

◗ १९८९ आणि ९५ या दोन निवडणुकांत तुम्ही कोणता फरक करता? पाच वर्षांत पुलाखालून बरंच पाणी वाहून गेलं आहे.

शेषनने जे एक वातावरण निर्माण केलेलं आहे आणि जो कडकपणा, कडवटपणा नव्हे, निवडणुकांच्या धोरणांमध्ये आणलेला आहे, त्यामुळे फार मोठी मदत होणार आहे. विरोधी पक्षांना जास्त नाही म्हटली तरी पंचाईत काँग्रेस पक्षाचीच झाली आहे. वारेमाप पैसा अजीर्ण झाल्याप्रगाणे ते वाटायचे. तो प्रकार आता काही चालणार नाही. पुन्हा बोगस व्होटिंगला खूपच जबरदस्त आळा बसणार आहे. कारण फोटो आणि दाखविणाऱ्यांचं तोंड हे एकच आहे की नाही आता पाहिले जाईल. हे वातावरण एका माणसानं आणलंय या देशात, खऱ्या खुऱ्या अर्थानं लोकशाही जिवंत आहे या देशात. हे त्या एका माणसानं सिद्ध करून दाखवलं. म्हणजे एक माणूससुद्धा पुष्कळ काही करू शकतो. शेषनने या देशावर फार मोठे उपकार केले आहेत. त्याचा फायदा जेवढा विरोधी पक्षांना मिळेल तेवढा काँग्रेसला मिळणार नाही. काँग्रेसची 'गोची' झाली आहे. फार पंचाईत झालेली आहे. पैसे टाकले की कोंबड्या दाणे टिपायला येतात. तसे आता दाणे टिपता येणार नाहीत कोंबड्यांना!

◗ हा फरक जरी असला तरी दोन निवडणुकांतली एक गोष्ट मात्र 'कॉमन' आहे.

कोणती?

◗ तेव्हांची लढत ही शरद पवारांविरुद्ध होती आणि आजही त्यांच्याविरुद्ध लढाई आहे!

मागच्या लढाईच्या वेळेला पवारांवर एवढे भीषण, भयानक आरोप नव्हते. यावेळचे आरोप म्हणजे अगदी गुन्हेगारी स्वरूपाचे आहेत आणि हे सिद्ध झालेले आहेत. म्हणजे ते संरक्षणमंत्री असताना दाऊदच्या दोन खतरनाक गुंडांनी त्यांच्याबरोबर संरक्षण दलाच्या विमानातून प्रवास केला. त्यामुळे पूर्वी पवार सटकले म्हणजे पूर्वी

तेवढे आरोप नव्हतेच. यावेळेला म्हणजे पुराव्यानिशीच सिद्ध झालेलं आहे. ते मुख्यमंत्री काँग्रेसचेच आहेत म्हणूनच वाचलेत. विरोधी पक्षांचा हा मुख्यमंत्री असता तर दिल्लीने त्यांचं सरकार केव्हाच बरखास्त केलं असतं. जे. जे. हत्याकांडातील गुन्हेगार यांच्या विमानात सापडावेत आणि थातूरमातूर खुलाशानं रावांनी समाधान मानावं. याला काही अर्थ नाहीय. आता दिल्लीमध्ये त्यांच्या कुटुंबीयांच्या घरावर डी. आर. आय.च्या धाडी पडल्या. तेसुद्धा तुम्ही दाबून टाकलं. ह्याला काय अर्थ आहे? संरक्षण खात्याच्या जमिनी यांनी बिल्डरांना विकायला काढल्या. लष्करासाठी लागणाऱ्या वनस्पती तेलाचे कंत्राट 'अजित पवारां'च्या बारामती ऑइलला दिले. हे सर्व मला काँग्रेस पक्षाच्याच जबाबदार खासदाराने सांगितले.

◗ पवारांचे आणखीही बरेच गुण तुम्हाला माहीत असावेत.

मी नेहमी सांगत आलोय की काँग्रेस आणि शरद पवार यांच्याकडे पैसे अफाट आहेत. अफाट म्हणजे ते काहीही खरेदी करू शकतात. राजीव गांधी असतानाही असं म्हटलं जात होतं की पवार हे हिंदुस्थानातील एक जबरदस्त अति अति अति श्रीमंत असे राजकारणी आहेत. He is a reachest politician in Hindusthan. त्यामुळे त्यांची खरेदी-विक्रीवरती नेहमी नजर असते आणि मागच्या वेळेलासुद्धा सत्ता गेली होती त्यांच्या हातून. ती त्यांनी खरेदी-विक्री करून आणली.

◗ ती कशी काय?

९ आमदारांना त्यांनी आधी पकडलं. अपक्ष लीडवर कोण आहेत ते त्यांनी पाहिलं आणि तसे निरोप गेले. सरकारी यंत्रणेचा जबरदस्त गैरवापर झाला आणि तेथूनच्या अधिकाऱ्यांना वायरलेस मेसेज गेले की, जे अपक्ष लीडवर आहेत त्यांना ताबडतोब 'वर्षा' बंगल्यावर घेऊन या मोटारीत घालून आणि त्याप्रमाणे ते नेले गेले आणि मुख्यमंत्र्यांचं आमंत्रण म्हणजे फार मोठं असतं ना. माणसं पागल होतात. त्याप्रमाणे ती माणसं पागल झाली. 'वर्षा' बंगल्यावर गेले. निश्चित व्यवहार झाला आणि त्याच्यातनं विरोधी पक्षाचा जो वरचा आकडा होता तो खाली गेला. १४१ आणि १४७ नऊ तिकडे गेल्याबरोबर आमचा आकडा खाली गेला.

◗ तर हे आर्थिकदृष्ट्या सबळ कारस्थानं करण्यात प्रबळ असलेल्या पवारांचा पराभव करणारं कोणतं हत्यार तुमच्यापाशी आहे?

मी तोंडावर सांगितलंय शरद पवारांना. शरदबाबू, आपण आयुष्यभर कट-कारस्थानंच करीत बसणार का? तर म्हणाले... 'असं कसं म्हणता तुम्ही बाळासाहेब.' हेच चाललंय तुमचं. इकडूनचं तिकडं. तिकडूनचं इकडे. ह्याच्यात काडी घाल.

त्याच्यात काडी घाल. तोंडावर बोललोय मी त्यांच्या. जिथे या मुंबईत एस. के. पाटलांचा– ज्यांना 'सदोबा' म्हणत– त्यांचासुद्धा पराभव जॉर्ज फर्नांडिसने केला होता. राजनारायणनेसुद्धा जनता पक्षाच्या लाटेत इंदिरा गांधींसारख्या एका जबरदस्त बाईचा पराभव केला होता. त्यापुढे हे शरद पवार काहीच नाहीत. एस. के. पाटील तेव्हा काय जबरदस्त ताकदीचा माणूस होता! संपूर्ण पैशाची कामं काँग्रेस पक्षाची एस. के. पाटील करीत. किंबहुना मतपेट्यांची अदलाबदल करण्यात त्यांचा हातखंडा. केरळातसुद्धा हीच हेराफेरी करण्यासाठी नेहरूंनी सदोबांना पाठवलं होतं आणि त्यांनी ते केलं.

◗ या प्रबळ पवारांना तुम्ही कसं रोखणार?

छे, प्रबळ म्हणजे काय? वासरात लंगडी गाय शहाणी. बाकी सर्व वासरं आहेत काँग्रेसमध्ये त्याला आपण तरी काय करणार! विलासराव देशमुख घ्या. त्यानंतर ते विजयसिंग मोहिते पाटील. आमचे सुधाकरराव नाईक. शंकरराव चव्हाणांचा प्रश्नच नाही. ते म्हणाले की, इथे भानगडच नको. आपण दिल्लीला गेलेलं बरं. तर ही लंगडी गाय आहे आणि बाकीची वासरं आहेत हे त्यांनी त्यांच्या वृत्तीनं दाखवून दिलेलं आहे की, आम्ही सगळी वासरं आहोत. राजकारणात त्यामुळे ही बारामतीची लंगडी गाय शहाणी ठरते. पवार हा प्रबळ-बिबळ असा काही नाहीय. प्रबळ असता तर १४१ वर थांबला नसता १९९० साली.

◗ मुख्यमंत्री पवारांच्या कारकीर्दीतील कोणत्या घटनेमुळे तुम्ही जास्त व्यथित झालात?

पवारांनी गोवारी समाजाच्या संबंधात जो काही प्रकार केला, किंबहुना ज्या पद्धतीने गोवारी समाजाचं हत्याकांड झालं, त्यांना जी वागणूक मिळाली, त्यामुळे मी व्यथित झालो. अत्यंत अमानुष वागणूक. राज्यकर्त्याला ही शोभणारी नाही. पवारांनी त्या लोकांना निदान भेटायला तरी पाहिजे होतं. पिचडनं राजीनामा देऊन नैतिक जबाबदारी पार पाडली हेदेखील मी मानायला तयार नाही. अंगलट आलं म्हणून कोणाचा तरी बळी घेतला; नाहीतर पिचडचा काय संबंध? असेल त्याच्याकडे एखाद्या विशिष्ट जमातीचं खातं. खरा राजीनामा मुख्यमंत्री आणि ज्यांना आम्ही पद्ममियाँ म्हणतो ते पद्मसिंग पाटील यांनी गृहमंत्री म्हणून द्यायला पाहिजे. कारण पोलिसी अत्याचार होता तो. अशा वेळेला त्यांनीच राजीनामा द्यायला हवा होता. सरकार बरखास्त व्हायला पाहिजे होतं. हे विरोधी पक्षाचं जर असतं तर नक्कीच बरखास्त झालं असतं. बाबरी मशिदीचा प्रश्न फक्त उत्तर प्रदेशापुरता मर्यादित होता. तिथंसुद्धा लॉ ऑर्डर काही ढासळली नव्हती. तीन

ढांचे पडल्यानंतरसुद्धा दंगल हा प्रकार काही तिथे नव्हता. अशा वेळेला तरी कल्याणसिंगने राजीनामा दिला. मग उत्तर प्रदेशमध्ये मर्यादित असलेला हा प्रकार तरीही तुम्ही राजस्थान, मध्य प्रदेश आणि हिमाचल प्रदेशातील सरकारांना का धक्का लावला? तर ती भाजपाची होती म्हणून. विरोधी पक्षाची होती म्हणून. का तिथं दंगल उसळली होती. लॉ ॲण्ड ऑर्डर धोक्यात आली होती? झालं तरी काय होतं? पण निर्दयपणानं तुम्ही इथे वागू शकता. आपल्या स्वत:च्या पोराबद्दल नाही वागता येत हे दाखवलंय नरसिंहरावांनी.

[१३ जानेवारी, १९९५]

जनतेशी द्रोह खपवून घेणार नाही...

“महाराष्ट्रात शिवसेना-भाजपा युतीची सत्ता येणारच ह्याची मनोमन खात्री पटल्यावर शिवसेनाप्रमुखांनी ‘सत्ता कशी असावी व कशी राबवावी.’ ह्याचा एक आराखडाच त्यांनी मनोमन तयार केला. राज्यकर्ता आणि जनता यांचं नातं कसं असावं याचं सर्वांगसुंदर स्पष्टीकरणच त्यांनी केलं. ते म्हणाले, ‘‘जनतेच्या आशीर्वादाने, त्यांच्या कृपेने तुम्ही मंत्रालयाच्या सहाव्या मजल्यावर जाऊन बसलेले आहात म्हणून तुम्हाला नेहमीच सतत आणि सातत्याने जनता ही समोर ठेवायलाच हवी. उद्या सत्ता आल्यावर माझी माणसं जनतेशी असलेलं नातं पाळत नाहीत असं मला आढळलंच तर त्यांना मी बाजूला करीन. मुख्यमंत्र्यांनाही ‘गेट आऊट’ करीन.’’”

राज्यकर्ता आणि जनता यांचं नातं कसं असावं याचं सर्वांगसुंदर स्पष्टीकरण शिवसेनाप्रमुख बाळासाहेब ठाकरे यांनी 'मॅरेथॉन' मुलाखतीच्या दुसऱ्या भागात केले. ते अत्यंत गंभीर होऊन म्हणाले, 'जनतेच्या आशीर्वादानं, त्यांच्या कृपेनं तुम्ही मंत्रालयाच्या सहाव्या मजल्यावर जाऊन बसलेले आहात, म्हणून तुम्हाला नेहमीच, सतत आणि सातत्याने जनता ही समोर ठेवायलाच पाहिजे.' त्यानंतर आसूड ओढावेत अशा कठोर स्वरात त्यांनी सांगितले, उद्या सत्ता आल्यावर माझी माणसं जनतेशी असलेलं नातं पाळत नाहीत असं मला आढळलंच तर त्यांना मी बाजूला करीन. हैदोस घालीन महाराष्ट्रात. कोणी मस्तीत जाऊन जनतेशी द्रोह करीत असेल तर त्याला 'गेट आऊट' म्हणेन! मग तो मुख्यमंत्री असला तरी बेहत्तर. मला पर्वा नाही. शेषन यांच्या आचारसंहितेचं प्रचंड स्वागत आणि कौतुक करताना त्यांनी सांगितले, शेषन यांचे काहीच चुकले नाही. या देशाला फटकेच पाहिजेत आता. त्याशिवाय देश सुधारायचा नाही. शरद पवार हे अपशकुनी असून महाराष्ट्राचे मुख्यमंत्रीपद त्यांनी स्वीकारल्यापासून येथील जनतेवर रोज संकटांचे पहाड कोसळत असल्याचेही ते म्हणाले. मॅरेथॉन मुलाखत सुरू असतानाच परळ विभागातील शिवसैनिक शिवसेनाप्रमुखांना भेटण्यासाठी आले. अत्यंत संतप्त होऊन तेव्हा शिवसेनाप्रमुख म्हणाले, ''काही झाले तरी परळचा उमेदवार बदलणार नाही. जर मी दिलेला उमेदवार पाडलात तर नुकसान माझं होणार नसून महाराष्ट्राचं, मराठी माणसांचं होणार आहे. हा एक यज्ञ मी चेतविला आहे. त्यात माझा स्वार्थ नसून तुमचं हित आहे.'' नंतर शिवसेनाप्रमुख बंगल्याबाहेर आले व त्यांनी परळहून आलेल्या शेकडो शिवसैनिकांना दर्शन दिले. मायेनं विचारपूस केली. अनेक महिला शिवसैनिकांना तेव्हा भावनावेगानं हुंदके फुटले. अशीही मॅरेथॉन मुलाखत अनेक वळणं घेत सुसाट वेगात पुढे निघाली आहे.

◗ गोवारींच्या हत्याकांडाने आपण व्यथित झालात, पण पवारांच्या कारकिर्दीत दंगली आणि बॉम्बस्फोटांचेही थैमान झाले. त्याविषयी काय वाटते?

यावर शिवसेनाप्रमुख ताडकन म्हणाले, ''मी पवारांना म्हणतो हा शकुनीमामा तर आहेच आहे. ज्या वेळेला आले त्याच वेळेला मार्चमध्ये भीषण बॉम्बस्फोट झाले. मला वाटतं, ती तारीख बारा मार्च आणि तेरा बॉम्बस्फोट. त्या संकटातून सावरतो न सावरतो तोच तुमच्या मराठवाड्यात भूकंप झाला. ते ढिगारे उपसण्याआधीच प्लेग आला. प्लेगमधून सावरायचे म्हटले तर गोवारींवर संकट आले. गोवारींचं झालं आणि आता महाराष्ट्रभर नको त्या वेळी पाऊस सुरू झाला. त्यात पीक, धनधान्याची नासाडी झाली. झाडांचा मोहोर गळून गेला तर हे असे अपशकुनी पाय. शुभ हस्ताचे प्रकार म्हणाल तर ठाण्याच्या पुलाचं उद्घाटन केलं आणि चार दिवसांनी दोन गाड्या

खाली गेल्या, त्यात आठ माणसं मेली, हे शुभ हस्त. आठ माणसं गेली. दोन गाड्या खाडीत पडल्या.

हे त्यांचे अपशकुनी पाय हा तुमच्या प्रचाराचा मुद्दा राहील काय?

आहेच मुळी. करतोच मुळी. आम्ही दाखवून दिलेलं आहे पवार कसे अपशकुनी आहेत ते आणि लोकांना पटतात ते.

दंगली आणि बॉम्बस्फोट? या जखमाही अद्यापि पूर्ण भरलेल्या नाहीत.

इथे हिंदू मुसलमानांचा प्रश्न नाहीय. आचारसंहिता हा प्रकार जरी असला तरी काही प्रश्न मी शेषननासुद्धा बोललो. हे राजकीय विषय आहेत आणि राजकीय विषय हाताळण्याचे काही प्लॅटफॉर्म्स असतात. उदाहरणार्थ, समान नागरी कायदा (कॉमन सिव्हिल कोड) हा काही आम्ही इथे घेणार नाही. आम्ही एक विचार मांडू, पण कॉमन सिव्हिल कोड हा प्रकार लोकसभेच्या जागेतच सोडवला जातो, यासिम मलिकचा आम्ही उल्लेख करू शकतो, कारण इथे आमच्या देशाचा अभिमान आहे, सार्वभौमत्व आहे त्याचा अपमान झाला आहे. कसा? तर त्याने सांगितलं की हजरतबलच्या बाजूचे लष्करी खंदक बुजवून टाका. अमुक आहे, तमुक आहे आणि आमच्या सरकारनं केलं ते. हे राजकीय विषय आहेत. माझ्या सरकारनं कसं वागावं आणि कसं वागू नये हे सांगण्याचा मला एक अधिकार आहे. मतदार म्हणूनसुद्धा आणि नागरिक म्हणूनसुद्धा. यात हिंदू-मुसलमानद्वेष, एका जमातीच्या विरुद्ध दुसरी जमात हे काही लावालावीचे धंदे नाही होत. पण आमचे न्यायमूर्ती जे बसलेले आहेत तेच एका विचित्र 'बायस माइन्ड'नी. एका अशा कलुषित मनानं बसलेले आहेत आणि तसे निर्णय दिले जाताहेत दुर्दैवानं आणि मग मी जर बोंबललो... बोंबलण्याचे अधिकार मला आहेत. कारण माझ्याकडे तसे पुरावे आहेत.

कसले पुरावे आहेत?

कोर्टात हल्ली न्यायच मिळत नाही, असं बोललो की सगळेच माझ्याविरुद्ध कावकाव करायला लागतात. का कावकाव करता? कुणीतरी येतो आणि मला सांगतो, तुमची केस असेल हायकोर्टात किंवा सुप्रीम कोर्टात तर सांगा बाळासाहेब. १०-१५ लाख द्यायची पाळी आली तर मी देईन, पण मी ती सोडवतो. म्हटलं सांग. सुभाष देसाईंची केस आहे. म्हटलं जा. केस नंबर दिला, पॅनल दिलं. सगळं दिलं. तो परत आला दोन दिवसांनी. म्हटलं काय? मला म्हणाला की, "यह जो तुम्हारे जजेस है उसका एजंट धुंडना पडेगा." म्हणजे न्यायमूर्तींचे एजंट असू शकतात. आहेत हे त्यांनी मला सांगितलं. मला माहीत नव्हतं. मग ज्या न्यायमूर्तींचे

एजंट फिरताहेत. म्हणजे कशाकरिता फिरताहेत? न्यायमूर्तींना केसेस द्यायला. खटल्याचे जोगवे मागताय. हे नवीन लचांड काय आहे? एजंटांचं. वेश्येला भडवा चालतो, पण न्यायमूर्तींना एजंट लागू लागला. गिऱ्हाइकं मिळविण्यासाठी? आणि हे ठाकरी भाषेत मी बोललो तर तुम्ही बोंबाबोंब करता. म्हणे ही असभ्य भाषा आहे. का बोलायची नाही? न्यायमंदिराचं जर पावित्र्य राखलं जाणार नसेल तर मी त्या न्यायमंदिराची पर्वा करणार नाही आणि आतमध्ये बसणाऱ्या लोकांचीसुद्धा. मी नाही पर्वा करणार. माझ्या वडिलांनी मला हे शिकवलं आहे.

◗ **शेषन यांचा फटका तुम्हालाही बसलेला आहे.**

असेल. असेल. पण मी ॲक्सेप्ट करतोय तो. `I must say hats up to him.' एक माणूससुद्धा या देशात खूप काही करू शकतो. इतका भयानक विरोध असताना. म्हणजे त्याला जागेवरून हलवितात की काय, त्यासाठी एखादा ऑर्डिनन्स आणतात की काय, कायद्यात बदल करतात की काय? या सगळ्या वादळाला झुगारून तो म्हणतोय नाही. This must be done! त्याच्यांत शेषनचा काय इंटरेस्ट आहे? व्यक्तिगत फायदा काय? तर काही नाहीय. जे तुम्हींच कायद्यानं निर्माण केलंय ते फक्त मी राबवतोय. आजपर्यंत कोणी राबविण्याची हिंमत दाखवली नाही. हे सगळं तुमचं आहे. माझं नाही. लोकसभेमध्ये पास झालेलं आहे. घटनेमध्ये आहे. पण त्याची अंमलबजावणी नाही. मी अंमलबजावणी करतोय्. यात शेषनचा काय दोष आहे सांगा. कायदा तुम्ही केला आहे. उद्या एखाद्या पोलीस अधिकाऱ्यानं– मग तो पोलीस कमिशनर असो, आय. जी. पी. असू द्या, मुख्यमंत्री असू द्या किंवा गृहमंत्री असू द्या. कायदा पास तुम्ही केलात. मी फक्त अंमलबजावणी करतोय. मग कुरबुर का तुमची? शेषननं स्वत:चा माथेफिरूपणा त्यामधे आणलाय का? तुमच्या कायद्यात त्यानं बदल केलाय का? तो फक्त तुमचा कायदा राबवतोय आणि राबविणारा उभा राहिलाय. आम्हाला बसेल कदाचित फटका. बसलाही असेल. मला त्याची पर्वा नाही. या देशाला फटकेच पाहिजेत आता. याशिवाय देश सुधारायचा नाही.

◗ **१४ तारखेला मराठवाडा विद्यापीठाच्या नामांतरास वर्ष पूर्ण होत आहे. या दिवशी काही विशेष कार्यक्रम?**

१४ ला संक्रांत आहे. तो थोडा हिंदू सणाचा प्रश्न आहे. भावनांचा प्रश्न आहे. म्हणून १४ तारखेला आम्ही विशेष काही करीत नाही. तरीही मराठवाड्यातील जनतेच्या तीव्र भावनांना १५ तारखेस वाट मोकळी करून देऊन दडपशाही करणाऱ्या सरकारचा सर्वत्र निषेध करणार आहोत. ज्यांच्यावर नामांतराच्या बाबतीत

अन्याय झाला आहे. पोलिसी अत्याचाराने जे भरडून निघाले आहेत. अत्यंत निर्घृण अत्याचार झाले, 'ॲट्रॉसिटी' कायद्याचे चटके ज्यांना बसले, त्या अन्यायाच्या निषेधार्थ, सरकारच्या निषेधार्थ, एका बाजूच्या भावना सांभाळून दुसऱ्या बाजूच्या भावनांना जपणाऱ्या सरकारच्या विरोधात आम्ही मराठवाड्याच्या पोळलेल्या जनतेला दंडास काळी फडकी, काळ्या फिती बांधायला सांगितले आहे. म्हणजे तुम्हाला तो 'पोल' कळेल. लोकांच्या किती तीव्र भावना आहेत नामांतराच्या विरोधात ते समजेल. मराठवाड्याच्या नामांतरविरोधी जनतेनं १५ तारखेला दंडाला काळी फडकी बांधून निषेध व्यक्त करावा. आता निवडणुकांचा काळ असल्यामुळे ही एक 'सोबर... अत्यंत मुलायम अशी (शिवसेनाप्रमुख हसून म्हणाले, म्हणजे मुलायम सिंगांशी संबंध नाही) कृती आहे. काळ्या फितीचा एक विचार आम्ही दिलेला आहे.

◗ आणि सरकार आल्यावर

सरकार आल्यावरचा प्रश्न आता विचारू नका. पण माझी योजना निश्चित आहे. कोणत्याही परिस्थितीत मी मराठवाड्याच्या जनतेला न्याय देणारच! कोणत्या गार्गानं देणार ते आता विचारू नका. I don't want to expose at this stage.

◗ मागच्या निवडणुकांतही आपण 'वन मॅन शो' प्रचाराची धुरा सांभाळतील. आजही तुम्ही एकटेच प्रचाराला निघाला आहात.

असं आहे. बाप म्हणून काही जबाबदाऱ्या येणारच. मूल जन्माला येण्याअगोदर विचार व्हायला हवा होता. काय रे बाबा की बाप म्हणून तू तुझी भूमिका सांभाळशील ना? ती मला भूमिका स्वीकारावीच लागेल आणि शेवटी प्रेम जे लोकांचं आहे. माझ्यावरच्या त्या प्रेमाची तशी तुलना कोणाशी करता येऊ शकत नाही. कारण मी त्यांच्यावरती जे प्रेम करतो ना ते त्यांनी ओळखलंय. आताही तुम्ही पाहिलंत ना? परळची लोकं आली भेटायला. मी त्यांना बाहेर जाऊन भेटल्यावर त्या बाया रडायला लागल्या. अक्षरश: हे जे प्रेम आहे ना ते फार दुर्मीळ आहे आणि त्याचा मी मान राखतो. मी बूज राखतो की नाही! मी कितीही चिडलो असलो तरी त्यांना जाऊन भेटणं माझं काम आहे. मी बाहेर जाऊन त्यांना भेटलो. हे विशेष. हे फार कोणी करत नाही. शरद पवार असते तर गोवारी समाजाप्रमाणे त्यांचीही विल्हेवाट लावली असती त्यांनी. आलेत दाराशी ते असे विन्मुख जाता कामा नये. दुर्मुखलेल्या मनानं जाता कामा नयेत.

◗ राज्यकर्ता आणि जनता यांचं नातं कसं असावं असं तुम्हाला वाटतं?

राज्यकर्त्याने शेवटपर्यंत हे मनात ठेवलंच पाहिजे की यांच्यामुळे मी इथं आहे.

त्यामुळे नातं कसं ठेवायचं ही जबाबदारी त्याला कळली पाहिजे. पण निवडणुका झाल्यानंतर एकदा मंत्रालयाच्या सहाव्या माळ्यावर बसल्यानंतर कोण जनता? कसली जनता? काय आहे म्हणून कपाळाला आठ्या घालता येणार नाहीत. तुम्ही काय मेहरबानी करीत नाहीत जनतेवरती. त्यांच्या आशीर्वादानं, त्यांच्या कृपेनं तुम्ही तिथं जाऊन बसलेले आहात. तर तुम्हाला नेहमीच सतत आणि सातत्याने जनता ही समोर ठेवायलाच पाहिजे.

◗ तुमचं सरकार हे नातं राखील काय?

राखायलाच पाहिजे. ज्या दिवशी हे नातं राखलं जात नाही असं दिसेल त्या दिवशी ती माणसं तिथं राहणार नाहीत. मग पुन्हा पोटनिवडणुका झाल्या तरी चालेल. पण मी राजीनामे घेऊन त्यांना बाजूला करीन. अक्षरश: बाजूला करीन. तुम्हाला माहीत नाही मी हैदोस घालीन या महाराष्ट्रात. मी कोणाचं ऐकणार नाही त्या वेळेला. कोणी मस्तीत जाईल तर एक क्षणभरही तो माणूस त्या महत्त्वाच्या जागेवर राहणार नाही. कोणीही का असेना. अगदी माझा मुख्यमंत्री असला तरी I will ask him to Quit Immediatly gate out!! काय समजलात?

[१४ जानेवारी १९९५]

भ्रष्टाचार बुलडोझर लावून मोडून काढीन...

“सत्ता कशी राबवावी व जनकल्याणाच्या कोणत्या योजना अमलात आणायच्या ह्याबाबात शिवसेनाप्रमुखांचे विचार ठाम होते. त्यांनीच सत्ता येण्याआधीच जाहीर केले होते ‘पाच जीवनावश्यक वस्तूंचे भाव आम्ही असे स्थिर ठेवणार आहोत की, आकाश कोसळले तरी पाच वर्षं ते वाढणार नाहीत. शिवसेनेच्या राज्यात भ्रष्टाचार बुलडोझर लावून मोडून काढीन. शेषनप्रमाणे कठोरपणे वागून भ्रष्टाचाऱ्यांना वठणीवर आणीन. मला काहीच अशक्य नाही...’ सत्तेमागची त्यांची भूमिका बाळासाहेब ठाकरे हळूहळू उलगडत राहिले.”

'अन्न-वस्त्र-निवारा' हा शिवसेनेचा आर्थिक कार्यक्रम आहेच, पण आंध्रातील एन.टी. रामारावांप्रमाणे तुम्हीही दोन रुपये किलो तांदळाची घोषणा केली आहे. पण प्रॅक्टिकली हे शक्य आहे का?' असे मुलाखतीच्या तिसऱ्या भागाच्या प्रारंभी विचारताच शिवसेनाप्रमुखांनी सांगितले. 'मला असं म्हणायचं आहे की तांदळाची घोषणा पहिली आमच्या जोशींनी केली. मी त्यांना सांगितलं, हे बघा, पदार्थाच्याही गमती असतात. त्यांना तांदूळ महत्त्वाचा आहे. कारण ते इडली-डोसावाले आहेत. आपल्या महाराष्ट्रात ज्वारी महत्त्वाची. मी मराठवाड्यातील दोन-तीन सभांत त्यांचा उल्लेख केला. म्हटलं, आमच्या महाराष्ट्रात ज्वारी स्वस्त हवी. विचारा त्या मराठवाड्याच्या लोकांना जाऊन. तरीही आमचं म्हणणं काय ते पाहा. पाच जीवनावश्यक वस्तूंच्या किमती आम्ही महाराष्ट्रात अशा स्थिर ठेवणार की पाच वर्षांत त्यांच्या किमती ज्या आम्ही ठरवू त्या कदापि वाढणार नाहीत. काय वाट्टेल ते झालं तरी. आकाशपाताळ कोसळलं तरी. बाकीचं नंतर बघू काय असेल ते. कारण केंद्र सरकार आमच्या हाती आल्यानंतर बघू.

◗ त्या वस्तू कोणत्या?

तांदूळ, डाळ, ज्वारी, गोडं तेल आणि साखर या त्या पाच वस्तू. ९० साली आम्ही शरद पवारांना शिष्टमंडळ घेऊन भेटलो व ही योजना दिली होती. त्यावेळेला शरद पवार मला म्हणालेले आहेत, ही कल्पना फार चांगली आहे. आपण ती अमलात आणूया. त्यासाठी एक कमेटी स्थापन करू. आमची काही माणसं असतील, तुमची काही माणसं असतील पण हे करायला काही हरकत नाही. पाच वस्तू तुम्ही आम्हांला द्या. त्या पाच वस्तूंचे भाव आपण ठरवून टाकू. ते आपलं नेहमीप्रमाणे लाबलाबलाब केलं त्यांनी व केलं काहीच नाही. त्यांनी आम्हांला कधी बोलावलं नाही की काही नाही.

◗ तसंच तुमच्या त्या झोपडपट्टीवासीयांच्या घर योजनेचंही झालं.

होय. माझ्या त्या चाळीस लाख झोपडपट्टीवासीयांना फुकट घर योजनेचाही विचका केलाय त्यांनी. बिल्डरांना जागा मिळताहेत. पण आम्हाला जागा मिळत नाही. चटईक्षेत्र फक्त बिल्डरांना वाटलं त्यांनी. त्यामागे दिडशे-दोनशे कोटी रुपये केले त्यांनी. पैसे केले. सगळीकडे नुसती खाखा चालली आहे. वखवखलेला प्रकार आहे अक्षरशः.

◗ तुमच्या राज्यात किमती स्थिर राहतील, पण भ्रष्टाचारही स्थिर राहील की रोखला जाईल?

हे पाहा. नेहमीच्या शब्दात नाही बोलत. काँग्रेसने इतकी घाण करून ठेवलेली

आहे. पण शेषनप्रमाणे कठोर वागलो तर काहीच अशक्य नाही आणि तसा मी वागणार आहे.

◗ तुमची भूमिका तेव्हा नेमकी कशी असेल?

मी आणि शेषन... कुंडली काय आहे. मला माहीत नाही. त्यांची रास कुठची आहे, मला माहीत नाही. ग्रह काय पडलेत माहीत नाही, पण या प्रवृत्तीची माणसं मला आवडतात. कारण आम्ही आमचं नाही बघत. आम्ही तुमचं बघतो. तुमचं भलं कसं होईल. या जिद्दीनं पेटलेल्या माणसाच्या मागे संपूर्ण जनता उभी राहिली पाहिजे. हा खैरनारी प्रकार नाहीय नुसता. केवळ प्रसिद्धी मिळतेय आणि वृत्तपत्रं आपला खप वाढवून घेताहेत, तसला प्रकार माझा नाहीय. I did it of course हे मी करणारच आणि करून दाखवीन. माझ्या बुलडोझरच्या खाली जर कोणी आला तर त्याची काळजी मी नाही घेणार, त्याने घ्यावी. माझ्या बुलडोझरच्या खाली कोणी येऊ नये. बिल्कुल येऊ नये.

◗ सर्वच राजकीय निरीक्षक आज ठामपणे सांगताहेत की महाराष्ट्रात शिवसेना-भाजपा युतीचंच सरकार येईल. हे युतीचं सरकार स्थिर असेल का? भाजपात तर आताच बंडाळी सुरू झालीय.

बंडाळ्या काय सगळीकडेच आहेत. काँग्रेसमध्ये काय कमी आहेत काय? काँग्रसची अजून लिस्ट बाहेर पडली नाहीय.

◗ सरकारला 'स्थैर्य' कितपत लाभेल?

हे बघा. ज्यावेळेला जनता पक्षाचं सरकार केंद्रात होतं, मोरारजी देसाई पंतप्रधान होते आणि आजच्या बीजेपीकडून वाजपेयी परराष्ट्रमंत्री होते. मोरारजीचा हट्ट असा की, ॲटम नाही. नो ॲटम. तर वाजपेयी म्हणायचे. ॲटमच नव्हे, तर हाईड्रोजन बॉम्बही आपण तयार करायला पाहिजे. ते सरकार टिकलं होतं.

◗ पण कोसळलंही लवकर....

ते का कोसळलं? त्यांचे क्लॅशेस कोठे झाले? मला जॉर्ज फर्नांडिसने सांगितले, मला वाटतं, तेव्हा पवार आणि आम्ही एकत्र आलो होतो. जॉर्ज तेव्हा माझ्याकडे आला व म्हणाला, 'आम्हाला नाही का घेत तुमच्याबरोबर?' मी त्याला म्हटलं, तुम्ही साले मोडतोड तांबपित्तळवाले. तुम्ही जनता पार्टीची वाट लावलीत आणि तुम्ही आता आमची कशाला वाट लावताय? मी म्हटलं, हे बघ, तुमचं सरकार

पाडलंत तूं आणि मधू लिमयांनी, तर म्हणाला, नाही नाही बाळ, तुला माहीत नाही. आम्ही अरे, तुरे म्हणतो एकमेकांना We are very old friends. म्हणाला, तुला माहीत नाही काय झालं ते. म्हटलं, सांगना, अरे तू पत्रकबाजी करणारा. मला तर सांगतोस ते वर्तमानपत्रांना का सांगितलं नाहीस? तर जॉर्ज म्हणतो, अरे, कुणी छापत नाही आमचं. म्हटलं, हे बघ जॉर्ज, माझ्याशी एवढ्या भंकसपणानं बोलू नकोस. कुठलं तुझं पत्रक छापलं गेलं नाही? तू मधु दंडवते, तुझी समाजवादी पार्टी तुम्ही सतत पत्रकंच काढीत बसता. काही नाही केलं तरी त्याचं पत्रक निघतं की, आम्ही आज काही केलं नाही त्याचं हे पत्रक. अशी मंडळी तुम्ही आहात. काय झालं काय? तर जॉर्जने सांगितलं, चरणसिंग म्हणे आजारी पडले. ते इस्पितळात होते. चरणसिंग आणि मोरारजीचं काही पटत नव्हतं. मोरारजीनी तेव्हाच चरणसिंगांना पत्र लिहिलं की तुम्हाला मी मंत्रिमंडळातून दूर करीत आहे. हे यांच्या कानावर जेव्हा गेलं, त्यावेळी मधू लिमये आणि जॉर्ज म्हणाले की हा माणूस असा जर वागायला लागला तर आपल्यालाही याची अशीच प्रेमपत्रं यायची आणि याला एवढा कोणी अधिकार दिला? जरी पंतप्रधान असला देशाचा तरी पक्षाच्या दृष्टीनं विचारविनिमय करूनच याने निर्णय घ्यायला पाहिजे. असा माणूस आपल्याला परवडणार नाही. लिमये आणि जॉर्ज गेले मोरारजीकडे विचारले, 'हे असं असं कानावर आलंय.' 'हो, बरोबर आहे. My letter is ready' असं मोरारजीनं सांगितलं, तर मोरारजींना त्यांनी सांगितलं की ही वेळ नाहीय. माणूस हॉस्पिटलमध्ये आहे. अशा वेळेला तुम्ही अशी पत्रं पाठवणं हे माणुसकीला, नीतीला धरून नाही आणि पक्षाच्या हिताचं नाही. मोरारजीच तो-अडून बसला. म्हणाला, मी चरणसिंगाला काढणारच. I dont want that man पण म्हटलं, तुम्ही थांबा ना. ते हॉस्पिटलमधून घरी येऊ द्या. मग एकत्र बसू. ठरवून निर्णय घेऊ. मोरारजी ऐकेनात. मग जॉर्ज म्हणाला, तुमचं नि आमचं जमणार नाही. मग आम्ही गेलो. पक्षाला बोलावलं. मोरारजीला बाजूला केलं. त्यामुळे जनता पार्टी आमची फुटली. हा जॉर्जनं मला माझ्या घरी येऊन सांगितलेला किस्सा आहे. हे टेपरेकॉर्ड होतंय. उद्या छापूनही येणार आहे आणि सत्य आहे. जॉर्जला त्यावरही म्हटलं, ही बातमी पत्रकार छापत नाहीत? अरे, ही तर पत्रकारांनी पहिल्या पानावर छापली असती. बॅनरलाइनची बातमी तू घालवलीस. म्हणून मी त्यांना 'मोडतोड तांबपित्तळवाला' म्हणतो. मोरारजींचाही काही हा फारसा शोभनीय प्रकार नव्हता. पण पार्टी तुटली गेली ती यांच्या असल्या प्रकारांमुळे.

◗ तिसऱ्या आघाडीविषयी आपलं काय मत आहे?

तिसऱ्या आघाडीला काही अर्थ नाहीय. कालचं ते आंबेडकरांचे नातू आंबेडकर या नावावर उभं राहिलेलं आहे. त्याचा जोर जेमतेम अकोल्यामध्ये आहे. अकोल्यापुरता

मर्यादित आहे.

१७ पक्ष एकत्र आलेले आहेत.

येऊ द्या ना. १७ पक्ष काय घेऊन बसलात. दोन पक्ष आम्ही असताना आमची पंचाईत झाली होती. आमचा अनुभवच आम्हाला सांगतोना. दोन पक्षांची वाटणी करता करता नाकी नऊ येतात. तेथे १७ पक्ष काय वाटणी करतात! चटणी होणार त्यांची शेवटी. ही साधी गोष्ट नाहीय. बरं, एकेक पक्ष जागा किती मागतो तर १२०, १४०, १००! जागा किती महाराष्ट्राच्या २८८. दोघांच्या वाटणीत सगळ्या जागा गेल्या. बाकीच्यांना काय उरलं?

◗ **मुलायमसिंगांचा पक्षही महाराष्ट्रात जागा मागतोय.**

ते तर काय विचित्रच आहे. तुमचे काशीराम बिशीराम वगैरे. दिव्य आहे ते सगळं. महाराष्ट्रानेसुद्धा विचार करायला पाहिजे की आपण कोण आहोत? आपल्या मागची एकंदरीत पार्श्वभूमी काय आहे? आपल्याला भूगोल नसला तरी इतिहास काय आहे? मग असल्या लोकांना आमंत्रणं द्यावीत तुम्ही. जे तुमच्याकरिता मरताहेत, तडफडताहेत त्यांना तुम्ही दूर ठेवणार आहात का?

◗ **फुले-आंबेडकर-शाहू आहेत त्यांच्याजवळ.**

हो. पण ते निवडणुकीपुरते मर्यादित आहेत. आता नासिकला जे आर.पी.आय.चं अधिवेशन झालं त्याचा फोटोच आला होता की वर्तमानपत्रामध्ये. फुल्यांची तसबीर आणि त्याच्याखाली पायातले जोडे ठेवले होते या लोकांनी. हे दिसायला कसं दृश्य दिसतं? कालपरवा मी एका दुकानात गेलो होतो. तिथं गणपती असे पायाखाली ठेवले होते. म्हटलं, अहो बाई, ते गणपती आधी वर उचलून ठेवा. देव असे पायाखाली ठेवायचे नसतात.....

[१५ जानेवारी १९९५]

''नोकरशाहीला वाकून नमस्कार करू नका...''

"शिवसेनाप्रमुखांचे स्वप्न साकार झाले. महाराष्ट्रात सत्तांतराची भगवी क्रांती झाली. या क्रांतीचे एकमेव शिल्पकार ठरलेल्या शिवसेनाप्रमुख बाळासाहेब ठाकरे ह्यांच्याबरोबर देशभरातील जनतेने पुष्पवृष्टी केली. सत्तांतरानंतर १४ मे १९९५ रोजी शिवसेनाप्रमुखांची घेतलेली ही पहिली मुलाखत. पुणे येथील त्यांच्या निवासस्थानी ही प्रदीर्घ चर्चा झाली. शिवसेनाप्रमुख म्हणाले, 'यावेळी महाराष्ट्रात 'सत्तांतराचा चमत्कार' घडणारच याची मला पूर्ण खात्री होती. शरद पवार अपक्षांची खरेदी-विक्री, सौदेबाजी करू शकले नाहीत. कारण त्याआधीच आम्ही सत्तेवर पकड बसविली होती. ही पकड इतकी घट्ट होती की पवारांची कारस्थानं सपशेल फसली. ह्या मुलाखतीत त्यांनी आणखी एक गोष्ट मान्य केली. ती म्हणजे ''भाजपा-शिवसेनेत जागा वाटपाच्या कुरबुरी झाल्या नसत्या तर आम्ही आणखी जास्त जागा जिंकून एवढे बहुमत मिळवले असते. तरीही आई जगदंबेच्या आशीर्वादाने आम्हाला सत्ता मिळाली.''"

मागच्या वेळी महाराष्ट्रात फसलेला 'सत्तांतरा'चा चमत्कार यावेळी नक्कीच घडेल याची खात्री तुम्हाला होती. ही खात्री क्रॉंग्रेसच्या फसलेल्या धोरणांमुळे होती, पवारांच्या भ्रष्टाचारामुळे की शिवसेनेची लाटच आली होती असे शिवसेनाप्रमुखांना सुरुवातीलाच विचारले आणि शिवसेनाप्रमुखांनी सांगितले,

"शिवसेनेची तर लाट आहेच. ती कधीच नष्ट झाली नव्हती. तिला अनेक वेळेला हिणवलंही गेलं होतं की हा स्पेण्ट फोर्स आहे; परंतु जो फोर्स आहे तो आहे आणि त्यानंतर ज्या पद्धतीनं राज्य सरकार राज्य करतंय त्याचा उबग आलाय लोकांना आणि माझा एक आत्मविश्वास आहे तो माझा पद्धतीवर अवलंबून असतो. त्याला काही राजकीय ठोकताळे लागत नाहीत. When I feel, I feel. मला जेव्हा यावेळेला वाटतं की, यावेळेला आपण नक्की. आणि मग काही राजकीय हिशोब मांडतो मी."

◗ हे राजकीय हिशोब कोणते?

या राजकीय हिशोबामध्ये माझी अशी काही उत्तरं असतात की, ९० साली काँग्रेस काय किंवा शरद पवार काय इतके बदनाम झाले नव्हते, जे आता ९५ साली झाले. त्यांच्या कर्मामुळे झाले. पापं त्यांची तशी होती. पापाचं प्रायश्चित्त त्यांना मिळालं. तरी ते काही शहाणे होत नाहीत. बंडखोरीवर आता ते घालतात, पण काही जरी झालं तरी मतांचं प्रमाण पूर्वी आम्हाला होतं तेदेखील वाढलेलं आहे. त्यांचंही वाढलं असेल-नसेल तो प्रश्न निराळा, पण त्यांचं कसं वाढलं त्याचीही तुम्हाला कल्पना आहे. म्हणून मला असं म्हणायचं आहे की माझे काही ठोकताळे, एक व्यंगचित्रकार म्हणून माझा जो निराळा अभ्यास असतो तो, हे सर्व जमेस धरून मी तेवढ्या आत्मविश्वासाने बोलत होतो.

◗ मागच्या वेळेला चमत्कार का फसला?

मागच्या वेळेला चमत्कार फसला नाही. चमत्काराला दगाबाजी झाली. चमत्काराच्या पाठीत वार केला गेला. तो तुम्ही म्हणा फसला, पण मी ते म्हणत नाही. ती जी खरेदी-विक्री झाली त्यामुळे फसला. म्हणूनच मी शेषनना मानतो ते एवढ्याचकरिता. अजूनही त्या निवडणुकांच्या नियमांमध्ये बदल व्हायला पाहिजे. तो महत्त्वाचा बदल... बाकी काही नाही झालं तरी हा व्हायला हवा. निवडून आल्यानंतर कोणी कुठे जाता कामा नये. पक्ष सोडून स्थलांतर करता कामा नये.

◗ एक तृतीयांश या परसेंटेजनेसुद्धा?

तेसुद्धा नाही. कारण हे वन थर्ड वगैरे जे आहे ते तुमचे चोचले आहेत.

पळवाटा आहेत. जनतेने तुम्हाला काही त्या वन थर्डमध्ये निवडून दिलेलं नाही. वन थर्डमध्ये तुम्हाला कुठे जायचे असेल तर बेशक जा असे काही जनतेनं म्हटलेलं नाहीय आणि शेवटी मग काय होतं, लोकांनी निवडून द्यायचं एका ध्येयानं, तत्त्वानं आणि हे तत्त्वच पायदळी तुडवायचं. तुमच्या राजकीय सौदेबाजीकरिता म्हणून या पळवाटा शोधून काढायच्या. मी म्हणतो तेही बंद करावं. नव्हेच, कोणालाही पक्षांतराचा तो अधिकार असता कामा नये. जर जायचंच झालं तर आधी तुम्हाला त्या पदाचा राजीनामा दिला पाहिजे आणि पुन्हा निवडणूक लढवली पाहिजे. एवढा तो कडवट कायदा झाला तरच या देशातल्या मरायला टेकलेल्या लोकशाहीला थोडी धुगधुगी येईल.

◗ सत्ता आली, पण जनतेनं तुमच्या हाती पूर्ण बहुमत का दिलं नाही? सत्तेवर अंकुश ठेवण्यासाठी असा प्रकार जनतेनं केला?

छे, छे! असं काही नाही. अजिबात नाही. काय असतं की जागावाटपांमध्ये गडबड होऊ शकते. ज्या जागी आम्ही निश्चित निवडून आलो असतो त्या भाजपकडे गेल्या. भाजप जेथे निवडून येऊ शकेल अशी एखादी जागा आमच्याकडे आली असेल. अशा थोड्याशा कुरबुरीमुळे काही जागा गेल्या. निश्चित गेल्या. पण आम्ही किती लांब आहोत आता? १४२ ही आज आमची युतीची ताकद आहे. सात-आठ जागांनी इतके तिकडे झालो. पण त्यावेळेलाच शहाणपणा दाखवला गेला असता तर मला वाटतं आम्ही आणखी १५-२० जागांनी वरचढ झालो असतो. म्हणजे पूर्ण बहुमतच मिळालं असतं. त्यात मी जनतेला दोष अजिबात देणार नाही. शेवटी काही ठिकाणची जनता आम्हाला मानते. काही ठिकाणची जनता त्यांना मानते.

◗ यावेळेस अपक्ष मोठ्या संख्येनं निवडून आले आणि शरद पवार यांच्यापर्यंत पोहोचण्याआधीच ते तुमच्या जाळ्यात आले. याला 'पोलिटिकल मॅच्युरिटी' म्हणायचे काय?

खरं सांगू का, सत्तेवरती सगळं काही अवलंबून असतं. सत्ता एकदा आमच्याकडे येणार म्हटल्यानंतर काहीजण वळतात. तुम्हाला आश्चर्य वाटेल, अपक्षांना वश करण्याकरिता या क्षणापर्यंत कुणाला एक पैसा वाटला नाही. ९० साली जी उधळमाधळ काँग्रेसकडून केली गेली, विशेषत: शरद पवारांकडून केली गेली, त्या तुलनेत एक पैदेखील आम्ही कुणाला दिली नाही आणि यांचंच सरकार होणार ही निश्चित खात्री झाल्यामुळे अर्थातच ते सगळं पाणी आम्हाला मिळालं. आमच्याकडे वळलं.

◗ विधानसभा निवडणुकांचे निकाल लागत असताना एक क्षण असा आला की तुम्ही सत्तेवर येत आहात हे स्पष्ट झाले. त्याक्षणी तुमच्या नक्की भावना काय होत्या?

एक म्हणजे श्रमाचं चीज झालं आणि लोकांना नक्की पाहिजे ते चित्र उभं राहिलं. यावेळी प्रचारासाठी माझी तब्येत मला साथ देईल की नाही याबद्दल मला थोडासा संशय होता. मध्ये खोकलाही बराच झाला होता. डॉक्टर सांगायचे रक्तात पांढऱ्या पेशी वाढल्यात, लाल पेशी वाढल्यात. आतमध्ये कोणी डोकावून बघायचं? बोलताना मध्येच खोकला यायचा. हे सर्व बघताना काय होईल काय नाही तेच कळत नव्हतं. पण तुम्हाला आश्चर्य वाटेल, माझी जगदंबेवर श्रद्धा आहे. तिनं मला इतकं जपलं, किंबहुना शेवटची मीटिंग होईपर्यंत मला कुठेही कसलाही त्रास झाला नाही आणि मग जवळपास शंभराच्या वर माझ्या सभा झाल्या. त्यानंतर उद्धवने ८० च्या वर घेतल्या आणि राजने तर रेकॉर्ड ब्रेक केला. त्याने दीडशेच्या वर मजल गाठली. सगळं ठाकरे कुटुंब फिरत होते. काही आमच्या मदतीला होते. सुरुवातीला मनोहर जोशी माझ्याबरोबर आले, सुधीर जोशी आले. अधूनमधून सुभाष देसाईही यायचे. बाकी काही विशेष नव्हतेच कोण. मग त्यांच्या मतदारसंघामध्ये त्यांना गुंतून पडावं लागलं. विशेष करून मनोहर जोशींना. पण आमचं संपूर्ण कुटुंबच फिरत होतं.

◗ त्या श्रमाचं चीज झालं असं तुम्हाला विजयाच्या क्षणी वाटलं?

होय, निश्चितच. नाहीतर एवढं करून जर काही झालं नसतं तर... मी बोलायचो की, बाबारे यावेळी जनतेनं काही दिलं नाही तर मी बाजूला होणार. कशाकरिता मी विनाकारण सोलवटून घ्यायचं? कोणाकरिता मी करतोय हे? माझं काय मी मागतोय? दुसरं एखादं चित्र उभं राहिलं की, असे हे मग प्रश्न उभे राहायचे. पण मला यावेळेला फार मोठा आत्मविश्वास होता.

◗ या विजयाच्या आनंदापेक्षा विधानसभा निवडणुकीत लखोबासह सर्व गद्दार पराभूत झाले. हा आनंद अधिक मोठा होता का?

मी त्यांना खरं तर किंमतच दिली नव्हती. आपल्याला आश्चर्य वाटेल की ज्या वेळेला बाळा नांदगावकराचं नाव माझगावसाठी जाहीर केलं तेव्हा लोकं आम्हाला वेड्यात काढीत होती. काय एवढा कवळा पोरगा. अमुक आहे नि तमुक आहे. पण मी कॉन्फिडंटली बोलत होतो. त्यासंदर्भात उद्धवने चांगला विचार केला. राजने केला आणि त्यानंतर ज्या वेळेला ठरलं की हाच म्हणून. तर लोकांनी, पत्रकारांनी मत व्यक्त केलं. नांदगावकर जिंकणे शक्य नाही. अगदी असंभव. पण मला स्वतःला

खात्री होती की हा पोरगा नक्कीच त्याला चीतपट करणार. केलं त्याने. बारा हजारांची लीड घेतली त्याने.

◗ महाराष्ट्रातील सत्ता तुम्ही खेचून आणली आहे. त्यास तुम्ही शिवशाही म्हणा. या शिवशाहीतही एक प्रबळ अशी नोकरशाही राज्य करीत आहे. ही नोकरशाही तुमची स्वप्नपूर्ती होऊ देईल? कारण ती फारच संथ आहे आणि बहुसंख्य आधीच्या राज्यकर्त्यांशी निष्ठा बाळगून आहे.

असं आहे की एका परंपरेनं आलेला हा प्रकार आहे. एकदम जरी बदल करायचा म्हटला तरी शक्य नाही. उदाहरणार्थ सर्व पोलीस डिपार्टमेंट एका फटक्यात बदलून टाका, नोटिसा देऊन निलंबित करा. असं नाही होणार, पण नोकरशहा किंवा नोकरशाहीचं ज्या प्रमाणात भेसूर चित्र रंगवलं जातं तसं ते प्रत्यक्षात नाहीय. एक तर काय असतं की त्यांना तुमच्या राजकारणात इंटरेस्ट नसतो. काही ठिकाणी निश्चित `pro' हा प्रकार असतो. काही लोकांवर त्यांनी अशी काही मोठी मेहरबानी केलेली असते की दिल्लीहून त्या माणसाला खास येथे आणून दुसऱ्यांच्या बोडक्यावर बसवलेला असतो. त्यामुळे त्यालाही असं वाटतं की आपण कोणीतरी विशेष आहोत. खास बोलावून आणलंय इथे. त्यामुळे त्याची थोडी दादागिरी सुरू होते. पण तुम्ही जर सवाई असाल तर मला नाही वाटत की तो तुमच्या डोक्यावर बसेल आणि नोकरशाही ही भांडवलशाहीसारखी शिवी वाटली तरी ती तशी नाही. म्हटलं तरी बरचसं काम त्यांच्यावरतीच असतं. पटापट माहिती देणं, नोटस् तयार करणं, फायलींचा अभ्यास करणं ही महत्त्वाची कामं त्यांनाच करावी लागतात. म्हणजे मंत्र्यांच्या घबाडखात्यामध्ये काय आहे हे अनेकदा मंत्र्यांनाच माहीत नसतं. त्यामुळे मंत्र्यांचा फार मोठा आधारस्तंभ तो नोकरशहाच असतो. त्याला तुम्ही कशी वागणूक देता त्याच्यावरती बाकीच्या काही गोष्टी अवलंबून असतात.

◗ बाकीच्या म्हणजे कोणत्या गोष्टी?

बऱ्याच आहेत. नोकरशाही ही काय जात वगैरे असं काही नाहीय. त्यांनाही त्यांच्या जबाबदाऱ्या समजतात. वागवणारा कसा आहे? त्याची एकंदर कुवत काय आहे? कुवत तर फार महत्त्वाची. तुम्ही जर उद्या त्या नोकरशहाना सलाम करायला लागलात आणि खाली वाकून नमस्कार करायला लागलात तर ते म्हणतील, च्या आयला, हे केव्हाही गिळता येईल आपल्याला! त्यापेक्षा तुमचा ताठा ठेवून तुम्ही त्यांच्याशी आदरयुक्त वागाल तर मला वाटतं त्यांचा आपल्याला फार मोठा उपयोग होतो; परंतु तुझ्याशिवाय माझं काही नाही, म्हटल्यानंतर त्यांनी संपवला म्हणून

समजा, तो 'ड्रॉवर' उघडील आणि मंत्र्याला आत ठेवील.

◗ मला तेच म्हणायचं आहे. अनुभव नसलेले मंत्री असल्यामुळेच या समस्या निर्माण होतील.

नाही नाही. मला अभिमानाने सांगावंसं वाटतं तुम्हाला की काही लोकांनी खरोखरच एक छान पकड घेतलेली आहे. म्हणजे मी माझ्याबद्दल बोलतोय. मनोहर जोशी काय, मुंडे काय कुठे कमी नाही पडलेले दिसत. एक तर ती अनुभवी माणसं आहेत. तशी काय ते डाळ शिजू देणार नाहीत नोकरशहांची. त्याला काय पाहिजे काय नको तो त्यांचा प्रश्न आहे, पण उद्या काही जड वाटलंच त्यांना तर ते पर्वाही नाही करणार. एका क्षणात उडवून लावतील हे देखील तितकंच खरं. जादा कोणी शहाणपणा करायला गेला तर नाही सहन करणार ते.

मनोहर जोशी तर निश्चित नाही आणि गोपीनाथही तसेच आहेत. पण बाकीचे म्हणाल तर परफॉर्मन्स फार चांगला आहे. साबीर शेख, आमचा घोलप, नारायण राणे, डाकेदेखील 'लॉ मिनिस्टर' म्हणून चांगलं काम करताहेत. मुंदडाही अप्रतिम काम करतोय. कितीतरी साखर कारखान्यांवर प्रशासक त्यांनी नेमले. असं वाटत होतं की हा कसा टिकणार? सहकार क्षेत्र फार जबरदस्त आहे. काही लोकांनी मला सांगितलं की तुम्ही महसूल कशाकरिता घेतलंत. फुकट आहे ते. कलेक्टर काय म्हणे साध्या राज्यमंत्र्यालासुद्धा सलाम ठोकतात. मंत्री म्हटल्यावर त्यांना ते करावंच लागतं. तुम्ही सहकारकरता 'मॅच्युअर्ड' माणूस नेमायला हवा होता. पण मुंदडांनीच आता इतकी 'मॅच्युरिटी' दाखवली आहे की काही बदल करण्याचीही गरज नाही.

◗ अत्यंत महत्त्वाचे असे गृहमंत्रीपद तुम्ही घालवलंत याविषयी तुम्हाला खंत वाटते काय?

निश्चितच. मला त्याबद्दल खेद होतोय. याबद्दल वादच नाही. मला अजूनही ती खंत वाटतेय मनाला. कारण एवढ्याचकरता की शिवसेनेशी पोलिसांचा जास्त संबंध येतो. भाजपचे कार्यकर्ते आणि शिवसैनिक यांच्यामध्ये जमीन अस्मानाचा फरक आहे. त्यामुळे हे खातं आमच्याकडे राहायला हवं होतं. पण काही देवाणघेवाणीमध्ये काही हट्टवादपणा म्हणा, आणखी काही म्हणा त्यामध्ये त्यांना द्यावं लागलं.

[१४ मे, १९९५]

सत्ता मिळाल्यावर शिवसेना व माझे विचार अडचणीचे वाटू लागले काय?

"सत्ता असो अगर नसो 'शिवसेनाप्रमुख' ह्या नात्याने बाळासाहेब ठाकरे ह्यांची बांधिलकी कायम जनतेशीच राहिली. शिवसेनेची महाराष्ट्रावरील सत्ता ऐन भरांत असतानाच त्यांनी जमदग्नी शंकराचा अवतार धारण केला व कडाडले, ''माझं सरकार महाराष्ट्रात आल्यामुळे माझ्या जीवनात काहीच फरक पडलेला नाही. मी आहे तसाच आहे. लोकांनी हे सरकार निवडून दिलंय. मी लोकांना बांधील आहे. सरकारमध्ये बसणाऱ्यांनी ही जाणीव ठेवली नाही तर मी त्यांना सोडणार नाही. क्षमा करणार नाही. कारण जनतेशी द्रोह केलेला मला खपणार नाही.''

मनोहर जोशी हे महाराष्ट्राचे मुख्यमंत्री होते आणि त्यांच्यासह प्रत्येक मंत्री शिवसेनाप्रमुखांनी नेमला होता. तरीही त्यांनी परखडपणे सांगितले, ''माझे विचार सरकारात बसलेल्या कुणास अडचणीचे वाटत असतील तर त्यांनी राजीनामा द्यावा. ज्या विचारांनी सत्ता दिली ते तुम्हाला आता महाग पडायला लागले काय?'' "

महाराष्ट्राच्या मुख्यमंत्रीपदी एक ब्राह्मण माणूस बसवून मोठा इतिहासच शिवसेनाप्रमुखांनी घडविला आहे. अठरापगड जातीच्या महाराष्ट्रात आणि बहुजन समाजाच्या राजकारणात ब्राह्मण मुख्यमंत्र्यांबाबत उद्या काँग्रेसवाले वेगळे राजकारण ग्रामीण महाराष्ट्रात खेळतील असे तुम्हाला वाटत नाही का? असे शिवसेनाप्रमुखांना विचारताच ते ताडकन म्हणाले, "अरे, काँग्रेसवाले म्हणजे सर्व काही नाहीय. त्यांनी ही कीड महाराष्ट्रामध्ये रुजवली आणि वळवळायला लावली. पण नुकसान महाराष्ट्राचं किती केलं हे तुम्हाला माहीत नाही. तुम्हाला ब्राह्मण पंतप्रधान चालतो. त्याच्याविरुद्ध कधी बोलू शकत नाही. आजही कितीतरी ब्राह्मण तेथे वरच्या पदावर आहेतच ना! विठ्ठलराव गाडगीळ... त्यांना खुद्द तसा काही ताठपणा नसला तरी ब्राह्मण बसवलाय ना आज कितीतरी वर्षं! काँग्रेसचे प्रवक्ते हे कितीतरी महत्त्वाचं स्थान त्यांना दिलेलं आहे. हां, या इथूनच्या मराठ्यांनी म्हणजे शरद पवारांसारख्या राजकीय मराठ्यांनी आपल्या स्वार्थासाठी ही दुही ठेवली. ब्राह्मण-ब्राह्मणेतर किंवा मराठा-ब्राह्मण. त्यांच्या राजकारणाच्या सोयीसाठी ठेवली. ती मी उखडून टाकली. मराठ्यांचीसुद्धा काही तक्रार नाही. अहो, मला चांगलं राज्य द्या. आम्हाला न्याय द्या. यापेक्षा कसली जात-पात बघताय तुम्ही? आणि म्हणूनच तसं कोणी आवाज उठवूच शकला नाही. उठवता येणंच शक्य नाही. हे दळभद्री राजकारण आता महाराष्ट्राने बंद करावं आणि मी ते केलंय आणि मनोहर जोशींबाबत मी पुन्हा सांगतोय, ब्राह्मण म्हणून मी त्यांना तिथं बसवलेलं नाहीय. निश्चितच नाही. तो चांगला माणूस क्वॉलिफाईड आहे. अभ्यासू आहे. त्यांच्यामध्ये 'डॅश' आहे. फक्त त्याच्यावरती माझं एकच बंधन असेल, मग ते मनोहर जोशी असोत, गोपीनाथ मुंडे असोत. एक चार-पाचजण बसून आपण चर्चा करू या. आमच्याकडचे आणि बीजेपीकडचे. पॉलिसी मॅटर्स तुम्ही एकदम जाहीर करीत जाऊ नका. जरा विचारा. नाहीतर काय होईल, एकजण काहीतरी बडबडतो. दुसरा ते मान्य नाही म्हणून सांगतो. हे चित्र फार उमटेल महाराष्ट्रात आणि शेवटी न्याय लोकांना द्यायचा आहे. त्यामुळे आपली जबाबदारी आणखीनच महत्त्वाची. त्यामुळे अगदी एकमुखाने, तोंडं जरी दोन असली तरी ते मात्र एकमुखच असलं पाहिजे. त्या एकमुखानंच धोरणात्मक जे काही असेल ते बोललं गेलं पाहिजे.

◗ **मुख्यमंत्रीपदी मनोहर जोशी ही सर्वस्वी तुमचीच निवड होती का?**
होय. सर्वस्वी माझी.

◗ **मुख्यमंत्रीपदावरून काही वाद झाले का?**
बिल्कुल नाही. अजिबात नाही. होणेच नाही!

◗ शरद पवार असं त्यांच्या राजकारणी पद्धतीनं म्हणताहेत की, जोशी मुख्यमंत्री व्हावेत म्हणून त्यांनी प्रयत्न केले.

बिल्कुल नाही. शक्य नाही!

◗ आणि विलासराव देशमुख असं म्हणताहेत की, शिवसेनाप्रमुखांना मी दहा अपक्ष आमदारांची 'भेट' दिली तेव्हाच युतीचं सरकार स्थापन होऊ शकलं.

नाही शरद पवार आग लावण्यात, काड्या लावण्यात पटाईत आहेत आणि त्यामुळे लोकांमध्ये असा संभ्रम निर्माण करायचा की हे बाळासाहेबांचं काही नाही. मीच घडवलंय सगळं! आणि मग आमचा जो मित्रपक्ष आहे त्याच्या मनामध्ये आणखी एक संशय निर्माण करायचा. जेणेकरून कोठे युतीमध्ये दुही माजेल, फाटाफूट होईल आणि मग शेवटी मलिदा आपण खायचा. हे शरद पवारांचे आतापर्यंतच्या राजकारणातले धंदे आहेत. तर आम्ही त्यांना ओळखून आहोत. त्यांनी काय म्हटलंय याची मला पर्वाच नाही. कारण मला माहीत आहे. मीच तुमच्याशी बोलतोय ज्यांनी मनोहर जोशींना मुख्यमंत्रीपद बहाल केलंय. त्यामुळे इथे शरदरावांचा प्रश्नच नाही. आता विलासरावांचं म्हणाल तर ते दुखावलेले आहेत. चिडलेले आहेत. कोणी त्यांच्या आसनाला चूड लावली त्याच्याबद्दल त्यांना पूर्ण कल्पना आहे. दहा माणसं जी आहेत त्यातली तीन-चार तर आमच्या मताची झालेली आहेत. ते म्हणतात, आम्ही तुमच्यामध्येच बसणार. राज्यमंत्रीपदे दिली म्हणून नव्हे. पण त्यांनी माणसं ओळखली. आतापर्यंत कधी आमचे संबंध आले नाहीत. मग तो राज असो, उद्धव असो आणि आता प्रत्यक्ष मी! काय असेल ते असो. त्यांना असं वाटतं की इथे आपला मान वाढतोय. आम्हीसुद्धा कधी त्यांचा अपमान करणार नाही. चांगल्या शासनामध्ये आपलाही काही सहभाग असावा असं त्यांना वाटतं. त्याप्रमाणे ते बसलेत. विलासरावांचे काही असतील-नसतील. कोण कोणाचे हे आम्हालाही माहीत नाही आता. डोणगावकर पवारांचा की विलासरावांचा? आम्हाला काय करायचं आहे? आज तो आमच्याबरोबर आहे. निष्ठेनं बसलाय. उद्या त्यानं काही वाकडंतिकडं केलं तर नाही ठेवणार आम्ही. इथं आकड्याचा प्रश्न नाहीय. आम्ही जी शिवशाही देऊ शकतो, इच्छितो... त्यामध्ये तुम्हा मराठ्यांनाही काही अभिमान आहे की नाही या अक्षराचा, शब्दाचा आणि वाक्याचा? तिथे तुमचा सहभाग कोणता? कारस्थानानं सरकारं पाडायची. स्वत:ही करायचं नाही आणि दुसऱ्यालाही करू द्यायचं नाही आणि पूर्वीच्या मराठ्यांची चंद्र मोऱ्यांची अवलाद आजही जिवंत आहे, असं काही तुम्हाला दाखवायचं आहे या देशाला आणि माझ्या महाराष्ट्राला? हा त्यांनी विचार करावा. मी नाही करणार.

◗ **अनेक वर्षं विरोधात काम केलेला पक्ष जेव्हा सत्तेवर येतो तेव्हा पक्षापेक्षा सत्ता प्रबळ ठरते. पक्ष संघटना मरून जाते. ही शक्यता शिवसेनेच्या बाबतीत आहे का?**

तुमचा प्रश्न मला काही पटत नाही. असं कधीच होऊ शकत नाही.

◗ **जसं काँग्रेस पक्षाचं सत्तेमुळे झालंय.**

होय. झालंय ना!

◗ **भाजपच्या बाबतीतही सुरू आहे...**

नाही. भाजपचं झालं नाही. अद्याप व्हायचं आहे म्हणा वाटल्यास. आता कुरबूर थोडीशी गुजरातमध्ये आहे. त्या व्यक्तींचा एक अडाणीपणा असतो. त्याला पक्ष जबाबदार तुम्ही म्हणू नका. अडाणी व्यक्ती खूप मिळतात. त्यासाठी काही खास मेहनत घेण्याची गरज नाही. 'अडला नारायण' अशासारख्या काही गोष्टी आम्हालाही कराव्या लागतात. मग हे अडले नारायण जरा आपली ताकद जास्तच दाखविण्याचा प्रयत्न करतात. ती पक्षाला महाग पडते हे मला मान्य आहे. अजून तरी शिवरायांच्या कृपेने, जगदंबेच्या कृपेने माझ्या शिवसेनेत असला प्रकार आजही नाही. इकडे पक्षाचीच सत्ता आहे. लोकं म्हणतात ही शिवसेनेची सत्ता आहे. युतीची सत्ता आहे.

◗ **प. बंगालात कम्युनिस्ट पक्षाचा वचक सत्तेवर आहे. पक्षाचीच धोरणे सरकार राबवितेय...**

आम्हीही ते आता सुरू केलं आहे. परवाच्या दिवशी आम्ही बसलो होतो. मी होतो, प्रमोद महाजन होते, मनोहर जोशी, गोपीनाथ मुंडे होते, सुधीर जोशी आम्हाला जॉइन्ट झाले होते. परखड चर्चा झाली आमची, पण वर्तमानपत्रात जे छापून आलं आहे ना, ते बरोबर नाही. की त्या बैठकीत शिवसेनाप्रमुखांनी मनोहर जोशींना झाडले, कानउघाडणी केली. एवढ्या माणसांमध्ये कोण बाहेर बातमी सांगणार हे जरा मला सांगा तुम्ही. काहीही तुम्ही छापताय? झाडण्याचा प्रश्न येतोय कोठे? मलाही काही थोडंसं समजतं. आम्ही मोकळेपणानं चर्चा केली. काही धोरणं तुम्हाला बदलावी लागतील. ही धोरणं अशाप्रकारे राबवावी लागतील. मी बोललो परखडपणे.

◗ **आतापर्यंत ज्या धोरणांचा तुम्ही परखडपणे पुरस्कार केलात शिवसेनाप्रमुख म्हणून. या तुमच्या धोरणांना आणि शिवसेनाप्रमुखांच्या विचारांना लोकांनी विजयी केलंय?**

होय. बरोबर आहे तुमचं.

◗ सरकारात सत्तेवर बसलेल्यांना हीच धोरणं आणि विचार पुढे अडचणीचे वाटू लागतात. मग ही सत्तेवरली माणसं शिवसेनाप्रमुखांचे विचार हे व्यक्तिगत असल्याचे सांगून मोकळे होतात.

सरकारला तसं वाटत नाही. एखाद्या व्यक्तीला तसं वाटत असेल तर व्यक्तीने दूर व्हावं. राजीनामा द्यावा पदाचा आणि आमदार म्हणून बसावं. सरकारला माझी धोरणं अडचणीची वाटत नाहीत. व्यक्तीला अडचणीची वाटू लागतात. हा त्यातला बारकावा लक्षात घ्या तुम्ही. पण ज्या व्यक्तीला माझी काही वाक्यं, भाष्यं, माझ्या भाषणातील काही शब्द अडचणीचे वाटू लागले असतील, सत्तेवर आल्यानंतर मात्र ते तुम्हाला दिलेल्या पदाचा राजीनामा द्या आणि आमदार म्हणून नुसते बसा तिथं. मी दुसरा कुणीतरी तिथे बसवीन की जो ताकदीनं पेलवेल माझे विचार. आणि ज्या विचारांनी तुम्हाला सत्ता दिली ते विचार आता तुम्हाला महाग पडायला लागले? हा तर माझा जाहीर सवाल आहे.

◗ जनता पक्षाचे सरकार दिल्लीत आणण्यामागे लोकनायक जयप्रकाश नारायण यांचा मोठा संघर्ष होता. त्याच जनता पक्षाने सत्तेवर येताच जयप्रकाशजींसह त्यांच्या विचारांचीही तिरडी बांधली - अडगळीत टाकले.

जयप्रकाशांबद्दल मलाही आदर आहे. त्यावेळेला ब्रिटिशांविरुद्ध उभे राहिलेले जे चौघेजण आहेत ते देशाला विसरता येणार नाही. एक म्हणजे जयप्रकाश नारायण, राम मनोहर लोहिया, अरुणा असफअली आणि आमचे अच्युतराव पटवर्धन. या चौघांनी त्यावेळेला मोठे क्रांतिकार्य केलेले आहे. त्या या चौकडीला आमचा खरोखर सलाम! अगदी साष्टांग दंडवत, पण नंतर काय झालं? की जयप्रकाश हे तसे जयप्रकाश राहिले नाहीत. त्यांच्या अंगात जे बीज होतं त्या बीजाला मध्ये मध्ये अंकुर यायचे, पण ते करपून जायचे. अशा वेळेला तुम्ही जयप्रकाशांना जे काही सर्व क्रेडिट देता ते मी कधीच मानलं नाही. त्या वेळेलाही मानलं नाही आणि या क्षणालाही मानण्याचा प्रश्न येत नाही. गुजरातमध्ये एक पोरगी आहे तिचं नाव मी विसरलो. तिने नवनिर्माण आंदोलन सुरू केले आणि टक्कर द्यायला सुरुवात केली. जयप्रकाशांना असं वाटलं की अरे, हे होऊ शकतं. तरुण पिढी जी आहे ती क्रांती घडवून आणू शकते आणि म्हणून त्यांनी नवनिर्माणाचा आधार घेतला आणि सर्वांत महत्त्वाचा प्रकार म्हणजे इंदिरा गांधी ज्या काही गडगडल्या त्या जयप्रकाश किंवा इतर काही उठावांमुळे गडगडल्या नाहीत. त्या वेळेला त्यांनी ती आणीबाणी आणली होती आणि बाईने एकच मूर्खपणा आयुष्यात केला तो म्हणजे वृत्तपत्रांवर तिने सेन्सॉरशिप लादली आणि संपूर्ण मीडिआ बाईंच्या विरोधात गेला. कारण मग नंतर सर्वच वृत्तपत्रांनी जयप्रकाशांना डोक्यावर घेतले.

त्यांचे फोटो, त्यांच्या बॅनरलाईन, त्यांच्या चौकटी सुरू झाल्या. कारण वृत्तपत्रांना राग येऊन बाईचा सूड घ्यायचा होता. तिथे बाई संपली. जर सेन्सॉरशिप आली नसती वृत्तपत्रांवर तर अनेक वृत्तपत्रं बाईच्या बाजूने उभी राहून तिचा प्रचार चालू ठेवला असता. कोणी तिला सल्ला दिला माहीत नाही. पण बाईने अत्यंत वेडेपणा केला तो. पण सर्व क्रेडिट मी जयप्रकाशांना कधीच देणार नाही. जसं स्वातंत्र्यलढ्यातही सबकुछ महात्मा गांधी हा प्रकार नाहीय. सुभाषचंद्र बोसनी इम्फाळकडून जर पाऊल उचललं नसतं, आमच्या आरमारातही नंतर ते बंड झालं नसतं तर गांधीनाही जडच गेलं असतं. तेव्हा ब्रिटनमध्ये ॲटलीचं सरकार होतं. ज्यांना मी म्हणतो पिचक्या पाठकण्याचं समाजवादी सरकार की जे समाजवादी इथेही कधी कधी दिसून येतात कोणाच्या ना कोणाच्या रूपाने. तो जर तिथे चर्चिल सत्तेवर असता तर या देशामध्ये भयानक असं हत्याकांड झालं असतं.

जालियनवाला बागेपेक्षाही भयानक. पण तुमच्या आमच्या नशिबाने ॲटली आले. ॲटली घाबरला- की आता आपला टिकाव लागणे कठीण. मग माऊंटबॅटन, क्रिप्ससारखी शिष्टमंडळे पाठवली. जमीन किती भुसभुशीत आहे, मजबूत आहे सरकार टिकवायला, त्याचा अभ्यास करून त्यांनी निर्णय घेतला आणि तोच प्रकार इकडे झालाय.

◗ **लोकं तुमची त्या लोकनायकाशी तुलना करतात. क्रांती दोघांनीही घडवून आणली. महाराष्ट्रातील भ्रष्ट काँग्रेस सरकार तुमच्यामुळे गडगडले.**

माझ्या विचारांमुळे. विचार महत्त्वाचे.

◗ **जयप्रकाशजींनीही दुसऱ्या क्रांतीचा वणवा विचारांनीच पेटवला होता.**

आता बोललो तर तुमची मुलाखत लांबण्याची शक्यता आहे. सात-सव्वासात वाजले होते. मला कुणीतरी येऊन सांगितले की गोयंका आलेत. गोयंका म्हणजे कोण? मला काही कळलं नाही. पण ते होते रामनाथ गोयंका. 'इंडियन एक्सप्रेस' ग्रुपचे मालक. या रामनाथजींनीच त्यावेळी खरी निराळ्या पद्धतीनं क्रांती केली. इंदिरा गांधींच्या आणीबाणीला टक्कर देणारा एकमेव माणूस आणि इंदिरा गांधींची हिम्मत नाही झाली त्यांना तुरुंगात टाकण्याची. म्हातारा जोरात उभा राहिला.

खवळून उभा राहिला. इंदिरा गांधींची राजवट संपविण्यात संपूर्ण 'इंडियन एक्सप्रेस' ग्रुप कारणीभूत ठरला. तर हे रामनाथजी माझ्याकडे आले. मी विचारले, "कहीए रामनाथजी, कैसा आना हुवा?" तर ते म्हणाले, 'बालासाब, यह क्या हो रहा है?' म्हटलं काय चाललंय? रामनाथजी फारच चिडले होते जयप्रकाशांवर. म्हणाले, 'या जयप्रकाशना मी काय दिलं नाही? त्यांचा सर्व खर्च मी करतोय.

त्यांचा विमानप्रवास, इतर खर्च तर आहेच. पण माझी सर्व वृत्तपत्रंही त्यांच्यासाठी, चळवळीसाठी वाहिली आहेत. मुंबईत येतात तेव्हा माझ्याच पेंट हाऊसवर राहातात. इतना खर्च मै कर रहा हूं. अब आगे क्या? तो जयप्रकाश बोलते है की, 'लोग ही देखेंगे, लोगों को जो चाहिये वो करेंगे'. ये कैसा नेता है? आखिरतक वो लढना चाहिये. आखिरतक वो अपनी जगह पे होना चाहिये. लेकीन ये बोलते है 'अब जो करना है वो लोग करेंगे' ये कैसा नेता है? बालासाब, बस्स. अब मेरा दिमागही बिगड गया है.'' वगैरे वगैरे. साडेतीन तास बसले होते ते माझ्याकडे. त्यात त्यांनी सर्व सांगितले. जयप्रकाश कसे वागले? या चळवळीचा कसा सत्यानाश होतोय? आणि आता मी काय करावं ते कळत नाहीय. कारण मीच बुद्धू ठरलोय म्हणे त्यांना सगळा सपोर्ट करून. पैशाचं दु:ख नाही मला. पण माझ्या एकंदरीत सर्व आशाच धुळीस मिळाल्या आहेत असे रामनाथजी माझ्याकडे चिडून म्हणत होते. विश्वास नाही बसणार. लोकं म्हणतील, हां आता रामनाथजी गेले म्हणून बाळासाहेब ठोकताहेत. अनेक वेळा या गोष्टी मी बोलून दाखविल्या रामनाथजी जिवंत असताना. त्यांनी कधी इन्कार नाही केला की, मी कधी बाळासाहेबांकडे गेलोच नाही. बोललोच नाही. तर मी म्हणजे लढाई अर्धवट टाकून पळून जाणारा योद्धा नाही. अखेरपर्यंत झुंजत राहीन आणि जनतेच्या आशा, आकांक्षा पूर्ण करीन. लोकनायक, लोकनेता या पदव्यांचं मला काही माहीत नाही. पण रणभूमीवर अखेरपर्यंत लढणारा, विजयासाठी लढणारा मी योद्धा जरूर आहे. त्यातून कुणाला काय अर्थ काढायचे आहेत ते काढू द्यात.

◗ महाराष्ट्रात तुमचे सरकार आल्यामुळे तुमच्या, म्हणजे शिवसेनाप्रमुखांच्या जीवनात काय फरक पडला?

नाही बाबा! माझ्या जीवनात फरक पडण्याचा प्रश्न उद्‌भवत नाही. मी जसा आहे तसा आहे. ना मला माज चढलाय की डोक्यात हवा गेलेली आहे. कुठे उर्मटपणा वाढलेला नाही. पूर्वी लोकांना जशा पद्धतीनं बोललो, भेटलो तसंच बोलतोय. अतिरेक झाला तर मला त्यावेळेलाही त्रास होत होता. आताही होतो. लोक म्हणजे काहीही सांगतात, काहीही.

◗ पूर्वी विरोधी पक्षात होता. आता सत्तेवरल्या पक्षाचे प्रमुख आहात त्यामुळे काही बंधनं आली का?

नाही. अजिबात काही नाही. बंधनं आली तरी मी मानत नाही. माझ्या भूमिका स्पष्ट आहेत. सरकार जरी माझं असलं, मी आणलं असलं तरी चुकलं तरी क्षमा करणार नाही. कारण मी लोकांना बांधील आहे. त्या लोकांनी आमचं सरकार निवडून

दिलं ही जाणीव मी ठेवणार आहे. सरकारमध्ये बसणाऱ्यांनी जर ठेवली नाही तर मी त्यांना सोडणार नाही. पण असं ते करतील असं मला वाटत नाही.

◗ **सत्ता येताच कधीही न दिसणारे चेहरे तुमच्या जवळपास दिसू लागले आहेत...**

(शिवसेनाप्रमुख या प्रश्नावर खळखळून हसले व त्यांनी उत्तर दिले) कधीही न दिसणारे एवढे नाहीत, पण त्यांची हिम्मत होत नाही. चेहरा दाखविण्याची.

◗ **काहीजण निश्चितच तुमच्याजवळ येण्याचा प्रयत्न करीत असतील....**

मी जरा त्यांना फुंकूनच जवळ घेणार आहे. एकदम काही उतू जाणार नाही काही. आले तरी फार काळजी घ्यावी लागेल. शरद पवारसुद्धा एक चाल खेळण्याची शक्यता आहे. काही माणसं पाठवायची आतमध्ये आणि 'वनथर्ड' करून बाहेर पडायचं. त्यामुळे त्याबाबतीत मी अत्यंत सावध आहे. भाबडेपणानं काही कवटाळायाचं नाही असं मी माझ्या महत्त्वाच्या लोकांना सांगून ठेवलंय.

[१५ मे १९९५]

माझ्यावर हल्ला करणाऱ्या जातीस 'ते' महाग पडेल!

"विषय राजकारणाचा असो नाहीतर महाराष्ट्रातील सत्तेचा. राष्ट्रवादास व देशास तडे जातील अशी कोणतीही भूमिका शिवसेनाप्रमुखांनी कधीच घेतली नाही. ह्याच काळांत कश्मिरात इस्लामी अतिरेक्यांनी चरार-ए-शरीफ दर्गा जाळला. आणि शिवसेनाप्रमुखांची हत्या घडवून आणण्यासाठी साडेनऊ कोटी रुपयांची सुपारी देण्यात आल्याचा कट उघड झाला. या दोन्ही बातम्यांनी ते प्रचंड संतापले. पण विचलित झाले नाहीत. ते म्हणाले, ''ही अत्यंत नामुष्कीची गोष्ट आहे. केंद्रामध्ये सरकार अस्तित्वातच नाही ही माझी भावना आहे आणि ती असह्य आहे. कशाकरिता या देशाला त्या वेळच्या क्रांतिकारकांनी स्वतंत्र केला?'' "

बाळासाहेबांना पहिलाच प्रश्न त्यांच्या असुरक्षित जीवनाविषयी विचारला. या धोक्याच्या जाणिवांची धास्ती वाटते काय, असे विचारताच ते निश्चलपणे म्हणाले, "खरं सांगायचं म्हणजे, मला कधी धास्तीबिस्ती वाटत नाही, पण या लोकांचे धाडस बघता त्यावरून आमचे राज्यकर्ते किती षंढ आहेत याचं दु:ख होतं. दुसरं म्हणजे या लोकांची हिम्मत होईल असं वाटत नाही. याचं कारण, माझे शिवसैनिक नंतर जे उसळतील ते कुणाला परवडणार नाही. सुक्याबरोबर अर्थात ओलं जळणारच. मग मात्र कुणाला दोष देऊ नका. तेव्हा मला एक स्वत:ला खात्री आहे, माझ्यावरती हल्ला झालाच तर त्या जातीला तो खरोखरच महाग पडेल. मी जेव्हा असं म्हणतो तेव्हा लोकं तुटून पडतात माझ्यावरती. लोकं म्हणतात, अल्पसंख्यांकांवरती हा हल्ला आहे. तसं नव्हे.

◗ मग कसं?

जसं उदाहरणार्थ, महात्मा गांधींना मारल्यानंतर सर्व हिंदुस्थानभर ब्राह्मणांची घरं जाळायला सुरुवात केली. जळालीसुद्धा. त्यावेळेला कोणी हा प्रश्न नाही विचारला. एका ब्राह्मणाच्या चुकीसाठी तुम्ही त्यावेळेला सगळ्या ब्राह्मणांना वेठीस धरलं होतं ना? मग तसा जर प्रकार दुर्दैवानं माझ्या बाबतीत कुणी केलाच तर त्याला तेच उत्तर ठरेल मग. तेव्हा कुणी बोंबललं नाही ते. उलट It was added मोरारजी देसाईचं इथं राज्य होतं त्यावेळेला आणि मोरारजीने पोलिसांना ऑर्डर्स दिल्या होत्या की दोन तास बाहेर पडायचं नाही म्हणून. जे होतंय ते होऊन जाऊ द्या असं त्यावेळेला झालं होतं. मग असं हे जे काही एकंदर भावनावश होऊन, चिडीतनं, प्रक्षोभातनं काही होतं त्याला मला कशाला दोष देता. असं होऊ नये असं वाटत असेल तर हे एकदाच खणून काढा. दर वेळेला कसल्या या धमक्या!

◗ आता महाराष्ट्रात सरकार तुमचे आहे. या सरकारवर काही जबाबदारी आहे की नाही?

निश्चितच आहे. सरकारवरती जबाबदारी तर आहेच आहे. त्यांनी हा सर्व प्रकार खणूनच काढायला पाहिजे. सरकारनं काही पावलं उचलली तर अल्पसंख्याकांना दुखावलं म्हणून वरनं बोंब मारली जाते. म्हणून सरकारलाही तसा मोकळा हात मिळत नाही. जसा आपल्या सैन्याला तेवढा मोकळा हात मिळत नाही म्हणून चरार-ए-शरीफ जाळला गेला. जर तुम्ही ते सैन्याच्याच ताब्यात सोपवलं असतं तर मला वाटतं या अतिरेक्यांची डाळ शिजली नसती. या अतिरेक्यांवर तसं प्रेम करण्यात काही अर्थ नाही. दिसेल त्याला गोळी घाला, असं ज्यावेळेला एखाद्या शहरात दंगल झाल्यावर तुम्ही करता तो निर्दयपणा तुम्ही तिथे का नाही दाखवत? या पाकिस्तानच्या

अतिरेक्यांच्या बाबतीत. हे अतिरेकी काय तुमच्या सत्काराकरिता आले? माझ्या मायभूमीवरती हे परकीय आक्रमणच आहे. युद्धामध्ये अशी परिस्थिती तुम्ही ज्या प्रकारे हाताळता त्यानुसार ही परिस्थिती तुम्हाला हाताळावीच लागेल. अतिरेक्यांवरती खटले चालविण्यापेक्षा त्यांना गोळ्या घालून ठार मारणं यापेक्षा दुसरा प्रभावी इलाज नाही.

◗ डोक्यावर ही जी मृत्यूची टांगती तलवार असते त्यामुळे तुमच्या जीवनात काही अस्वस्थता निर्माण झाली आहे का?

मी अजिबात अस्वस्थ होत नाही, पण माझ्यावरती बंधनं फार येतात. इकडे जाऊ नका. तिकडे जाऊ नका. काही महत्त्वाचे कार्यक्रम असतात. त्याच्यावरती बंधनं येतात. मग लोकांचं काय होत असेल? एका हुरुपानं ते येणार आहेत. पण पोलिसांची माझ्यावर बंधनं की काही दिवस तुम्ही घोळक्यामध्ये शिरू नका, गर्दीत जाऊ नका. त्यामुळे लोकांचा माझ्याबाबतीत गैरसमज होण्याची शक्यता आहे. मी त्यांना दोन्ही कर जोडून एवढंच सांगेन की बाबा रे, हा माझा दोष नाही. माझ्याकडे काही नाही. पण त्यांच्या एका विशिष्ट मांडणीकरिता त्यांना ते सहकार्य मला द्यावं लागतंय दुर्दैवानं, पण दिलं पाहिजे. त्यामुळे लोकं कदाचित माझ्यावर चिडतही असतील. पण माझा नाइलाज होतो.

◗ या अशा संकटांच्या, धोक्यांच्या वेळी तुम्हाला कुणाची आठवण येते?

खरं सांगायचं तर माझे पूर्वज तर आहेतच. त्यांच्या आशीर्वादावरच मी पुढे चाललोय आणि माझ्या शिवसैनिकांबद्दल मला एक जबरदस्त आत्मविश्वास आहे. तो आहे म्हणूनच मला वाटतं, माझ्यावर हल्ला करण्याची कुणाची हिम्मत होत नाही. अत्यंत प्रामाणिकपणानं मी हे सांगतोय. शिवसैनिकांवर पूर्ण विश्वास आहेच आणि अर्थातच जगदंबेनंही शक्ती तयार केलेली आहे. ती शक्तीच मला नेहमी वाचवते.

◗ आणि आनंदाच्या क्षणी कोणाची आठवण होते?

सर्वप्रथम शिवसैनिक. त्याचं सर्व श्रेयच मी प्रथम शिवसैनिकांना देतो आणि मग माझे वडील. माझी आई आणि मग आमचे पूर्वज आहेत. महामानव कुटुंबात जन्मास आले त्यांची. आता माझी एक बहीण गेली. तिची एका जाणिवेनं आठवण येते. एवढ्यासाठी की ती माझ्यावर खूप प्रेम करायची. मी जिंकल्यावर तिला आनंद व्हायचा. तिची खूपच आठवण यायची.

▶ मृत्यूविषयी आपल्या काय कल्पना आहेत?

मला पर्वा नाही त्याची. पर्वा नाही. ज्यावेळेस जन्म घेतो त्यावेळेस तो एक आलेख लिहिलेलाच असतो. त्यामुळे तो केव्हा आणि काय याची मी पर्वाच करीत नाही.

▶ मृत्यू कसा यावा?

तो मर्दाचा असावा. मला मृत्यूची पर्वा नाही. मी माझं संपूर्ण शरीर देवतांपुढे वाहून टाकलेलं आहे. तिला जे हवंय ते ती करील. मला चिंता नाही.

▶ आज देशभरात पाकिस्तानी अतिरेक्यांनी जो हैदोस घातला आहे त्यामुळे तुमच्या मनास कोणत्या यातना होतात?

चरार-ए-शरीफसारख्या घटना तर अत्यंत नामुष्कीच्या.

होय, अत्यंत नामुष्कीच्या गोष्टी आहेत त्या. केंद्रामध्ये सरकार अस्तित्वातच नाही ही माझी भावना आहे आणि ती असह्य आहे. कशाकरिता या देशाला त्या त्या वेळच्या क्रांतिकारकांनी स्वतंत्र केलं? तेच कळत नाही. ही म्हणजे अत्यंत नालायकी आपण सिद्ध करीत आहोत.

▶ तुमचं सरकार जर आता असतं केंद्रात?

मी मोडून काढलं असतं. आता जेवढे घुसखोर झालेत ना तेवढे शक्यच झाले नसते. पुन्हा सरहद्द ओलांडण्याची त्यांची हिंमतच झाली नसती. मग पाकिस्तानची सरहद्द असो, नाही तर बांगला देशची. आत घुसण्यास मी त्यांना कुठे संधीच दिली नसती. सैन्याला तुम्ही आज जे सैरभैर करून टाकलंय त्यापेक्षा त्यांच्या सरहद्दीच त्यांना अशा सांभाळायला लावल्या असत्या की जर कोणी सरहद्दीच्या आत एक पाऊल टाकलं, तर त्याला गोळी घाला ही माझी पहिली ऑर्डर असेल.

▶ पण आता पाकिस्तानशी युद्धं झालंच तर आपल्या देशाला परवडेल का?

युद्ध परवडण्याचा प्रश्न नाहीय. आमच्या जवानांमध्ये कुठेच कमी नाहीये. आम्ही नक्कीच जिंकू. पण युद्ध अंगावर घेण्याची आमच्या नेत्यांची कुवत नाहीय. लादलं गेलं तर लढणार. का? तर लढावंच लागणार. मी म्हणतो, तुम्ही आता युद्धबिद्ध करू नका, पण तुमच्या देशात घुसलेल्या घुसखोरांना, अतिरेक्यांना तरी धडा शिकवणार की नाही? त्यांनीही नाही म्हटलं तरी युद्धाचा प्रसंगच तुमच्यासमोर निर्माण केलेला आहे.

◗ मुंबईतील भूमिपुत्रांवरील अन्याय होत असल्याच्या प्रश्नावर शिवसेनेचा जन्म झाला. या भूमिपुत्रांच्या कल्याणासाठी सरकारचे धोरण काय राहील?

आहे तेच चालू राहील. असं आहे शेवटी की, भूमिपुत्रांची ही जी आमची चळवळ आहे तिला आता चळवळीचं रूप देण्याची काही गरज नाही. कारण एका आमच्या ताकदीवरच सर्व मागण्या होताहेत. लोकाधिकार समिती अप्रतिम काम करते आहे. आज विमानामध्ये-मग ते एअर इंडियाचं असो किंवा इंडियन एअरलाईन्सचं असो, तिथे मराठी पोरं आणि पोरी पर्सर म्हणून आणि हवाईसुंदरी म्हणून 'जय महाराष्ट्र' बोलताहेत. पंचतारांकित हॉटेलात मराठी पोरं मोठ्या प्रमाणावर आहेत. तिथेही आता 'जय महाराष्ट्र'च ऐकू येते. शिवसेना नसती तर हे कधीच तुम्हाला दिसलं नसते. शिवसेनेनं हे केलं आहे.

◗ हे तुम्ही सत्तेवर नसताना केलंय...

होय ना. मग!

◗ आता तुम्ही त्यासाठी कायदा करणार का?

कायदा करताना त्या अडचणी आहेत नं. देश बोंबलायला उभा राहतो. प्रत्येकानं आपापलं सगळं बघितलं आहे. जसे नवबौद्ध. आमच्यावरती शिव्या वगैरे देतात त्यांचे पुढारी. पण लेको, तुम्ही तुमचा धर्म बांधता हे आम्हाला कळत नाही काय? तुमचा धर्म बांधायचा आणि हिंदू धर्माला विरोध करायचा. हे नाही जमणार. तुम्ही तुमच्या बुद्ध धर्माचा मान ठेवा. आमचा धर्म आम्हाला वाढवू द्या. प्रत्येकानं आपली राज्यं बांधायची आणि सगळे बेकार इकडे पाठवायचे. हे काय प्रकार आहेत?

◗ मुंबईचं मराठीपण हरवू लागलेलं आहे–

नाही. बिल्कुल नाही. शक्यच नाही. नाहीतर बॉम्बेचं 'मुंबई' झालंच नसतं. केंद्रानं त्याला मान्यता देवो ना देवो, आम्ही ते केलेलं आहे.

◗ कर्नाटकात फक्त कानड्यांनाच नोकऱ्या देण्याचा कायदा तेथील सरकारने नुकताच केला आहे.

त्याबद्दल कोणी बोंबलणार नाही. पण मी जेव्हा घोषणा केली त्यावेळेला, तेव्हा केवढी बोंबाबोंब झाली. आता पुन्हा जरी केली तरी बोंबाबोंब होईल. त्या कर्नाटकातील धोरणाबद्दल कोणी बोंबलणार नाही.

◗ चाळीस लाख झोपडपट्टीवासीयांना तुम्ही घरं देणार आहात. त्यात बहुसंख्य परप्रांतीयच असतील. पण मुंबईतला मूळचा मध्यमवर्गीय मराठी माणूस मात्र कधीही घर घेऊ शकणार नाही. तो बाहेर चालला आहे.

झालं ना. मी सुरुवात केली की, त्यांना झोपडपट्टीमधल्या स्कीममध्ये घालण्यापेक्षा त्यांना एका निराळ्या पद्धतीनं गाळेधारक म्हणून वसविण्याचा विचार सुरू आहे. हे करताना नेहमीच जी वशिल्याची खिरापत वाटली जाते ती काही आम्ही वाटणार नाही. आधी गरजूंचा विचार करणार. त्यानंतर जे ट्रॅन्झिट कॅम्पमध्ये पडले आहेत त्यांचा विचार करणार. त्यांना पुन्हा मानानं त्यांच्या मतदारसंघात आम्ही आणणार. प्रबोधन गृहनिर्माण संस्था आम्ही जी काढली होती त्यांचे जे डिपॉझिटर्स आहेत त्यांनाही आम्ही जागा देणार. या संदर्भात मी कालच मुख्यमंत्र्यांशी बोललो आहे.

◗ मुंबईतील वाढते लोंढे न रोखता, त्यावर उपाययोजना न करता तुम्ही ४० लाख झोपडपट्टीवासीयांना घरे देत आहात. यामुळे दर पाच वर्षांनी तुम्ही ४० लाख घरे बांधणार काय?

नाही. आम्हाला त्यांच्यावरती कडवटपणानं काही पावलं उचलावीच लागतील. निश्चित उचलणार. रेशनिंग कार्डाचा शेवटचा नंबर घेण्याविषयी माझ्या सूचना त्याच संदर्भात आहेत. केंद्र सरकारचं ठीक आहे. पाकिस्तानचे येथे घुसलेले अतिरेकीही ज्यांना आवरत नाहीत त्यांनी इथे आम्हाला उपदेश करू नयेत. इथे आम्हाला पाण्याचे प्रश्न आहेत, जमिनीचे प्रश्न आहेत, अन्नाचे आहेत, उद्या रोगराई पसरलीच, एखादी साथ आली तर, आवरणं कठीण जाईल आणि ही काळजी आम्हाला घेण्याचा पूर्णपणे अधिकार आहे. कॉन्स्टिटट्यूशनल अधिकार आहे. एकदा घटनेची चर्चा करण्याकरिता सगळ्या मान्यवरांनी माझ्यासमोर येऊन बसावं. माझी तयारी आहे त्यांना उत्तर देण्याची. उगीच '१९ ए' कलमाच्या नावाखाली धांगडधिंगा घालू नये.

◗ भाजपाशी तुमचा संसार कसा सुरू आहे?

कुणाशी? माझ्याशी?

◗ सरकारविषयी म्हणतोय.

चांगला सुरू आहे. कोणत्याही प्रकारच्या साध्या कुरबुरीही नाहीत. घटस्फोट घ्यावा असं दोघांच्याही मनात नाही. तसे काही घडलेच तर तो कर्मदरिद्रीपणा ठरेल.

◗ अलीकडे भाजपाच्या मंत्र्यांनी अचानक त्यांची संपत्ती स्वतंत्रपणे जाहीर केली आणि मुंबई महापालिकेत त्यानी वांद्र्याच्या उड्डाणपुलास मोरारजीचे नाव देण्याच्या ठरावासही पाठिंबा दिला. या गंभीर बाबी आहेत.

बी.जे.पी. आणि आमच्यामध्ये एवढाच फरक आहे की, तूर्त आम्ही महाराष्ट्रापुरतेच मर्यादित आहोत असं त्यांचं म्हणणं आहे. कारण आम्ही बाकीच्या ठिकाणी निवडणुका लढविल्या नाहीत म्हणून. पण खरं तर हिंदुस्थानातील सर्वच प्रांतात आता आमच्या शाखा निघालेल्या आहेत. अगदी जम्मू-कश्मिरपर्यंत. तरीपण आम्ही अजून काही तेवढं मोठं पाऊल उचललेलं नाही. कारण पैशाचेही प्रश्न आहेत. पण आता त्याचं काय झालेलं आहे की गुजरात टिकवायचा असेल तर मोरारजींना पाठिंबा द्यावाच लागणार. पण मोरारजींना पाठिंबा देत असताना महाराष्ट्रामध्ये नुकसान होईल याकडे ते लक्ष देत नाहीत. त्यामुळे एक वाचवायचं की दुसरं घालवायचं? आणि दुसरं वाचवायचं की हे घालवायचं हा त्यांचा प्रश्न आहे. आमचा नाही. आणि मोरारजी म्हणजे गुजरात नव्हे, गुजरातची जनता नव्हे हे माझं स्पष्ट मत आहे आणि तेव्हा गुजराती बांधवांनीसुद्धा असं काही मनाला लावून घेण्याची गरज नाही. त्यांच्याही कवट्या मोरारजी देसायानं त्यावेळी गुजरातमध्ये उडवल्या आहेत. 'टाइम्स ऑफ इंडिया'च्या ५६ सालच्या फायली बघाव्यात.

◗ नुकत्याच झालेल्या पालिका निवडणुकीत युती झाली नाही. शिवसेना विजयी झाली, पण भाजपला मोठा फटका बसला. 'लोकसभा' निवडणुकीत काय होईल?

आम्ही जरा काळजीपूर्वक घेतोय ते एवढ्याचसाठी की, आमच्या दोघांचाही खरा शत्रू काँग्रेसच आहे. तेव्हा या फालतुपणाला दोघांनीही आळा घालावा मग. इथेसुद्धा ओरबाडणं सहन करणार नाही मग. ग्रामपंचायती किंवा महानगरपालिकेपर्यंत ठीक आहे. त्यांच्या त्या स्थानिक लोकांनी जरा आगाऊपणा केला. त्यांचा जो मूळ बेस आहे. बी.जे.पी.चा तो काही एवढा अरेरावी नव्हता. पण हे जे खालचे जे कोणी आहेत, गायकवाड-फायकवाड त्यांनी जरा आगाऊपणा केला. त्यामुळे बी.जे.पी.ला फटका बसला. किंबहुना बदनामी सहन करावी लागली. नाहीतर तिथेही सुंदर तऱ्हेनं झालं असतं.

◗ सुधीरभाऊ चांगले मुख्यमंत्री होऊ शकले असते?

महाराष्ट्राच्या मुख्यमंत्रीपदासाठी सुधीर जोशींचं नाव आधी चर्चेत होतं. तशा बातम्याही प्रसिद्ध झाल्या होत्या. असं शिवसेनाप्रमुखांना विचारताच त्यांनी सांगितलं,

"असला काही प्रकार नव्हता. पण सुधीरभाऊ निश्चितच एक चांगले मुख्यमंत्री होऊ शकले असते. पण मुख्यमंत्रीपद एकच असल्याने संघटनेचे हित लक्षात घेऊन मला निर्णय घ्यावा लागला. वृत्तपत्रात काय छापून आले याविषयी मला काही कल्पना नाही, पण असे महत्त्वाचे निर्णय मी शेवटपर्यंत जाहीर करीत नसतो. तरीही सुधीरभाऊ आज अत्यंत महत्त्वाचं असं महसूल खातं समर्थपणे सांभाळीत आहेत. सर्व कलेक्टरांवर त्यांचा चांगला दाब आहे. महाराष्ट्रातील जमिनीचे व्यवहार त्यांच्या हाती आहेत. सुधीरभाऊंसारखा निष्कलंक माणूस आज तेथे बसला असल्याने आधीच्या राज्यकर्त्यांनी, मंत्र्यांनी भूखंडाचे जे श्रीखंड ओरबाडले तसले प्रकार आता होणार नाहीत याविषयी मला आणि जनतेलाही खात्री आहे. मुख्य म्हणजे लोकाधिकार समितीचा खंदा सेनानीच त्यांच्या रूपानं सरकारात बसल्यामुळे भूमिपुत्रांच्या प्रश्नांनाही चालना मिळू शकेल. कारण सुधीरभाऊंचं संघटनकौशल्य आणि कामाचा वकूब मोठा आहे.

◗ मंत्रालयात फायलींचे ढिगारे साचले तर त्या जाळून टाकीन असं तुम्ही विधान केले होते. मंत्र्यांच्या कामाची पद्धत कशी असावी?

निकालात काढण्यासारख्या गोष्टी ताबडतोब निकालात जायला पाहिजेत. आश्वासनांवरती त्या तरंगता कामा नयेत. एखाद्या माणसाला समजा अद्यापि पेन्शन मिळाली नाही. तो दहा-पंधरा वर्षं आपला वाट बघतोय. हा काय प्रकार आहे? ते त्याच्या हक्काचं त्याला मिळायलाच पाहिजे. याला कॅबिनेट डिसिजन कशाला? लगेच सही करायला पाहिजे. मुख्यमंत्री असो, मंत्री असो, ताबडतोब पेन्शनची सोय करावी आणि परत त्याचा फॉलोअप झालं पाहिजे. सही करून भागणार नाही. अशा कामांची एक वेगळी लिस्ट पाहिजे. पी. ए.ना सूचना करून ठेवा. या कामाचं काय झालंय ते मला वेळोवेळी सांगत चला. झालं की नाही?

◗ नियम आणि कायदे आडवे आले तर?

नाही. येऊ देणार नाही. नियम कुणासाठी आणि कायदे कुणासाठी? लोकांना जेरीस आणण्यासाठी? जाळून टाका ते कायदे मी म्हणेन. असला फालतूपणा नाही चालणार. तुम्हीच केलेला कायदा पाळत नाही. नियम आणि कायदे जनतेच्या हिताचे आहेत की गाडण्यासाठी? जनहिताच्या आड येणारे नियम आणि कायदे बदलायला हवेत. नियम आणि कायद्याच्या गुंत्यात सरकारने अडकून पडू नये असं मला वाटतं. जनतेला तत्परतेनं न्याय द्या. त्यांच्या समस्या सोडवा आणि जे कायदे आहेत ते आपण कठोरपणे पाळत आहोत का? सामान्यांनाच त्याचा जाच का? सामान्यांसाठी हे कायद्यांचे फालतू बडगे नकोत.

ज्यांना खरोखरच हे बडगे हवेत त्यांच्यावर ते लादा. शेषननी काय केलं? शेषननी आपलं काहीच केलं नाही. त्याने तुम्हीच पास केलेले कायदे अमलात आणले. कणखरपणानं. तोच प्रकार मग काही बाबतीत आम्हाला इथे करायला पाहिजे.

[१६ मे, १९९५]

विस्कळीत जीवन

शरद पवार मैत्रीला नालायक आहेत!

"शरद पवार ह्यांचा संपूर्ण पराभव झाला तरी शिवसेनाप्रमुखांचा त्यांच्यावरील संताप कायम होता. ते म्हणाले, ''शरद पवार हे मैत्रीला अत्यंत नालायक, विश्वासघातकी आहेत. मराठी माणसाच्या पाठीवर त्यांनी अनेकदा वार केले. उद्या पवार पंतप्रधान झालेच तर मराठी माणूस म्हणून मला अजिबात अभिमान वाटणार नाही.''

शिवसेनाप्रमुखांबरोबर झालेल्या प्रत्येक चर्चेत शरद पवार हा विषय ओघानेच निघत असे. पण शिवसेनाप्रमुखांचा संताप व भूमिका कायम होती. आणि ती भूमिका व संताप ते वारंवार मांडत राहिले."

शिवसेनेसारखी आक्रमक, चळवळी संघटना जेव्हा सत्तेवर येते तेव्हा शिवसैनिकांना काय काम राहातं?

जी कामं आंदोलनानं करायची ती कामं आता सरकारच आपलं आल्यामुळे विनासायास करून घ्यायला काही हरकत नसावी आणि हे करीत असताना त्याचा आक्रमकपणा नष्ट झालाय असं समजू नये. कारण सरकारने जर काम केलं नाही तर तो आक्रमकपणा नष्ट नाही झाला, पण ज्यावेळेला मिळत नाही, दरवाजा बंद आहे, ठोठावून उघडत नाही तेव्हा लाथ मारायची आम्ही. आता म्हणजे काय तुमच्याकरिता दरवाजाच त्यांनी उघडा ठेवलाय. तुम्ही लाथ कशाला मारताय? तो बंद झाला तर गोष्ट निराळी. त्याचे विचार आता का करता? पण मला माझ्या लोकांबद्दल, सरकारबद्दल पूर्ण खात्री आहे. आत्मविश्वास आहे. त्यांच्या हातून चुका कदापि घडणार नाहीत. घडूच देणार नाहीत ते. स्वतः मुख्यमंत्री मनोहर जोशी याबाबतीत जाणतेपणानं आणि जागतेपणानं कारभार करताहेत. मी नुकतंच मनोहर जोशींशी बोललो तेव्हा मला दिसलं की, त्यांनाही याची जाणीव आहे. त्यांच्या प्रत्येक शब्दात मला ते जाणवतं. तेव्हा त्यांच्याकडून अन्याय होईल असं मला वाटत नाही. आज प्रत्येक मोर्चाला माझा मंत्री रस्त्यावर येऊन सामोरा जातोय. ३४ वर्षांत काँग्रेसच्या राजवटीत कधीही मंत्री रस्त्यावर आले नाहीत.

मंत्रालयात का गेलो नाही?

महाराष्ट्रातील सत्तांतर ज्यांच्यामुळे घडले ते शिवसेनाप्रमुख मंत्रालयात का गेले नाहीत? असा प्रश्न आज सगळ्यांच्याच मनात आहे. कारण मुंबई आणि ठाणे पालिकेत जेव्हा जेव्हा शिवसेनेची सत्ता आली तेव्हा शिवसेनाप्रमुख पालिकेत गेले होते आणि मंत्रालयावर भगवा फडकल्याची स्वप्नपूर्ती होऊनही शिवसेनाप्रमुख मंत्रालयात गेले नाहीत या प्रश्नावर शिवसेनाप्रमुखांनी उत्तर दिले ते असे :

शिवसेनाप्रमुख म्हणाले, ''मला कोणी बोलावलं नाही आणि मी गेलो नाही, पण मी मंत्रालयात जाणार आहे. तळमजल्यावर जी महाराजांची तसबीर आहे... महाराजांना दंडवत करून येणार आहे एकदा. मी आमंत्रणाची वाट बघत नाही. मला त्याची गरज नाही. मंत्रालय कुणाच्याही मालकीचं नाही. महाराज तिथं आतमध्ये आहेत. त्यांची ती सत्ता आहे. शिवशाहीच्या नावानं. त्यामुळे कधीही सकाळी, दुपारी, रात्री मी पटकन मंत्रालयात शिरेन. महाराजांना नमस्कार करून माझ्या गाडीत बसून परत फिरेन. बाकी काही नाही. भावनेच्या भाबडेपणामुळे, भाऊगर्दीत कुणाला जमलं नसेल. होतं कधी कधी.''

◗ तुमच्या 'रिमोट कंट्रोल'चा शरद पवार 'घटनाबाह्य सत्ताकेंद्र' असा उल्लेख करतात, तर तुमचा 'रिमोट कंट्रोल' आणि काँग्रेसचे 'हायकमांड' यात तुम्ही कोणता फरक कराल?

काहीच फरक नाही. त्यावेळेला आजच्याप्रमाणे कॉम्प्युटराइज्ड इलेक्ट्रॉनिक सिस्टीम नव्हती. म्हणून त्याला 'हायकमांड' म्हणत. आता रिमोट कंट्रोल आलेत. म्हणून मी 'रिमोट कंट्रोल' म्हणतो. लांब राहूनही तुम्ही चॅनल बदलू शकता.

◗ एकेकाळचे तुमचे मित्र, नंतरचे राजकीय शत्रू आणि आताचे पराभूत शरद पवार यांच्याविषयी आज तुमच्या भावना काय आहेत?

काहीच नाहीत. मैत्रीला अत्यंत नालायक माणूस. विश्वासघातकी. तेवढ्याच लायकीचा तो माणूस आहे. त्याच्या कामाची पद्धतही इतकी पाठीत 'वार' करण्यासारखी आहे. म्हणूनच ते पवार आहेत की काय मला माहीत नाही. तोंडासमोर असं दाखवितात की तुमचं काम झालं. मागून ते जी पाचर मारून ठेवतात, ती फार भयंकर असते आणि ती माझ्यासारख्या स्वभावाला परवडत नाही. एकदा 'हो' तरी म्हणा नाही तर 'नाही' तर म्हणा, पण 'हो' म्हणून 'नाही' करणं हे मला नाही परवडायचं. हा विश्वासघात आहे. मी असल्या माणसांना मित्र म्हणून कधीच कवटाळू शकत नाही हे तितकंच खरं. एक तर मला काही कमवायचं नाही. खुद्द शरद पवारांनी सांगून द्यावं मला, माझी कोणती वैयक्तिक कामं मी त्यांच्याकडे आणली. सांगावं त्यांनी. मी लोकांचीच कामं पाठवली.

◗ हेच पवार उद्या देशाचे पंतप्रधान झाले तर एक मराठी माणूस म्हणून त्यांचं स्वागत कराल काय?

नाही. महाराष्ट्रासाठी आणि मराठी माणसांसाठी त्यांनी काहीही केलेलं नाही. जेवढी काही ओरबाडणी झाली त्यातसुद्धा त्यांचा वैयक्तिक स्वार्थ आहे. त्याच्यामध्ये महाराष्ट्राचा काहीही फायदा झाला नाही. तेव्हा एक मराठी माणूस म्हणून त्यांच्याविषयी अभिमान वाटण्यासारखं काही नाही. मी जेव्हा मराठी माणसांच्या प्रश्नांसाठी उभा राहिलो तेव्हा माझ्यावर वार करणारे हेच पवार होते. आता ते जागतिक मराठी माणसांचं संघटन परिषदा भरवीत आहेत. कदाचित ती जगातील मराठी माणसं असल्यामुळे पवार त्यांच्या परिषदा भरवीत असावेत, पण येथील मराठी माणसांसाठी त्यांनी काय केलं? आणि पवार पंतप्रधान होतील असं मला मुळीच वाटत नाही.

◗ उद्याच्या लोकसभा निवडणुकीत कोणत्याही पक्षास बहुमत मिळालं नाही तर देशाचं भवितव्य काय असेल?

भवितव्य आज तरी कोठे आहे? विटांचे तुकडे गोळा करूनच तुमची घरबांधणी चालली आहे नं? आजसुद्धा नाही म्हटलं तरी तुमचं 'हंग' पार्लमेंटच आहे किंवा 'हँगिंग' पार्लमेंट किंवा 'हँगओव्हर' पार्लमेंट. कुठचाही शब्द वापरा. उद्या काय होणार आहे याचं भाकीत मी केलेलंच आहे. या देशात यादवी होईल. भयंकर यादवी. ९७ सालात ही यादवी सुरू होईल आणि ९८ साली ती पेटेल.

◗ यादवी कोणामध्ये होईल?

सगळा देश पेटून उठणार आहे. एका नैराश्यामधून संपूर्ण देश सैरभैर होणार आहे.

◗ देशाला स्थैर्य लाभण्यासाठी आपली जनतेकडून काय अपेक्षा आहे?

खरं म्हणजे या लायकीचं नेतृत्व नाहीच इकडे. काँग्रेस म्हणजे सत्ता टिकविण्यासाठी सतत कटकारस्थानंच करीत बसलेली आहे. माझ्या या खुनांच्या गोष्टींमध्येसुद्धा एखाद्या कुणा काँग्रेस पुढाऱ्याचा हात असला तरी आश्चर्य वाटायचं कारण नाही. मला कुणकुण लागलेली आहे. इतक्या नीच पद्धतीनं जाणारी ही अवलाद आहे. काँग्रेस जेवढ्या लवकर संपेल तेवढे या देशाला चांगले दिवस येतील. पूर्णपणे गाडली गेली पाहिजे.

◗ मग या देशाला नेता कोण?

नेता मिळतो आपोआप.

◗ देश तारू शकेल असा नेता तुमच्या मनात आहे का?

उद्या इमिजिएटली केंद्रामध्ये जर गडबड झालीच आणि बी.जे.पी.चं सरकार आलंच तर अडवाणींसारखा एक चांगला माणूस आहे. त्यांना एक दूरदृष्टी आहे. विचार आहे. सर्व काही आहे. पण त्यांचीच लोकं त्यांना किती पाठिंबा देतील तो प्रश्न येणार आहे.

◗ देशाचं नेतृत्व तुम्ही का करणार नाही?

मी अजून त्याकडे एवढ्या गंभीरपणानं लक्ष दिलेलं नाही. तशीच वेळ आली तर अवतरेन त्या वेळेला. पण आता माझ्या डोक्यात कसलाही विचार नाही. पण फारच काही घात झाला तर वाटेल त्या मार्गानं देश वाचवायचा मी प्रयत्न करीन.

◗ **म्हणजे नेतृत्व करणार?**

ते काय असेल– मी नाही सांगू शकत आता. आता नाही सांगू शकणार.

◗ **शिवसेनेची तुम्ही स्थापना केलीत. त्यानंतर तुम्ही जोधपुरी कोट घालीत होता. हा पोशाख तुमच्या व्यक्तिमत्त्वास फार शोभून दिसे. आज महाराष्ट्रात तुम्ही शिवशाही आणलीत. निदान मुख्यमंत्र्यांच्या शपथविधीच्या दिवशी तरी पुन्हा जोधपुरी घालाल असे वाटले होते...**

जोधपुरीच्या मागे इतिहास आहे. शिवसेनाप्रमुख ज्यावेळेला झालो त्यावेळेला मी पॅण्ट आणि शर्ट घालीत होतो. शर्ट आणि पॅण्टमधील माझे फोटोही आहेत. मला वाटत नव्हतं, की एवढा काही मोठा असा पसारा वाढेल वगैरे. एक दिवशी काय झालं, शेषराव वानखेडेंच्या मुलीचं लग्न होतं. म्हटलं...मंत्र्यांच्या मुलीच्या लग्नाला जायचं म्हणजे शर्ट-पॅण्टीत जाणं बरं दिसत नाही. एकानं सांगितलं. नाही म्हणे, तुम्ही आता शिवसेनाप्रमुख आहात. तुम्ही कपडे जरा नीट शिवले पाहिजेत. तुम्ही जोधपुरी शिवा. ते कुमारसेन समर्थ जे आहेत, तेव्हाचे गाजलेले नाट्यदिग्दर्शक, संगीतकार. म्हणजे नूतन, तनुजाचे वडील. त्यावेळेला त्यांचा आणि आमचा घरोबा चांगला होता. नूतन आणि तनुजा लहान पोरी असताना आमच्याकडे यायच्या. तर त्या कुमारसेन समर्थांचा फारच आग्रह. मी म्हटलं, 'अहो, जोधपुरी वगैरे काय?' तर म्हणाले 'नाही. तू काळजी करू नकोस. तर कुमारसेन समर्थांनी कापड-बिपड आणि मेजरमेंटकरिता शिंपी आणला आणि जोधपुरी आणि पॅण्ट मला आणि श्रीकांतला शिवली. ते कपडे घालून आम्ही त्या लग्नाला गेलो. त्यावेळेला तो अंगावर चढवला तो तसाच राहिला. थोडा काळ. एक दिवशी ते बदलून टाकलं. झब्बा-लेंगा घातला. काही तरी एक असाच प्रसंग आला. त्यावेळी माझ्या अंगावरती शाल आली. मग ती शाल तशीच राहिली.

◗ **खैरनारना आता बडतर्फ केलंय. त्याबद्दल काय वाटतं?**

खैरनार हा विषय कारण नसताना चुकीच्या पद्धतीनं वाढवला गेलाय. पत्रकारांनाही याची जाणीव आहे. खैरनारना आज जे मोठेपण आलेलं आहे ते शिवसेनेमुळे आलेले आहे. खैरनार विसरले असले तरी मला ते सांगावंच लागतं. उपकाराची फेड ही नेहमी अपकाराने होत असते. तो प्रकार शिवसेनेच्या बाबतीत खैरनारांनी केलेला आहे असं मी स्पष्टपणानं सांगतो.

◗ **असे कोणते प्रसंग आहेत?**

खैरनार जेव्हा बेकायदा बांधकामांविरुद्ध झुंज देत होते, वसंतदादा पाटलांचं

सरकार असताना आणि दादांच्या मुलाच्या हॉटेलावरच त्यांनी धाड टाकली व मोडतोड केली. तेव्हा मी एकमेव माणूस त्यांच्या बाजूने उभा राहिलो. वसंतदादा पाटील हे माझे मित्र असतानासुद्धा मी खैरनारांची बाजू घेतली. खैरनार आमच्या काही खासगी कार्यक्रमांच्या व्यासपीठावरदेखील येत होते. ज्यावेळेला त्यांच्याविरुद्ध पहिल्यांदा काहूर माजलं त्यावेळेला मी एकमेव खैरनारांच्या बाजूने उभा राहिलो. शिवसेना म्हणून, शिवसेनाप्रमुख म्हणून. काल-परवाकडे ते जेव्हा डी.एम.सी. झाले ते होऊ शकले नसते, पण खैरनारनी मला फोन केला व सांगितले ''साहेब, आपण मला जर आशीर्वाद दिलात तर मी कण्टिन्यू होऊ शकतो.'' तर मी त्यांना डी.एम्.सी. केलं. ते झाल्यानंतर त्यांनी शिवसेनेच्या अनेक शाखा पाडल्या. तरी मी त्यांचा कुठे सूड घेतला नाही. मी काही लोकांना बोललो, 'काय करतोय हा माणूस! न्यायानं चल की! जे धाडस तू आमच्या शाखा पाडण्याच्या बाबतीत दाखवतोस, तसं बाकीचं काही आहे अनधिकृत ते पाडून टाक की. बेहरामपाडा अख्खा अनधिकृत आहे. तिथे जरा घुस की, पण त्यानं शाखाच पाडल्या. हे तितकंच खरं. उपकाराची फेड कशी अपकारानं केली ती बघा. धोरण म्हणून त्यानं पाळावं. एवढ्या मागे मी आता जात नाही.'

▸ त्यांनी नंतर काँग्रेस राजवटीचे वाभाडे काढले आहेत.

तिकडेच वळतोय मी आता. शरद पवार तर आता माझे दुश्मन आहेत. उद्या तो आमच्याही मुख्यमंत्र्यांवर विनाकारण घसरेल. त्याचं काही सांगता येत नाही. मी तर बोललोय, ही तर सायकिक केस आहे. त्यांच्या चेहऱ्यावरून मी बोलतो. काही लोकांना तर अनुभवही आलाय त्याचा. खैरनारना बडतर्फ केलं. अण्णा हजारे आता उपोषणाला बसताहेत. ठीक आहे. पण खैरनारनं सांगितलं, ... आधी ट्रकभर पुरावे. मग ब्रीफकेसवर आले. पण ती कधी उघडलीच नाही. मग चावी हरवली. काही आकड्याच्या बॅगा असतात. ते आकडे लागल्यानंतर बॅग उघडते आणि तो बॅगेचा आकडा हा विसरला? पत्रकारांनीही त्यांना कधी विचारले नाही की अहो खैरनार, हे राणा भीमदेवी पुष्कळ झालं. आम्हाला पुरावे द्या. मग खैरनार काय म्हणाले? संरक्षणमंत्र्यांच्या विमानामध्ये दोन शर्मा बंधू होते. हा तुझा पुरावा नाही. हा गोपीनाथ मुंडे यांनी विरोधी पक्षनेते म्हणून विधानसभेत दिलेला पुरावा. त्यावर तुझा अधिकार नाही. मग 'आपकी आदालत'मध्ये त्यांनी सांगितलं की, 'अमावास्येच्या अंधाराला पुरावा कसला?' हे गोंडस वाक्य आहे. अलंकारिक आहे. खैरनारांच्या तोंडातून निघाल्यामुळे आणखीन महत्त्व प्राप्त झालं त्या काळोखाला, पण तुझ्या डोक्यामध्ये काळोख आहे की, त्या काळोखाचंसुद्धा कौतुक करायचं का आम्ही आणि जास्त महत्त्वाचा मुद्दा हा की, जो माणूस मुंबई महानगरपालिकेत उपायुक्त पदावर आहे,

त्या माणसाला मुख्यमंत्रीपदावर कोणी का असेना, असा टीका करण्याचा अधिकार नाही. रुल्स बाय रुल्स. नियमाप्रमाणे.

➧ म्हणजे बेशिस्तीचा प्रश्न निर्माण झाला.

होय. आणि उद्या जर हा प्रकार तुम्ही मान्य केलात तर मी तुम्हाला सांगतो, सगळीकडे गदारोळ उठेल. कोणीच कुणाचं ऐकणार नाही. शिपाईसुद्धा मुख्यमंत्र्यांना शिव्या घालील. हे चालेल का? हे नियमांचं उल्लंघन करून उद्या कोणीही कोणावर टीका करू लागेल, एस.टी.चा ड्रायव्हर उद्या मंत्र्यांची अब्रू घेऊ लागला, उद्या नगरसेवक बसमध्ये चढला आणि ड्रायव्हर म्हणाला, "ए, खाली उतर. ए च्या आयला, लाथ मारून खाली उतरवीन तुला" असं झालं तर? नगरसेवक आहे तो. तो नगरपालिकेत बसून बीईएसटीचे नियम वगैरे करीत असतो. त्याला जर उद्या 'बेस्ट'च्या ड्रायव्हर, कंडक्टरने ढुंगणावर लाथ मारून खाली उतरवलं तरी त्याचं कौतुक करायचं? मर्यादांचं उल्लंघन करूनच जर तुम्ही त्याचा उदो उदो करणार असाल तर मला वाटतं, हे एके दिवशी तुमच्यावरही बुमरँगसारखं उलटल्याशिवाय राहणार नाही. इथे खैरनारांचा प्रश्न नाही. इथं नियमांचा प्रश्न आहे. डी.एम.सी.ला मुख्यमंत्र्यांवर टीका करण्याचा अधिकार नाही. या मुद्यावरती मी जास्त भर देतोय. खैरनार राहू द्यात बाजूला. कोणीही असतं दुसरं तरी त्याला तो अधिकार नाही. हां. तुम्ही राजीनामा द्या. पाहिजे ते करा. तुम्ही राजीनामा द्या ना. या बाहेर आणि अटॅक एनिबडी. तो तुमचा हक्क आहे. उद्या चीफ सेक्रेटरी जर मुख्यमंत्र्यांच्या विरुद्ध बोलू लागला, तर ते ॲक्सेप्ट करायचं? व्वा व्वा! आजपर्यंत असा मुख्य सचिव मिळाला नाही. काय हिम्मत त्याची बघा. कौतुक करणार त्याचं? नाही करणार? मुख्य सचिवांनी राजीनामा द्यावा आणि जे काही भ्रष्टाचार मुख्यमंत्र्यांनी केले असतील, जे तुमच्या लक्षात आहेत, पण तू त्याला हातभार लावला नाहीस, ते चव्हाट्यावर मांड, फाडून टाक. आमचा मुख्यमंत्री असला तरी फाड, पण आमच्याकडे काय भलताच उदो उदो सुरू आहे त्याचा. केलंय काय त्यांनी? की भ्रष्टाचाराविरुद्ध ही क्रांती आधी त्यांनी केली आणि आम्ही चाटत बसलो होतो कुणाचं? चढवायचं झालं म्हणजे तुम्ही लोक असं चढवता, पण त्याच्या वजनामुळे तुम्ही किती मातीत रुतलात तेच बघत नाही.

➧ देणगीशिवाय शाळाप्रवेश ही कल्पना तुम्हाला कशी वाटते?

असं धोरण एकदम धिसाडघाईने करता येत नाही. कॅपिटेशन फी विरोधात आंदोलने झालेली आहेत, पण दुसरा मार्ग काढला जातो. आम्हाला 'कॅपिटेशन' नकोय. आम्हाला डोनेशन द्या. आता काय बंद करायचं?

◗ आज बालवाडीतील प्रवेशापासून देणग्यांची ओझी लादली जात आहेत...

याच्यावरती एकदम भाष्य करता येणार नाही. टीका करण्यापेक्षा, सरकारवरती काही आसूड ओढण्यापेक्षा तुमच्याकडे कोणता मार्ग आहे. चला ना. आमच्या काही ध्येयधोरणांना पत्रकारांनी मदत करावी ना. पत्रकार परिषदेमध्ये नुसत्याच काही प्रश्नांचा काथ्याकूट होतो. त्यापेक्षा पत्रकार आणि सरकार यांच्यामध्ये असा एखादा परिसंवाद व्हावा, की आम्ही हे जे केलंय याबाबत पत्रकारांचं काय म्हणणं आहे? त्यावेळेला पत्रकारांमध्येसुद्धा कदाचित एकमत होण्याची शक्यता नाही. म्हणून कॅपिटेशनला विरोध करताना मग डोनेशन निघतं, डोनेशनला विरोध केल्यानंतर मग वाढदिवसांच्या निमित्तानं काही बक्षिसं दिली जातात. याचा शेवट कुठे करायचा? कॅपिटेशनच्या विरुद्ध मी पण आहे. याबद्दल वाद नाही.

◗ 'टाडा' असावा की नसावा?

खरं तर काढला गेला. तो महाराष्ट्रापर्यंत पोहोचला आणि सर्वत्र पसरला. महाराष्ट्रात काय अतिरेकी नाहीत. कुणी नाहीत. पण तो राजकीय दृष्टिकोनातून फार वापरला गेला. त्याला माझा कडकडून विरोध आहे. 'टाडा' ज्यासाठी आहे तेवढ्यापुरताच वापरा. आमच्या नगरसेवक कांदरकरला 'टाडा' लावला. त्याचा गुन्हा काय?

◗ त्यांच्याकडे पिस्तूल मिळालं...

नाही. पिस्तूल मिळालंच नाही. रस्त्यावर पकडलंत तेव्हा पिस्तूल नव्हतं आणि पोलीस स्टेशनला पिस्तूल मिळालं. त्यामुळे हा पंचनामा होऊच शकत नाही. आमच्या सरकारने हे चोचले का पुरवले तेच मला समजत नाही. ज्याने कांदरकरला 'टाडा' लावला त्या पोलीस अधिकाऱ्यास ताबडतोब निलंबित करायला पाहिजे. बदली नव्हे. निलंबित. Misusing the power of the act. मी जर महाराष्ट्राचा मुख्यमंत्री असतो, गृहमंत्री असतो तर त्या अधिकाऱ्याला निलंबित केलं असतं.

◗ मग तो अधिकारी निलंबित का झाला नाही?

काय ते थोडसं दबावाखाली वागतात की काय करतात मला काही कळत नाही. पुष्कळ वेळेला.

◗ म्हणजेच मी जो सुरुवातीस प्रश्न विचारला होता तो हाच.–

नोकरशाहीच्या दबावाखाली सरकार आहे.

◗ ही नोकरशाही कोठे आहे? पोलिसांचा प्रश्न आला. इथे काय हे फालतू माणूसही करू शकतो. एवढं करण्याचं धाडस त्यांच्यामध्ये अद्यापि कसं आलं हा माझा सवाल आहे?

सत्तांतराची दखल अधिकाऱ्याने तितक्याशा गांभीर्याने घेतलेली नाही... हेच दिसतंय.

म्हणूनच त्याकरिता काही निर्दयपणानं पावलं टाकल्याशिवाय वठणींवर येणार नाहीत. टाकावीच लागतील. ज्याने कांडरकराला 'टाडा' लावला, तो पोलीस अधिकारी निलंबित व्हायला पाहिजे. चौकशी व्हायला पाहिजे. म्हणजे पुन्हा हे धाडस कोणी करणार नाही. म्हणून आम्ही आता धोरण काय ठरवलंय की, मुख्यमंत्री आणि गृहमंत्र्यांची परवानगी घेतल्याशिवाय तुम्हाला आता कुणालाही 'टाडा' लावता येणार नाही. अगदी पोलीस कमिशनरलासुद्धा नाही. हे कमिशनर चांगले आहेत आताचे, पण खात्यात काही आहेत असे नाठाळ. 'टाडा'वरती पैसे कमावणं चाललेलं आहे. 'टाडा' ही काही पैसे कमविण्याची बाब नाहीय.

◗ संजय दत्त 'इनोसंट' आहे असं आपल्याला आजही वाटतं?

बॉम्बस्फोटाच्या बाबतीत निश्चित. त्याबद्दल वाद नाही आणि एवढे मुसलमान कोणत्या तत्त्वावर सोडलेत तुम्ही? आणि मी तुम्हाला आता काही उदाहरणं देतो. तो येडा याकुब आहे. फरारी आहे. बॉम्बस्फोटातील वॉण्टेड मॅन. त्याच्या भावाला एक लाख रुपये घेऊन सोडलंत तुम्ही. कोणत्या तत्त्वावर सोडलं? महत्त्वाचा आरोपी तो. तो जो माणूस सोडलात आता उद्या फरारी झाला आणि तुमच्या बाजूला येऊन जरी बसला तरी तुम्हाला कळणार नाही की हाच तो याकुब येड्याचा भाऊ. संजय दत्त जर उद्या जामिनावर सुटला तर सगळीकडे जगात तो ओळखला जाईल की हाच तो संजय दत्त. पळून पळून कुठे पळणार? सुरुवातीला त्याला ज्या पद्धतीनं बेड्या घातल्या जायच्या ते बरं नाही. हातामध्ये आणि त्या लांब सळ्या पायात अडकवलेल्या सिनेमात दाखवतात नं त्या पद्धतीनं त्याला वागवला.

◗ एक सुपरस्टार आणि वजनदार काँग्रेस खासदाराच्या मुलास अशा प्रकारे खोट्या प्रकरणात अडकविण्याची हिम्मत कशी होऊ शकते?

सुनील दत्तकडे खासदाराचं बळ नाही. मी सुनील दत्तला बोललो, तुमच्याकडे दोन जरी खासदार असते, पाच जरी असते तरी तुमचा पोरगा गजाआड झाला नसता. शरद पवारांनी सुनील दत्तला सांगितलं, तुम्ही तुमच्या पोराला पोलीस स्टेशनला घेऊन जा. मी बोलून ठेवलेलं आहे. फक्त त्याला जुजबी प्रश्न विचारतील. मग घेऊन जा तुम्ही. त्या एका विश्वासावरती ते पोराला घेऊन गेले. तेथे गेल्यावर

पोराला आत टाकलं आणि बापाला त्यांनी सांगितलं, तुम्ही निघा. इन्क्वायरी करून सोडू. सोडू म्हणताना 'टाडा'मध्ये टाकला. 'टाडा'मध्ये टाकला त्यामध्येसुद्धा पैशाचं खाणं झालं. मला चीड तिथं आहे.

'तुम्ही' 'फ्रीडम ऑफ प्रेस' मानता काय? आणि मानत असाल तर तुमच्या सरकारवर केलेली टीका सहन कराल काय?

मानतो की. योग्य असेल तर, पण तुम्ही जर कोणी 'प्रो पवार' किंवा 'प्रो अमूक' असाल तर मी सहन नाही करणार, नाही. कोणाच्या तोंडामध्ये जर नानी पालखीवाल्याच्या बिर्याणीची शितं अडकली असतील तर मी ते मानणार नाही.

एखाद्या मंत्र्याविषयी जनतेनं तुमच्याकडे तक्रार केलीच तर तुम्ही दखल घेणार?

होय, घेणार. नक्की घेणार. लिहून घ्या. सही करतो. घेतलीच पाहिजे, पण पुरावा पाहिजे हं. मला कान फुंकणी नको आहेत नुसती. पुरावा पाहिजे. त्या मंत्र्यालासुद्धा घाम फुटला पाहिजे. तो क्षणभरही तेथे राहणार नाही.

युतीचं सरकार पाच वर्षे टिकणारच! पण केंद्रानं काही घातपात करून पाडलंच तर?

नाही, ते पडणार नाही आता. नुकतेच काही मुसलमान बंधू मला भेटून गेले. त्यांनीही हे सरकार टिकविण्यासाठी काळजी घेण्याचं ठरवलं आहे. एक तर यापुढे दंगल होऊ द्यायचीच नाही. तेच आम्ही ठरवणार आहोत. मुसलमानसुद्धा आज एका पद्धतीनं उभे राहिलेले आहेत. त्यांनाही विचार पटलेले आहेत की आता खून-खराब्याला काही अर्थ नाहीय. काँग्रेसनं त्यांना पुरतं नागवं केलेलं आहे. त्यांनी कराडचा शिवप्रतिमेच्या विटंबनेचा इन्सिडंट सांगितला. मुसलमान बांधव म्हणाले की, हा काँग्रेसवाल्यांनीच घडवून आणलेला प्रकार आहे. आमच्या पोरांना पकडायचं. काही तरी करायला सांगायचं आणि मुसलमान म्हणून मग सगळ्या लोकांना तोडायला सुरुवात करायचं. याच गोष्टी आपण आता बंद करायला पाहिजेत. काय करायला पाहिजे? समजा असा काही राष्ट्रपुरुषांच्या विटंबनेचा प्रकार घडलाच, त्याला काही जोड्याची माळ, शेण लावलं, काही अपमान झाला तर एकदम मुसलमान किंवा हिंदू असा भडका उडविण्यापेक्षा पहिला गुन्हेगार पकडा. गुन्हेगार पकडल्यानंतर, त्याला एकदम शिक्षा करण्यापेक्षा आधी त्याला हे करायला कोणी सांगितलं, याची चौकशी करा. एवढ्या मागे जा आणि हे करायला सांगणारा धनी मिळाला तर त्याला झोडा. मुसलमान असला तरी... हिंदू असला तरी. ख्रिश्चन, बौद्ध

असला तरी, पण त्याला त्याच्यापुरतीच मर्यादित शिक्षा करा. समाजाला मारू नका. सुक्याबरोबर ओलं जाळू नका. हे मी आज पुण्यातल्या मुसलमानांना सांगितलं आणि त्यांना पटलंय ते आता. त्यामुळे दंगली काही होणार नाहीत. आता कितीही धोरणं जाहीर केली तरी मुसलमान त्यांच्याकडे वळेल असं वाटत नाही.

◗ म्हणजे सरकारला धोका नाही?

मी बिनधास्त आहे. पाच वर्षं सरकारला अजिबात धोका नाही. त्यातून जर उद्या केंद्राने हे सरकार बरखास्त केलंच तर मात्र त्या उसळलेल्या वणव्यात उरलीसुरली काँग्रेसही राहणार नाही हे मी तुम्हाला आज सांगतो. कारण त्या चिडीतनं जे काँग्रेस सरकार त्यांनी घालवलं त्या काँग्रेसनं जर उद्या आमचं सरकार घालवलं तर मात्र ती लोकांची चीड त्यांना महाग पडेल, एवढंच मला नम्रपणानं केंद्रातील सरकारला सांगायचं आहे.

[१७ मे, १९९५]

जगणं आणि मरण्याचा कधी विचार करत नाही

"महाराष्ट्रातील शिवसेना-भाजपा युतीच्या सरकारला एक वर्ष झाले. मार्च ९६ चा तो काळ. ह्या वर्षभरात शिवसेनाप्रमुखांनी अनेक कौटुंबिक आघात सहन केले. त्यांत त्यांच्यावर हृदयावर बायपास शस्त्रक्रियाही झाली. त्याही परिस्थितीत शिवसेनाप्रमुख बाळासाहेब ठाकरे ह्यांची सरकारवर करडी नजर होती. त्यांच्या कानावर काही गोष्टी आल्यामुळे ते अस्वस्थ होते. त्याही परिस्थितीत शिवसेनाप्रमुखांनी इशारा दिला की, ''मुख्यमंत्र्याचे काम चांगले आहे. पण काही लोकांबाबत आलेल्या तक्रारींची दखल घ्यावीच लागेल. जनतेला चांगलं सरकार देण्याची कुवत नसेल तर खुर्च्या खाली करा. मी जनतेच्या विश्वासाला तडा जाऊ देणार नाही.''"

प्रदीर्घ आजारपण व हृदयावरील बायपास शस्त्रक्रियेनंतर शिवसेनाप्रमुख दादरच्या चौपाटीवरील 'ओशियाना' इमारतीच्या दहाव्या मजल्यावर विश्रांती घेत असून त्यांची प्रकृती आता सुधारत आहे. दहाव्या मजल्यावरून एका बाजूला अथांग अरबी समुद्र व त्यावर उसळणाऱ्या लाटांचे तांडव दिसते. त्या लाटांच्या तडाख्यापेक्षा शिवसेनाप्रमुखांनी त्यांच्या मुलाखतीतून दिलेले तडाखे अधिक शक्तिमान वाटले. शस्त्रक्रियेनंतर त्यांनी दिलेली ही पहिलीच आणि तडाखेबंद मुलाखत आहे. बोलताना शिवसेनाप्रमुखांचा आवाज थोडा क्षीण वाटला तरी त्यांच्या आवाजातील जरब आणि नजरेतील हुकमत अजिबात कमी झाली नसल्याचे जाणवले. अनेक प्रश्नांवर त्यांनी सडेतोडपणे आपले विचार मांडले. त्यांची ही मुलाखत म्हणजे महाराष्ट्रातील जनतेस त्यांच्या प्रिय नेत्याने दिलेला विश्वासाचा संदेशच ठरावा!

◗ गेल्या वर्षभरातील युती सरकारचा कारभार कसा झाला? तुमच्या दृष्टिकोनातून राज्य कसे चालले, असे विचारताच शिवसेनाप्रमुख म्हणाले,

हा प्रश्न विरोधी पक्ष नेहमीच विचारीत असतात, पण एका वर्षामध्ये कामाचे महिने किती? आणि राज्यात काही सांसर्गिक आजार आले. मलेरियानं थैमान घातलं. विधिमंडळाच्या अधिवेशनामध्ये काही वेळ गेला. इतरही धावपळ बरीच झाली. त्यामध्ये कमीत कमी पाच महिने तरी फुकट गेले. तीव्र पाण्याचा प्रश्न या काळात निर्माण झाला. सरकार मग खेडोपाडी टँकर्स पाठविणं, पाणी प्रश्नावर दौरे, शिष्टमंडळ, मोर्चे अशा कामात काही काळ गुंतून गेले. पूर्ण वर्ष असं काही कामाचं पकडता येत नाही. तरीपण कामाला गती नक्कीच आलेली आहे आणि ही गती वाढतच जाणार आणि मी असेपर्यंत ती वाढतच ठेवणार. कुठे तरी वृत्तपत्रात बातमी आलेली आहे की, घरपोच सातबारा योजनेचे तीनतेरा वाजले वगैरे वगैरे. इतक्या घिसाडघाईनं एकदम असं काही लिहिण्याची गरज नाहीय. ती एक योजना आहे आणि सुधीरभाऊ सगळं त्याच्यावरती फायनल करीत असतानाच त्यांना दुर्दैवानं मोटार अपघात झाला. ते बरे होतील. व्हावेत अशी आमच्या सगळ्यांचीच इच्छा आहे.

◗ अशा वेळी तुम्ही काय करणार?

तूर्त आता मात्र थोडासा बदल घडवावा लागणार आहे. त्या बदलामध्ये सगळी कामं उरकून टाकायची आहेत आणि ३५ वर्षात ज्या काँग्रेसने काहीच दिले नाही त्यांनी आमच्याकडे एका वर्षाचा हिशोब मागण्याचे धारिष्ट्य करू नये.

◗ आपली जी शिवशाहीची संकल्पना होती ती वर्षभरात साकार होताना दिसली काय?

होय. निश्चितच. प्रशासकीय पातळीवरही आता त्यासाठीच काही बदल घडवून आणलेत. अफझलपूरकरांना आणलेलं आहे. त्यामुळे घरांचा प्रश्न बहुतेक झपाट्यानं मार्गी लागेल. झुणका-भाकर योजना... जे आमच्या मनोहर जोशींचे एक स्वप्न आहे. ते पूर्ण होण्याच्या मार्गावर येऊ शकतं. काय असतं की मंत्री म्हणून नुसतं योजना जाहीर करणं आणि अंमलबजावणी होणं या दोन वेगळ्या गोष्टी आहेत. मी अंमलबजावणीवर जोर मारतोय आणि ही अंमलबजावणी मी करून घेणार. तसा मी त्यांना सोडत नाही.

◗ म्हणजे काय करणार?

हा माझा आजारपणाचा काळ चाललाय. माँ गेल्यामुळे तो एक धक्का आणि लगेच ही माझ्यावर आजारपणाची आपत्ती आली. त्यामुळे दोन-तीन महिने माझेही असेच गेले. थोडं रेंगाळल्यासारखं वाटेल लोकांना. पण ज्या ज्या वेळेला गाड्याकडे कोणी येतात. मुख्यमंत्री, मंत्री, अधिकारी येतात त्यांना मी विचारतो. अनेकदा मी फोनवरून बोलतो. अरे बाबा, हे छापून आलंय तुमच्याबद्दल, जरा बघा. ज्यांची कामं चांगली वाटली नाहीत मला, त्यांच्यामध्ये बदल घडवावाच लागेल. काहीजणांची खातीही काढून घ्यावी लागतील.

◗ मनोहर जोशींना तुम्ही मुख्यमंत्री केलेत. मुख्यमंत्र्यांकडून तुमच्या अपेक्षा पूर्ण झाल्या का?

मुख्यमंत्र्यांच्या बाबतीत सुरुवातीला काही लोकांच्या कपाळावर आठ्या पडल्या होत्या. त्या आठ्या दूर झाल्याचं आता मला दिसतंय आणि मनोहर जोशी एका तडफेनं काम करताहेत हे पाहिल्यावर माझी पसंती योग्य आहे हे मान्य करावंच लागेल. मनोहर जोशींच्या बाबतीतसुद्धा मी कोठेही नाराज नाहीय. अत्यंत हुशार, विरोधी पक्षांना पुरून उरणारा आणि ठोशास ठोसा देणारा असा मुख्यमंत्री मी नेमलेला आहे. त्यांच्याकडून काही चूक झाली तर मी त्यांनाही क्षमा करीत नाही ही गोष्ट सोडून द्या, पण अजून तरी त्यांनी काही गैर केलंय असं मला वाटत नाही. ते काम स्वत:ही करताहेत. मीही काम करून घेतो आहे. तेव्हा मला त्यांच्याबाबतीत काही नाराजी वगैरे असण्याची गरज नाही. म्हणजे नाहीच.

◗ **माझं सरकार भ्रष्टाचारमुक्त असेल अशी आपली घोषणा होती. वर्षभराचा कारभार पाहिल्यानंतर आपण या घोषणेशी चिकटून राहू शकता काय?**

हा प्रश्न इतका विचित्र आहे की... चटक लागली काही लोकांना. खरोखरच चटका लागलेल्या आहेत. जसा जिजामाता उद्यानातला वाघ आणि जंगलातला वाघ यांच्या जिभांत फरक आहे. जंगलातला वाघ हा काही जिजामाता उद्यानातील शिळंपाकं मटण खाणार नाही, पण जिजामाता उद्यानातला वाघ जर बाहेर सुटला आणि त्याने पहिल्यांदा जिवंत जनावरावर झडप मारली, ते गरम रक्त जर त्याच्या दाताला लागलं तर तो जिजामाता उद्यानातील असला तरी त्या मटणाला तो परत शिवणार नाही. शेवटी मनुष्य स्वभावामध्येसुद्धा भ्रष्टाचाराचं हे लक्षण असतंच. माझ्या कानावर काही गोष्टी आलेल्या आहेत. ज्यांच्याविषयी ते आहे त्यांना त्यांची जागा दाखविल्याशिवाय मी राहणार नाही.

◗ **एक वर्षापूर्वी आपण हिंदुस्थानातील प्रबळ विरोधी पक्षनेते होता. आज आपण एका मोठ्या राज्यातील सरकारचे पक्षप्रमुख आहात. या दोन भूमिकातला बदल किती अंगवळणी पडलाय?**

जबाबदारी वाढतच जाते. त्यावेळेलाही एक जबाबदारी होतीच होती. त्यानंतर आज सरकार आलं. ते एक जनतेचं महत्त्वाचं स्वप्न आहे, की आम्हाला एक चांगलं सरकार हवंय. ते देण्याची जबाबदारी माझी वाढलेली आहे आणि ते मी देणार.

◗ **हिंदुस्थानातील गोंधळाची परिस्थिती पाहता आपल्याला लोकसभा निवडणुकांनंतर देशाचं भविष्य कसं दिसतंय?**

अजून तरी मला काही चिन्हं चांगलं दिसत नाही. लोकसभेच्या अगोदरच हवाला प्रकरण निघालेलं आहे. मग काँग्रेसवाल्यांनी म्हणायचं की, आमचे काँग्रेसचे लोक जरी त्यात असले तरी विरोधी पक्षाचेही हवाला प्रकरणात काही सापडलेले आहेत. हे समाधान कुठच्या पद्धतीचं आहे ते काही मला माहीत नाही. सापडला म्हणजे सापडला. पक्ष तूर्त बाजूला ठेवा. म्हणजे उदाहरणार्थ - आपल्याकडे एक मानवी स्वभाव असा असतो की, आपल्या घरचे दिवे जातात, मग आपण चौकशी करतो - बघ रे, शेजारच्यांचे दिवे गेलेत काय? मग तो सांगतो - साहेब, सगळ्या मुंबईचेच दिवे गेलेत. आपल्याला मग एक समाधान मिळतं. ठीक आहे. मी एकटाच काही अंधारात नाही. सगळेच अंधारात आहेत. पण मी जर एकटाच अंधारात असलो तर मला धावपळ करावी लागते. काय झालं? फ्यूज गेला. अमुक आहे, तमुक आहे. हे जे एक चित्र आहे, मानवी स्वभावाचा एक कमकुवतपणा आहे तो त्यामध्ये आहे आणि हाच लोकसभेला मारक ठरणार आहे. लोकसभेच्या बाबतीत

म्हणाल तर त्या निवडणुका अगोदर होताहेत की नाहीत इथपासून मी सुरुवात केलेली आहे. कदाचित त्या लांबणीवर पडण्याची शक्यता मला जास्त वाटतेय. प्रत्येकजण आपापल्या पक्षाचं एक स्वतंत्र चित्र रंगवत असतो. प्रचाराच्या दृष्टीनं ते योग्यही असण्याची शक्यता आहे की आम्हीच आणि आम्हीच आणि आम्हीच...

काँग्रेसवालेही 'पुन्हा आम्हीच' असे सांगत आहेत.

होय. काँग्रेसमधल्या काही जबाबदार व्यक्ती मला भेटल्या. ते म्हणाले, कोणत्याही परिस्थितीत पुन्हा नरसिंह राव पंतप्रधान होणार. आता यांचं खरं मानायचं की ज्योतिषाचं खरं मानायचं का चंद्रास्वामीचं खरं मानायचं? एकंदर अस्थिरता पाहिल्यानंतर आणि भारतीय जनता पक्षाने जर आपले पत्ते नीट खेळले नाहीत तर एक मोठा क्योऑस. किंबहुना एक बेबंदशाही हिंदुस्थानात माजण्याची शक्यता माझ्या दृष्टीनं जास्त आहे.

महाराष्ट्र कोणता कौल देईल?

महाराष्ट्र काँग्रेसच्या विरोधातच कौल देणार. कोणत्याही परिस्थितीत. मला त्याबाबत शंका वाटत नाही.

'शिवशाही'च्या रूपानं महाराष्ट्रात परिवर्तन होऊनही नव्या राजकीय परिवर्तन यात्रेची गरज का भासावी?

केंद्रामध्ये तुमचं कोणी जिव्हाळ्याचं असलं नाही तर राज्यातील परिवर्तनाला तसा काहीच अर्थ राहत नाही. केंद्रात सरकार काँग्रेसचं आणि इकडे आमचं असलं तर काय त्यांच्या स्वभावाप्रमाणे ते केव्हाही उखडू शकतात. केंद्रात हक्काचं सरकार आणण्याकरिता म्हणून हे परिवर्तन अपेक्षित आहे. नुसत्या राज्यातल्या परिवर्तनालाही तसा अर्थ राहणार नाही. तिकडे काँग्रेसचे बसले आणि इकडे जरा त्यांनी डावपेच टाकले की, जरा दलितांना उठव म्हणजे नवबौद्धांना. मुसलमानांना सांगितलं की तुम्ही जरा दंगल घडवून आणा. एवढं करा बाकीचं आम्ही बघतो. का? तर तिकडे त्यांच्या मायेचं कोणीतरी बसलेलं आहे. या दळभद्री आणि कारस्थानी राजकारणाला जर काही फाटा द्यायचा असेल तर इथेही आपलं आणि तिथेही आपलंच असल्याशिवाय तुम्हाला इथं तेवढ्या मुक्तपणानं काही करता येत नाही.

तुमचं हे आजारपण किंबहुना हृदयावरील बायपास सर्जरी म्हणजे तुमचा पुनर्जन्मच असल्याचं म्हणतात.

होय. असं म्हणतात.

◗ काय वाटतं या तुम्हाला मिळालेल्या पुनर्जन्माविषयी?

मुळात मी जगणं आणि मरण्याचा कधी विचार करत नाही. उद्धवने जर हा उठाव केला नसता तर कदाचित मी ही शस्त्रक्रिया केलीही नसती. मला जो एक महत्त्वाचा धोका होता की, मॅसिव्ह अ‍ॅटॅक अ‍ॅट एनी टाइम. केव्हाही हृदयविकाराचा जबर झटका मला आला असता तर कदाचित आज तुम्ही मुलाखतीला आलाही नसता माझ्याकडे. मी त्याची पर्वाच करीत नव्हतो. विशेष म्हणजे माझी पत्नी गेल्यापासून. सगळ्या शिवसैनिकांची माँच ती. ती गेल्यामुळे आता कसलाच मोह आणि जीवनात काही राहिलंय असं वाटत नाही. माझ्या सगळ्या श्रद्धेलाच हा फार मोठा तडा गेलेला आहे. तो धक्का फार वाईट होता. ४८ वर्षांची साथ पंचवीस मिनिटांत संपली. काहीही कारण नव्हतं. हाच एक मला मोठा मानसिक धक्का बसला. त्यामुळे माझा सगळ्याच गोष्टींवरचा विश्वास उडाला. शेवटी जो जन्मास येतो तो आपलं नशीब घेऊन येतो. मग त्यामध्ये संकटं असतील, गंडांतरं असतील सगळंच मग. कशासाठी मग तुमचे अंगारे-धुपारे पाहिजेत? काही त्याला अर्थ नाही. अंगारे लावून जर माणसं जगू लागली तर हा:हाकार माजायचा. कोणाला जगवायचं हा विचारसुद्धा देवानं करायला पाहिजे. हे माझं म्हणणं आहे. नाहीतर त्या श्रद्धेला आणि पूजेला काही अर्थ नाही.

◗ आपल्या पुढील योजना काय आहेत?

नाही. माझं एकच स्वप्न आहे. ज्या जनतेनं तुम्हाला विश्वास ठेवून सरकार दिलं त्या जनतेला तुम्ही चांगलं सरकार द्या आणि देण्याची कुवत नसेल तर खुर्च्या खाली करा. हे माझं स्पष्ट मत आहे. ही ओरड आहे माझी. मी जनतेच्या विश्वासाला तडा कधी जाऊ देणार नाही. इतका कडवट आहे मी. ते मी करणार. जिथपर्यंत जगणार, जिथपर्यंत लोकं माझ्या हातात सत्ता देणार असतील तिथपर्यंत माझं हे एकमेव धोरण असं राहील की ज्यांना मी तिथं बसवलंय किंवा जनतेच्या आशीर्वादाने बसलेत त्यांना जनतेला चांगलं सरकार द्यावंच लागेल, दिलंच पाहिजे हा माझा हट्ट राहणार आहे.

◗ 'रिमोट कंट्रोल' आजारपणातही सुरू होता काय?

निश्चितच. फक्त दोन दिवस बेशुद्ध अवस्था होती थोडीशी. नंतर दोन दिवस माझे वाईट गेले. डॉक्टरही चिंतेत होते. त्यानंतर थोडी शारीरिक हतबलता आली असली तरी रिमोट कंट्रोलची बॅटरी काही उतरली नाही. ते चार्जिंग आपोआप होत राहतं.

◗ लोकसभा निवडणुकीत किती जागा लढविणार?

वीस-पंचवीस तर कोठेच जात नाहीत. युती एकत्रित अठ्ठेचाळीस लढवणारच.

◗ महाराष्ट्राबाहेर किती?

बाहेरच्या राज्यात प्रतिनिधित्व घेणारच. त्या त्या राज्यात प्रत्येकी एक-दोन जागा लढविणार.

◗ प्रचाराला बाहेर पडणार?

मी बाहेर पडू शकत नाही प्रचाराला. जे फ्रॅक्चर्स आहेत ते भरायलाच सहा आठवडे लागतील आणि माझं वजन फार कमी झालंय. माँ गेल्यानंतर एकदम सात किलो खाली आलं. माझं जेवण गेलं त्या धक्क्यानं. हॉस्पिटलमध्ये असताना माझं वजन ५४ झालं होतं. मी बाहेर पडताना ५१ झालं. आता इथे ५० वर आलं. मला शारीरिक थकवा फार आहे. मला ऑपरेशनचं काही वाटत नाही. बोलताना थकवा येतो. मोठ्यानं बोलता येत नाही. छातीला अजून ट्रेस आहेच. हा शारीरिक थकवा भरून काढायला मला अजून वेळ लागेल. बाकी काही नाही. मी चालतो. जिनेही चढतो. माझं संपूर्ण शरीर अत्यंत निर्मळ आहे. डॉक्टर्सना काहीच मिळालं नाही. रक्तदोष नाही, कफ नाही, फुफुस्सं चांगली. हृदय ज्या पद्धतीनं काम करीत होते ते पाहून डॉक्टर्सना आश्चर्य वाटलं.

◗ या नाजूक आजारपणात तुमची काळजी घेणं फार गरजेचं होतं...

उद्धवने फार मोठी मेहनत घेतली. हा आमचा थापा, राजे त्यांनीही खूप काळजी घेतली. बाकी तर माझे शिवसैनिक यायचेच. हॉस्पिटलच्या खाली राहायचे. मला तर काही शुद्ध नसायची. लिहून ठेवलीत नावे सगळ्यांची. कोणालाही भेटू देत नव्हते. काय होतं की इन्फेक्शन जर मला झालं आणि चुकून जर खोकला झाला तर मला खोकण्याची ताकद नाहीय. तो ट्रेस वेगळा छातीवर येतो. डॉक्टर्स म्हणाले इन्फेक्शनसाठी सर्व काळजी घ्यावी लागते. मी म्हटलं माझी हरकत नाही. तुम्हाला तुमच्या पद्धतीनं जी घ्यायची ती काळजी घ्या. समजदार आहेत माझी माणसं. थापा, राजे या दोन पोरांनी फार केलं. रात्री अपरात्री जेवणखाण्याकडे लक्ष द्यायचं. सगळं केलं. बाकी उद्धव तर विचारायलाच नको. राजसुद्धा एक बाहेरची आघाडी सांभाळतोय. ठाण्यातली त्याची सभा मोठी झाली. चांगलं आहे. आता एकेकानं एकेक जबाबदाऱ्या उचलल्या पाहिजेत.

[१४ मार्च, १९९६]

‘‘इमान विकणारा बेइमान माणूस मी नाही’’

“आधी माँसाहेब सौ. मीनाताई ठाकरे ह्यांचे निधन आणि नंतर ज्येष्ठ पुत्र बिंदुमाधव यांचे अपघाती निधन. त्यांत झालेली बायपास सर्जरी. हे सर्व आघात झेलून शिवसेनाप्रमुख बाळासाहेब ठाकरे ‘लोकसभा’ निवडणुकांत काँग्रेसच्या संपूर्ण पराभवासाठी उभे राहिले. मे १९९६ साली त्यांनी दिलेल्या प्रदिर्घ मुलाखतीत आवाहन केले, ‘देश वाचवा! बेबंदशाही अराजक टाळा!’ महाराष्ट्राचं जे तेज आहे ते कुठही काँग्रेसला मतदान करून लयास जाऊ देऊ नका. भारतीय जनता पक्ष-शिवसेनेची जी युती आहे तिला मतदान करून हे तेज महाराष्ट्रात आजही कायम आहे आणि देशहित महाराष्ट्र कदापि विसरणार नाही हे उद्याच्या मतदानाने दाखवून द्यावं.’’ ”

मुलाखतीच्या सुरुवातीलाच शिवसेनाप्रमुखांनी सांगितले की, या निवडणुका देशाच्या दृष्टीने महत्त्वाच्या आहेत. भवितव्य घडविणाऱ्या आहेत. आपली भूमिका अधिक स्पष्टपणे त्यांनी विषद केली ती अशी, "ताम्रपटासारखी सत्तेला चिकटलेली ही जी काँग्रेस आहे ना, तिच्या डोक्यामध्ये सत्तेची मस्ती गेली. निवडणुका हे नाही म्हटलं तरी त्यांचं एक साध्य आणि नंतर साधन केलं आणि भ्रष्टाचार तर असा बोकाळत चाललाय की त्याला आता आटोक्यात आणणं कठीण होऊन बसलेलं आहे. म्हणूनच महात्मा गांधींनी त्यावेळेला सांगितलं होतं की, देशाला स्वातंत्र्य मिळाल्यानंतर काँग्रेस गुंडाळून टाका. तसं झालं नाही तर मोठ्या मासळीला लहान मासळी गिळण्याचा एक परवाना मिळेल. आज नेमकं तेच दिसतंय. त्यावेळची होती ती देशहितासाठी झगडणारी काँग्रेस आणि आज निराळ्या अर्थानं म्हणायचं तर देशद्रोही काँग्रेस म्हणावं लागेल. काँग्रेसमधले देशभक्त आज मेलेले आहेत. उरलेत ते फक्त स्मगलरांची बाजू घेणारे. गँगस्टर्सच्या बाबतीत कनवाळूपणा दाखविणारे. किंबहुना अट्टल गुंडसुद्धा विमानातून घेऊन मिरवणारे. अशी आता ही काँग्रेसची अवलाद देशापुढे उभी राहिलेली आहे. देशाला हे नेतृत्व पुन्हा जर दिलं लोकांनी तर देशाचा घात होणारच. म्हणजेच लोकांचा घात होणार. याकरिता ही काँग्रेस आता तुम्हाला गाडावीच लागेल. ही गांधीनाही नको होती आणि आता तुम्हा आम्हालाही नको आहे. आम्ही सत्तेसाठी हपापलेली माणसं नव्हेत."

● मग तुमचा एवढा आटापिटा कशासाठी?

सत्ता नाही मिळाली तरी चालेल. आम्ही जो आटापिटा करीत आहोत तो देशहितासाठी, तुमच्या पोराबाळांच्या हितासाठी. देशहित म्हणजे तरी काय शेवटी? हे काँग्रेसकडनं आता साधलं जाईल असं मला वाटत नाही. कश्मीरचा प्रश्न तर आता आहेच ताजा. पाकधार्जिण्या अतिरेक्यांना नव्हे तर पाकिस्तानी अतिरेक्यांनाही आपण वठणीवर आणू शकलो नाही. पाकधार्जिणे काहीतरी इकडचे तिकडचे असतात. पण हे पाकमधलेच अतिरेकी आय.एस.आय.च्या रूपाने सर्वत्र धिंगाणा घालताहेत. कुणालाही ते कंट्रोल करता येत नाही. शंकरराव नाममात्र गृहमंत्री आहेत या देशाचे. पंतप्रधान तरी दुसरं काय करताहेत! सगळ्या ज्या काही सवलती दिल्या जात आहेत त्या मुसलमानांच्या मतांसाठीच दिल्या जात आहेत. सत्तेवर येण्यापुरत्या मर्यादित. देशहित त्यामध्ये नाही. कश्मीरचंच ताजं उदाहरण पाहा. आमचे सैनिक खंदकात बसलेले आहेत. उपासमार चाललेली आहे. वेळेला काय मिळेल ते खातात व राहतात आणि त्यांच्या नजरेसमोर, नाकावरती टिच्चून बिर्याणीची ताटं हजरतबलमधल्या देशद्रोह्यांना जाताहेत. या काँग्रेसच्या हातात सत्ता देणं म्हणजे देश संपूर्णपणे उद्ध्वस्त करण्यासारखं आहे. पुन्हा जर त्यांच्याकडे सत्ता आलीच,

तर ती टिकणं अशक्य. तिथून बेबंदशाहीच माजेल. हे माझं भाकीत अजूनही कायम आहे.

त्रिशंकू लोकसभेचं भाकीत तुम्हीच केलेलं आहे.

कुठली त्रिशंकू?

म्हणजे कुठल्याच पक्षाला बहुमत मिळणार नाही.

त्रिशंकू मी बोललो नाही. हा माझा शब्द नाही. तो शब्द माझ्या तोंडात घालू नका. बहुमत न मिळणं म्हणजे पुन्हा निवडणुका घेणं.

म्हणजेच अराजक.

माझं तेच म्हणणं आहे ना! अराजकाकडेच वळतोय आपण.

अराजक हेच या देशाचं भवितव्य आहे?

होय. या निवडणुका देशाचं भवितव्य ठरविणाऱ्या असल्याचं मी जे म्हणतो त्याचा अर्थ जरा समजून घ्या. जिंकणं कोणालाही दुरापास्त झाल्यानंतर जे येणार आहे ते माझ्या पद्धतीचं अराजक असेल. यादवी युद्ध असेल. पण खरेदी-विक्री दिल्लीत काय होते त्याच्यावरही अवलंबून आहे. खरेदी-विक्री जरी झाली तरी ती टिकणं अशक्य. म्हणजे पुन्हा अराजकच.

अशा परिस्थितीत देश एकसंध कसा राहू शकेल?

देश एकसंध राहावा असं कोणाला वाटतंय? सध्या निवडणुका हा आमचा ऑक्सिजन ठरलेला आहे. त्याशिवाय आम्ही जगू शकत नाही. पण आम्ही म्हणतो ते अराजकाचं भाकीत खरं ठरण्याची वेळ आल्यानंतर सैन्याला मात्र मध्यस्थी करावी लागेल. सैन्याच्या हाती या देशाची सत्ता जाणारच आहे.

म्हणजे लष्करी उठाव होईल, असं तुम्हाला म्हणायचं आहे?

लष्करी उठाव नाही आमच्याकडे होत. लष्करी उठावाचा प्रश्न नाहीय. लष्करालासुद्धा नुसती बेबंदशाही पाहत राहणं परवडणारं नाही आणि शिस्तीच्या दृष्टीनं मग लष्कराला पाऊल उचलावंच लागेल.

लष्कराच्या हाती देशाची सत्ता जावी हे तुम्हाला मान्य होईल?

आमचं लष्कर आणि इतरांचं लष्कर यात फार फरक आहे. आमच्या लष्करातनं

एखाद्या माणसानं उठाव करणं कठीण आहे. मी उठाव म्हणणार नाही. तो प्रकार वेगळा असतो. आमचं लष्कर हे इतकं सहृदय आणि सज्जन आहे की बऱ्याचशा प्रमाणात ते नीतिनियम पाळणारं आहे. अशा वेळेला उठाव नाही, पण देशहितासाठी पाऊल उचलावं लागेल. काही काळापुरतं.

लोकसभा निवडणुकांच्या दृष्टीने लोकांचे कोणते प्रश्न तुम्हाला आज महत्त्वाचे वाटताहेत?

लोक काय मागताहेत आमच्याकडे? अन्न, वस्त्र आणि निवारा एवढंच देण्याची फक्त त्यांना गरज आहे. गेल्या पन्नास वर्षांत हे आपण देऊ शकलेलो नाही आणि काँग्रेसची राजवट इथं महाराष्ट्रात पस्तीस वर्षं असताना ते देऊ शकले नाहीत. ते शरद पवार आता काय बोंबलताहेत?

भ्रष्टाचाराचा मुद्दा या निवडणुकीत सगळ्यांनीच केलेला आहे. हे सगळेच पक्ष भ्रष्टाचाराच्या चिखलात बुडालेले आहेत. त्यावर तुम्ही काय सांगणार?

काही काही पक्षांमध्ये चांगली माणसं आजही जिवंत आहेत. शिवसेनेच्यामध्ये मी जिवंत आहे. माझी मुलं जिवंत आहेत. भ्रष्टाचाराची एक निश्चित व्याख्या करावी लागेल. पण तुमचं निवडणुकीचं तंत्र जोपर्यंत बदलत नाही तोपर्यंत भ्रष्टाचार कमी होणार नाही. आज शेषनमुळे काही थोडेसे अटकाव आलेले आहेत, काही बंधनं आलेली आहेत. त्यामुळे थोडं सुसह्य झालेलं आहे. न पेक्षा आपलं इलेक्शन हेच मुळी एक करप्शन झालेलं आहे. निवडणुकांमध्येच भ्रष्टाचाराचा उगम आहे. म्हणूनच निवडणुकीची तुमची पद्धत बदलत नाही तोपर्यंत आवडो वा न आवडो, तुम्हाला भ्रष्टाचार करीतच राहावा लागणार.

देशाच्या राजकारणात यापुढे महाराष्ट्राची भूमिका कोणती असेल?

नेहमीच देशहिताची राहिलेली आहे. पुढेही तीच भूमिका राहणार आहे?

महाराष्ट्रातील शिवशाही ही हिंदवी स्वराज्याचीच मुहूर्तमेढ आहे.

अगदी हिंदू राष्ट्र हा शब्द उच्चारल्यानंतर अल्पसंख्यांक म्हणून जो काही शब्द तुम्ही वापरता - कोणासाठी वापरता ते मला माहीत नाही, त्यांना दरदरून घाम फुटण्याची गरज नाही. ते नागरिक म्हणून या देशामध्ये मानाने जगू शकतात. तेव्हा हिंदू राष्ट्राची स्थापना अशासाठी की आमचे कायदे कानून जे जुनाट आणि बुरसटलेले झाले आहेत ते अधिक धारदार करावे लागतील. आता उदाहरणार्थ, भाजपच्या

बाबतीत एक ओरडा असा चालला आहे की ते घटना बदलणार आहेत. आता बाबासाहेबांनी घटना लिहिली खरी. पण त्याच्यामध्येही इतर बरेच लोक होते की. नेहरू होते, राजेंद्र प्रसाद होते. एम. आर. मसानी होते. राजगोपालाचारी होते. आणखी अनेक होते. पॅनल होतं. पॅनलच्या चर्चेतून बाबासाहेबांनी मेहनत घेतली. घटना जरूर लिहिली. पण या लोकांना जरा आम्ही काही बोलल्यानंतर मात्र दम्याची उबळ येते. त्यांना मला असं म्हणायचं आहे की, बाबासाहेबांची किती पानाची मूळ घटना आणि त्यानंतर तिला दिलेल्या जोडण्या या किती पानी झालेल्या आहेत, त्याचा जरा शोध घ्या ना! आम्ही घटना बदलणार म्हटल्यावर जो ओरडा होतो की आम्ही घटना बदलू देणार नाही. सुंदर वाक्य आहे. कुठल्याही जाहीर सभेमध्ये टाळ्या मिळवून देईल.

◗ घटना तुम्ही कशासाठी बदलणार आहात?

माझा स्वत:चा हट्ट राहणार आहे की भारतीय जनता पक्षाचं सरकार आल्याबरोबर ३७० कलम हे आम्ही बदलणारच. कोणत्याही परिस्थितीत ते बदलणारच आणि बदललं नाही तर माझं आणि भाजपचं जमणार नाही. नेहरूधार्जिणं कलम आहे ते. एखाद्या राज्याला स्वतंत्र आणि वेगळा दर्जा देणारं हे कलम फुटीरतेलाच खतपाणी घालणारं आहे. जम्मू-कश्मीर या देशाचा भाग आहे ना, मग त्यांना या कलमानुसार स्वतंत्र दर्जा कशासाठी द्यायचा?

◗ आणि समान नागरी कायदा?

समान नागरी कायदा लादण्याचा प्रश्न कुठे येतो? हे मुसलमान शरियतच्या बाबतीत आज जेवढं तडफेनं बोलतात, तळमळीनं बोलतात, त्या पाकिस्तानातही शरियत नाही अजून. आता शरियत आम्ही लागू करायची की त्यांनी लागू करायला पाहिजे? इस्लामी राष्ट्र म्हणून तिथे चुपचाप आहे. म्हणजे जमीन कशी आहे, त्याच्यावरती सगळ्या गोष्टी अवलंबून आहेत.

◗ म्हणजे समान नागरी कायद्याचा तुमचा आग्रह कायम असेल?

इथे कोणत्याही धर्माचा, कसल्याही लहरीचा प्रश्न येत नाही. देशहिताचे कायदे सगळ्यांना मान्य करावेच लागतील आणि नागरिक म्हणून करावे लागतील. इथे हिंदू, मुसलमान आणि ख्रिश्चनांचा संबंध नाही.

समान नागरी कायदा नको असेल तर मुसलमानांनी काँग्रेसला मते द्यावीत, असा प्रचार सुरू आहे.

मुसलमानांनी काँग्रेसच्या फेकलेल्या जाळ्यामध्ये सापडू नये. समान नागरी कायद्याची सर्वात जास्त गरज मुसलमान महिलांना आहे. त्यामुळे इकडे तिकडे जरी मुसलमान पुरुष झुकले तरी महिला त्यांच्या भल्यासाठी आमच्याकडेच येतील. शिवसेना-भाजपला मतदान करतील याची मला खात्री आहे. कारण समान नागरी कायदा त्यांच्याच हिताचा ठरणार आहे.

विधानसभा निवडणुकीत युतीची लाट महाराष्ट्रात होती. आज ते चित्र दिसत नाहीय.

होय. कारण मी बाजूला पडलोय म्हणून. माझा आजार, माझ्यावरती झालेले आघात त्याला कारणीभूत आहे. मी बाजूला झाल्यानंतर राजकारण किती बेचव होतं, महाराष्ट्रातलं खास करून, त्याची तुम्हाला कल्पना आली असावी.

याचा किती फटका युतीला बसेल?

बिल्कुल नाही. अजिबात बसणार नाही फटका. उलट माझ्याबद्दलचं, त्यांचं प्रेम वाढलंय. मी इथं बसूनसुद्धा मतं वाढवलेली आहेत माझ्या आजारामुळे.

महाराष्ट्राच्या राजकारणात आज पवार फॅक्टरला तुम्ही किती महत्त्व देता?

पवार फॅक्टर आहे हे मी मानायला तयार नाही. पवार फॅक्टर गेल्या ९५ सालामध्ये खतम झालेला आहे. पण शेवटी पाल मरून पडली तरी शेपटी वळवळत असते. तशी पवारांची सध्याची स्थिती आहे राजकारणातली. ते जातीचं राजकारण खेळताहेत. पूर्णपणे जातीय राजकारण खेळताहेत. मराठ्यांचा उल्लेख करताहेत. मुसलमानांचा खास करून निराळ्या अर्थानं उल्लेख करताहेत. नासिकचे खासदार वसंत पवार तर म्हणताहेत की, बाबरी हा हिंदुस्थानचा आत्मा आहे. मतांसाठी ही माणसं इथपर्यंत स्वाभिमान गहाण ठेवतील असं आम्हाला वाटलं नाही आणि स्वत: इतके अभिमानशून्य असलेल्या माणसांना स्वाभिमानी काँग्रेसवालेसुद्धा मतदान करतील असं मला वाटत नाही. पवार तो काय आणि हा काय साफ झालेले आहेत. शेवटची तडफड आहे त्यांची. आणि त्यांना कुठूनही पंतप्रधान व्हायचं आहे ही त्यांची शेवटची इच्छा आहे. ती आता किती फलद्रूप होते ते पाहायचं. पण पवार महाराष्ट्राच्या राजकारणातून संपलेले आहेत.

◗ **जर कोणत्याही पक्षाला बहुमत मिळालं नाही तर पवारांसारखा माणूस तोडफोडीनं, सौदेबाजी करून देशाचा पंतप्रधान होणं शक्य आहे...**

होय. मला तसंच वाटतंय. ते पु. लो. द. राष्ट्रीय स्तरावरती स्थापन करतील, पण फार काळ टिकणार नाही. जनता पार्टी टिकली नाही. जनता दल टिकलं नाही. तशीच ही उद्याची निर्माण होणारी पवारांची दलदलही टिकणार नाही.

◗ **महाराष्ट्राचा माणूस जर पंतप्रधान होणार असेल अशा प्रकारे तर तुमची भूमिका काय राहील?**

महाराष्ट्राचा माणूस म्हणून आम्हाला ते सांगताना अभिमान वाटला पाहिजे, असा तो पहिल्यांदा माणूस असायला पाहिजे. पवारांसारखा नीच माणूस मी मराठी म्हणून प्रेम करायला तयार नाहीय. ज्याला महाराष्ट्र त्याच्या स्वार्थाप्रमाणे आठवत राहतो आणि सोयीनुसार तो आठवतो आणि विसरतो, अशा माणसाला मी मराठी म्हणून ॲक्सेप्ट करायला तयार नाही. बिल्कुल नाही. उद्या शंकरराव चव्हाण झाले तरी मी त्यांना मानीन. जरी आमचं पटत असो वा नसो. मराठी अभिमान म्हणून शंकरराव चव्हाणांना मी मानीन, पण पवारांना मानायला तयार नाही.

◗ **पवारांनी असं म्हटलंय की काँग्रेसला सरकार स्थापण्यासाठी काही जागा कमी पडल्या तर प्रादेशिक पक्षांशी बोलणी करू. या प्रादेशिक पक्षात शिवसेना आहे काय?**

मी इमान विकणारा बेइमान माणूस नाही. मी भगव्याचा अभिमानी आहे आणि भगव्याला जे शोभेल तेच मी करीन. पवारांना काय शोभेल त्याची मी कधीच पर्वा करणार नाही. पवारांच्या सर्वच गोष्टी अशोभनीय असतात.

◗ **युतीच्या सरकारबाबत तरुणांचा भ्रमनिरास झाला असून हा तरुण वर्ग आता काँग्रेसच्या प्रचाराला लागलाय. हा सध्या पवारांच्या प्रचाराचा मुद्दा आहे.**

त्यांच्या प्रचाराचे मुद्दे हे असेच असतात. स्वत: काही करायचं नाही. दुसऱ्यानं चांगलं केलं की त्यांना पोटदुखी सुरू होते. हा माणूस किती वेळा महाराष्ट्राचा मुख्यमंत्री झाला? महाराष्ट्राचं त्यानं किती भलं केलं? आणि स्वत:च्याच नातेवाइकांचं किती भलं केलं, ते तपासून पाहा. आजच मनोहर जोशींनी 'चोक्सी' प्रकरण काढलेलं आहे. ते काय अगदी चोखत बसण्यासारखं प्रकरण आहे काय? 'चोक्सी' म्हटल्यानंतर काही देवाणघेवाण नसेल काय त्यामध्ये? अरुण मेहतांनी त्याची ऑर्डर काढली अशी माझी माहिती आहे. मेहता तेव्हा गृहराज्यमंत्री होते. माझ्याकडे

कागदोपत्री पुरावा आहे. या माणसाच्या प्रचाराकडे काय लक्ष द्यायचं? गोबेल्सी आहे तो माणूस. गोबेल्सची दुसरी अवलाद म्हणा वाटल्यास. तुम्ही आता ते काय म्हणालात?

तरुण वर्ग पुन्हा काँग्रेसच्या प्रचाराला लागलाय.

तरुण रक्ताला एवढी अक्कल आहे जी पवारांना नसावी कदाचित. एक वर्षामध्ये एकदम सर्व काही कसं काय होणार? तरीपण सुरुवात झालेली आहे. महाराष्ट्रात मुख्य म्हणजे कारखानदारी वाढवायची आहे. इतर काही गोष्टी आम्ही मांडत आहोत. घरांची योजना सुरू झालेली आहे. चाळीस लाख झोपडपट्टीवासीयांना मोफत घरांची योजना ३२ ठिकाणी सुरू झालेली आहे. आता आम्हाला १२ लाखच घरं उभी करायची आहेत. ४० लाख हा त्यांचा लोकसंख्येचा आकडा आहे. आम्हाला १२ लाख घरं उभी करायची आहेत त्यात हे ४० लाख झोपडपट्टीवासीय सुखात राहू शकतील. त्याची सुरुवातही झालेली आहे. सुरुवात झाली आहे हे कोणीच का छापत नाही? काय कोणी विकलं तर गेलेलं नाही ना याच्यामध्ये असा परत मग संशय येतो. माझी इन्फर्मेशन आहे की वरपासून खालपर्यंत बरीचशी वर्तमानपत्रं शरद पवारांनी खिशात टाकली आहेत. म्हणून मला असं म्हणायचं आहे की पवारांच्या प्रचाराला काहीच अर्थ नाहीय.

शेतकरी, ऊस, कापूस हे प्रश्नदेखील ते मांडत आहेत.

त्यांना काय बोलण्याचा अधिकार आहे? मागची पाच वर्षे तुमच्या हातात सत्ता होती. किती भाव देत होतात शेतकऱ्यांना? आम्ही २१०० रुपये देतोय, पण केंद्रामध्ये सर्व या शेंड्या हलविल्या जाताहेत. केंद्र आमचं नसल्यामुळे, ते पवारांचं असल्यामुळे आपला तो बाब्या आणि दुसऱ्याचं ते कार्टं.

२७ लाख बेरोजगारांचा मुद्दा...

होय, आहे ना. आमच्याकडे योजना आहेत. आम्ही सुरू करतोय. आता आम्ही नाही म्हटलं तरी अनेक तरुणांना लावलंसुद्धा आहे नोकरीला. सुरुवात झालेली आहे. पण पाच वर्षांचा आमचा वायदा आहे. त्यातलं एक वर्ष दुर्दैवाने साफसफाईत, मलेरियात, पाणीटंचाईत गेलं. सगळं वर्ष आमच्या नावावर काढू नका तुम्ही. तरीपण आम्ही काही कारणं सांगत बसत नाही. आता या वर्षापासून कामांना गती यायला लागली आहे. पुन्हा मनोहर जोशी स्वत: सुप्रीम कोर्टाच्या टांगत्या तलवारीखाली होते. त्यामुळे रस घेऊन ते कामं करू शकत नव्हते. उद्या जाणार, न जाणार, राहणार न राहणार अशा एकंदर परिस्थितीमधून ते जात होते. आम्हीही जरा थोडे

तंग होतो त्या बाबतीत. पण सुदैवानं शिवशाहीची पहाट उगवणारच होती. नव्हे, ती उगवलीच होती. पण असं वाटलं की काय होतंय की काय पुन्हा. पण ते वाचले आणि आता ते जोमानं कामाला लागले आहेत.

◗ सत्तेतील मंडळी स्वतःचे इमले उभारण्याच्याच कामात मश्गुल असल्याचे पवारांनी एका मुलाखतीत म्हटलंय.

एका वर्षात एकदम इमले उभारणी होत नाही. पवारांना माहीत आहे हे. किती वर्षांत तुमचे इमले उभारले गेले त्याचं पहिल्यांदा कोष्टक मांडा. मग आमची बाकीची कोष्टकं बघू काय आहेत ती.

◗ लोकसभा निवडणुकांच्या प्रचारात शिवसेना-भाजप कार्यकर्त्यांचं मनोमीलन झालेलं नाही. जेथे भाजपचा उमेदवार आहे तेथे शिवसैनिक काम करीत नाहीत आणि शिवसेनेचा उमेदवार आहे तेथे भाजपवाले थंड आहेत.

माझ्या कानावर हे आलंय. पण त्याच्यामध्ये फार मोठा भयानक आभास निर्माण करण्याची गरज नाही. काही ठिकाणीच हे झालं असावं. एवढ्या जागांमध्ये चार-पाच ठिकाणीच थोड्या कुरबुरी झाल्या. पण तेही आता सुधारताहेत. काही व्यक्तींचं भांडण असतं. काही जागा त्यांना पाहिजे असतात, तशा आमच्या लोकांनाही त्याच जागा पाहिजे असतात. त्या गेल्यामुळेच दोनही बाजूंचे कार्यकर्ते थोडे नाराज होतात. अरे, आपली जागा होती; गेली. गेली तर गेली. ठीक आहे. शेवटी आपल्याला महत्त्व काय आहे? आपल्याला काँग्रेस सरकार गडगडवायचं आहे. आणि या पोरांवरती जी एकंदर काही बालंटं आली आहेत ती दूर करायची आहेत. नोकऱ्या लावायच्या आहेत. यासाठी इथं सरकार आपलंच राहिलं पाहिजे आणि दिल्लीमध्येसुद्धा आपलंच सरकार आणावं लागेल. हे त्या कोवळ्या पोरांना कळत नाही. ते आपलं निराळ्या अर्थानं पाहतात. भावनावश होतात. आता बराचशा ठिकाणी सुधारलं आहे.

◗ दिल्लीतल्या सरकारात शिवसेना सामील होईल काय?

या प्रश्नाचं उत्तरसुद्धा लवकर ठरेल. पण मी सत्तेचा लोभी नाही. परिस्थिती काय उभी राहते त्याच्यावरती तो निर्णय अवलंबून आहे. पण सत्तेसाठी मी आता काही करत नाहीय. जसं मी म्हणतो, स्वातंत्र्यसैनिक जेव्हा देशाच्या स्वातंत्र्यासाठी लढत होता, तो उद्या आपल्याला पेन्शन मिळणार म्हणून लढत नव्हता. आता ते

नवीन लफडं सुरू झालेलं आहे. पेन्शन पाहिजे. पेन्शन पाहिजे. आम्ही निराळ्या अर्थानं सैनिक आहोत. शिवसैनिक आहोत. आमची लढाई काँग्रेसचा पराभव करण्याची आहे आणि चांगलं सरकार जसं महाराष्ट्रात देण्याची इच्छा आहे तशी देशास देण्याची इच्छा आहे आणि जायचं झालंच तर मानानं जाऊ; वाडगं पसरून नाही जाणार.

भाजपास सरकार स्थापण्याची संधी मिळाली नाही आणि दुसऱ्या एखाद्या आघाडीनं तुम्हाला सरकारात सामील होण्याचं आमंत्रण दिलं तर काय कराल?

कोणत्याही परिस्थितीत ती वेळ येणार नाही. आणि तशी वेळ देशाच्या दुर्दैवानं आलीच तर भाजपच्या किंवा आमच्या दुर्दैवानं नव्हे तर देशाच्या दुर्दैवानं आलीच तर मी कधीही माझं जे मोल आहे, शिवसेना नावाची किंमत आहे म्हणा, ते मी कधीही भेंडीबाजारात गहाण ठेवणार नाही, की बोलो कितना दाम चाहिए तुमको? ते मी नाही करणार. बिल्कुल करणार नाही. मुलायमसिंगशी तर अशक्य. निव्वळ अशक्य. ते येणारही नाहीत हे तितकंच खरं.

गेल्या वर्षभरात तुमच्यावर सातत्याने मानसिक, शारीरिक आघात होत आहेत. त्यामुळे संघटना व सरकारात किती हतबलता निर्माण झालीय?

आघात झालेत जरूर. सरकारही साहजिक आहे थोडं अस्वस्थ होणं. पण या आघातामुळे जेवढा माझा तोटा झाला तेवढं मला एक निराळ्या तऱ्हेने समजून आलं की आपलं कुटुंब केवळ एवढ्याचपुरतं मर्यादित नसून फार मोठं कुटुंब आहे. माँच्या निधनानंतर जो अथांग सागर पसरला होता आणि प्रत्येकाच्या डोळ्यांमध्ये ज्या पद्धतीनं अश्रू उभे राहिले होते ते मला विसरता नाही येणार. तर मला सगळं दुःख गिळावं लागतंय. त्यामुळे मोठं कुटुंब माझ्याबरोबर असल्याची जाणीव झाली मला. आपण एकटे नव्हतो; एवढे माझे लोक आहेत. कुटुंब म्हणूनच ते माझ्यामागे उभे राहिलेले आहेत.

उद्याच्या शिवतीर्थावरील सभेस तुम्ही जाणार का?

जाणार, जरूर जाणार. शरीर मला मदत करो न करो, पण मी त्या तेजाच्या तेजाला सामोरं जाणार.

◗ तुमच्यावर जी आघाताची दुष्ट मालिका अचानक सुरू झाली तेव्हा तुम्ही कोणावर जास्त विसंबलात?

कोणाविषयी म्हणलात तुम्ही?

◗ पूर्वी तुम्ही ईश्वरावर भरवसा ठेवला होता...

नाही नाही. माझी पत्नी गेल्यापासून ईश्वरावरचा विश्वास उडाला. आणि आता माझा पुत्र गेला. बिंदा गेला. त्यानंतर तर संपूर्णच उडाला. माझा आता देवावरती विश्वास नाही. मी दुसऱ्यांच्या भावना दुखवू इच्छीत नाही. पण ज्यावेळेला ही मंडळी इतकी भक्ती करीत होती देवाची, किंबहुना माझ्यापेक्षा जास्तच. माँमुळे तर आमच्या घरामध्ये एक निराळा संस्कार होता. तिने सगळे सणवार, व्रतवैकल्यं केली, अगदी भोगीच्या वेळेला डोक्यावरून आंघोळ करा, दिवाळीच्या वेळेला चिराटं फोडा. हा सगळा संस्कार एका फटक्यात गेला. पंचवीस मिनिटात संपला. मी म्हणतो, ही एवढी भक्ती करणारी बाई पंचवीस मिनिटात उडवली जाते. ४८ वर्षे तिने माझ्याशी संसार केला. जाणार हे मलाही माहीत होतं. तिलाही माहीत होतं. पण अशा परिस्थितीत जाईल हे मलाही वाटलं नाही. त्यामुळे माझ्या श्रद्धेला तडा गेला. आणि बिंदाचा ज्या पद्धतीनं अपघात झाला, त्यामुळं तर मी ईश्वराला कधीच मानायला तयार नाही. एवढे मोठमोठे भयंकर अपघात होतात त्यातूनही लोकं पुन्हा चाला-बोलायला, हिंडा-फिरायला लागतात. माझा पोरगा असा जखमी व्हावा? त्याची मोटर फारशीही डॅमेज झालेली नाही. त्याला फार आतल्या जखमा झाल्या. लहान मेंदूला फटका बसावा? आणि तो इतका एकवीरेचा भक्त, त्याच्यावरती ही पाळी? एकवीरेच्या गडाला तो आपल्या पत्नीला, मुलांना नमस्कार करायला सांगतो आणि तीन-चार किलोमीटरपुढे गेल्यावर त्याची गाडी उडते आणि तो खतम होतो त्यामध्ये? कोणावरती विश्वास का म्हणून ठेवायचा? टेम्पोमधून भाविक जातात एकवीरेच्या दर्शनाला आणि परत येताना अपघात होतो. भक्त तडफडून मरतात. मग त्या दर्शनाला काय अर्थ राहिला? या प्रश्नांची आधी उत्तरं द्यावी आणि मग मला नास्तिक म्हणून शिवी हासडावी.

◗ मग लोकांनी श्रद्धा आणि विश्वास कोणावर ठेवावा?

आपल्या नशिबावरती. जो लिहिलेला आलेख आहे त्याच्यावरती विश्वास ठेवावा. तो काय आलेख आहे त्याच्यावरती विश्वास ठेवावा. तो काय आलेख आहे ते आपल्याला माहीत नाही, पण त्याच्यावरती विश्वास ठेवून हिमतीनं काम करावं. माझ्या वडिलांनी मला सांगितलं होतं, ज्योतिषावरती विश्वास ठेवू नकोस. तुझ्या कुंडलीत कोणते ग्रह कसे पडलेत त्याचाही विचार करू नकोस. फक्त आत्मविश्वास!

त्या बळावरती उभा राहा, तुला जगात मरण नाही. मी आत्मबळावरती उभा राहिलेला माणूस आहे. पूर्वीही होतो. शिवसेना काढण्याच्या वेळेलाही तेच होतं. आता ते बळ वाढलंय माझं. माझा आत्मविश्वास जबर आहे. माझा माझ्यावर विश्वास आहे. माझा बाकी कशावर विश्वास नाही. भले इतरांना तो परवडेल न परवडेल. तो काथ्याकूट मला करायचा नाही. प्रत्येकाने आत्मविश्वास बाळगावा की हे मी करू शकतो. करून दाखवीन. मी यशस्वी होईन. या आत्मविश्वासानं जगून बघावं. पाहा, त्यांना यश मिळतंय की नाही. कोणीतरी ज्योतिषानं मला सांगितलं की तो दिवस वाईट होता बिंदुमाधवला. मीन राशीला काहीतरी साडेसाती लागलेली आहे. त्या दिवशी अक्षयतृतीया होती, पण ती वाईट होती आणि बाहेर पडण्याची वेळ अशुभ होती. म्हणजे मग प्रत्येकाला घरामध्ये एकएक ज्योतिषी पाळावा लागेल. की बाबा, बुवा... आम्ही जातोय बाहेर. बरोबर आहे ना आज वेळ? कितीला बाहेर पडू? वगैरे वगैरे. हे प्रत्येकाला नाही जमणार. सगळ्या गोष्टींवरचा माझा विश्वास उडालाय.

महाराष्ट्रात तिसऱ्या आघाडीचं किती महत्त्व तुम्हाला वाटतंय?

तिसरी आघाडी आम्हाला काही बाधेल असं वाटत नाही. याचं कारण असं आहे की ती मतं कधीच आम्हाला मिळणार नव्हती. आणि जरी ते गट एक झाले असले तरी सगळा काही नवबौद्ध त्यांच्याबरोबर नाहीय. दलित हा जो भाग आहे तो बराचसा आमच्याचकडे आहे. आज माझे बरेचसे मंत्री आहेत, महापौर आहेत, काही आमदार आहेत. हे सगळे दलित माझे आहेत. ज्यांनी धर्मांतर केलं नाही, जे बौद्ध झाले नाहीत. नवबौद्ध आज त्यांना शिव्या देत आहेत. साल्यांनो, तुम्ही झाला नाहीत काय? बघून घेतो. असे मांग, मातंग, ढोर वगैरे कितीतरी लोकं आहेत, ज्यांनी बौद्ध धर्म स्वीकारला नाही. त्यांना हे शिव्या देतात. आणि तो भाग माझ्याकडे आहे, आणि तो कितीतरी पटीनं मोठा आहे. रा. सू. गवई काय, रामदास आठवले काय, कोण काय आणि कोण काय. अगदी ते आंबेडकरांचं नातवंडं घेतलं तरी काय. त्यांच्या त्यांच्यापुरत्या मर्यादित त्या शक्ती आहेत. त्या एकत्र आल्या तरी आम्हाला धोका नाही. कारण का? तर ते आम्हाला कधी मिळणारच नव्हते. तसं त्यांची चिंता करावी असं मला वाटत नाही.

महाराष्ट्राच्या लोकांना तुम्ही लोकसभेच्या दृष्टीनं आज कोणतं आवाहन कराल?

देशावरती संकटं आली असताना प्रत्येक वेळी महाराष्ट्रानं आपली जबाबदारी निश्चितपणे पार पाडलेली आहे. आणि आता ही परीक्षा जरी देशाची असली तरी खास करून इतर कोणत्याही राज्यापेक्षा महाराष्ट्राची आहे. कारण इथं शिवराय

जन्माला आले होते. मोगल साम्राज्य उद्ध्वस्त करण्याकरिता शिवरायांनी महाराष्ट्रातूनच दौड केली होती. आमच्या राघोबादादांनी अगदी अटकेपार झेंडे फडकवले आहेत. आता तिथपर्यंत जाऊ नका. पण महाराष्ट्राचं जे तेज आहे ते कुठेही काँग्रेसला मतदान करून लयास जाऊ देऊ नका. भारतीय जनता पक्ष - शिवसेनेची युती जी आहे तिला मतदान करून हे तेज आजही या महाराष्ट्रात कायम आहे आणि देशहित महाराष्ट्र कदापि विसरणार नाही हे उद्याच्या मतदानानं दाखवून द्यावं. काँग्रेसचा संपूर्णपणे पराभव करा.

[४ मे, १९९६]

बदनामीने ठाकरे संपणार नाहीत!

“महाराष्ट्रात शिवसेना भाजपा-युतीची राजवट सुरू असतानाच विरोधकांची ‘ठाकरे’ कुटुंबाच्या बदनामीची मोहीमच सुरू केली. ह्या मोहिमेस सत्तेतील काही स्वकियांनीच रसद पुरवल्याची वदंता तेव्हा होती. गुजरातचे बंडखोर भाजपा नेते शंकरसिंह वाघेला हे शिवसेनेच्या वाटेवर असल्याच्या वृत्तानंही राजकारणात खळबळ उडाली. शिवसेना प्रमुखांनी अत्यंत सडेतोडपणे सांगितले, ‘‘लखोबाच्या बाबतीत जो नीचपणा काँग्रेसने केला तो मी वाघेलांच्या बाबतीत करणार नाही. मला भारतीय जनता पक्ष फोडायचा नाही.’’ त्या वेळी गाजलेले किणी प्रकरण, खंडणीचे आरोप आणि सरकारची भूमिका ह्यावर त्यांनी बिनतोड मुद्दे मांडले.”

शिवशाहीस सध्या तडाख्यामागून तडाखे बसत आहेत. त्यामुळे सरकारला धोका आहे काय, असे सुरुवातीला विचारताच शिवसेनाप्रमुख म्हणाले, "गेली तीस वर्षं ज्या शिवसेनेला तडाखे बसले त्याच शिवसेनेची ही शिवशाही आहे. तेव्हा त्या शिवशाही सरकारला तडाखे बसणारच. किंबहुना सरकार आल्याबद्दलच जी पोटदुखी निर्माण झालेली आहे त्या पोटदुखीचे हे तडाखे आहेत. त्याला काही महत्त्व आम्ही देत नाही. अगदी किणी प्रकरण जरी घेतलं तरी किती राजकीय मतलबानं प्रकार होतोय हे दिसतंय. शिवशाही सरकारच्या विरोधात जे साधायचं आहे त्यासाठी किणी प्रकरणाचा वापर होतोय. मृत किणी वा त्याच्या कुटुंबाविषयी प्रेम बिलकूल नाहीय. राजकीय स्वार्थासाठी वापर केले जात आहेत या तडाख्यांचे. असल्या तडाख्यांची आम्हाला नाही म्हटलं तरी सवय आहे."

◗ पुन्हा एकदा ठाकरे कुटुंबीयच या तडाख्याचे लक्ष आहेत.

लक्ष्य का नसावे? कारण ठाकरे कुटुंबीयामुळेच सत्ता आलेली आहे. मी, उद्धव आणि राज अशा तिघांनीच आपली नरडी कोरडी केलेली आहेत त्यावेळेला विधानसभेच्या प्रचारात. बाकी माझ्याबरोबर सगळे होतेच मुळी. इतर आपापल्या परीने होतेच. शिवसैनिक होते. सगळ्यांनीच आपापल्या परीने रान उठवलं होतं. रान उठवल्यानंतर जी जागा आली त्याच्यातून आम्हाला सत्ता मिळाली. तेव्हा पहिले टार्गेट म्हणजे ठाकरे घराणं.

◗ पण ठाकऱ्यांचं नाव ज्याप्रकारे खंडणी प्रकरणात वारंवार घेतलं जातं आहे ते यापूर्वी कुठल्याही राज्यकर्त्याच्या बाबतीत घडलं नाही..

त्यात तथ्य किती, सत्य किती हे काही बघणार आहात की नाही? की कोणी काही म्हटल्यानंतर तुम्ही खरं मानणार आहात. शरद पवारांनी डिफेन्सचे प्लॉट विकायला काढले होते. त्याबद्दल फारशी कोणी बोंब मारली नाही. अग्रलेख लिहिले गेले नाहीत. त्यामुळे मुळात किती, आमच्या नावावर किती? नावावर काही असेल तर आम्ही त्याची पर्वा करीत नाही.

◗ 'खंडणी'चेच आरोप का होत आहेत?

खंडणी हा शब्द आता त्यांना सापडलाय. पूर्वीही खंडण्या चालू होत्या काँग्रेसवाल्यांच्या, अगदी याच पद्धतीनं चालू होत्या. काही वेळेला त्यांनी काँग्रेसचाही वापर केलेला आहे. निवडणुकांच्या बाबतीतही केलेला आहे. त्यामानानं आम्ही अद्याप काहीच केलेलं नाही. खंडण्यांचा जो प्रकार आहे तो आमच्या नावावर कोणी गोळा करीत असतील तर त्यासाठी आम्ही 'सामना'त स्वतंत्र

चौकट छापली होती. आमच्या नावानं जर कोणी असले धंदे करीत असतील तर त्यांना सरळ पोलिसांच्या ताब्यात द्या. गुजराती, मराठी वर्तमानपत्रांतही आम्ही खर्च करून तशी जाहिरात छापलेली आहे. राजनेसुद्धा त्याच्यावर आरोप व्हायला लागले तेव्हा अशीच चौकट दिली. यापेक्षा आणखी आम्ही काय करू शकतो? नक्की कोण, कुठे आमच्या नावावर खंडण्या वसूल करतंय ते कळायला मार्ग काय आमच्याकडे?

तुमच्या नावावर खंडण्या वसूल करण्याचं धाडस होतंच कसं?

आमचं नाव ठाकरे आहे. ते आता चलनी नाणं झालेलं आहे. आणि चलनी नाण्याचाच नेहमी वापर होत असतो. जुन्या नोटा किंवा बाद झालेल्या नोटा काढल्या तर त्या नाही चालत. शरद पवार वगैरे या सगळ्या बाद झालेल्या नोटा आहेत. मार्केटमधल्या. आता आमची नोट चालू आहे सध्या. त्यामुळे ती वापरतात मार्केटमध्ये लोक. साधा हिशोब आहे हा. मानवी स्वभाव आहे. मी मघाशीही सांगितलंय. ठाकऱ्यांमुळे त्यांची सत्ता गेल्यामुळे एकदा का हे ठाकरे घराणं बदनाम केलं लोकांच्या समोर येनकेनप्रकारेण. बाय हुक ऑर क्रुक. तेच त्यांना पाहिजे. तेवढं बाकीचं सगळं पॅरॅलाइज्ड होऊन जाईल. ही त्यांची कल्पना आहे. पण माझा शिवसैनिक अजून जिवंत आहे. जागा आहे. त्यामुळे इतकी काही साधी गोष्ट नाही.

पण सरकारनं इतकं का नमावं?

सरकार म्हटल्यानंतर जबाबदारी येते. विरोधी पक्षाची जबाबदारी काही नसते. कितीही लाथा घालू शकतात ते लोक. आमचे दादा म्हणायचे, संपादकाचं काम काय असतं? तर 'किक ॲण्ड अपोलाईज्ड'. लाथ मारायची आणि माफी मागायची. तेच धोरण जवळ जवळ विरोधी पक्षाचं असतं. आणि सत्तेवर आल्यानंतर मात्र तुम्हाला ते मुंबई बंद, महाराष्ट्र बंद, मोर्चे बिर्चे काढता येत नाहीत. मग जरा सभ्य माणसासारखं वागावं लागतं. पूर्वी आम्ही काय केलं ते विसरावं लागतं. आता त्यांची पाळी आली आहे. तेव्हा त्यांना जेवढं नागडं नाचण्याचा अधिकार मिळालेला आहे तेवढा सत्तेला मिळत नाही. तिथं थोडंसं नाही म्हटलं तरी कायदे, कानून, नको तो शब्द लोकशाहीचा वापरायचा वगैरे वगैरे. आणि थोडं मग किती आपण पारदर्शक आहोत, आम्ही किती नि:पक्षपाती आहोत हे दाखविण्याची शिरशिरी येते.

◗ **किणी प्रकरणात सरकारने विरोधकांपुढे नमते घेतल्याने तुम्ही संतापलात...**

मला यातले काही प्रकार आवडलेले नाहीयत. ते बुरखा घालून आशुतोषला आणणे वगैरे संतापजनकच आहे. किणीचा मृत्यू नक्की कशाने झाला, हे अद्याप ठरायचं आहे. त्याकरिता तुमच्याकडे पुरावे यायचे आहेत. नक्की निदान झाल्याशिवाय तुम्ही अटका कशा सुरू करता? काय, त्याला बेस काय आहे? आत्महत्या केली तर तुम्ही अटक कशी काय करू शकता? मग तुम्ही त्याला सोयीसाठी आणखी एक बिरुदावली लावता की, तुमचं प्रेशर आलं त्याच्यावर. त्या प्रेशरमुळे त्यानं आत्महत्या केली. काहीतरी फक्त अटक करायची म्हणून तुमचे जे काही दबाव सुरू झालेले आहेत. वृत्तपत्रांच्या लिखाणांवरनं आणि त्यांनी जे काही काहूर माजवलं त्याच्यावरनं अटका होणार आहेत का? मग कायदेशीर अटक कोठे राहिली? उद्या सगळ्या वर्तमानपत्रांनी ओरडा केला की, अमक्याला अटक करा म्हणजे अटक करणार तुम्ही?

◗ **म्हणजेच राज्य कोणाचेही असले तरी राज्यकर्ते दबावाला बळी पडतात...**

म्हणूनच मी संतप्त झालो. शिवशाहीमध्ये हे होता कामा नये. इतकं धाडस तुमच्यामध्ये असलंच पाहिजे. दबावाला बळी पडायचं नाही. न्याय्य असेल ते करा. असं कसं काय चालवलंय तुम्ही? How can I tolerate? मग तुमच्यामध्ये आणि काँग्रेसमध्ये फरक काय? त्यावेळेलाही न्याय मिळत नव्हता. आजही मिळत नाही. बस्स, आम्हीही दबावाखाली मरायचं? हे असले भलते सलते दबाव मी मान्य करणार नाही. कोण विरोधी पक्ष? तुम्हीही होतात. त्यांनी तुमचं ऐकलं कधी? मग तुम्ही का ऐकताय त्यांचं? जर त्यांच्यावरील आरोप राजकीय होते असं म्हणतात, तर आमचंही राजकीयच आहे असं धरून चालू! त्यांचे आमच्यावरील आरोपही राजकीयच आहेत. आमच्या राजकारणाला ते बळी पडले नाहीत, तर त्यांच्या राजकारणाला आम्ही का बळी पडायचं? हा हिशोब आहे माझा.

◗ **विधिमंडळातील बदनामी करणाऱ्या खोट्या आरोपांनाही कायद्याचं संरक्षण मिळतंय हे कितपत योग्य आहे?**

सगळं बदलावंच लागेल तुम्हाला. हे जे लोकप्रतिनिधी आहेत त्यांना त्या जागेचं संरक्षण मिळतं. त्यापेक्षा मी असं म्हणतोय की, तुम्ही तिथे गेल्यावर जनतेचे प्रतिनिधी म्हणून लोकांना किती संरक्षण मिळालं? आम्हाला टीका करण्याचा अधिकार नाही, पण तुम्ही मात्र आमच्या नावाचा वाट्टेल तसा वाकडा तिकडा वापर करायचा. हे संरक्षण बरोबर नाहीय. याचा विचार व्हायला पाहिजे. म्हणूनच शक्यतो त्यातल्या त्यात समंजसपणाने वागणारे जे आमदार असतात ते नावाचा उल्लेख

करून देत नाहीत. केल्यानंतर तो कामकाजातून काढून टाकायला सांगतात. कारण मला उत्तर देता येत नाही. पण जो रिवाज आहे तो पाळला जात नाही.

◗ असे बदनामीकारक आरोप खोटे ठरल्यानंतर आरोप करणाऱ्यांवर कारवाई करण्याची तरतूद हवी.

प्रेस कौन्सिलनेसुद्धा इशारा दिलेला आहे त्याबाबतीत. कुणीतरी राजकारणासाठी चारित्र्यहनन करतोय. त्याकडे प्रेस कौन्सिलनेही लक्ष द्यायला हवे. अगदी किणी प्रकरण जरी घेतलं तरी तोच प्रकार आहे. हे चारित्र्यहनन आहे बाकी काही नाही त्यामध्ये. अशा वेळेला त्यांना कोर्टात खेचायचं झालं तरी शक्य होत नाही. आता जे एकदम फडाक्कन किणीचं अपील ॲक्सेप्ट केलं गेलं एवढं दुसऱ्यांच्या बाबतीत का होत नाही, हा एक प्रश्न आमच्यासमोर येतो. म्हणून कोर्टामध्ये सगळं लिंगरिंग राहतं. लोंबकळत राहतं. त्यापेक्षा न केलेलं बरं. उदाहरणार्थ एखाद्या आमदारानं हरल्यानंतर दुसऱ्याच्या विरुद्ध कोर्टात केस केली. यानं काहीतरी थोडासा गैरव्यवहार केलेला आहे. केस त्याची सहा वर्षानंतर उभी राहते. तोपर्यंत दुसरी पाच वर्षांची निवडणूक होऊन गेलेली असते. आमच्या रमेश प्रभूंचा अजून निकाल लागायचा आहे. तोपर्यंत त्यांनी महापौरपद भूषवलं. विधानसभेत जाऊन बसले. सगळं झालं. काही बाबतीत लवकर निर्णय आणि काही बाबतीत लिंगरिंग हे कोर्टाचं काय असतं तेच मला समजत नाही? बोर्डावर का येत नाही? या कशा पटापटा बोर्डावर येतात.

◗ हे का होतंय?

याच्यावर उत्तर देणं म्हणजे पुन्हा ते आमच्यावर त्यांचं 'स्यू मोटो' वगैरे आलं. त्यापेक्षा न केलेलं बरं. म्हणजे शहाण्यानं कोर्टाची पायरी चढू नये असं म्हणतात ते पुष्कळ वेळा खरंच वाटायला लागतं.

◗ किणीसारखे सामान्य प्रकरण ज्या वावटळीसारखे समोर आले त्यात ठाकऱ्यांची किंवा शिवसेनेची बदनामी करणे हाच काँग्रेसचा हेतू होता. पण युतीतील काही घटकांनाही या बदनामीत इंटरेस्ट असावा असेच आता दिसतेय...

हा प्रश्न किणीचा मृत्यू कशाने झाला, त्याच्याइतकाच कठीण आहे. त्याला जसं उत्तर मिळत नाही तसं या प्रश्नालाही उत्तर देणं कठीण आहे. तेही रहस्य आहे. आणि हेही रहस्य आहे म्हणा वाटल्यास.

◗ ठाकऱ्यांच्या बदनामीत जसा काँग्रेसला रस आहे तसा राज्यातील अनेक घटकांना रस आहे...

कोणाला किती रस आहे यानं ठाकरे घराणं कधीच रसातळाला जाणार नाही एवढं लक्षात ठेवा. आम्ही बाहेर पडलो ना उद्या सगळं सोडून, तर तुम्हाला राज्यावर बसणं कठीण होईल.

◗ मुंडे बोलतात एक आणि करतात दुसरेच असे तुम्ही या प्रकरणात सांगितलेत ते कोणत्या संदर्भात?

तो संदर्भ आमच्यापुरताच मर्यादित आहे. एका विशिष्ट अनुभवापुरताच तो मर्यादित आहे. बाकी काही नाही.

◗ या सर्व प्रकारांमुळे युतीत काही तणाव निर्माण झाला काय?

नाही. अजिबात नाही.

◗ किणी प्रकरणापाठोपाठ गुजरातेतील वाघेला सरकारचा तडाखा युती सरकारला बसत आहे? वाघेलांना शिवसेनेत घेण्यावरून नवीनच वादळ उठलंय...

हे बघा, युतीचा प्रकार महाराष्ट्रापुरता मर्यादित आहे. वाघेला हा महाराष्ट्राबाहेरचा प्रकार आहे. तो मानायचा, न मानायचा ही निराळी गोष्ट आहे. पण कोणीतरी सांगायचं की असं व्हायला पाहिजे, असं होता कामा नये. हे बाहेरच्या वातावरणात नाही पटायचं आम्हाला. बरं, हिंदुस्थानात आम्ही कोठे यायचंच नाही, राहायचंच नाही, तुमचेच हुकूम मानायचे. हे त्यांना आमचेही परवडायचे नाहीत. जसा आमचा हुकूम उद्या त्यांना यु. पी. मध्येही मान्य होणार नाही. जिथे आपण आहोत तिथे आहोत.

◗ शंकरसिंग वाघेला म्हणतात, त्यांना बाळासाहेबांचे आशीर्वाद आहेत. हे आशीर्वाद कोणत्या प्रकारचे?

मी अजून काही अशा आशीर्वादापर्यंत आलोय असं मला वाटत नाही. त्याची कल्पना मला वाघेलांनी दिलीय. आशीर्वाद मागणे हे साहजिकच आहे. सर्व दृष्टीनेच, माझं वय म्हणा, अनुभव म्हणा म्हणून ते एका भावनेपोटी बोलले असतील.

◗ नक्की कोणते राजकारण आहे हे?

अजून भेटच झाली नाही तर मी काय सांगू शकतो.

◗ वाघेलांना शिवसेनेत घेणार काय?

इकडे प्रश्न एवढाच आहे की, आमच्यात आणि त्यांच्यात नेमके कोणत्या विचारांमध्ये साम्य आहे, हे पहायला पाहिजे. भुजबळांच्या बाबतीत जो नीचपणा केला काँग्रेसने तसला मी काही प्रकार करणार नाही. मी काही येथे फोडायला बसलो नाही. मला मुळात भारतीय जनता पक्ष गुजरातेत फोडायचाच नाही. आणि फोडून काँग्रेसचे सरकार आणू इच्छित नाही.

[१९ ऑगस्ट, १९९६]

चावता येत नाही म्हणून विरोधक आमच्यावर भुंकताहेत!

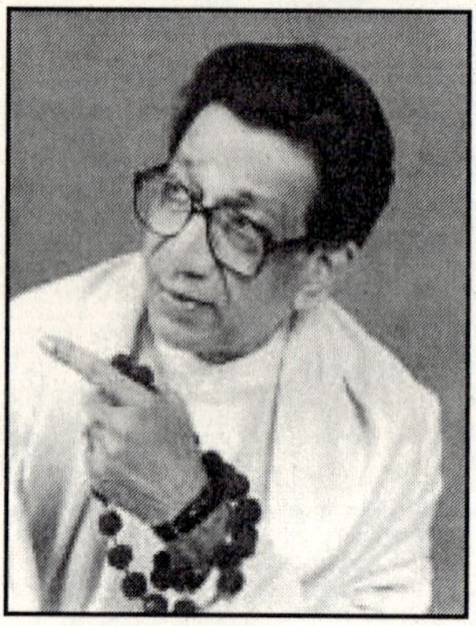

"ओठात एक व पोटात दुसरेच असा प्रकार शिवसेनाप्रमुखांच्या बाबतीत कधीच झाला नाही. 'शिवशाही' हे त्यांचं स्वप्न होतं आणि काँग्रेस राजवटीच्या मार्गाने 'युती'नं जाऊ नये ह्यासाठी ते नेहमीच सावध राहिले. शेतकरी, कष्टकरी व बेरोजगारांना समाधानाने जगता यावे ह्यासाठी त्यांनी अनेकदा आपल्याच सरकारवर आसूड ओढले. पण काँग्रेससारख्या विरोधकांनाही सोडले नाही, 'विरोधकांना आमच्यावर भुंकणं भागच पडतंय. चावता येत नाही म्हणून ते भुंकताहेत. पण आम्हाला आता मागच्या उखाळ्या-पाखाळ्या काढायच्या नाहीत. कारण आम्ही काही पस्तावलेले नैराश्यवादी लोक नव्हेत.'"

भुजबळ आणि पवारांनी अचानक आक्रमक धोरण स्वीकारल्यामुळे थोडा गोंधळ झाला काय, असे विचारताच शिवसेनाप्रमुखांनी सांगितले,

हे आक्रमकांचे लक्षण नव्हे. हे नैराश्यवादाचं लक्षण आहे. आक्रमक असते तर त्यांची भाषा निराळी असती. त्याला एक काहीतरी निराळी डिग्निटी असती. यांना डिग्निटी कोठे आहे? यांना आता भुंकणं भागच पडतंय. चावता येत नाही म्हणून ते भुंकताहेत.

त्यांच्या भुंकण्यावर तुमच्याकडे उत्तर नव्हतं...

आम्ही दिलं की उत्तर. दोन दिवस आमच्या लोकांनी विधिमंडळात चांगलं घेतलं अंगावर. जसं रामदास फुटाण्यांच्या कवितेला उत्तर दिलं गेलं की, 'भाकरीची उठाठेव फुटाण्याला कशाला?' चांगलं उत्तर दिलंय.

हेच संघर्षाचं धोरण विरोधी पक्षानं कायम ठेवलं तर भविष्यात तुम्हाला जड जाईल...

नाही नाही. जड काहीच जात नाही हो. त्यांच्या वेळेला ते झालं. आमच्या वेळेला हे होतंय. याच्यामध्ये काय? चालायचंय हे सगळं! गदारोळ हा शब्द वापरून मोकळं व्हायचं. यांच्यामुळे काय जड जाणार आहे आम्हाला? कशाकरता आम्हाला जड जाणार आहे? आमचा अजेंडा तर सगळा संपला. कामकाज आमचं संपलं. ते बोंबलत होते आणि आमचे विधानसभेचे अध्यक्ष एकएक कामकाज पुकारत होते. सगळा अजेंडा पूर्ण झालेला आहे. आमचं काहीच अडलेलं नाही. उलट त्यांचेच प्रश्न बोंबलतील.

पाच आमदार व एका मंत्र्याने राजीनामा देण्यापर्यंत प्रकरण गेलं...

तो एक भावनेचा उद्रेक होता. राजीनाम्यामागे त्यांची एक भावना होती. असं काही नाहीय की शिवशाहीमध्ये शिवसैनिकांनी खून केले तरी त्यांना सोडून द्या. असं काही आम्ही म्हणत नाही. तितके आम्ही मूर्खही नव्हेत. मुद्दा काय आहे की, एकत्र राहिलेली ही पोरं. त्या आशुतोष राणेबद्दल सर्वांना माहिती आहे. हा मुलगा बोलतही नाही मुद्दाम. एकदम तो मुखदुर्बल नाही, पण तरीही तो तोंड उघडत नाही. ड्रायव्हिंग बरं की आपण बरं. कधीही मिसळणार नाही कुणात फारसा. चूप्प अगदी. एक तर त्याचा एक कान तर गेलाच आहे. ऐकू येत नाही. दुसरं-त्याचं आता माकडहाडही दुखावलं गेलंय. असं दुखणं असलेल्या पोराला तुम्ही बुरखे-बिरखे घालून आणता. त्यांना तो अपमान सहन झाला नाही. एका चिडीत ते गेले. मग शेवटी उपयोग काय? आणि सत्ताधारी बसलेत नुसते, काय

तर आम्ही निष्पक्षपातीपणे काम करतोय. कोणाला सांगताय तुम्ही?

◗ निष्पक्षपातावर संतापायचं कारण...

आता त्या भिवंडीमध्ये विषबाधा झाली. त्यात काही हातमागावरची लोकं गेली. नंतर कालपरवाकडे काही मुलांनाही पेढ्यातून विषबाधा झाली. यावेळेला तो लखोबा तिकडे तणतणतोय की, 'यांना एक लाख रुपये नुकसानभरपाई द्या म्हणून. लखोबाला म्हणावं, 'सुधाकरराव नाईक मुख्यमंत्री असतानाच ३१ डिसेंबरला शंभर लोकं खोपडी पिऊन मेली. वर्ष बघा आता कोणतं ते, पण लखोबाही तेव्हा मंत्री असावेत. त्या खोपडी पिऊन मेलेल्यांना दिलेत का तुम्ही? एक लाख राहू द्या; पन्नास, पंचवीस हजारही राहू द्या. पाच हजार तरी दिलेत? का ते दिले नाहीत? दुसऱ्याच्या खिशात हात घालायला बरं पडतं. स्वतःच्या खिशात घालायचा नाही. लखोबा भिवंडीत गेला आणि त्याने तिथं किती घाणेरडं स्वरूप आणलं!'

◗ कशाला?

इथे एक मानवतावादी दृष्टिकोन पाहिजे. मुसलमान किती मेले आणि हिंदू किती मेले हे हिशेब तिथे करायचे नसतात. आज काही म्हटलं तरी दुर्दैवाने ते गेले. हा तिथे हिंदू-मुसलमानांचा प्रश्न काढतोय. आमच्या आनंद दिघ्यानं त्याला चांगलं खडसावून उत्तर तिथंच दिलं. किती हिंदू आणि किती मुसलमान गेले याकरिता आम्ही इथं आलेलो नाही. मानवतावादाच्या दृष्टिकोनातून आम्ही सगळ्यांना वाचवायला निघालेलो आहोत आणि भिवंडीच्या बाबतीत तुम्हाला म्हणायचं तर ८ हिंदू या दुर्घटनेत मेले आहेत. लखोबाच्या या प्रवृत्तीवर मग तिकडले मुसलमानही चिडले. ये क्या आदमी है? इधर कौनसी मुसीबत हमारेपर आयी है! आणि हा काय हिशेब मांडतोय. चिडली ती लोकं लखोबावर.

◗ शरद पवारांवर जेव्हा तुम्ही वारंवार दाऊद संबंधांचे आरोप करीत होता...

आहेतच मुळी. अजूनही माझा तो जाहीर आरोप आहे.

◗ मग तुमचं राज्य आल्यावरही पवार-दाऊद संबंधाची चौकशी का झाली नाही?

चौकशी कशी करायची? आज दाऊद बसलाय कराचीमध्ये. तुमचं इंटरपोलही कामाचं नाही. आता जो हवाला प्रकरणातला अमीरभाई हाँगकाँगमध्ये पकडलाय, त्याला कसं आणायचं, हा प्रश्न तुमच्यासमोर आहे. मुंडे बोलले असतील प्रचाराच्या

वेळेला काही, पण दाऊदचा भाऊ नुरा आहे. 'टेलिग्राफ'ला दिलेल्या मुलाखतीत तो सरळ बोललेला आहे, शरद पवार आणि आमचे कौटुंबिक संबंध आहेत. त्याच्यावरती केस घालता येत नाही, पण छापून आलेला इंटरव्ह्यू त्याच्यामुळे संबंध स्पष्ट झाले.

◗ जे समाजवादी किणी प्रकरणात तुमच्याविरुद्ध कोर्टात गेले ते पवारांविरुद्ध कोर्टात का गेले नाहीत?

हे पवारप्रेम पुलोदमधलं आहे.

◗ गोवारी हत्याकांडाची चौकशीही तुमच्या सरकारने करू नये? ही ढिलाई कशासाठी?

नाही, ढिलाई अजिबात नाही. दोन फरक हे नेहमी लक्षात घेत चला. त्यावेळची आमची विरोधी पक्षाची भूमिका आणि त्यांची सत्ताधाऱ्यांची भूमिका. ते सत्ताधारी होते. त्यांनी ते केलं. आम्ही आमच्या पद्धतीनं मागण्या केल्या. फक्त आमच्या हातामध्ये आज ना उद्या सत्ता एवढ्या नजीकच्या काळात येईल असं वाटलं नाही. त्यामुळे त्यांनी ते सगळं ठोकरून लावलं की, सीआयडी नाही. अमूक नाही. साधी चौकशी नाही. आज आमच्या हातामध्ये सत्ता जरूर आलेली आहे. पण किती मागे जाऊन किती उरकून काढायचं? कारण आम्ही काही असे पस्तावलेले नैराश्यवादी लोकं नव्हेत. आम्हाला आमची सत्ता मिळालेली आहे. एक चांगलं सरकार आम्हाला लोकांना द्यायचं आहे. त्यामुळे फालतू गोष्टींमध्ये वेळ घालवायचा नाही असं आम्ही ठरवलेलं आहे. उखाळ्या-पाखाळ्याही काढायच्या नाहीत, पण त्यांना आता त्याची गरज भासतेय. कारण सत्ता त्यांच्या हातातून गेलेली आहे. म्हणून आम्ही ज्या पद्धतीनं काम करतोय त्यामध्ये आम्ही समाधानी आहोत. की लोकांनी इतक्या विश्वासानं दिलेली सत्ता अशा कर्मदरिद्रीपणानं घालवून टाकायची का यांच्या नादी लागून? म्हणून जपणुकीचं धोरण स्वीकारलंय की शक्यतो लोकांच्या पैशाचा तिथे अपव्यय होता कामा नये. शक्यतो जमवून घ्यायचं. म्हणजे लोकहिताचे प्रश्न आपल्याला सोडविता येतील. अशी ती ॲट्टिट्यूड असल्यामुळे थोडासा ताप झाला आम्हाला. त्या वेळी शिव्या खाव्या लागल्या, पण दोन-तीन दिवसांत आम्ही आक्रमक झालो. बरं, हे दोन्हीकडनं उद्या ठिणग्याच पडणार असतील तर लोकांचे प्रश्न टांगते राहतील. ती काळजी घेतोय म्हणूनच तो ताप सहन करावा लागतोय. जशास तसं वागायचं ठरवलं तर मात्र कामकाज काही होणार नाही. मग तुम्ही ते केलंत काय, मग आम्ही हे केलं. याला काही अर्थ नाही. ही नुसती आपली चिवडाचिवडी होईल. लोकांनी आम्हाला इतक्या विश्वासाने दिलेलं हे सरकार. त्याचा विनियोग चांगला व्हायला पाहिजे. त्यांना एक चांगलं सरकार मिळाल्याचं समाधान

आम्हाला द्यायचं आहे. यांच्या नादी लागून चालणार नाही आम्हाला.

◗ राज्य एकंदरीत कसं चाललं आहे?

सरकारला दीड वर्ष झाल्यानंतर हा पहिला प्रश्न येतोय माझ्यापुढे. आम्हाला पाच वर्षं पूर्ण व्हायची आहेत. एक तर फार महत्त्वाचं काम सरकार करतंय ते तुम्हाला आता दिसणार नाही. पण दोन हजार सालानंतर महाराष्ट्रामध्ये पाण्याचा टँकर धावणार नाही हे आमचं वचन आम्ही पूर्ण करणार आहोत आणि त्याप्रमाणे आमची कामं सुरू झालेली आहेत.

◗ शिक्षण, रस्ते, बेकारी अशा प्रश्नांना अद्यापि प्राधान्य मिळालेलं नाही...

एक जानेवारीला मुंबई ते पुणे आणि मुंबई ते नासिक हा सहापदरी रस्ता आम्ही सुरू करीत आहोत. पावणेदोन-दोन तासांत तुम्ही पुणं गाठाल. वाकडं-तिकडं वळण घ्यावं लागणार नाही. घाट लागणार नाही. सरळ रस्ता. जे अमेरिकेमध्ये तुम्हाला पाहायला मिळताहेत. ते हिंदुस्थानात महाराष्ट्रामध्ये सर्वप्रथम अमलात येणार आहे. मुंबई-पुणे जाणं-येणं कठीण होऊन बसतं. कुठं एखादी रुग्णवाहिका अडकून पडते. लहान पोरं अडकून पडतात. पुण्याला जायला कधी कधी सात-आठ तास लागतात. कधी दरड कोसळली म्हणून अडकले. ते काहीही होणार नाही.

◗ शिक्षणाच्या बाबतीत...

शिक्षणाच्या बाबतीत पुढच्या वर्षी एक फार महत्त्वाचा बदल घडवून आणायचा आहे, तो म्हणजे मुलांची दप्तरं कमी करून टाकायची. ती प्रक्रिया सुरू झाली आहे, त्याला जो आवडेल तोच विषय आम्ही देणार. आता शाळेची वेळ मात्र आम्ही थोडी कमी करून टाकलीय. या लहान मुलांच्या दृष्टीनं आठ चाळीस होती ती नऊ केली. का? तर परत दुसरे प्रश्न आमच्यासमोर उभे राहतात किंवा समजा, आम्ही दहाची वेळ केली किंवा अकराची केली तर काही शाळांचे म्हणणे आहे की, विशेष करून कॉन्व्हेन्ट लोकांचं की, आमच्याकडे दोन-दोन क्लासेस असतात. आम्ही काय करायचं? त्यानंतर आई मुलांना शाळेत सोडून कामावर जाते. तिला त्रास होणार; कारण ती मुलाला शाळेत पोचवून कामाला जाते. त्या मुलांची उद्या दहाची वेळ केली तर आईची पंचाईत होणार आहे. तिला नोकरी सोडावी लागेल. हे प्रश्नसुद्धा बाजूला उभे राहतात. लोकं टीका करतात. पण आम्हाला हे अमलात आणताना किती किती दुसरे प्रश्न भेडसावतात त्यांचा विचार होत नाही.

◗ राज्यकर्त्यांना प्रश्न भेडसावणारच...

प्रश्नांना आम्ही घाबरत नाही. पण काँग्रेसवाल्यांची पापं आमच्या माथी का मारताय तुम्ही? आत्ताच मुख्यमंत्र्यांनी सांगितलं की, नेहमी धान्याधान्यात फरक होतो. केंद्रात काँग्रेसचं सरकार होतं. त्यांनी आमच्या रॉकेलचा कोटा कमी केला. त्यामुळे रॉकेलटंचाई सुरू झाली. राज्यात रांगा लागल्या. काँग्रेसवाले बोंबलू लागले, शिवशाहीचं बघा कसलं सरकार आहे? आमच्या वेळेला कसं रॉकेल तुम्हाला मिळत होतं. आता मिळत नाही. फोटोच छापायचे. अगदी. दगडधोंडे, बाटल्या वगैरे ठेवलेल्या. हे काय चाललंय तुमचं? आता कोटा मिळतोय. रेशनच्या बाबतीतही आमच्या रामदास कदमची चांगली पावलं पडताहेत. दणादणा तो धाडी टाकतोय. गोदामातला दाबलेला माल पकडतोय. भेसळ पकडतोय. रेशनच्या धान्यावरले जे पाच वस्तूंचे भाव आम्ही ठरवले होते ते कोठेही वाढलेले नाहीत. डाळीचा आणि याच्यामधला भाव लक्षात घ्या. तुमची जी डाळ वाढली आहे ती आमची नाही. केंद्र सरकारची आहे. आमच्या रेशनच्यावरती कुठे भाव वाढले तेवढे फक्त आम्हाला दाखवून द्या. आणि या वेळेला कटाक्षानं त्यांना सांगितलेलं आहे. येत्या पाच वर्षांत या पाच वस्तूंचे भाव कदापि वाढणार नाहीत आणि वाढले तर तुम्ही माझ्याकडे या.

◗ मध्यंतरी कापसाच्या भावाचा प्रश्नही उफाळून आला...

होय, पण सोडवलाय आम्ही तो. सगळा शेतकरी आज सुखी आहे. पवारांचा प्रचार बाजूला ठेवा. पवार हे स्वत:ला त्यातले किडे समजतात. पण पवारांचा आणि शेतीचा काही संबंध नाहीय. ते शेताकडे कधी फिरकतही नाहीत. तो दिल्ली आणि इकडेच कारस्थानामध्ये गुंतलेला आहे. उलट २१०० भाव कापसाला आम्ही दिला. शिवशाहीच्या सरकारनं दिलाय. पवारांच्या राज्यात तो १६०० आणि १७०० मिळत होता. आता आम्ही २१०० भाव दिल्यानंतर शेतकऱ्यांच्या नशिबानं म्हणा किंवा आमच्या दुर्दैवानं, मी म्हणत नाही पण कापसाचं पीक यंदा महाराष्ट्रात अमाप आलं आणि इकडे भाव आम्ही वाढवून ठेवला. आता तेवढा कापूस उचललाच पाहिजे. तरी मनोहर जोशींनी दिल्लीमध्ये गेल्यानंतर पंतप्रधान देवेगौडांशी बातचित करून मार्ग काढला. देवेगौडांनी खूप सहाय्य केलं बऱ्याचशा गाठी उचलण्यासाठी. त्यांनी परवानगी दिली. एक्स्पोर्ट करण्यासाठी. त्यामुळे त्यांचा भावही मिळाला आणि कापूसही वाया गेला नाही.

◗ ऊसवाल्यांचं काय?

ऊसाचाही तसा प्रश्न नाही. या बँका ज्या त्यांनी उभ्या केलेल्या आहेत त्या बँकाच आम्हाला आज नडताहेत. म्हणून मी दर वेळेला मुख्यमंत्र्यांनाही सांगतो

किंवा जयप्रकाश मुंदडांनाही सांगतो, एकदा ही शिखर बँक बरखास्त करून तिथे प्रशासक बसवा. सगळे चीं चीं करीत येतील बाहेर. करोडो रुपयांचा चुराडा त्यांनी केलेला आहे.

◗ मग प्रशासक का बसवला जात नाही?

का बसवला जात नाही त्याचं म्हणणं असं आहे की, एकदा आपण तो बसवला की कुठे त्यांना लुपहोल मिळता कामा नये. कायद्याची एखादी फट मिळता कामा नये, की त्यातनं ते पसार होतील. म्हणून आम्हाला थोडा वेळ लागला. पण प्रशासक आम्ही बसवतोय.

◗ तुमच्या दीड वर्षाच्या काळात साखरसम्राट वठणीवर आले काय?

अजून तसे वठणीवर आलेले नाहीत, पण धसका घेतलेला आहे. वठणीवर आणावे लागतील. पूर्वीची मस्ती कमी झालेली आहे.

◗ त्यांच्यापासून सरकारला धोका...

सरकारला धोका साखर कारखान्यांपासून नाही. जोपर्यंत जनता आमच्याबरोबर आहे तोपर्यंत आम्ही साखरसम्राटांची पर्वा करत नाही. बिल्कुल करत नाही. तशी ताकद नाही त्यांची.

◗ हे सरकार पवारांच्या आर्थिक ताकदीवर पडू शकतं काय?

आर्थिक ताकद तशी नाही. जोपर्यंत शिवसेना आणि भारतीय जनता पक्षाचे निवडून आलेले आमदार मजबुतीत एकमेकांच्या जवळ आहेत, तोपर्यंत त्यांची हिम्मत नाही. कितीही पैसा ओतला तरी. मात्र आमच्या इकडूनचे बाटता कामा नयेत. हेच फक्त महत्त्वाचं आहे. बाकी आम्हाला कसली पर्वा नाही. आणि काही अपक्ष तर चांगल्या प्रकारे अगदी निष्ठेने आमच्याकडे येऊन बसलेले आहेत.

◗ डोणगावकर गेलेच की...

डोणगावकर सोडून द्या. त्यांना आता त्यांची जागा कळली असेल.

◗ शरद पवार हा फॅक्टर आता महाराष्ट्रात शिल्लक आहे काय?

शरद पवार कुठेही शिल्लक नाहीत. धडपड आहे शेवटची त्याची. दिल्लीमध्ये त्यांना काही स्कोप आहे असं मला आज तरी वाटत नाही. बाकी कारस्थानांत ते इकडे तिकडे थोडे जगले तर.

◗ काँग्रेसचं भवितव्य महाराष्ट्रात आता काय आहे?

काँग्रेसला आता विरोधी पक्ष म्हणूनही स्वीकारायला लोकं तयार नाहीत. खरा जोर अपक्षांचा आहे. ४५ काँग्रेसचे बंडखोर का असेनात, निवडून आलेत. त्यांनी दाखवून दिलं की आमचीच ताकद आहे. अपक्षांनी दाखवून दिलंय की पक्ष नसतानासुद्धा लोकं आम्हाला जवळ करतात. आम्ही निवडून येतो. तेव्हा मुळात काँग्रेसचा आता जोर राहिलाय हे काही मी मानायला तयार नाहीय. ह्या लोकांचं काही कर्तृत्व आहे तिकडे. मग ते कामाच्या स्वरूपात असेल. पण ते मात्र शक्तिशाली आहे, हे तुम्हाला मान्य करावं लागेल.

◗ चाळीस लाख झोपडपट्टीवासीयांना मोफत घरांची योजना कार्यान्वित झालीय. पण तुमची २७ लाख बेरोजगारांना काम देण्याची घोषणा अधांतरीच आहे...

झालीय की. सुरू झालेली आहे. आता आम्ही लवकरच शिव उद्योग सुरू करतोय. त्यामध्ये मांडण्या झालेल्या आहेत. उद्योगपतींशी आमचं बोलणं झालेलं आहे. त्याच्यामध्ये मोठ्या संख्येने बेरोजगारांना सामावून घेतलं जाईल. नवीन उद्योगामध्ये संपूर्ण भूमिपुत्रांचाच विचार केला जाईल. मी आता काही गोष्टी एक्स्पोज नाही करू शकत. जसं आमच्या दिवाकर रावतेने 'अ‍ॅग्रो इलेक्ट्रॉनिक पार्क'ची चांगली योजना मराठवाड्यासाठी काढलेली आहे. अशा योजनांतून किती हजारांच्या घरात लोकांना रोजगार देऊ शकतो ते समजेल. आता इमिजिएट आम्ही दहा हजार लोकांची सोय केलेली आहे. हे अशा तऱ्हेने हळूहळू वाढत जाणार. काही लोकांनी सांगितलंय, २७ लाख नकोय, ५ लाखांना जरी रोजगार मिळाला तरी खूप. कोणत्याही परिस्थितीत आम्ही ते करू. आता काही मोठे रस्ते तयार होताहेत. त्याच्याकरिता आम्हाला मानवी ताकद लागेल. मग ती रोजगाराच्या निमित्ताने असेल. एक्सपर्टस् असतील. जी पोरं काही नवीन शिकून आलेली आहेत टेक्नॉलॉजीमध्ये, त्यांचीही सोय होईल. काही मोठे पॉवर प्रोजेक्ट्स येताहेत महाराष्ट्रामध्ये. तेथेही भूमिपुत्रांचीच सोय होईल. मी त्याकडे स्वत: कटाक्षाने लक्ष घालतोय.

[२० ऑगस्ट, १९९६]

मंत्री मुजऱ्याला गेले; अहो, तीदेखील माणसंच आहेत!

"एखाद्या तुफान मेलसारखीच गती शिवसेनाप्रमुखांच्या विचारांना असते. पण त्यांच्या वागण्यात आणि विचारांत एक 'माणूस' कायम प्रभाव गाजवीत असतो. ह्याच काळात शिवसेना मंत्र्यांचे एक 'मुजरा' प्रकरण विरोधकांनी चर्चेत आणले. ह्यावर शिवसेनाप्रमुखांनी अत्यंत पारदर्शक भूमिका घेतली. ''नाटक-सिनेमाला जातात त्याप्रमाणे मंत्री 'मुजरा'नृत्यास गेले. तीदेखील माणसंच आहेत. मौजमजा करा; पण मंत्री आहोत हे विसरू नका. तुम्ही उद्या जर बेवडा पिऊन रस्त्यावर धिंगाणा घालू लागलात तर जमणार नाही.''"

◗ शिवशाहीत न्याय मिळेल असे तुम्ही निवडणुकीपूर्वी सांगत होता. तो 'न्याय' आज लोकांना मिळतोय काय?

दीड वर्षामध्ये तुम्ही कशी काय अपेक्षा करताय? धडपड तर निश्चितच चालू आहे. आम्हाला काही तुम्ही बदमाश म्हणू शकणार नाही. प्रामाणिकपणानं करतोय. आणि या प्रामाणिकपणाला तुम्ही दीड वर्षातच टेस्ट करणार असाल तर त्याला काही अर्थ नाही. पस्तीस वर्षे तुम्ही काँग्रेसची सहन केली आणि दीड वर्ष झाल्यानंतर तुम्ही आम्हाला हा प्रश्न विचारताय. पहिल्यांदा काँग्रेसची घाण साफ करता करता नाकी नऊ येतंय. मुळात पहिलं वर्ष कसं गेलं हेही तुम्हाला माहीत आहे. मलेरिया काय आला, तो दुष्काळ काय आला. त्यानंतर अधिवेशन. पुन्हा मनोहर जोशींच्या डोक्यावर टांगती तलवार. राहतोय का जातोय? ती दूर झाल्यावर त्यांना जरासं मोकळं वाटलं आणि आता गती येतेय.

◗ गती म्हणजे नक्की कोणत्या प्रकारची?

पोलीस चांगलं काम करताहेत. सर्वकाही व्यवस्थित चाललेलं आहे. महाराष्ट्रात आणि खास करून मुंबईसारखी शांतता आणि सुव्यवस्था हिंदुस्थानात दुसरीकडे कुठे नाही. कुठेही जातीय दंगली नाहीत. मुसलमानांना एक विश्वास निर्माण झालेला आहे. हे कशाचं द्योतक आहे? मुसलमानांना शिवसेनेबद्दल एक भीती वाटायची. त्याऐवजी त्यांना असं वाटायला लागलंय की, ही लोकं निराळीच आहेत. असं काहीच नाही त्यांच्या बाबतीत. आम्ही कधीच कुरापत काढली नाही. त्यांना एक धीर वाटतोय, तो काँग्रेसच्या राजवटीत वाटत नव्हता. याचा अर्थ असा की, कायदा व सुव्यवस्था व्यवस्थित चाललेली आहे. राजकीय दृष्टिकोनातून ती तुम्हाला बाटवायची असेल तर बाटवा. म्हणजे कुठेतरी कानफुंकण्या करायच्या, दिल्लीत जाऊन. ते असं झालंय, तिथं तसं झालेलं आहे.

◗ असं कान फुंकणं सध्या सुरू आहे असं तुम्हाला म्हणायचं आहे?

होय. पवार कंपनीकडनं ते चालू आहे. कुठे इंद्रजीत गुप्तांना भेट, कधी देवगौडांना निवेदन दे, कुठे काय कर, कुठे काय कर. स्वस्थ बसायचे नाहीत ते लोक, याची आम्हाला कल्पना आहे.

◗ दंगलीत अडकलेली अनेक पोरं अजून सडताहेत...

दंगलीच्या बाबतीत त्यांचे गुन्हे काय, खटले काय याच्यावरती बऱ्याचशा गोष्टी अवलंबून असतात. पण ज्या वेळेला माझ्याकडे काही केसेस येतात, त्या मी सोडवलेल्या आहेत. आता माझ्याकडे कोणी येत नाही. जात नाही. बोलत नाही.

कधीतरी सुटल्यानंतर येतात. साहेब, हे दंगलीच्या केसमध्ये होते. 'टाडा'मध्ये होते. अरे बाबा, मला कधी बोलला नाहीस, तर साहेब आपण कामात असता म्हणून सांगितलं नाही. आता हा जो एक भोंगळपणा आहे ना, तो जरा निराळ्या पद्धतीनं हाताळला गेला पाहिजे. हे असं करून नाही चालणार. पण त्या मानानं खूपच केसेस कमी झालेल्या आहेत.

श्रीकृष्ण आयोग पुन्हा स्थापन का करावा लागला?

नाही. तोसुद्धा एक असा प्रकार आहे की, कुणी म्हटलं नवीन सरकार आहे. काही षडयंत्र त्यांनी तुमच्याविरोधात रचलंय आणि ते मुलायमसिंग म्हणा, इतर काही म्हणा, त्यांना असं वाटलं की, मुसलमानांना न्याय देण्यासाठीच हा श्रीकृष्ण आयोग आहे, अशी त्यांची समजूत आहे. पण आम्ही ज्या वेळेला रद्द केला त्यामध्ये जास्तीत जास्त मुसलमानांचा फायदा झाला होता. हे त्यांना आता कळायचं नाही. नंतर कळेल कदाचित. श्रीकृष्ण आयोग कशा प्रकारे हाताळतोय हा प्रकार, ते पाहावं लागेल. कारण बॉम्बस्फोटांच्या सगळ्या केसेस तिकडेपण आहेत. रद्द केल्यामुळे ज्यांनी बॉम्बस्फोट घडविले म्हणून आरोप आहेत, जे याच्यात अडकलेले आहेत ते सुटणार होते याच्यामुळे. आता या लोकांनी त्यांना पुन्हा अडकवलंय. आम्ही म्हणतो, एक तिकडे केस, एक इकडे केस. हा खर्च परवडणारा नाही. सहा-सहा महिन्यांची मुदत किती काळ देत राहणार तुम्ही? किती खर्च होतोय पाहा. करोडो रुपये उधळले गेले. झोपडपट्टीला पाण्याची पाइपलाइन टाकता येईल या पैशातनं. पण आम्ही काही केलं तरी ते मुसलमानांच्या विरोधातलंच असणार आणि मुसलमानांचा पुळका यांना कारण नसताना येतो आणि तोसुद्धा मतांसाठी येतो. एरवी मुसलमानांबद्दल यांना प्रेम नाही की काही नाही. त्यांना ते राजकारण कळायला हवं होतं. आता ते कळलंय.

महाराष्ट्र एअरवेजसारखे प्रोजेक्ट राज्याच्या हिताचे आहेत का?

होय, त्यात काहीच चूक नाही. याचं कारण असं की, ज्या वेळेला एखादी आपत्ती येते, नैसर्गिक असेल, मानवी असेल, तर शासनाला त्वरित हालचाल करणं भाग पडतं. कोल्हापूरला काही झाल्यानंतर १६ तासांचा प्रवास, १४ तासांचा प्रवास. हे परवडत नाही मोटारनं. पुन्हा विकासाच्या दृष्टीनं याची फार मोठी मदत होणार आहे. आज उद्योगपती काय म्हणाताहेत की, तुमच्याकडे काही असं दळणवळण नाहीय. कोकणचा विकास झाला नाही. कारण रेल्वे नाही, रस्ते नाही, काही नाहीत. बोटीचा मार्ग चालू राहिला. बंद पडला. त्याच्यावरती तो अवबंलून. आणि अशा वेळेला एक जर उद्या अशी सर्व्हिस सुरू झाली तर. रत्नागिरीपर्यंत

आता आपण गेलोय. पण कोकणाच्या इतर जिल्ह्यांत किंवा तालुक्यांत अशी सर्व्हिस सुरू झाली चांगल्या तऱ्हेनं तर कितीतरी उद्योगपती तिथे जाऊन-येऊन राहतील आणि आपले उद्योग तिथे काढून कितीतरी लोकांना रोजगार उपलब्ध करून देतील.

◗ आपला तर आधी विमानतळांना विरोध होता...

नाही. मला मोठा विमानतळ नको होता, जो पहिल्या एम. ओ. यू. मध्ये होता. म्हणजे अगदी सहार विमानतळासारखा. त्याची आता गरज नाहीय. त्यापेक्षा बारकी बारकी जी विमानतळं आहेत, त्याला उद्योगपतीसुद्धा मदत करायला तयार आहेत. ते म्हणतात, आम्ही बांधून देतो तुम्हाला. आता तो सरकारचा प्रश्न आहे. घ्यायची की नाही मदत ती? त्यांना ते पाहिजेच. ते म्हणाले, 'यामुळे आमचं कितीतरी अंतर कमी होतंय.' त्यांना वेळेचं महत्त्व आहे. नाहीतर आपलं चाललंय बारा तासांत कोल्हापूर.

◗ सरकारचा कारभार पारदर्शक आहे असं वारंवार म्हटलं जातंय; पण तो स्वच्छ आहे का?

हे बघा, एक लक्षात घ्या. सगळीच माणसं स्वच्छ धुतल्या तांदळासारखी नसतात. पण संशयाची भुतंही माझ्यासमोर कोणी नाचवलेली मला चालणार नाहीत. तुम्ही सांगा मला, अमुक करा, तमुक करा किंवा हा पुरावा घ्या. आता कोणी म्हणेल, पुरावा ठेवून भ्रष्टाचार करतात का? तर मग आरोप कशाला करताय? माझा स्वतःचा काही दृष्टिकोन आहे.

◗ मंत्र्याचं 'मुजरा प्रकरण'ही अलीकडे गाजलं?

नाही, गाजवण्याचा प्रयत्न केला. एका मंत्र्याचं काहीतरी मुजऱ्याच्या बाबतीत छापून आलं. मी म्हणतो, ठीक आहे, माणसं आहेत. मौजमजा करा, पण मंत्री आहोत हे विसरू नका. मंत्री असल्यानंतर तुमच्यावर मर्यादा आहेत. तुम्ही उद्या जर बेवडा पिऊन रस्त्यात धिंगाणा घालू लागलात तर जमणार नाही. पण एका डिग्निटीने तुम्ही काही गोष्ट केलीत तर मी समजेन. पण त्याचबरोबर असल्या मौजमजेसाठी तुम्ही सरकारी यंत्रणा वापरायची नाही. तुम्हाला सरकारी लाल दिव्याची गाडी नेता येणार नाही. एस. टी. ची किंवा एम. एस. ई. बी. ची गाडी नेता येणार नाही. हा कटाक्ष तुम्हाला पाळावाच लागेल. पण जबाबदारी सांभाळून, नीट समाजाला रुचेल, पचेल असं वागा.

◗ नोकरशहांनी आता सरकारशी जमवून घेतलंय?

होय. चांगलं सहकार्य आहे त्यांचं. बाकी बरे आहेत; पण एक-अर्धा डझन किडे असतील इकडे-तिकडे वळवळत. त्यांना असं वाटलं की, हे सरकार आलं आणि जाईल. त्यांना आता ही खात्री पटली की, हे सरकार आता तसं काही जात नाही. म्हणून सहकार्य करण्याशिवाय त्यांच्यापाशी दुसरा मार्ग नाही.

◗ मुख्य सचिव अफझलपूरकरांची मुदत आता संपत आली आहे. त्यांना मुदतवाढ देणार का?

आम्ही अफझलपूरकरांना आणलं त्यामागचं महत्त्वाचं कारण लक्षात घ्या. शरद पवार ज्या वेळेला आले, त्या वेळेला त्यांनी आपले स्वत:चे चिरंजीव जे उपासनी नावाचे होते, त्यांना दिल्लीहून आणलं आणि अफझलपूरकरांचा तो हक्क होता त्या वेळी मुख्य सचिव बनण्याचा. तो डावलला गेला. शेवटी ते केंद्राकडे गेले आणि केंद्रानं त्यांना पोर्ट ट्रस्ट चेअरमनची जागा दिली. एवढी बेइमानी केल्यावर कुठेतरी मग झिरपतच नाही म्हटलं तरी आम्ही त्यांना मग बाजूला केलं. अफझलपूरकरांचा तो हक्क होता, त्यांना तो परत मिळवून दिला. आता या धकाधकीमध्ये तीन-चार महिने त्यांचे फुकट गेले.

◗ त्यांना मुदतवाढ मिळणार का? हा माझा प्रश्न आहे.

आम्ही त्यांना अशाकरिता आणलंय की, झोपडपट्टी योजनेचा संपूर्ण अभ्यास त्यांनी केलेला आहे. अहवालही त्यांनी दिलेला आहे. आणि या माणसाकडे ती योजना आम्ही राबवायला देणार आहोत. आणि त्यांच्या निवृत्तीची तारीख जरी आली असली, तरी त्या माणसाची अद्यापि आम्हाला गरज आहे. शासनाने याचा गंभीरपणाने विचार करावा की, आपल्या योजनेसाठी त्यांना ठेवणं भाग पडेल. यामध्ये राजकारण वगैरे काही नाही.

◗ पर्यावरण आणि निसर्ग हा तुमचा अत्यंत जिव्हाळ्याचा विषय. तुम्ही सरकारला त्यासाठी काही योजना दिल्यात काय?

गणेश नाईकाला विचारा. मी किती छळतो त्याला. जरा काही झालं, कुठे झाडं तोडली तरी विचारतो त्याला. माथेरान सांभाळा, महाबळेश्वर सांभाळा. ज्या वेळी मनोहर जोशी तिकडे गेले होते महाबळेश्वरला काही कार्यक्रमाच्या निमित्तानं, रायगडावरती कार्यक्रम होता. मी महाबळेश्वरला होतो म्हणून तिकडे ते मला भेटून गेले, तर मी सगळं दाखवलंच त्यांना. तिकडे शिष्टमंडळ आलं होतं. त्यांची भेट घालून दिली. म्हटलं, झाडतोड कशी चाललीय ती बघा आणि बंद करा. ते म्हणाले, गेल्यावरती

मी करतो. केलं त्यांनी. सगळ्यांना हुकूमबिकूम दिले. माथेरान उद्ध्वस्त होतंय. पर्यावरण धोक्यात आहे. मौजमजा मारायला जाता, पण एवढं निसर्गानं दिलेलं आहे ते तुम्हाला जपता येत नाही आणि मला मुळात चीडच आहे. झाड तोडताना पाहिलं की, हात तोडावेत वाटतात मला. मी कधीच सहन करणार नाही. डोंगर पोखरताहेत. मोठमोठे पहाड खाली आणताहेत. अरे येड्यांनो, हे जर तुम्ही केलंत तर इतके पापी आहात, तुम्ही नतद्रष्ट आहात की, उद्या पाऊस थांबेल. कारण हे मोठे पहाड ढग अडवतात. ढग अडल्यामुळे पाऊस पडतो. उद्या सपाट केल्यानंतर ढग वाऱ्याबरोबर निघून जातील. एवढं या बेअकल्यांना कळत नाही.

◗ **सत्तेच्या काळात संघटना किती प्रबळ झाली आहे? म्हणजे संघटनेचा जोर तोच आहे, की कमी झालाय?**

कमी होण्याचा काय प्रश्न येतोय?

◗ **सत्तेमुळे शिथिलता येते...**

ते माझ्यावरती अवलंबून आहे. तुम्ही म्हणतात की, एकखांबी तंबू आहे. मग जोपर्यंत तंबू आमचा ताठ आहे, आणखी मजबूत आहे, तोपर्यंत तुम्हाला चिंता करण्याचं कारण नाही. काहीच शिथिलता आलेली नाहीय. आचार्य अत्र्यांच्या पुतळ्याचं उद्घाटन परवा वरळीत झाल्यानंतर जी गर्दी रस्त्यावर होती, पुतळ्याच्या उद्घाटनाला एवढी गर्दी कधीच नसते, ती होती त्या दिवशी. याचा अर्थ प्रेम कायम आहे. तुम्ही कितीही आमच्या नावानं बोंबला. काही होणार नाही लोकांना. कारण त्यांना माहिती आहे आम्ही कोण आहोत ते.

◗ **चळवळी, आंदोलने आणि संघर्ष हाच तुमच्या संघटनेचा पाया आहे.**

हो, हो. सत्ता नसताना तुम्ही विरोधी पक्षात असता. त्या वेळेला त्या गोष्टीची गरज भासते. कारण हुकूम देण्याची ताकद तुमच्याकडे नसते, पण आज तो हुकूम आमच्या हातात आल्यानंतर तुम्हाला जे पाहिजे ते आम्ही आमच्या हुकुमातर्फे करू शकतो. रस्त्यात येण्याची गरज काय? पण जर माझं सरकार त्याच पद्धतीनं जाणार असेल तर मात्र मी आंदोलनाला पुन्हा उभा राहिल्याशिवाय राहणार नाही. जरी माझं सरकार असलं तरी. शिवशाही असली तरी. युतीचं सरकार असलं तरी. मी मोर्चा काढीन.

◗ **गेल्या आठवड्यात शिवसैनिक रस्त्यावर बेस्ट भाडेवाढीविरुद्ध उतरलेच होते...**

होय, बरोबर आहे. मला भाडेवाढ मान्य नाही ती.

◗ तेव्हाही तुम्ही आदेश देऊ शकला असता...

होय. दिला नं. दिला म्हणजे काय? मी सरळ सांगितलं. फक्त एवढंच आहे की, 'सामना'त दुसऱ्या दिवशी चौकट येणार होती, पण आदल्या दिवशीच भाडेवाढ रद्द करण्याचा निर्णय झाल्यामुळे ती आली नाही. मी पालिकेतल्या आमच्या लोकांना इथं घरी बोलावलं. सगळ्यांना दम मारला. काय चालवलंय काय तुम्ही? ते काँग्रेसचं पोर आहे ते तुम्ही तुमच्या मांडीवर कशाला घेताय? काँग्रेसनं आणलेलं होतं ते दिलं. काँग्रेसच्या नगरसेवकांनी राजीनामे दिले आणि आमच्या येडबंबूंनी ते पास करून टाकलं. न बघता. आमच्या अंगावर आलं ते. मला नाही मान्य. बिल्कुल नाही. सांगितलं त्यांना मी, तुम्ही जर भाडेवाढ कमी केली नाही तर दुसऱ्या दिवशी सुरू होईल माझं आंदोलन. विनातिकीट बेस्ट प्रवासाचं आंदोलन सुरू करीन. तेव्हा कुठे बेस्ट भाडेवाढ रद्द झाली.

[२१ ऑगस्ट, १९९६]

‘मातोश्री’चा माझा मजला ओकाबोका झालाय...

“कौटुंबिक आघातांनंतर शिवसेनाप्रमुख राजकीय धुरा वाहत राहिले. पण त्यांचे मन अस्वस्थच होते. त्यांना जगण्यातही रस वाटत नाही असे अनेकदा बोलताना जाणवले. ह्या मुलाखतीत त्यांनी ते स्पष्टच सांगितले.

‘‘विजय मर्चंट यांच्याप्रमाणे मला निवृत्त व्हायचे आहे. लोकांनी का निवृत्त झालात? हा प्रश्न विचारलेला मला आवडेल. पण लोकांनी का निवृत्त होत नाहीत, हे विचारण्याची वेळ माझ्यावर येऊ नये.’’ माँ व बिंदुमाधवच्या आठवणी शिवसेनाप्रमुखांना कायम व्याकूळ करीत राहिल्या. ‘‘माँ आणि बिंदुमाधव ज्या पद्धतीने गेले, ही जखम टाके नसले तरी कधीच भरून निघणार नाही. आयुष्यातील अंतापर्यंत ती वाहतच राहणार आहे...’’ असे जडावलेल्या अंतःकरणाने सांगणाऱ्या शिवसेनाप्रमुखांचे मन हे अथांग विशाल समुद्राप्रमाणेच वाटते.”

सरकार आणि पक्ष यांच्यात वारंवार दरी निर्माण होत आहे, या आरोपांचा त्यांनी साफ इन्कार केला. ते म्हणाले, "असं काही नाही. निर्माण झाल्याचं दाखवतात लोकं."

◗ शिवसेनाप्रमुख माझ्यावर नाराज नाहीत, असं मुख्यमंत्र्यांना वारंवार का सांगावं लागतंय?

सतत प्रश्न तसा विचारलाच जातोय तर उत्तर नको तुम्हाला द्यायला? तुम्ही हा प्रश्न सतत का विचारताय? म्हणजे ते उत्तर येणार नाही. तुम्हीच सारखं विचारता. काय नाराज आहेत का? तर मग 'नाही' हेच उत्तर द्यावं लागतं.

◗ रिमोट कंट्रोलची सरकारला अडचण वाटू लागली आहे का?

मी अजून वापरलेलाच नाही तो. मनोहर जोशींना विचारा. रिमोट कंट्रोल अद्यापि वापरलाच नाही मी!

◗ न वापरता आपली सरकारला एवढी धास्ती, तर वापरल्यावर काय होईल?

रिमोट कंट्रोल वापरावा अशी परिस्थिती निर्माण करण्याची गरज नाही. तेही जाणून आहेत. तेवढे ते हुशार आहेत. वाकडं-तिकडं वागण्याची गरज नाही त्यांना तशी. त्यांना मी संपूर्णपणे स्वायत्तता दिली आहे. असं काही नाहीय की, वर्तमानपत्रामध्ये ज्या पद्धतीनं सजवलं-नटवलं जातं तसं काही नाहीय. जसं कालपरवाकडं कोर्टात सांगितलं की, रिमोट कंट्रोल! अरे, हायकमांड काय आहे तुमचा? हायकमांडचा दबाव येत नाही की काय? उलट मला तर असं म्हणायचं आहे की, दिल्लीत सत्ता असताना तुम्ही तिकडेसुद्धा फार मोठे दबाव टाकत होता. उदाहरणं आहेत माझ्याकडे. काँग्रेसवाले न्यायमूर्तींना वरनं हुकूम देत होते. मला अगदी जवळची माहिती आहे. बोलत नाही मी सध्या. तर रिमोट कंट्रोल काय असतो? त्या मानानं मग मी काहीच नाहीय. तो तर भयंकरच रिमोट कंट्रोल आहे. ते कायदे बदलायला, न्याय बदलायला सांगत होते.

◗ सरकार किंवा तुमच्या पक्षाविषयी नक्की लोकांच्या भावना काय आहेत हे तुम्ही कशा प्रकारे जाणता? तुमची त्यासाठी काय यंत्रणा आहे?

सध्या पाऊस आहे. म्हणून पाऊस झाल्यानंतर माझ्या जाहीर सभा सुरू होतील. त्या वेळी लोकांच्या मला एकंदरीत भावना काय आहेत ते समजतील.

◗ लोकांच्या भावना विरोधात असतील तर...

विरोध करणारे कोण आहेत ते बघायला तर पाहिजे ना! माझी माणसं विरोधात गेलीत का याला महत्त्व आहे. काँग्रेसवाल्यांनी विरोध केला तर मी ढुंकूनही बघत नाही त्याकडे. कुत्रं जसं भुंकतं तसं त्याकडे मी दुर्लक्ष केलं.

◗ किणी प्रकरणानंतर वृत्तपत्रं आपल्याविरोधात गेली आहेत...

वृत्तपत्रांनी आपले खुलासे आमच्यापाशी केलेत. काय झालं, काय नाही वगैरे. आता आलेत मार्गावर सगळे. मुळात किणी प्रकरण सुरुवातीला ज्या प्रकारे हाताळायला पाहिजे होतं तसं हाताळलं गेलं नाही. फार त्याला आपणच महत्त्व दिलं. अगदी जुगलबंदीच लागल्यासारखं चाललं होतं ते. जुगलबंदी लागण्याची काही गरज नव्हती. ठामपणानं सांगितलं असतं की, कितीही बोंबला, पण हे होणार नाही. जे सत्य आहे तेच बाहेर येईल. करायला पाहिजे होतं. पण गडबडले. मला वाटतं. ते काय झालं की, सरकार आपल्याला चांगल्या प्रकारे चालवायचं आहे याकडे ते जपायला गेले. आज एक दिवस ओरडतील असं वाटलं, पण ते सतत ओरडत राहिले. त्यामुळे पंचाईत झाली. मग सांगितलं, आता आक्रमक पवित्रा घ्यावाच लागेल तुम्हाला; नाही तर जमणार नाही. तुम्हाला काही रंगीत तालमीची गरज नाही.

वृत्तपत्रांचे मालक माझ्याकडे कामं करून घेण्यासाठी येतात; तोपर्यंत त्यांचा हल्ला मवाळ होतो आणि कामं झाल्यावर ते फिरतात...

पुष्कळ आहेत. चिक्कार उदाहरणं देता येतील. पण मला त्यांच्याशी काही तसं शत्रुत्त्व घ्यायचं नाही. शहाणे असतील तर त्यांनी समंजसपणानं, चांगल्या तऱ्हेने लिहावं. काही मित्रपण आहेत माझे त्यात.

◗ मुंबईत सध्या जे गुन्हेगारांचे 'एन्काऊंटर पर्व' सुरू आहे, त्याविषयी आपल्याला काय वाटतं?

माझे विचार मी मांडलेले आहेत. येथे मी हिंदू-मुसलमान हे संबंध आणू इच्छित नाही. दाऊद हिंदू आहे का मुसलमान आहे त्याचीही मी पर्वा करीत नाही. पण माझ्या असं लक्षात आलेलं आहे की, दाऊदची माणसं मारली जात नाहीत. अटक होते आणि अटक झालेले सटकतात. फरारी होतात. आपली माणसं मात्र मारली जाताहेत. आजच कोणीतरी दोघे मारले गेले पुन्हा. म्हणजे जी दाऊदशी टक्कर द्यायला उभी राहिलेली आहेत लोकं ती मारली जात आहेत, असं माझं एक निरीक्षण आहे. हा काय प्रकार आहे?

◗ हे प्रकार थांबवणार तुम्ही? थांबवणार आहात काय?

मी या विषयाकडे जात नाही. मला या नसत्या प्रकरणात पडायचं नाही.

◗ राष्ट्रीय राजकारण सध्या जे दिल्लीत सुरू आहे त्याविषयी आपणास काय वाटतं?

चाललंय तोपर्यंत चाललंय. परिस्थिती तेथे अशी आहे की, गाजराची पुंगी. वाजली तर वाजली, नाही तर मोडून खाल्ली. देवेगौडांनाही काही पर्वा नाही. ते सांगतात, 'तुम्हीच मला बसवलंय म्हणून मी बसलोय. नाही तर मला काय पर्वा आहे? मी आपला कर्नाटकात सुखी होतो.' ही त्यांची स्पष्ट भूमिका आहे. त्यांनाही काही सत्तेची पर्वा नाहीय तशी. त्यांचा नरसिंह राव होणार नाही.

◗ रावही तुमचे मित्र होते...

नाही. राव मित्र नव्हते. ओळख होती. कुठे भेटल्यानंतर यायचे-बोलायचे. एक-दोन वेळा. एवढं झालं. बाकी काही नाही.

◗ आणि आज देवेगौडाही तुमचे मित्र...

एका भेटीत आमचं प्रेम जमलं. पहिल्याच भेटीत तो माणूस मला मोकळा वाटला.

◗ देवेगौडा सध्याच्या परिस्थितीत देशाला खंबीर नेतृत्व देऊ शकतील काय?

१३ पक्षांचं जे कडबोळं आहे त्यापेक्षा एकाच पक्षाचं सरकार जर त्यांच्या नशिबी असतं तर त्या माणसानं नक्कीच काही कर्तृत्व गाजवून दाखवलं असतं. खंबीरपणा आहे त्या माणसामध्ये; पण सगळ्यांना सांभाळण्यामध्येच त्यांचा वेळ जातो.

◗ तुम्ही सध्या गृहमंत्री गुप्तांवरही खूश आहात. बाळासाहेबांनी कम्युनिस्टांवर खूश होणं हा प्रकार जरा....

मी डांग्यांना जिथं मानलेलं आहे... माझे आदर्श कोण आहेत? तर माझे वडील आहेत. आचार्य अत्रे आणि डांगे. डांग्यांना मी मानतो. त्यांच्याकडे जे गुण होते, त्या गुणांचा मी चाहता आहे. इंद्रजीत गुप्तांसारख्या माणसानं एक समतोल विचार द्यावा हे महत्त्वाचं आहे. एका माणसानं काही केलं तर लॉ ॲण्ड ऑर्डर बिघडली असं मानायला मी तयार नाही. या वाक्याला फार महत्त्व आहे आणि ते त्यांनी बोलावं

हे विशेष आहे. आणि हा जो आरडाओरडा आज चाललाय की, लॉ ॲण्ड ऑर्डर धोक्यात आहे. ते म्हणाले कसली आहे? एक माणूस. त्याच्याकरिता तुम्ही बोलता. अत्यंत समंजसपणानं त्यांनी ते उद्गार काढलेले आहेत. नाही तर माणूस आपल्या पक्षाची लेबलं घेऊन फिरायला लागला तर सूडच सूड होतील सगळीकडे. सत्ता हातात आल्यानंतर तुम्ही सूड घ्यायचे नसतात, हे लक्षात घ्या. आज शिवशाहीच्या हाती सत्ता आल्यानंतर आम्ही काँग्रेसवाल्यावर सूड नाही उगवले कोणी. कार्यकर्त्यावरतीही उगवले नाहीत. त्या वेळेला तर आमच्याविरोधात होतास नं! मग टाक याला आतमध्ये. टाका त्याला टाडामध्ये. असं करीत नाही आम्ही. कुठंही नाही केलं. शिवसैनिकसुद्धा आता कुठे सूडवृत्तीने किंवा चेकाळल्यासारखे नाही वागत.

◗ **प्रादेशिक पक्षांचे जे राष्ट्रीय फेडरल स्थापन झालेलं आहे, त्यात चंद्राबाबू नायडू यांनी शिवसेनेसही आमंत्रित केलंय. तुम्ही त्यात सहभागी होणार काय?**

हो, होईन. चंद्राबाबूंनी मला तशी सूचना केली तर होईन. शेवटी प्रादेशिक पक्षच आता खूप काही करू शकतात. हे जे राष्ट्रीय पक्ष म्हणून जन्मास आले त्यांनी काहीच केलं नाही शेवटी. चांगलं सरकारही दिलं नाही दिल्लीत. त्यापेक्षा हे परवडले. आम्हाला त्या लोकांच्या भावना जितक्या जवळनं समजतात, तितक्या राष्ट्रीय पक्षवाल्यांना त्याची जाणीव नसते, हे लोकांना समजलंय.

◗ **मग भाजपाचं काय होणार?**

तो राष्ट्रीय पक्ष आहे.

◗ **तुम्ही त्यांच्याबरोबर तेव्हा नसाल...**

कसं?

◗ **प्रादेशिक पक्षांचे फेडरल ही वेगळी संकल्पना आहे. ते सत्तेतही सहभागी झालेत...**

फेडरल पक्षाची नक्की रूपरेषा समजली पाहिजे. आता फेडरल पक्ष म्हटल्यावर तो आम्ही आहोत. मग त्यांचे पुंजके इकडे आहेत का महाराष्ट्रात? आमचा पुंजका कोठे तिकडे आहे का त्यांच्यात? मग त्यांनी सामावून घ्यायचं. आणि ती एक ताकद उभी करायची, असा काही जर त्याचा अर्थ असेल तर गोष्ट निराळी; पण ज्याच्या हातात सत्ता आहे तोच फक्त फेडरलमध्ये येऊ शकतो. रिजनल म्हणून ते एक बघावं लागेल जरा.

◗ यापुढे राष्ट्रीय पक्षांना भवितव्य उरलेलं नाही असं दिसतंय...
असं नक्की निश्चित झालेलं आहे. आता राष्ट्रीय पक्षांना सगळीकडे हटवलं जातंय. सगळ्या प्रांतांतून हटवलं जातंय.

◗ प्रादेशिक पक्ष म्हणून आज तुमचाही वजनदार गट संसदेत आहे. अशा वेळेला तुम्ही सत्तेत सहभागी होणं का टाळलंत?

सत्तेसाठी राजकारण करणं हे मला आवडत नाही. तुमची एकंदरीत थोडीशी आयडियॉलॉजी म्हणा किंवा ध्येयधोरणं, याच्याशी कुठेतरी विचारांचे साम्य हवे की नाही? का इतर करतात तसं आम्ही करू? आज आम्ही का टिकलोत? आम्हाला महत्त्व का? सत्ता का सत्त्व? तर मी म्हणेन, सत्त्व आम्हाला महत्त्वाचं. सत्ता नको. सत्त्व टिकलं तर सत्ता येईल. सत्ता मिळाली; पण सत्त्व नाही, हे धंदे मी करणार नाही. एका देवेगौडांसाठी मला इतरांसाठी विकता नाही येणार ते. आयडियॉलॉजी नाही. काही नाही. आणि सत्तेकरिता एकत्र यायचं. मग व्यक्तिगत मत द्यायचं. मी जे म्हणालो ते माझं व्यक्तिगत मत होतं. सत्ताधारी म्हणून नव्हतं. असं नाही करता येणार. आज तुम्ही माझी मुलाखत घेताहात. ती नुसती ठाकरे म्हणून नव्हे, तर शिवसेनाप्रमुख म्हणून घेताहात. ज्यांनी सरकार आणलेलं आहे... त्यांची घेताहात. पण मी असं इथं बोलायचं की, हे माझं वैयक्तिक मत आहे. या वैयक्तिक मतानं मार्गदर्शन होत नसतं. मार्गदर्शन होण्याकरिता तुमची स्वत:ची मतं तुम्ही त्या पक्षाचे किंवा संघटनेचे प्रमुख म्हणूनच तुम्हाला मांडावी लागतील. वैयक्तिक मत काय? नाही तर बोलू नकोस. बायकोचा नवरा. वैयक्तिक नाही. चिक्कार बायका आहेत. चिक्कार नवरे आहेत. माझंच काय?

◗ वर्षभरातील आपल्यावरील कौटुंबिक आघातांनंतर आपण 'मातोश्री'वर परतलात तेव्हा आपल्या भावना काय होत्या?

काय भावना असणार! पहिल्यांदा अश्रू तर वाहायला लागलेच. एवढं सगळं माझं स्वप्न उभं राहिलं तिच्या म्हणण्याप्रमाणे आणि नेमकी तीच घरामध्ये नाही हे सर्व पाहायला, ही खंत तर आयुष्याच्या अंतापर्यंत राहणार आहे. मी तर नेहमी सगळ्यांना सांगतो की, मला शस्त्रक्रियेचेही काही वाटत नाही. टाके पडले. त्यानंतर ते टाके निघाले. जखम बरी झाली; पण पत्नी आणि माझा मुलगा बिंदुमाधव ज्या पद्धतीने गेले, ही जखम टाके नसले तरी कधी भरून निघणार नाही. ती वाहतच राहणार. आयुष्याच्या अंतापर्यंत. आज 'मातोश्री'त माझा मजला जो आहे तो रिकामाच राहिलाय. ओकाबोका झालाय. अजून उजाड आहे.

◗ या आघातांनंतर तुमच्या मनात निवृत्तीचे विचार येत असल्याचे अनेकदा जाणवले. निवृत्ती का घ्यावी असे वाटते?

तीस वर्षं आज या संघटनेला झाली. तीस वर्षांमध्ये मी कसा वागलो, काय केलं, किती शरीर फाडून घेतलं! रोग झाला पोटाचा मला. मला बद्धकोष्ठ कसा झाला. कारण वेळेवर जेवण नाही. झोप नाही. औषधं घ्यायची. याच्यामुळे शरीराची चिरफाड बरीच झाली. अशा वेळेला शेवट जर अशा पद्धतीने होणार असेल तर त्यापेक्षा त्यातनं दूर झालेलं बरं. विजय मर्चंटनं ज्या वेळेला निवृत्ती पत्करली, त्या वेळेला लोकांनी त्यांना विचारलं की, 'तुम्ही अजूनही खेळू शकता. मग एवढी घाई का?' तर मर्चंट म्हणाले, 'लोकांनी का निवृत्त झालात?' हा प्रश्न विचारलेला मला आवडेल; पण लोकांनी का निवृत्त होत नाहीत, हे विचारण्याची वेळ माझ्यावर येऊ नये.

◗ अशी वेळ तुमच्यावर अद्यापि आलेली नाही... नसली तरी तेवढा माणसामध्ये समज असावा की नको?

आता बस झालं. एक निराळी नैतिक जबाबदारी माझ्यावरती अशी आहे की, ज्यांनी माझ्या हातात सत्ता दिली, माझ्यावर विश्वास ठेवून, त्यांना मला असं रस्त्यावरती अंधारात फेकता नाही येणार, म्हणून मी इथे राहिलोय. व्यक्तिगत असे मला काहीच मोह नाहीत. मला व्यसनं नाहीत. माझं जेवणसुद्धा असं कमी आहे की, तुम्हीसुद्धा लाजाल माझ्याबरोबर जेवायला बसलात तर. छानछौकी काही नाही. कुठे मजा करताहेत, कुठे मुजऱ्याला गेलाय, कुठे काहीतरी गेलाय असं काही माझ्याकडे नाही. एक असा निवांत मी जगत असतो आणि माझ्या खोलीत मी एकटा बसलेला असतो.

◗ निवृत्तीचा विचार करताना तुम्ही तुमच्या वारसदाराचाही विचार करता का?

वारसदाराचाही मी विचार करीत नाही. ज्यांच्यामध्ये कर्तृत्व असते ते आपणहून पुढे येणार. जसा मी आलो. माझ्या वडिलांचा मुलगा म्हणून मला लोकांनी शिवसेनाप्रमुख नाही केलं. शिवसेना काढली. त्याच्यानंतर मी सर्व हे केलं. मी माझ्या पायावरती उभा राहिलो. जसा माझा बिंदुमाधव उभा राहिला स्वकर्तृत्वावर. उद्धव उभा राहतोय. राज उभा राहतोय. त्यांची कर्तृत्वं आहेत. ती काय पाठिंब्यानेच मोठी नाही होत.

◗ जेव्हा तुम्ही एकाकी असता, तेव्हा कोणता विचार करता?

एकांतात असतो त्या वेळेला असा विचार करतो की, झालं काय शेवटी? माँ कशी गेली? माझ्यावरती ही पाळी का यावी? बिंदा कसा गेला? हे थोडेसे प्रश्न मला भेडसावतात. माझ्या बाबतीत असं का व्हावं? काय दृष्ट लागली? काय झालं? कसं झालं? असा एक विचार करीत असतो. उत्तर मिळत नसलं तरी विचार करीत असतो.

◗ सध्या दिवस कसा जातो?

काही नाही. आता दीड वाजायला आलाय. अजूनही लोकं बाहेर बसलेलीच आहेत. सध्या काही अपॉइंटमेंट घेतल्याशिवाय कुणाला भेटत नाही. बरंचसं काम राज आणि उद्धव आटोपतात. मी त्यांच्याकडेच पाठवतो. म्हणतो, बघ रे बाबा, ऐक जरा. सुभाष देसाई आहेत. ते काही बघतात. मंत्रिमंडळाच्या पातळीवरची कामं असतात ती त्यांच्याकडे देतो. तुमचं काम आहे ते बघा. काय निर्णय घ्यायचाय तो घ्या. सध्या मी तसं थोडं कमी केलंय. सिक्युरिटीचा प्रश्नही जरा थोडासा विचित्र झालेला आहे. पोलिसांच्या म्हणण्याप्रमाणे. कुणी म्हणतात, ५ ऑगस्टला माझा बंगला उडवून देण्याचा त्यांचा विचार होता. मला अनेक तारखांना ते सांगतात, या तारखेला तुम्ही बाहेर पडू नका. त्या तारखेला बाहेर पडू नका. कुचंबणाही होते. मोठेपणं असलं तरी त्याच्या वेदना काय असतात त्या मी भोगतोय.

◗ तुम्ही सुख कशात मानता?

लोकं माझ्याकडे येतात एवढी. आणि जे दादांनी मला मागे सांगितलं की, संयुक्त महाराष्ट्राच्या काळामध्ये आमच्या दारामध्ये चपला चिक्कार होत्या, आतमध्ये माणसं बसली होती. तुम्हाला ते उदाहरण दिलंय मागे. दादांनी हात धरून मला नेलं. सांगितलं, हे काय आहे? मला काही त्या वेळेला कळलं नाही. मी म्हटलं, जोडे आहेत. चपला आहेत. 'नाही म्हटलं हे आपलं ऐश्वर्य आहे.' ते म्हणाले, 'ते फार थोड्या लोकांच्या नशिबी येतं. हे सांभाळ.' ते आजपर्यंत मी सांभाळलंय. आता जरी बाहेर आलात तरी असंख्य जोडे तुम्हाला दिसतील. लोकांना निराळ्या तऱ्हेने मिळतात. हे आपणहून चालत येतात प्रेमापोटी. यापेक्षा मोठं सुख दुसरं नाही.

◗ ज्या उद्दिष्टांसाठी संयुक्त महाराष्ट्र निर्माण झाला, ती पूर्ण होण्याआधीच तुम्ही कसे काय निवृत्त होऊ शकता?

उद्दिष्टांपेक्षा... लोकांना चांगलं सरकार गेल्या पन्नास वर्षांत मिळालं नाही. ते मला देण्याची इच्छा आहे. पण या लोकांनी मला नसत्या वादात थकविण्यापेक्षा

माझ्याकडून काम करून घ्यावं आणि त्याच्यामध्ये मला थकवावं. पण नसती अशी काही काल्पनिक भुतं सोडून मला थकविण्याची नसती उठाठेव करू नये. माझ्याकडून काम करून घ्या. मला राबवा. त्या राबण्यामध्ये थकवा आला तरी जाणवणारही नाही मला. कारण तुमचं प्रेम आहे त्याच्यामध्ये. काही झाडं फळं देतात. काही झाडं सावली देतात. निवाडा तुमचा आहे. तुम्हाला फळं देणारं झाड पाहिजे की सावली देणारं झाड पाहिजे?

[२२ ऑगस्ट १९९६]

मूर्खपणा करून सत्ता घालवणार नाही!

"शिवसेना-भारतीय जनता पक्षाची महाराष्ट्रातील सत्ता, आरोप-प्रत्यारोपांच्या वादळात सापडली. ठाकरे कुटुंबावरही नको नको ती टीका सुरू झाली. विरोधी पक्षाने तर सरकार बरखास्तीचाच डाव रचला. चारही बाजूंनी संकटाचे लांडगे अंगावर चाल करून येत असतानाही शिवसेनाप्रमुख ठाम होते. त्यांनी उसळून सांगितले, ''कितीही आरोप झाले, बदनामीच्या मोहिमा राबविल्या, तरी जनमत आमच्याच बाजूने आहे. ते बिघडविण्याचा प्रयत्न एवढ्यासाठी सुरू आहे की, ज्यांच्या हातातून सत्ता गेलीय ते असंतुष्ट आत्मे तडफडत आहेत; पण सरकार बरखास्तीचे नीच डाव यशस्वी होणार नाहीत.''

शिवसेनाप्रमुखांनी पुढे सांगितले की, ''मी सत्तेलाही महत्त्व देत नाही. कारण लोकांनी एका निश्चित भावनेनं आणि काँग्रेसच्या विरोधात चिडून आमच्या हातात सत्ता दिली आहे. ती काय मूर्खपणा करून मी घालवून टाकू?'' "

राज्यात सध्या जो धुरळा उडाला आहे, त्याचे संदर्भ घेऊनच मुलाखतीस सुरुवात झाली. शिवसेनाप्रमुखांनी सुरुवातीलाच सांगितले, ''काय हवे ते प्रश्न विचारा.'' त्यामुळे सर्व अडथळेच दूर झाले. 'महाराष्ट्रात आज कधी नव्हे इतकी गोंधळाची आणि चिंतेची परिस्थिती निर्माण झाली आहे.' असं विचारताच शिवसेनाप्रमुख म्हणाले, ''चिंतेची काही मी मानायला तयार नाही. ही परिस्थिती काही मतलबी गिधाडांनी निर्माण केलेली आहे. त्याच्यामागे जनहितापेक्षा एक आमच्याबद्दल पोटदुखी आणि त्याचबरोबर सत्ता खाली खेचण्याचे प्रकार त्यामध्ये जास्त आहेत. लहान पोरही सांगेल की, जे चाललंय त्यात संशोधनाचा प्रकार नाही. जाणूनबुजून एका उद्दिष्टानं चाललंय. तेव्हा मी काय ही परिस्थिती चिंतेची वगैरे आहे म्हणत नाही. शेवटी जनमत म्हणून जो प्रकार आहे तो आमच्या बाजूला आहे. तो बिघडविण्याचा प्रयत्न करताहेत. तो एवढ्याचसाठी की, ज्यांच्या हातातनं सत्ता गेलीय ते असंतुष्ट आत्मे तडफडत आहेत, तळमळत आहेत... आणि त्यांना मदत करण्याकरिता आणखीन काही असंतुष्ट आत्मे त्यांच्या बाजूने उभे राहिलेले आहेत.''

◗ शिवशाही शासन भ्रष्टाचाराच्या चिखलात इतक्या लवकर रुतेल असं कधी वाटलं होतं का?

रुतलंच नाही तर तुम्ही असं कसं म्हणू शकता? आणि रुतलंच असं जर म्हणत असाल तर गेली पस्तीस वर्षं काँग्रेसवाले अगदी पाण्यावरती तरंगत होते काय? धुतल्या तांदळासारखे! हा सगळा अपप्रचार आहे. जर आम्ही रुतलो असतो तर मात्र लगेच ही चौकशी समिती-एकसदस्यीय न्यायमूर्ती नेमली नसती.

◗ पण काही आरोप जे केले ते पुराव्यासंह केले आहेत.

नाही. हा जो एक आभास निर्माण केला गेलेला आहे आणि ज्याला तुमचा 'मीडिया' विशेष कारणीभूत आहे, त्यांनी ठरवूनच टाकलं आहे की, संधी मिळाली आहे, सोडायची नाही. आधी किणी मुड्द्याची संधी मिळाली होती त्यांना. पण आता ते सीबीआयकडे सर्व गेल्यामुळे थंड झालेत. म्हणजे लघवी केल्यानंतर एक असा फेस येतो ना, तो आता खाली बसलाय. आता परत ते मुततील की नाही तो नंतरचा प्रश्न आहे. पण मुद्दा एवढाच आहे की, किणी प्रकरण जसं रंगवलं गेलं मीडियाकडून, तोच 'मीडिया' याच्यामागे परत आहे. तुम्ही एकंदर प्रकार पाहिल्यानंतर ठाकरे घराणं, शिवसेना आणि शिवशाही याविरुद्ध त्यांचा तो सगळा मारा आहे, जे अग्रलेख पत्रकारितेमध्येही बसत नाहीत असे अग्रलेख लिहिले जात आहेत. विशेषत: ठाकरे घराण्याला उद्देशून.

◗ म्हणजे काय?

उदाहरणार्थ, एक हा राज, आमचा एक तरुण पोरगा काहीतरी चांगलं करण्याच्या उद्दिष्टानं उभा राहिलेला आहे. त्याला तुम्ही खच्ची करता? राजश्रीचे शिवउद्योग म्हणून? कोणत्या पत्रकारितेमध्ये हे अग्रलेख बसतात? ज्यांनी पत्रकारितेच्या बाबतीत अग्रलेख लिहिलेला होता, त्या कुमार केतकरांना मला असा प्रश्न विचारायचा आहे की, तुम्ही तुमचा तो अग्रलेख परत वाचा आणि पुन्हा तुम्ही जो परवा लिहिलात त्याच्याशी ताडून पाहा. तुम्ही लिहिलात का तुमचे दाडीवाले कोण ते अशोक जैन यांनी लिहिला? ते तर आमचे वैरीच आहेत म्हणा, पण त्यांनी लिहिला तरी तो 'महाराष्ट्र टाइम्स'चा अग्रलेख आहे. कुमार केतकर त्याचे संपादक पर्यायानं. त्यामुळे नैतिकदृष्ट्या तेच जबाबदार आहेत. त्यांना मला विचारायचं आहे की, तो तुमचा पत्रकारितेवरील अग्रलेख. आता जे केलेलं भाष्य आहे अग्रलेखातनं हे कितपत योग्य आहे? इतका खासगी हल्ला तुम्ही इतरांवर कधी केला होता का? शरद पवारांवर केला होता का? लखोबावर केला होता का? पिचड-पुचड काय आहेत ती नावं. त्यांच्यावर केला आणि त्यांच्यावर यापेक्षा भयंकर आरोप नाहीत, तर पुरावे असतानासुद्धा!

◗ एकाएकी हा उठाव तुमच्याविरुद्ध का व्हावा?

नाही, हे एकाएकी नाही. आतमधनं बुडबुडे येतच होते. त्याला वाव पाहिजे होता. जशी एखादी हवा दाबल्यानंतर तिला वाव पाहिजे असतो तसा त्यांना राळेगणाच्या निमित्ताने मिळाला.

◗ पण आग लागल्याशिवाय धूर येत नाही. मग इकडे काय उगाच धूर निघालाय?

आता आग लावणारेही तेच आणि धुराची गंमत पाहणारेही तेच. आग लावण्यासारखं होतं काय मुळात?

◗ तुम्ही विरोधी पक्षात असताना काँग्रेसवर यापेक्षाही भयंकर आरोप करीत होता.

होय!

◗ आज बाजी तुमच्यावर उलटली आहे.

नाही. एक काय झालं की, मी या भानगडीत कधी पडलो नाही. एन्रॉनच्या बाबतीतसुद्धा म्हणाल तर मात्र मी तसे आरोप केलेच नाहीत. मी जास्तीत जास्त

जे आरोप केले ते म्हणजे शरद पवार ज्या वेळेला संरक्षणमंत्री होते, त्यांच्यावरचे आरोप त्यांच्याच एका माणसानं आणून दिले. नाव घेऊन सांगायचं तर सुधीर सावंतानं आणून दिले. नंतर मला कळलं की, ते त्यांचंही संशोधन नव्हतं. तर जगन फडणीसांनी शरद पवारांवर जे पुस्तक लिहिलंय, त्या पुस्तकातलेच ते सर्व मुद्दे काढून त्यांनी माझ्यासमोर ठेवले. पण मात्र आव असा आणला की, जणू काही फार मोठ्या सिक्रेट फाइलमधनं आणलंय. जगन फडणीसांचं पुस्तक ज्या वेळेला माझ्या हातात आलं, त्या वेळेला पाहिलं तर त्यात तेच आरोप आहेत. हे नुसतेच आरोप नाहीयेत, तर लोकसभेच्या सभागृहात त्याच्यावर चर्चा झालेली आहे. आणि त्या सैन्याच्या भूखंडांची विक्री शरद पवार करायला निघाले होते, त्याच्यावर बंदी आणण्यात आली. म्हणजे ते आरोप नव्हते, तर पुरावा होता.

◗ **शिवसेनाप्रमुख ही महाराष्ट्रातील एक शक्ती तर आहेच, पण जनतेच्या आदरास पात्र ठरलेलं नेतृत्वही आहे. तेव्हा अशा प्रकारचे व्यक्तिगत आरोप करून कोणाचे हित साधले जाणार?**

हित कसलं? आमच्या नावाचा ज्यांना नायटा आणि गजकर्ण झाला असेल, त्यांचा तो कंड मोडण्याकरिता म्हणून त्यांना हे करावं लागतंय; बाकी काही नाही. कारण खाजविणाऱ्याला मजा वाटते. मग बसा खाजवत तुम्ही.

◗ **विरोधी पक्षात असताना लोकांच्या मनात जी एक भावना होती....**

कोणती?

◗ **की बाळासाहेबांवर कोणीही भलते-सलते आरोप करू शकणार नाही.**

हो, खरं आहे ते.

◗ **पण आज सत्तेवर आल्यावर तुमच्या बाबतीत आरोप करण्याचं धाडस होतंय.**

धाडस होत नाहीय. त्यांचेही डाव असे आहेत की, इथेही काही उचापती करून केंद्राला हे सरकार बरखास्त करायला लावायचं. अशा प्रकारचा जो नीच प्रयोग त्यांना साध्य करायचा आहे तोच मला यशस्वी होऊ द्यायचा नाही. म्हणून मी थोडासा संयम बाळगतोय. बाकी मी तसा सत्तेलाही महत्त्व देत नाही. शेवटी लोकांनी एका निश्चित भावनेनं आणि काँग्रेसच्या विरोधात चिडून आमच्या हातात सत्ता दिली आहे. ती काय मूर्खपणा करून मी घालवून टाकू? तर माझा जो संयम आहे तो एक लोकहितासाठी

आहे. माझ्यासाठी नाहीच. कारण मी सत्तेमध्ये नाहीच. सत्ता आणली मात्र. मी कोठेच नाही हे विशेष. याकरिता लोक मला मानतात. माझ्यावर प्रेम करतात. हा माणूस सगळं करतो, पण कोठेच नसतो. तर त्याला कधी तडा जाणार नाही. माझ्यावर जो लोकांचा विश्वास आहे, तो कायम राहणार आहे; कुठेही गेलो तरी.

◗ सत्ताधाऱ्यांना टीकाकार नको, तर फक्त खुशमस्करे हवे असतात. तुमच्याभोवतीही सध्या अशाच खुशामतखोरांचे कोंडाळे असल्याचं म्हटलं जातंय.

कोण आहेत ते? त्यांची नावं द्या ना. परत हा राळेगणचाच प्रकार झाला. आरोप करता तर मला यादी द्या. मग मी त्यातले कोण खुशमस्करे आहेत की नाहीत ते सांगीन तुम्हाला. आरोप करायला काय जातं? माझं तर म्हणणं असं आहे की, काही संपादक जे आहेत, त्यांच्या चार-पाच रखेल्या आहेत. रोज रात्री ते सात-आठ वाजता एके ठिकाणी फोरास रोडला दारू प्यायला जातात. तिकडे ते झिंगलेले मिळतात. आणि मी असं म्हणतो की, चला 'लोकसत्ते'चे संपादक अरुण टिकेकर जे आहेत त्यांचा काल-परवाचा जो अग्रलेख आहे, त्या अग्रलेखाला धरून मी असेच म्हणेन की, ते फोरास रोडला जातात. तिकडे दारू पितात, त्यांची एक रखेलही आहे. तिथेच ते दारू पिऊन झोपतात. सकाळी त्यांचा मेहुणा येऊन त्यांना घेऊन जातो. हा माझा टिकेकरांवर आरोप आहे. पुरावा नसला तरी हा आरोप आहे. सोपं आहे आणि राळेगणचा प्रकार पाहिल्यानंतर मला सिद्ध करण्याची गरज नाही. आरोप आहे.

◗ प्रीतीश नंदीसारखे तुमचे धनिष्ठ पत्रकार मित्रही शिवसेनेचे थोडेच दिवस राहिलेत असे लिहिताहेत.

त्यांना राज्यसभेची जागा दिली नाही म्हणून ते माझ्यावर चिडले, हे व्यवहार लक्षात घ्या. तुम्ही जर एका निर्मळ मनानं, प्रामाणिकपणानं पत्रकारितेच्या नीतिनियमांना धरून माझं काही चुकलं असेल तर आरोप बेशक करा; पण केवळ तुम्हाला राज्यसभेची जागा दिली नाही म्हणून तुम्ही माझ्यावर फुरगटलात. म्हणून तुमचा बोरू विरुद्ध दिशेला कुरकुरू लागला. याला मी किंमत देत नाही.

◗ अशा विशिष्ट हेतूनेच अन्य बोरूही विरोधी लिखाण करीत आहेत का? प्रीतीश नंदीचं तर एक उदाहरण झालं.

जिथे नानी पालखीवाल्याच्या घरी जेवायला हे दोघेजण जातात, त्यांनाच बोलावलं जातं. त्यामुळे आमचा तो कुठचा सम्राट आहे ना, बादशहा कसला-

अग्रलेखांचा बादशहा, तो चिडतो. मला का नाही बोलावलं? तर ज्या वेळेला केतकर आणि टिकेकर हे नानी पालखीवाल्याकडे शरद पवार मुख्यमंत्री असताना जेवायला जातात. म्हणजे खैरनार-तिनईकर-पवारांत मध्यस्थी होण्यासाठीच या जेवणावळी झाल्या. याचा अर्थ काय समजायचा? तुम्हालाच का बोलावलं? आम्हाला बोलावण्याची पर्वा नाही. मी असल्या जेवणावळीस किंमत देत नाही. एक तर मी मुळातच कमी जेवतो. तेव्हा मुद्दा असा येतो की, ही जी काही ऊठबस आहे किंवा यांच्या ढुंगणाला जी माती लागते, त्या मातीवरूनच कळते की, यांच्या एकंदरीत दोस्त्या काय, संबंध काय- यातूनच हे सर्व चाललेलं आहे. आतून सांगावे असू शकतात की, आता वेळ आहे. सोडू नका.

◗ या ऊठबशीतूनच आताचं वातावरण तापलंय असं तुम्ही म्हणताय?

मी काही राजकारणामध्ये नवीन नाहीय. त्याचबरोबर राजकीय व्यंगचित्रकार म्हणून माझी एक स्वतंत्र दृष्टी आहे. आणि माझी निदानं शक्यतो चुकत नसतात. तेव्हा या दोस्त्या आतून खूप काही कागं करीत असतात. किंबहुना शंकेने जरी विचार केला तरी अनेक संपादक असे जवळ-जवळ बाटल्यासारखे वागतात. आणि बाटलेले आहेत.

◗ तुमचेही पत्रकारांशी, संपादकांशी इतक्या वर्षांचे संबंध आहेत...

नाही. हे नवीन आहे. ही नवीन पिढी आहे पत्रकारितेची. त्यांची तशी मी तोंडेही पाहिली नाहीयेत. आणि वाचनालयात जात नसल्यामुळे लायबरियन माणसांचे मी चेहरेही पाहिलेले नाहीत. कारण लायब्ररी व माझा फार कमी संबंध येतो.

[१ डिसेंबर १९९६]

माझी बेनामी 'प्रॉपर्टी' विरोधकांनी घ्यावी!

"आपल्यावरील भ्रष्टाचाराच्या आरोपांच्या शिवसेनाप्रमुखांनी अक्षरशः ठिकऱ्याच उडविल्या. ''माझ्यावर बेनामी संपत्ती जमा केल्याचा आरोप करणाऱ्यांना इतकंच सांगायचं आहे की, माझी जिथे जिथे म्हणून प्रॉपर्टी असेल, मग ती बेनामी असेल किंवा आणखी काही, ती माझ्याकडे घेऊन या कागदोपत्री. त्याच्यावर सही करून मी ती तुम्हाला फुकटात देऊन टाकतो. मी पिंजऱ्यात सापडलेलो नाही. मला कोणी पिंजऱ्यात घालू शकत नाही. खोटे आरोप करणाऱ्यांना मी कच्चे खाणार आहे.''"

मुलाखतीची सुरुवात ही शिवसेनाप्रमुखांवर सध्या होत असलेल्या भ्रष्टाचाराच्या आरोपांवरून झाली. शासनावर तर भ्रष्टाचाराचे आरोप होतच आहेत. पण अलीकडच्या काळात तुमच्यावरही याच प्रकारचे गंभीर आरोप होत आहेत. यावर शिवसेनाप्रमुख उसळून म्हणाले, "पन्नास वर्षे देशातली आणि पस्तीस वर्षे काँग्रेसची महाराष्ट्रातली. मग हे लफडं आताच का निघावं? आता त्या पिचडाबद्दलसुद्धा दूधभुकटीचा आरोप झाला होता. का नाही त्या वेळेला तुम्हाला असले उद्योग सुचले? हे उपोषणाचं जेवढं आता या लोकांबद्दल लिहिताहेत, तेवढं 'मीडिया'ने तेव्हा का लिहिलं नाही? असं कितीसं रान तेव्हा त्यांनी उठवलं होतं?"

◗ **तुमच्यावरही गंभीर स्वरूपाचे आरोप होत आहेत...**

होय, ठीक आहे.

◗ **तुम्ही अवैध मार्गाने संपत्ती गोळा केलीय.**

किती? कुठे?

◗ **तुमच्याच कुटुंबातील लोकांनी आरोप केल्यामुळे संशयाचे वातावरण निर्माण झालेय.**

मुद्दा असा येतो की, काय आरोप आहेत ते. माझी प्रॉपर्टी किती त्याची चौकशी करा. माझीच का? ते जगताहेत ते कसे जगताहेत? किती जणांना टोप्या घालताहेत. किती ब्लॅकमेलिंग करतात? आणि तो जो विषय आहे, त्या विषयाला मी मुद्दाम स्पर्श करीत नाही. त्याचं काय असतं, कुठेच कशात पत्ता नसताना, कर्तव्य नसताना उगीच एखादं कर्तृत्ववान व्यक्ती म्हणून मला त्यांना प्रसिद्धी द्यायची नाही. कारण मुळात काय आहे ते त्यांनाही माहीत आहे. मलाही माहीत आहे. मला त्या व्यक्तीला महत्त्वच द्यायचं नाही. पण एवढंच आहे, पुन्हा मी रिपिट करायचे असेल तर मी करतो. मी आपणहून त्यांना घरातनं बाहेर काढलेले आहे, तेव्हा त्याच्यामध्येच सगळे आले. आता माझ्यावरती आरोप होत आहेत की, 'सी-रॉक' उद्धवच्या नावावर आहे. त्यानंतर 'नेव्यूला' राजच्या नावावर आहे. अमुक त्याच्या नावावर आहे. मी म्हणतो, घेऊन टाकानं तुम्हाला. मी देतो तुम्हाला. उद्धवकडेही जाऊ नका. राजकडेही जाऊ नका. माझ्याकडे या, ॲफिडेव्हिट करा. मी त्यावर सही करतो. आजपासून हे तुमच्या मालकीचे. बसा जाऊन तिकडे. आरोपांना काही मर्यादा आहेत की नाहीत? कोण तो फद्या देशपांडे. बेकार बिनडोकी माणूस. काय त्याला महत्त्व देताय? चौकट पडली की त्यांना वाटतं, काय झालं नि काय नाही.

◗ मंत्री तुम्हाला खंडण्या देताहेत. विरोधी पक्षनेत्यांचा आरोप आहे तसा.

मंत्र्यांच्या दाराशी बसा आणि त्यांना विचारा. दरमहा माझ्याकडे किती पोहोचविता तुम्ही? आणि जर माझ्याकडे दरमहा चांगले उत्पन्न असेल, जो आरोप करणारा भडवा असेल, त्याला मी 'फिफ्टी-फिफ्टी' करायला तयार आहे.

◗ पुष्पा भावे यांनी गेल्याच आठवड्यात कोल्हापुरात जाऊन तुमच्यावर तोफ डागली. 'ठाकरेंच्या दहशतवादाविरुद्ध जनतेने रस्त्यावर यावे' असे त्यांनी आवाहन केले.

दहशतवाद जर माझा खरोखरच असता तर हे बोलण्याची तुझी हिंमत झाली असती का? कोल्हापूर महाराष्ट्रातच आहे ना? कोल्हापुरातसुद्धा शिवसेना आहे. जोड्याने मारायला काय वेळ लागला असता. पण ते आम्ही करीत नाही. केलं नाही. म्हणजे न बोलताना आणि न करतानाही किती उलट्या बोंबा असतात या लोकांच्या त्याचं नामी उदाहरण म्हणजे पुष्पा भावे.

◗ भावे यांनी असाही आरोप केला आहे की, ठाकरे कुटुंबीयांनी अनेक बेनामी जमिनी बळकावल्या असून, मोठ्या प्रमाणावर संपत्ती गोळा केली आहे...

ही जी कोण पुष्पा भावे नावाची बाई आहे, तिला दरवेळेस आमच्याविरोधात कुठची ना कुठची तरी अवदसा आठवते आणि ती थयथय नाचायला लागते. तिने जे माझ्यावर बेनामी संपत्तीचे आरोप केले आहेत, त्यावर मला तिला इतकंच सांगायचं आहे की, बये, माझी जिथे जिथे म्हणून प्रॉपर्टी असेल, मग ती बेनामी असेल किंवा आणखी काही, ती माझ्याकडे घेऊन ये. कागदोपत्री त्याच्यावरती सही करून तुला मी फुकटात देऊन टाकतो. एक रुपयासुद्धा किंमत लावणार नाही.

◗ दादरमधील मराठी माणसांच्या दुकानांचे काय झाले? असाही प्रश्न त्या विचारतात...

दादरमधील मराठी माणसांची दुकाने कुठे गेली. असे म्हणतात– हा व्यवहार त्या दुकानदाराचा असतो, माझा नसतो. त्याला जर चांगला भाव घेऊन दुसरीकडे कुठे मोठे दुकान काढायचे असेल, तर त्याने ती दुकाने विकली असतील. तरीही दादरमधील मराठी माणसांची अनेक दुकाने आणि हॉटेलं आम्ही वाचवली आहेत. दादरचं मराठीपण शिवसेनेमुळेच अद्यापही टिकून आहे.

◗ हे मूठभर समाजवादी...

नाही नाही. पुष्पा भावे कम्युनिस्ट आहे. लाल माकड आहे ते.

◗ बरं. हे मूठभर समाजवादी आणि चिमूटभर कम्युनिस्ट सतत काहीतरी करीत असतात.

पत्रकबाजी. दुसरं काही केलं नाही त्यांनी.

◗ मग त्यांना इतकं महत्त्व का मिळतंय?

याचं कारण म्हणजे जेवढे म्हणून ठाकऱ्यांच्या आणि शिवसेनेच्या विरोधात आहेत ते यांचे हीरो बनतात. हीरो आणि हिरॉईन. याच्यापेक्षा दुसरा त्याला काहीच अर्थ नाही.

◗ या लोकांचे सध्या सोडा; पण भुजबळ आणि खैरनारही आरोप करीत आहेत...

हे लखोबा तुमचे... त्या नीचाला म्हणावं, साल्या, तुझं स्वत:चं हुडक नं. तू माझा बंगला काढतोस, मग तुझा बंगला काढ की. कुठची ती चंद्राई बिंद्राई नाशिकची आहे ती. होता कसा आणि आता हा झाला कसा. शड्डू ठोकतानासुद्धा पहिल्यांदा स्वत:च्या मांडीचा आकार बघ, समजलं?

◗ खैरनारांचेही याच प्रकारचे आरोप आहेत...

मला असं म्हणायचं आहे की, मी नंतर शिवसेनाप्रमुख झालेलो आहे. पहिल्यांदा चित्रकार होतो. मला खूप कामं मिळायची. मी खूप पैसा केला. इन्कमटॅक्सही भरलेला आहे. त्याची फाईल शिवाजी पार्कला दाखवली आहे. मी शिवसेनाप्रमुख नसताना माझा बंगला उभा राहिलेला आहे. मला बंगला उभा करण्यासाठी काय शिवसेनेचाच पैसा पाहिजे होता? कालपरवा हजारेंना पाठिंबा देण्यासाठी कामगार आघाडीने कामगार मैदानावर सभा घेतली. एकापेक्षा एक नग तेथे होते. जास्तीत जास्त आरोप करताना खोट्या थापा मारणे यात कोण जिंकतो अशीच ती चढाओढ होती. त्यातही त्या काळ्या खैरनारने पुन्हा एक आमच्यावरती आरोप केला की, दाऊदच्या इमारती पाडत असताना माझा फोन गेला. ही इथूनच किती धांदात खोटी गोष्ट सुरू होते पाहा. त्या वेळेला मोबाइल फोनपण आले नव्हते. तरीही हा म्हणतो की, मी तेथे त्याला फोन केला व इमारती तोडू नका, असे सांगितले. इतका धादांत खोटं बोलणारा माणूस भ्रष्टाचाराच्या विरुद्ध लढा देतोय. त्यामुळे या खैरनारच्या शब्दांमध्येच किती भ्रष्टाचार आहे हे लोकांनी लक्षात घ्यावं.

◗ 'पिंजऱ्यामध्ये वाघ सापडे, बायका-मुले मारिती खडे' अशी तुमची अवस्था झाल्यामुळेच हे सर्व सुरू आहे...

नाही. मी पिंजऱ्यात सापडलेलो नाही. मला कोणी पिंजऱ्यात घालू शकत नाही. फक्त एवढंच आहे की, सत्ता असल्यामुळे मी किंचित संयमाने वागतोय. जास्त किंवा किंचित संयमाने वागतोय, हे महत्त्वाचे नाही. मी कच्चे खाणारच आहे यांना. मी गवतावरती नाही जगणार हे लक्षात घ्या. या फाटक्या लोकांनी मोठे अगदी कमाई न केल्याचे ढोंग आणलंय. अरे साल्यांनो, तुमचे जे जनता पक्ष, जनता दले आणि आता ते तेरा पक्ष आलेत निवडून ते काय फणसांच्या बियांवर आले निवडून? तुमच्या ज्योती बसूचं काय चाललंय तिकडे. केवढे त्याचे कपडे बदललेत? केवढी त्याची इस्टेट आहे? केवढी त्याच्या पोराची इस्टेट आहे? करा नं चौकशी.

◗ अशा प्रकारचे भ्रष्टाचाराचे आरोप होत असतात तेव्हा सार्वजनिक जीवनातील व्यक्तीने चौकशीस सामोरं जायला हवं काय?

चौकशीस सामोरे म्हणण्यापेक्षा आरोप कोणी केले? चौकशीची मागणी कोण करतंय याला महत्त्व आहे. ती व्यक्तीही तेवढ्याच तोलामोलाची असली पाहिजे. एखाद्या कुठच्यातरी भेंडीबाजारच्या महम्मदने बोलावं आणि अहमदने जावं हे जमणार नाही मला. कोण आरोप करतंय? त्याची समाजामधली प्रतिष्ठा काय? लायकी काय? टिनपाट माणसं निवडणुकीमध्ये डिपॉझिट घालवणारी. कुत्रा विचारत नाही अशा लोकांनी आरोप करायचे आणि आम्ही अगदी चौकशीला सामोरं जायचं. कोण हे? यांची लायकी काय? निवडणुकीमध्ये साडेचारशे मते मिळविणारे.

◗ पण तुम्ही प्रथम माघार घेतलीत. गप्प राहिलात.

कधी? कुठे?

◗ हा 'राजकीय पॉज'सुद्धा असू शकेल...

राजकीयच पॉज आहे तो. तो राजकीय पॉज एवढ्याचसाठी की, अण्णा हजारेंच्या बाबतीत जे दोन-तीन प्रकार झाले, जे मी बोललो नाहीय. किंबहुना खासगीमध्येसुद्धा ज्या चर्चा होतात, त्याच्यामध्येसुद्धा अण्णांचा कुठे मी अपमान केला नाही. अशा वेळेला ही खासगी चर्चा मुलाखतीच्या रूपाने झाली त्यामध्येही मी तसं बोललो नाही. त्यामुळेच मी म्हटले हे असे होत असेल तर जाऊ द्या नं. रोज कुठे मी खुलासे देत बसू. त्यापेक्षा अण्णा या विषयावर मी गप्प बसतो. यावरती

ना माझ्या रिमोट कंट्रोलला गंज चढलेला आहे, ना माझ्या रिमोट कंट्रोलची बॅटरी उतरली आहे, ना माझ्या रिमोट कंट्रोलची कुठे पॉवर कमी झालेली आहे. महाराष्ट्राच्या हितासाठी आणि जनहितासाठी तूर्त मी स्वस्थ बसलेलो आहे.

◗ सत्ता टिकविण्यासाठी हा निर्णय तुम्ही घेतला आहे काय?

सत्ता तर मला टिकवावीच लागणार आहे. नाहीतर मूर्खासारखी घ्यायची कशाकरिता? घसे कोरडे कशाकरिता करायचे? आतडी कशाकरिता फाडायची? संकटं का म्हणून ओढवून घ्यायची? गेली तीस वर्षं आम्हा ठाकरे कुटुंबीयांवरती मृत्यूचं संकट आहे. अतिरेक्यांच्या हिटलिस्टवरती तर आमचा नंबर एक आहे. असा कोण आहे भडवा की, ज्याचा अतिरेक्यांच्या हिटलिस्टवरचा नंबर आहे. शरद पवार आहे? लखोबा आहे? पिचड आहे? सरकारी प्रोटेक्शन तुम्हाला आहेच. एक फोन करायचा, मला खुनाची धमकी आलीय की, प्रोटेक्शन मिळालं. कोण तुम्ही गांडू, तर कोणीच विचारीत नाही. तर माझे मी आयुष्यच संपूर्ण धोक्यात घातलेले आहे. माझी पत्नी आता नाहीय. ज्या ज्या वेळेला मी जायचो, त्या त्या वेळेला तिच्या जिवाची धाकधूक व्हायची. की मी सुखरूप परत येतोय की नाही? दोन-तीन वेळेला माझ्यावरती अटॅक झाले. मारण्याचा प्रयत्न झाला मला. पानपट्टीमधून मला विष देण्याचा प्रयत्न केला. माझ्या घरामध्ये टाचण्या आल्या होत्या. पाकिस्तानच्या आयएसआय चे पहिले लक्ष्य तर मीच आहे. सध्या खलिस्तानवादी जरा थंड आहेत एवढंच. बाकी केवढे तरी मारेकरी मला मारायला टपलेले आहेत.

◗ हजाऱ्यांसारख्या एका साध्या माणसाच्या उपोषणापुढे सरकार शरण गेले असे वाटत नाही काय?

सरकार आम्ही शरण जाऊ देणार नाही. बिल्कुल शरण जाणार नाही. सरकार जर शरण ज्या दिवशी जाईल, त्या दिवशी माझी आणि सरकारची लागली म्हणून समजा...

◗ मग आज तुम्ही अण्णांपुढे झुकून ज्या चौकश्या समित्या वगैरे नेमल्यात हा काय प्रकार आहे?

त्यांच्यामुळे हे आम्ही केले नाही. मला माझी जनता प्यारी आहे. तिचा गैरसमज होता कामा नये. तिच्या मनामध्ये कुठे आमच्याबद्दल, माझ्या राज्याबद्दल, शिवशाहीबद्दल किल्मीष निर्माण होता कामा नये आणि आम्ही केलेला नाही. आणि आम्ही स्वच्छ आहोत हे दाखवण्याचा प्रयोग आम्ही केलेला नाही. आम्ही डरत नाही. पण तरीपण आमची भूमिका कायम आहे. आरोप नाहीत, पुरावे द्या. तोपर्यंत काढणार नाही.

◗ तरीही हजारेंचा हट्ट कायमच आहे...

ज्या वेळेला मी काही करतो आणि मला करण्याचा तो अधिकार आहे. कारण हे सरकार मी आणलेलं आहे. रिमोट कंट्रोल म्हणून माझा तो अधिकार आहे. हायकमांडचा जसा असतो तसा. तरीही हे जे महाराष्ट्रातील बेभरवशाचे टोणगे शरद पवार, लखोबा आणि पिचड मला ते 'बाह्यशक्ति केंद्र' म्हणून हिणवतात. मग अण्णा हजारे कोण? अण्णा हजारेंचा संबंध काय? त्यांच्यामुळे हे सरकार आलेलं नाहीय. आम्ही अण्णांना मानतो ते एवढ्याचसाठी की, माणसाच्या मनामध्ये काही चांगले विचार आहेत. भ्रष्टाचार नष्ट व्हावा म्हणून तळमळ आहे. आम्हालाही तो पटतो. तेव्हा सामोपचारानं, समजुतीनं काही करता आलं तर पाहावं, म्हणून आम्ही गप्प बसतो. आणखीन अण्णांना सांगतो की, अण्णा, अतिरेक करू नका. जशा आम्ही आमच्या मर्यादा ओळखतो, तशा अण्णा हजारेंनीसुद्धा आपल्या मर्यादा ओळखाव्यात. पण अण्णा बोले आणि सरकार डोले ही परिस्थिती आम्ही कधीही सहन करणार नाही. मी तर नाहीच नाही. बिल्कुल नाही. मी सांगेन ती दिशा, असे जर त्यांचे असेल तर जमणार नाही.

◗ त्यांना लोकांचा पाठिंबा मिळतोय.

पाठिंबा त्यांना मिळणारच. साखर कारखान्यांचे कामगार तेथे आले. साखर कारखाने सर्व काँग्रेसवाल्यांचे. नथीतून तीर मारताहेत. या नपुंसकांना आमच्यासमोर उभे राहण्याची हिंमत नाही. नैतिक अधिकारच नाही. या काँग्रेसवाल्यांना. यांचे बडेबडे साले शाकेस् दिल्लीत सापडलेले आहेत. नरसिंह रावांपासून इथे कसल्या या मासोळ्या वळवळ करताहेत. चिखलातली गांडुळं शेषाचं रूप घ्यायला लागलेली आहेत.

◗ 'भ्रष्टाचार बुलडोझर फिरवून चिरडून टाकू' असे विरोधी पक्षात असताना आपण म्हणत होता...

ही बुलडोझर वगैरे माझी वाक्यं नाहीत. हेच नेहमी होतं. माझ्या तोंडात वाक्यं घातली जातात आणि मला पकडण्याचा प्रयत्न होतो. मी बोलतो ते बोलतोच. कधी इन्कार करीत नाही.

◗ मग आज तुम्हाला भ्रष्टाचारविरोधी आंदोलनाचं वावडं आहे काय?

भ्रष्टाचार नष्टच करायला पाहिजे. आणि म्हणून मी अण्णांना शब्द दिलाय. अण्णा जरा घाई करताहेत. अहो, तुम्ही काय समजता? एवढं दोन बाडं ज्या वेळेला तुम्ही मला देता, त्या वेळेला आपण धरून चालू की त्यामध्ये एकूण दोनशे केसेस

आहेत. दोनशे केसेस काय तुम्हाला आठवडाभरामध्ये उखडायला पाहिजेत? त्याची चौकशी नको करायला? ज्यांच्यावरची आरोप असतो, त्याला तुम्ही बाजू मांडण्याचा वाव देणार की नाही? तुझ्यावरती हे आरोप आहेत तर तुझं काय म्हणणं आहे? हा रिवाज आहे. नुसती राळेगण सिद्धी नव्हे राळेगण चालवायचं नाही आम्हाला. सरकार चालवायचं आहे महाराष्ट्राचं. त्यामध्ये सरकारी कर्मचाऱ्यांच्या संघटना आहेत. आणखी बरेच प्रकार आहेत. त्यांना कोणी तोंड द्यायचं? उद्या आमच्याकडून चुकूनही काही गैरकारवाई झाली तर? जो रास्त असेल तो रास्त असेल. तेथे आम्ही युनियनचंही ऐकणार नाही. पण गैर काही झाले, तेथे संघटनाविरोधात उभी राहिली तर काय करायचं आम्ही? सरकार चालवायचं आहे आम्हाला. हे काय समाजवाद्यांचे प्रयोग नाहीयत.

◗ हेच अण्णा जेव्हा पवारांच्या विरोधात उपोषणास बसले होते तेव्हा आपण त्यांचे स्वागत केलं होतं.

बरं, मग. मी नव्हतं स्वागत केलं.

◗ शिवसेना नेते त्यांना आळंदीत जाऊन भेटले होते.

ते भेटले असतील. प्रत्येकाला अधिकार आहे जाऊन बोलण्याचा. कारण आम्हाला अण्णा हवे आहेत. एका चांगलेपणानं आम्ही केलं ते. पण त्या उपोषणाचं तरी काय झालं शेवटी? त्या वनाधिकाऱ्यांना चौदा दिवसांत काढतो असे पवारांनी आश्वासन दिले, पण काढलंच नाही. पवार गेले, वनाधिकारी तिकडेच आहेत.

◗ शासनाच्या विरोधात जनतेच्या मनात सतत वाफ खदखदत असते. कधी काळी ही खदखद तुमच्या तोंडून बाहेर पडत असे. आज अण्णा तेच काम करीत आहेत...

माझा मार्ग स्वतंत्र होता. अण्णांच्या आजूबाजूला जी भुतावळ आणि पिलावळ जमली आहे ती पाहा. मुंडे म्हणाले ते बरोबर आहे. तुमच्या या आळंदीला चोराच्या आळंदीतले लोकही सामील झाले आहेत. पिचड काय किंवा दुसरा तो त्यांच्याबरोबरचा पुचड काय, यांना अधिकार नाही अण्णांना जाऊन भेटण्याचा. गो. रा. खैरनारांना काय अधिकार आहे? कोणाच्या तोंडानं हे बोलतात की, मागची सत्ता बरी होती म्हणून. खैरनारांविषयी मी पहिल्यापास्न बोलतोय की, ही 'सायकिक' केस आहे म्हणून. तो काय बोलतोय तेच कळत नाही. अण्णांनी खैरनारला जोड्याशीसुद्धा बसवू नये. मी अण्णांचा प्रामाणिकपणा मानतो. पण अण्णांनी अतिरेकसुद्धा करता कामा नये. हे झाल्याशिवाय ते नाही आणि ते झाल्याशिवाय हे नाही. You can't dictate like that मग असं जर झालं तर अण्णा, तुम्ही इथे कशाला बसलात. दिल्लीला चला नं. तेरा लोकांचे जे सरकार आहे ते मला मान्य नाहीय, बोला हे सरकार पाडण्यापर्यंत जर उद्या अण्णांची मजल जाईल तर मात्र माझं आणि अण्णांचं जमणार नाही. बिल्कुल जमणार नाही. मग मात्र मी उभा राहीन मैदानात.

◗ सरकार पाडण्यापर्यंत अण्णांचा 'रिमोट कंट्रोल' पॉवरफुल होऊ शकतो?

होण्या न होण्याचा प्रश्न नाहीय. पण शेवटी ती बाजूची गिधाडं आहेत ना, ती टोचा मारत बसणारच की आणि आज बसलेलीच आहेत. कितीही जरी असे साखर कारखान्यांचे पंधरा हजार कर्मचारी त्यांच्या बाजूने उभे राहिले तरी याची आम्हाला पर्वा नाही. पण अण्णांमुळे जर हे होत असेल तर अण्णांना मला जबाबदार धरावंच लागेल की अण्णा, तुमची संपूर्ण ही प्रामाणिक चळवळ एका भावनेने तुम्ही भ्रष्टाचाराच्या विरोधात उभे राहिलात, ही चळवळ आता दुसऱ्यांच्या हाती गेलेली आहे. या दुसऱ्या शक्तीच्या विरोधात आम्हाला उभे राहावे लागेल. पर्यायाने जी चिखलफेक, दगडफेक होईल, ती तुमच्या अंगालासुद्धा चाटून जाईल. हे मला निर्दयपणाने सांगावं लागेल.

[२ डिसेंबर, १९९६]

...तर अण्णा हजारेंच्या विरोधात उभा राहीन

"अण्णा हजारे ह्यांनी शिवसेना-भाजप युती सरकारवर भ्रष्टाचाराचे आरोप करून आंदोलनाचे रणशिंग फुंकले. भ्रष्टाचाराविरुद्ध जनजागृती करण्यासाठी राज्यव्यापी दौरा सुरू केला. शिवसेनाप्रमुख एखाद्या महानायकाप्रमाणे सरकारच्या बचावासाठी उभे राहिले. ''अण्णा, तुमचा हा दौरा भ्रष्टाचाराच्या विरोधात असेल तर आम्ही तुमच्याबरोबर आहोत. आणि हा दौरा आमचं सरकार उखडून टाकण्यासाठी असेल, तर मात्र मी तुमच्यासमोर मैदानात उतरल्याशिवाय राहणार नाही. माझ्याकडे जर पुरावा आला तर मी एका मंत्र्यालाही, किंबहुना मुख्यमंत्र्यांनाही जागेवर ठेवणार नाही.'' "

◗ अण्णांचा प्रश्न तूर्त बाजूला ठेवूया...

तो आज तरी मी ठेवलेला आहे. महाराष्ट्राच्या हितासाठी. अण्णा आम्हाला हवे आहेत. पण अण्णा चांगल्या मार्गाने जावेत. पण ते जे फालतू लोक आहेत खैरनार बिरनारसारखे टिनपाट. तो फद्या देशपांडे एक. कोण हा? त्याची ताकद काय? कितीतरी अशी फालतू माणसं जाऊन बसलेली आहेत. आणखी ते गोविंदराव आदिक. जणू काय हा फार मोठा स्वच्छ माणूस आहे ना अगदी. वरपासून खालपर्यंत साली बरबटलेली माणसं. किती वेळा चड्ड्या आणि लंगोट बदलतात ते त्यांनाच विचारा.

◗ मुळात तुमच्या सरकारात भ्रष्टाचार आहे हे तरी तुम्हाला मान्य आहे का?

मला असं म्हणायचं आहे की, शेवटी माझा तुम्ही अण्णा हजारे करू नका. मला आरोप करता येणार नाही. माझ्याकडे जर पुरावा आला तर मी एका मंत्र्यालाही किंबहुना मी मुख्यमंत्र्यांनाही ठेवणार नाही जागेवर. याच्यापेक्षा जास्त काही प्रश्न विचारण्याची आवश्यकता आहे, असं मला वाटत नाही. बिल्कुल हलवणार नाही. सुतार आणि शिवणकरांच्या बाबतीत बारीक जरी माझ्याकडे पुरावा आणलात की हा बघा पुरावा. ते गेलेच म्हणून समजा.

◗ आज काही जे मंत्री आहेत त्यांपैकी अनेकांबाबत पूर्वीपासूनच संशयाचे वातावरण होते. अशा लोकांना सरकारात घेऊन तुम्ही काय साधलंत?

संजय, मला एक सांग, कालच्या टी. व्ही.वर अण्णांचं एक वाक्य असं आहे की, त्या लोकांच्या केवळ आताच्याच नव्हे, तर गेल्या दहा वर्षांची प्रॉपर्टीची चौकशी झाली पाहिजे. त्यांनी ही प्रॉपर्टी कोठून आणली? ते काय होते? का आणली? मी त्याला मान्यता देणार नाही. याला कारण आहे. मंत्री झाल्यानंतरचा भ्रष्टाचार महत्त्वाचा की पहिलं कोणी काय करत होतं त्यालाही महत्त्व द्यायचं? असं जर असेल तर तुमची मंत्रिमंडळं कधीच अस्तित्वात येणार नाहीत. कारण कोणी तरी झक मारलेली असते पूर्वी. ती झक घ्यायची की नाही यामध्ये की एवढ्या झक मारण्यापुरतंच मर्यादित राहायचं. त्याचा तुम्ही एकदा निवाडा करा. का त्यासाठीही त्रिसदस्यीय न्यायमूर्तींची कमिटी नेमायला पाहिजे? पूर्वी एक तो राजा असतो, काहीही करू शके मग मंत्री झाल्यावरती जी एक जबाबदारी येते, त्यामधला भ्रष्टाचार हा महत्त्वाचा आहे. याचं कारण महाराष्ट्र तुमच्या पुढ्यात आहे आता. तो नासवू नका तुम्ही. आणि तसं जर पाहिलं तर एकही माणूस तुम्हाला लायकीचा मिळणार नाही की ज्याला तिकीट द्यावं. उमेदवारी द्याल तो निवडून येणार. मग असं म्हणायला

पाहिजे की, एवढं सगळं असताना निवडून देणारी लोकं मूर्ख आहेत? गुजरातमध्ये एक मुसलमान चार ठिकाणी उभा राहिला. स्मगलर, खुनी, काळाबाजार करणारा हा माणूस. तो चारही ठिकाणी निवडून आला. काय करायचं या दुर्दैवाला. एकंदरीत त्याला जी चटक लागलेली आहे ती आमच्यापासून नाही लागलीय गेल्या वीस महिन्यांत. काँग्रेसच्या राजवटीपासून लागली आहे. सिगरेट पिणाऱ्याला सिगरेट सोड, दारू पिणाऱ्याला दारू सोड, सोड म्हटलं तरी सोडत नाही तो.

◗ हे कष्टानं आणलेलं तुमचं सरकार इतक्या लवकर चक्रव्यूहात सापडेल असं तुम्हाला वाटलं होतं का?

नाही नाही. आम्ही तीस वर्षं चक्रव्यूहातच आहोत की, तर सरकारचं काय घेऊन बसलात. आमच्याबरोबर सरकारही चक्रव्यूहामध्ये विशेष काय त्याच्यामध्ये?

◗ कोणतंही नवीन सरकार इतक्या अल्पावधीत बदनाम झालं नव्हतं.

हा डाव आहे. राजकीय डाव आहे. किणी प्रकरण कसं रंगवलं त्यांनी. याआधी पवारांच्या राज्यामध्ये पाच आमदार मारले गेले. कोणी रान नाही पेटवलं. सीबीआयची चौकशी मागितली नाही. दंगलीचीही चौकशी मागितली नाही. मग किणी असा कोण महात्मा लागून गेला की त्यामुळे अगदी सीबीआयपर्यंत गेले. याचा अर्थ उघड आहे.

◗ पण हे जे युद्ध सुरू आहे त्यात फक्त तुम्हीच लढत आहात आणि तुम्ही निर्माण केलेले सरदार खुर्च्यांना चिकटून बसले आहेत.

त्यांना मीच सांगितलंय तुम्ही या भानगडीत पडायचं नाही. बिल्कुल पडायचं नाही. तर मग राणे काहीतरी बोलेल. आणखी कोणी काहीतरी बोलेल आणि त्याच्यावर आम्हाला काहीतरी बोलावं लागेल. आणि त्याच्यावर आम्हांला निस्तरावं लागेल. आम्ही मजबूत आहोत. We will fight this fight. तुम्ही त्या भानगडीत पडायचं नाही. अशी स्ट्रिक्ट वॉर्निंग सगळ्या आमदारांना आणि मंत्र्यांना गेलेली आहे.

◗ मंत्रालयातील सामान्य माणसांचे हेलपाटे तुमच्या राज्यातही कमी झाले नाहीत.

हेलपाटे संपायचेच नाहीत कधी. उद्या अण्णा हजारेंना जरी मुख्यमंत्री केले नं, तरी हे हेलपाटे संपायचेच नाहीत. लोकसंख्या किती. त्याच्याबरोबर हेलपाटे घ्या ना. प्रश्न कधी संपत नसतात. नवीन नवीन निर्माण होत असतात. हेलपाट्यांवरती ठरवू नका सरकारचं भविष्य.

◗ **लोकांच्या मनातलं हे राज्य आलंय. तेव्हा हेलपाटे संपण्याची अपेक्षा बाळगली तर चुकले कोठे?**

आमच्या राज्यातले हेलपाटे आणि पूर्वीच्या राज्यातले हेलपाटे तेही आमच्याच नशिबी आलेत ना.

◗ **विशेषतः शिवसेनाप्रमुखांना हल्ली लोकांना भेटता येत नाही.**

आरामात भेटतात. फक्त सिक्युरिटी बाजूला ठेवा. पण मीच सगळं हे कमी केलंय. याचं कारण काय? तर की एवढं सगळं करून हेच नशिबी येणार असेल तर बस्स झालं की आता. आता नवीन पिढी उभी राहते. त्यांना करू द्या. बेधडक करू द्या. अर्थात, माझ्या बाजूला जनता आहे याबद्दल वाद नाही. लोकं अजूनही माझ्यावर प्रेम करतात. पण आता हे जे दोन धक्के खाल्ले मी आणि माझं बायपासचं ऑपरेशन झाल्यानंतर मी जरा शारीरिकदृष्ट्याही खच्ची झालो, त्यामुळे जास्त लोड मला घेता येत नाही. तरीसुद्धा मी लोकांना भेटतो. मी अगदी रस्त्यांनी जरी गेलो गाडीतून तरी काही ठिकाणी विशेष गर्दी दिसली तरी मी खाली उतरतो. सिक्युरिटीची फार पंचाईत होते. तरी मी उतरतो. आणि दुसरं म्हणजे माझ्या गाडीची काच खाली करता येत नाही म्हणून लोकांचा गैरसमज होतो. असेल नसेल मला माहीत नाही; पण मी खुलासा करतोय, की बाबा रे, गाडीची काच खाली करता येत नाही. सरकारी बुलेट प्रूफ गाडी आहे. तर माझ्याबाबत गैरसमज करून घेऊ नका. का? तर लोक म्हणतील, सुरुवातीला बाळासाहेब काच खाली करून हात करायचे. आता काचही खाली करीत नाहीत. असेच निघून जातात. मी हाही प्रामाणिकपणा लोकांशी ठेवलेला आहे. बाबा रे, माझ्या बाबतीत कृपा करून गैरसमज करून घेऊ नका. कारण परिस्थिती ही अशी आहे. हे कोण लेका करतंय, काच खाली करण्याची त्यांची परिस्थिती असली तरी करत नाहीत. पण अजून तरी मी जनतेला मानतो. आम्ही आहोत ते जनतेमुळे आहोत. मी गप्प बसतो ते जनतेसाठी बसतो. त्यांनी दिलेल्या सत्तेला धक्का लागता कामा नये!

◗ **म्हणजे बाळासाहेब तेच आहेत...**

बाळासाहेब तेच आहेत. बाळासाहेबांमध्ये फरक पडणार नाही. पण जरा बाळासाहेबांना सांभाळून घ्या, एवढंच मी माझ्यावरती प्रेम करणाऱ्यांना सांगेन. जरा समजून घ्या आणि सांभाळून घ्या.

◗ **शिवसैनिक अस्वस्थ आहे का या सर्व प्रकारामुळे?**

नाही. शिवसैनिकही माझ्याकडे येतो. पण आता बराचसा लोड उद्धव आणि राज घेतो. मनोहर जोशी दरबारामध्ये अनेक लोकांना भेटतात.

शिवसैनिकांनाही तुम्हाला भेटता येत नाही...

माझं सर्वस्व जे काही आहे ते माझे शिवसैनिक आहेत. आजसुद्धा मला जगण्यातही तसं स्वारस्य राहिलेलं नाही आणि विचार केला तर जग सोडून जायला मी कधीही तयार आहे. त्याबद्दलही वाद नाही. त्यांनी एक मेहनत करून ही सत्ता आणली आहे. त्याला मी आज भेटू शकत नाही याची काही कारणे आहेत. एक तर मगाशी सांगितल्याप्रमाणे आय.एस.आय. माझ्या रक्ताला भुकेले आहे. वरिष्ठ पोलीस अधिकारी मला सांगतात की, आज इतके आलेत. अमुक झाले, तमुक झाले. आणि मीही चौकशी करतो. अर्थात, त्याला घाबरून काही मी घरात बसलेलो नाही. माझी पत्नी आणि मुलाचा फटका मला बसला आणि त्या दिवसापासून मी थोडा विचित्र झालो आहे. पण मी भेटतो. जमेल तसे भेटतो. मला संघटनेसाठी वापरा. संघटनेमधली काही धुसफूस असेल, जिथे काही नेमणुका असतील, निवडणुकांची काही मांडणी असेल त्यासाठी आता माझी उरलेली शक्ती वापरा. पण शिवसेना भवनाला गेल्यानंतर ज्या नाना तऱ्हेच्या तक्रारी येतात, त्या आता ऐकण्याची माझी ताकद नाही. म्हणून मी ते आता टाळतो. शिवसैनिकाला कल्पनाही आहे याची. माझा बसलेला आवाज जरी त्याने ऐकला तरी तो गहिवरतो. इतकं त्याचं प्रेम आहे. त्याचं म्हणणं असं आहे की, आम्हाला दर्शन द्या. दर्शनाचा प्रकार म्हणजे काय आहे की, पुष्कळ वेळेला लोकं दर्शनाला येतात आणि खिशातनं एक आपली बारीकशी पुरचुंडी काढतात. त्या सगळ्या गोष्टी मला माहीत आहेत. मी टाळत नाही. पण हे सगळं उद्धव-राजकडे सोपविल्यामुळे मला आता थोड्याशा निवांताची गरज आहे. मी निवृत्त होणे शक्य नाही. पण त्याचबरोबर माझी शारीरिक ताकदही तेवढी आता राहिलेली नाही. केवळ त्या दोन धक्क्यांनी, बाकी काही नाही. मी अजूनही मजबूत आहे. अजूनही दौरे काढायला तयार आहे. प्रचाराला मजबूत आहे. माझा शिवसैनिक आहे तोपर्यंत मला कसलीही चिंता नाही आणि शिवसैनिकाला कोणीही माझ्यापासून फोडू शकत नाही. तेवढा माझा आत्मविश्वास दांडगा आहे.

आज तुम्हाला भेटणाऱ्या लोकांचे प्रश्न कुठल्या प्रकारचे असतात?

काय सांगायचं. प्रश्न तेच न् तेच असतात. नोकऱ्यांचा प्रश्न. म्हणून तो शिवउद्योग काढला. त्याच्यावरतीही टीका. त्याचे पैसे गोठवून ठेवायचे. खटले दाखल करायचे. त्याला खच्ची करायचं. हे उद्योग करून पुन्हा आमच्यावरती नोकरीचे आरोप ते आहेच. म्हणे बेकारी कोठे नष्ट केली? अरे भडव्यांनो, एवढं करतोय ते तुम्हीच खड्ड्यात घालायचं आणि पुन्हा बेशरमपणाने शेंबूडही नाकाचा न पुसता आमच्याशी बोलायचं.

◗ बाळासाहेब हल्ली श्रीमंतांचे मित्र झाले आहेत...

माझ्याकडे सगळेच लोक येतात. खाली जाऊन एकदा बघा आणि आश्चर्य वाटेल, माझ्या त्या दालनामध्ये गरीबसुद्धा माझ्याबरोबर कोचावरती बसतो. तो खाली जमिनीवर बसायला जातो. त्याला मी सांगतो, ऊठ, ऊठ, वरती बस. मी वरती बसवतो त्याला. बरोबरीनं बसवतो. हे कुठलाही नेता करणार नाही. मी करतोय. जा कोणालाही विचारून पाहा. माझं आव्हान आहे. माझ्याकडे आलेल्या लोकांनी सांगावं की, बाळासाहेब आम्हाला जमिनीवर बसवतात आणि श्रीमंतांना आतमध्ये घेतात.

◗ या तुमच्या श्रीमंत मित्रांचा वापर तुम्ही गरिबांसाठी कशा प्रकारे करीत असता.

मी माझ्यासाठीही करीत नाही. त्यांच्या काही अडचणी असल्या तर त्या सोडवतो. पण मात्र आम्हाला त्यांचा उपयोग एवढ्याचपुरता मर्यादित होतो की, शेवटी आमची नोकरभरती. एवढ्यापुरतंच मला त्यांचं गुडविल उपयोगी पडतं.

◗ आजही तुम्ही नोकऱ्यांच्या प्रश्नांकडे गांभीर्याने पाहता?

हो, जरूर पाहतो. म्हणजे मुख्यमंत्र्यांपासून अगदी आमचे प्रयोग खूप चालू आहेत.

◗ शिवसेनेने सामान्य माणसांसाठी ज्या योजना हाती घेतल्या त्या पूर्ण का होऊ शकल्या नाहीत?

कोणत्या योजनांविषयी तुम्ही बोलताय?

◗ प्रबोधन गृहनिर्माण संस्था ही महत्त्वाकांक्षी योजना होती.

या योजनेसाठी जागा आता मिळाली आहे. जवळजवळ थोडेसे काही बारकावे राहिलेले आहेत आणि अशा तऱ्हेने तो जो प्रबोधन गृहनिर्माण ट्रस्ट आहे, त्याच्या ताब्यात जागा लवकरात लवकर ऑफिशिअली देणार आहोत. बँकेत पैसे आहेत तसे आहेत. जी कुतरडी माझ्या नावानं बोंबलताहेत की ते पैसे मी माझ्या बंगल्यासाठी वापरले, त्या कुतरड्यांना एवढंच सांगायचं आहे की, ते पैसे बँकेत आहेत. त्याचा हिशेब भवानी बँकेत जाऊन केव्हाही घ्या आणि 'सामना'त तुम्ही एक चौकट छापा की, ज्यांनी या गृहनिर्माण योजनेसाठी नोंदणी करून डिपॉझिट दिले होते त्याचे ७२ की ७५ लाख रुपये जमले होते. त्यांना कोणी या बँकेने किंवा प्रबोधन गृहनिर्माण संस्थेने फसवलं का? एक माणूस जरी समोर आला की, होय, माझे पैसे बुडवले,

तर सांगा ना तुम्ही. मी बाजूला व्हायला तयार आहे. सगळा कायदेशीर व्यवहार आहे. रिझर्व्ह बँकेशी आहे. रिझर्व्ह बँक येऊन अकाऊंट तपासते. आज आमची नाही म्हटली तरी वरच्या लेव्हलची बँक आहे.

सरकार स्थापनेच्या पहिल्याच दिवशी तुम्ही पोलिसांच्या घराचा प्रश्न मांडला होता. पण दोन वर्षांनंतरही पोलिसांच्या गृहनिर्माण संस्थेस एकही भूखंड हे शासन देऊ शकले नाही.

हेच विशेष आहे. दोन भूखंड दिलेत आम्ही.

कुठले?

ते आता मला माहीत नाही. पोलिसांना जाऊन विचारा. एक तर निश्चित झालेला आहे. कोणत्याही परिस्थितीत झालेला आहे. मग काय झालं माहीत आहे ना. की खासगी प्रकार वाढायला लागले आणि मग आमच्या ज्या इतर मासिव्ह योजना आहेत त्या मार खातील मग. कारण प्रत्येकाला भूखंड देत गेले तर आमची योजना मागे पडते. सगळेच भूखंड मागायला लागल्यावर कसं होणार? पण पोलिसांनाही आम्ही आमच्या इतर घर योजनांत सामावून घेणार आहोत. व्यक्तिगत अशा सोसायट्या स्थापून यायला लागले तर भूखंड पुरायचे नाहीत आणि सगळ्यांना पुन्हा मुंबईतच पाहिजे हे विशेष परत.

सरकारची आता जेमतेम तीन वर्षं शिल्लक आहेत. या उरलेल्या वर्षांत सरकारने प्राधान्याने कोणती कामं करायला पाहिजेत?

कामं तर होतच आहेत.

सरकार घोषणा व समित्यातच अद्यापि गुरफटले आहे.

हा एक आणखीन दुसरा प्रचार आहे. अहो, आम्ही काय करतोय ते जे बोलतो त्याला घोषणा म्हणावे लागलेच. घोषणा केल्याशिवाय आम्ही काय करणार हे कळणार नाही. मग त्याला घोषणा म्हणून का हिणवता कामाला? आमची जी कामं झाली आहेत ती काय आहेत ते मनोहर जोशी वगैरे इतर लोकांना विचारा. आज नितीन गडकरी जे काम करतोय ते तुम्हाला सांगतोय. तुफान होणार आहे. पाच वर्षांनंतर या महाराष्ट्राचं स्वरूप तुम्हाला आमूलाग्र बदललेलं दिसेल. मनोहर जोशींनी जी पाण्याची योजना आखलेली आहे ती बघितल्यानंतर दोन हजार सालात तुम्हाला महाराष्ट्रात पाण्याचा टँकर दिसणार नाही. चाळीस लाख झोपडपट्टीवासीयांना जी घरं देतोय. पुढच्या वर्षामध्ये यातली पाच लाख घरं पूर्ण होतील. तुम्ही आम्हाला

दळभद्री गोष्टीमध्ये अडकवायचं आणि जे करतोय त्याच्याबद्दल मात्र काही बोलायचं नाही. हे धंदे तुमचे चाललेले आहेत. याचा अर्थ एवढाच. चांगली कामं मुद्दाम नजरेसमोर आणायची नाहीत. आरोप आमच्यावर करायचे. खुलासा मात्र गजकर्णाच्या जाहिरातीसारखा कोपऱ्यात छापायचा. किंबहुना काही वेळेला छापतही नाहीत. कोणत्या तऱ्हेची पत्रकारिता आहे ही? आणि पुन्हा बेशरमपणानं पत्रकार संघामध्ये जाऊन टिळक-आगरकरांच्या तसबिरींना हार घालायचे.

◗ सध्या सरकार आणि तुमच्याविरोधात जे राजकीय वादळ उठलंय त्यात भाजप ची भूमिका काय आहे?

काही नाही. आम्ही सगळे एक आहोत. काल-परवाकडेच आम्ही सगळे एकत्र आलो होतो. दोघांबाबत आम्ही निर्णय घेतला की, त्यांना खात्यातून तूर्त दूर करायचं. ही खाती मनोहर जोशींकडे ठेवायची. चौकशीमध्ये ते दोषी ठरले तर त्यांना काढून टाकायचं. नाही ठरले तर त्यांना पुन्हा कामावर घ्यायचं. आम्ही एकत्र बसून निर्णय घेतलेला आहे. आम्ही एक आहोत.

◗ पण हजारे यांच्या आंदोलनामध्ये संघाचा सक्रिय सहभाग आहे.

संघाबद्दल मला विचारू नका. तोही खुलासा झालाय. तसं काही नाही.

◗ त्यांच्या विद्यार्थी परिषदेचे लोक आहेत. तेदेखील अण्णांना मदत करताहेत.

करू द्या की, आम्हीही करू नं. भ्रष्टाचाराच्या विरोधात उद्या तेथे आमचेही शिवसैनिक जाऊन बसले तर मला काहीच म्हणायचं नाही. मी त्यांना विरोध करणार नाही.

[३ डिसेंबर, १९९६]

माझ्या शक्तीचा वापर घाणेरड्या राजकारणासाठी केला नाही

"केंद्रात देवेगौडा सरकार जाऊन पंतप्रधानपदी इंद्रकुमार गुजराल आले. अस्थिरतेकडून अराजकाकडे अशी देशाची वाटचाल सुरू झाली. देवेगौडा व शिवसेनाप्रमुखांच्या विचारांचे सूर जुळले होते. पण त्यातूनही वेगवेगळे अर्थ निघाले. शिवसेनाप्रमुखांनी त्यांची भूमिका स्पष्ट केली. ''देवेगौडा मला हवे होते ते एवढ्यापुरतं मर्यादित की, कोणत्याही परिस्थितीत सीताराम केसरी पंतप्रधान होता कामा नये. अत्यंत हीन दर्जाचा तो माणूस आहे. दिल्लीतील शिवसेनेचे १५ खासदार कसे खेळवायला पाहिजेत, खेळण्यासारखी परिस्थिती आहे की नाही, याला महत्त्व आहे; पण मी माझा देश आधी बघतो...''"

दिल्लीतील अस्थिरतेचा व अराजकतेचा धागा पकडून मुलाखतीस सुरुवात झाली. शिवसेनाप्रमुखांनी सुरुवातीलाच ठामपणे सांगितले, "मागे मी एक भाकीत केलं होतं. देवेगौडांचं सरकार पडल्यानंतर देशावरती एक फार मोठं संकट यायला सुरुवात होईल. तशी सुरुवात झालेली आहे असं मला वाटतं. शेवटी यादवी युद्धाकडेच देशाचा प्रवास चालला आहे. ठीक आहे. सध्या युती आणि आघाड्यांची सरकारं चालली आहेत. किती जणांच्या युत्या वगैरे गणितं नंतरची आहेत. शेवटी आता एकछत्री सरकार येणं कठीण झालेलं आहे; आणि एकछत्री सरकार जोपर्यंत येथे बसत नाही, तोपर्यंत आपल्याला कोठे दिशा मिळेल असं वाटत नाही. म्हणून सध्या दिशाहीन असा सगळा प्रकार सुरू आहे. आतासुद्धा गुजराल यांचं जे सरकार आहे; पण काय सांगावं, लालू यादव त्यांना किती महाग पडेल? किंवा इतरही त्यांचे काही हट्ट चालले आहेत. बसूंचा एक निराळा हट्ट आहे की, काँग्रेसला सत्तेत सामील करून घेतलं तर आम्ही सत्तेत राहणार नाही. इतक्या मतप्रणाल्या, इतक्या त्यांच्या विचारसरण्या. अशा प्रकारची माणसं एकत्र राहणं शक्यच नाही. सरकार टिकलंय म्हणजे काय चलती का नाम गाडीसारखं आहे ते."

◗ देशाची अशी अवस्था करण्यात राजकारणी किती जबाबदार आहेत?

राजकारणीच त्याला जास्त जबाबदार आहेत. काँग्रेसला ज्या वेळेला एक घमेंड होती की, आपल्याकडे जवळजवळ सत्तेचा ताम्रपटच आहे. त्यामुळे त्यांनी कोणालाच वाढू दिलं नाही आणि खरेदी-विक्री जेव्हा सुरू झाली राजकारणात आमदारांची आणि खासदारांची, त्यानंतर हे प्रकरण नासत गेलं. शेवटी सत्तेवर काँग्रेसच राहिली पाहिजे, या हट्टासाठी खरेदी-विक्री सुरू केली.

◗ तुम्ही काँग्रेसवरच खापर फोडताय. पण देशभरात काँग्रेसचा पराभव झाला असतानाही तुमच्यासारख्या राष्ट्रवादी म्हणविणाऱ्या पक्षाच्या हाती जनता विश्वासानं सत्ता सोपवायला तयार नाही.

अजूनही आमच्याकडून जशी बांधणी व्हायला पाहिजे तशी होत नाही. समोरच्या पक्षात काही जुनी माणसं आहेत. त्यांनी काही गोष्टी केलेल्या आहेत, रुजवलेल्या आहेत. उदाहरणार्थ, सहकारी बँकांचं राजकारण, साखरसम्राटांचं राजकारण. त्यानंतर त्यांनी ज्या लोकांना 'ओब्लाईज्ड' केलेलं आहे, त्यांचे प्रभाव. बँकांच्या पतपेढ्यांच्या कर्जाखाली त्यांनी शेतकरी दबवून ठेवला आहे. त्यांना मग दम मारायचा. या एका त्यांच्या शहेनशाहीमुळे किंवा तानशाहीमुळे माणसं जी दबलेली आहेत, ती त्या भयातून बाहेर पडायला तयार नाहीत. जिल्ह्यांत किंवा तालुक्यांत आज कित्येक ठिकाणी या सम्राटांचीच सत्ता आहे.

ग्रामीण राजकारणाच्या आर्थिक नाड्या यांच्या हाती असल्याने ही मनमानी आजही सुरूच आहे. या दडपशाहीमुळे त्यांना मोकळेपणानं विरोधी पक्षास निवडून देण्याची इच्छा असूनही तसं करता येत नाही. महाराष्ट्राचं उदाहरण घ्या ना तुम्ही. महाराष्ट्रामध्येसुद्धा आज बदल घडवून आणलाय आपण. तरीसुद्धा एक पट्टा असा आहे पश्चिम महाराष्ट्राचा की, तेथे एक तर जातीयवाद मराठ्यांचा जोरात आहे. 'मराठशाही' म्हणतो आपण त्या पद्धतीनं ती आणि दुसरं म्हणजे साखरसम्राटांचं राजकारण. त्यांनी शेतकऱ्यांना तसं गुलामच करून ठेवलं आहे. बँका त्यांच्याच ताब्यात असल्याने शेतकऱ्यांना कर्जासाठी त्यांचेच उंबरठे झिजवावे लागतात. सूतगिरण्या, साखर कारखान्यांमुळे शेतकरी त्यांच्या मेहेरबानीवर जगत आहे. हे त्यांचं वर्चस्व आम्ही आता तोडलंय.

◗ पूर्ण तोडलंय का?

त्यांची मुळं अजून आहेत. जसं पाऊस गेल्यानंतर गवत झुकलेलं दिसतं, पण जमिनीखाली मुळं असतात. पाऊस पडला की लगेच ती मुळं धरतात. तर पुन्हा हिरवेगारपणा येतो. तसा हा नाही म्हटलं तरी एक 'काँग्रेस ग्रास' आहे.

◗ काँग्रेसची ही मुळं पुन्हा अशीच घट्ट रुजत गेली तर तुमचं पुढलं राजकारण कोलमडून जाईल...

नाही. निसर्गाच्या नियमाप्रमाणे ही मुळं फार काळ टिकत नाहीत. शेवटी आम्हालाही पाहावं लागतं. ती उखडावीच लागतील. तण उखडून काढावेच लागते.

◗ त्यासाठी विरोधी पक्षांचे हात मजबूत हवेत...

मजबूत होत चालले आहेत. आता आपण नाही म्हटलं तरी देशात २०४पर्यंत पोहोचलो आहोत. इथं काय झालं आहे की, ही एक चटक लागलेली आहे आपल्या देशामध्ये. मतभेद झाला की काढ नवा पक्ष आणि हे जे फुटीर जे काही असतात ते अगदीच नगण्य नसतात. अपक्षांच्या बाबतीत तसंच म्हणता येईल. अपक्षांनाही मतं मिळतातच की! तिथे पक्षाचा काहीच संबंध येत नाही. तरीपण काही पुंजका घेऊन उठतात. तो पुंजका पुष्कळ वेळेला तुम्हाला मारक ठरतो. चारशेचा, पाचशेचा, दोनशेचा, शंभरचा तो पुंजका असतो. एक-दोन मतांनीसुद्धा एखादी सीट जाते. तर अपक्षांना जर एवढी किंमत आहे तर मतभेद झाल्यानंतर जे पक्ष काढतात, ते त्यांच्या मतांचा वाटा उचलतात. आता लालू यादव घेऊ या. तुम्हाला क्षणिक असं वाटेल की, त्याला मुख्यमंत्रिपदावरून फेकून दिला तर काय फरक पडणार आहे? पण त्यानेसुद्धा बिहारमध्ये निराळी कमाई करून ठेवलेली आहे. ही कमाई जोपर्यंत नष्ट होत नाही,

तोपर्यंत लालूप्रसादाचे महत्त्व राहणार आणि तो तुम्हाला महाग पडत राहणार. मग काय करायचं? तर मग कुठे त्यांच्या फायली काढ, जुने प्रकरण काढ, त्याला धमकवावं लागेल की, तुझी अशी अशी गोष्ट आहे. तुला आत टाकावं लागेल. मग ते 'दादा बाबा' करीत येतात. अशा प्रकारचं हे दळभद्री राजकारण. कॉंग्रेसपासून ही सुरुवात झालीय. त्याचाच वापर काही प्रकारे विरोधी पक्षाला करावा लागेल.

◗ देवेगौडांच्या जाण्याने राष्ट्राचं किती नुकसान झालं?

राष्ट्राचं असं काही नुकसान नाहीय. एवढंच की, प्रथा वाईट पडतेय. म्हणजे मी नेहमी बोलतो की, अरे, दीडशे वर्षं गोऱ्या सायबानं तुमच्यावर राज्य केलं आणि आपण तर दिवस मोजतो आहोत. सरकारला शंभर दिवस झाल्यावर आम्हाला काय असं वाटतं की, विचारू नका - की हे कसे शंभर दिवस आम्ही काढले? कसे गेले? हाच मुळी मूर्खपणाचा विचार आहे. आम्ही असं म्हणतो की, पाच वर्षांचाच हिशेब पाहिजे आम्हाला. पाच वर्षांमध्ये कारकीर्द गाजवायची आणि या पाच वर्षांमध्ये पुढच्या पाच वर्षांची तयारी करायची. पण आम्ही आता शंभर-पाचशे दिवसांमध्येच समाधान मानतो. मग परकीयांनी तुमच्यावर दीडशे वर्षं राज्य केलं कसं? याचा कधी विचार होणार आहे की नाही? ती जिद्द तुमच्यामध्ये का नसावी?

◗ देवेगौडा तुमचे व्यक्तिगत मित्र होते. त्यांच्या जाण्याने तुमचं किती नुकसान झालं?

छे छे! माझं कसलं नुकसान होणार?

◗ तुमची काही गणितं होती?

माझी गणितं काहीच नसतात. माझी साटीलोटी कोणाशी नसतात. कारण मी तो हिशेबही जमेस धरलेला आहे. पुष्कळ वेळेला नाही म्हटलं तरी त्यांचे जे काही दुर्गुण असतात ते विनाकारण घरामध्ये चालत कशाला आणायचे? संबंध आपले तेवढ्यापुरतेच असतात. जोपर्यंत ते हाय-हॅलो करतात तोपर्यंत आपण 'हॅलो' करायचं. असा काही आमचा रस गळत नव्हता. फक्त एवढंच आहे की, दोघांना एकमेकांबद्दल प्रेम होतं. एक आदर होता. ते मला मानायचे. मी त्यांना समजून घेतलं होतं. भला माणूस आहे. ठीक आहे.

◗ देवेगौडांच्या बाजूने लोकसभेत मतदान करण्याचा तुमचा विचार होता. पण वाजपेयींनी तुम्हाला रोखल्यामुळे...

वाजपेयींनी मला अजिबात रोखलं नाही. हा गैरसमज आहे.

◗ बाहेर असं बोललं जातंय...

बाहेरचं काय सांगताय. बाहेर काहीही बोलतील.

◗ शिवसेनाप्रमुखांना देवेगौडांना वाचवायचं होतं...

नाही, नाही. मला ते हवे होते. एवढ्याचपुरतं मर्यादित की, कोणत्याही परिस्थितीत केसरी पंतप्रधान होता कामा नयेत, हा माझा अगदी स्पष्ट विचार होता. अत्यंत हीन दर्जाचा तो माणूस आहे. नीच आहे असं म्हणा वाटल्यास. म्हणजे शरद पवारांचे वडील शोभतात ते. तेव्हा असली ही हलकट आणि कपटकारस्थानी माणसं. एक शरद पवारांचं बघा ना राजकारण काय ते. महाराष्ट्रातली आमची सत्ता पाडण्याकरिता केवढे धडपडताहेत ते. पण स्वत:च्या स्वार्थासाठी केंद्रातले सरकार कोणाचेही का असेना, पण टिकलं पाहिजे म्हणून प्रयत्न करताहेत. काय दुटप्पीपणा आहे हा? आम्ही काय असं पाप केलंय इथे की ज्यामुळे तुम्ही आमचं सरकार पाडायला निघाला आहात? पण शेवटी राग याराठी की, त्यांची सत्ता गेली. त्यांची मोनॉपॉली मोडून पडली. म्हणून त्यांचा हा दु:स्वास. आणि असा माणूस पंतप्रधानपदी बसवला किंवा केसरी हा त्यांचा बाप जरी बसला तरी तापदायकच ठरणार.

◗ अलीकडे दिल्लीतील सर्वच पंतप्रधानांशी तुमचे मधुर संबंध राहिले आहेत. नवीन पंतप्रधान गुजराल यांच्याशी तुमचे कितपत जमेल?

मी काय म्हणतो की, आपण काही संबंध ठेवायला किंवा प्रस्थापित करायला कुठे जात नाही. कुठल्या न कुठल्या एखाद्या कार्यक्रमामध्ये आमची कुठेतरी भेट होते. भेटीचं रूपांतर कुठेतरी मैत्रीत होतं. पुन्हा त्याला कुठे असा मोठा 'फॉलोअप' असतो. फार अगदी फोनाफोनी चाललेली आहे, रस गळतो आहे, भांडी बदलली जाताहेत असं काही आमचं नसतं. पण एवढंच आहे की, एक गुडविल तयार होतं. त्यांना एक माझा स्वभाव कळलेला असतो. त्यामुळे त्यांना असं वाटतं की, हा माणूस असा काही गळी पडणारा किंवा बळी पडणारा नाहीय. हा स्पष्टवक्ता आहे. माझा मान ते त्यांच्या पद्धतीनं राखत असतील.

◗ सध्याच्या अस्थिर राजकारणात तुमच्याकडे १५ खासदार आहेत. दिल्लीत त्यांना फार महत्त्व आहे. त्या दृष्टीने मी म्हणतोय...

ते १५ खासदार कसे खेळवायला पाहिजेत, खेळवण्यासारखी परिस्थिती आहे की नाही, याला महत्त्व आहे. मी अजून हे राजकारण खेळलेलो नाही. या शक्तीचा मी घाणेरड्या राजकारणासाठी वापर केलेला नाही. मी माझा देश आधी बघतो.

माझ्या संघटनेपेक्षा माझ्या महाराष्ट्राच्या फायद्याचे काय आहे ते बघतो आणि विनाकारण फुकाफुकी लोकांना उन्हामध्ये रांगेत उभं करून लोकशाहीची फालतू डिमडिम वाजवता येत नाही. ढोल बडवता येत नाही, की चला, लोकशाही म्हणजे मतदान झालंच पाहिजे, केलंच पाहिजे. एवढ्या एवढ्या लोकांना तसं मतदान कशाकरिता करताय, हा एक मी आपला विचार करीत असतो.

◗ गुजराल हे 'पॉलिश्ड' पंतप्रधान असल्याचं म्हटलं जातंय. तुमचं काय निरीक्षण आहे?

माझं मी स्पष्ट मत आधीच मांडलेलं आहे. अजून ते देशाच्या अंतरंगामध्ये शिरलेले नाहीत. नाही म्हटलं तरी बाहेरचं राजकारण त्यांना जेवढं जास्त समजलंय किंवा समजतं तेवढं देशातलं समजलं नाही. 'हाय ब्रो' सोसायटीचा माणूस आहे. मध्यंतरी ती श्रीलंकेच्या परराष्ट्र खात्यातली बाई आली होती. तिची यांनी चुंबनं घेतली. सर्वत्र ते फोटो झळकले. हा अतिरेक होतोय. नाही म्हटलं तरी थोडीशी संस्कृती, संस्कार आपले आहेत, हिंदू समाजाचे म्हणून. ते स्वत:ला काय समजतात मला माहीत नाही. त्यांचा जन्म नाहीतरी लाहोरमध्ये वगैरे झाला असल्यामुळे थोडीशी साधार भीती वाटते काही गोष्टींची; परंतु तुमच्यावरती झालेले संस्कार हे तुम्ही देशावरतीही व्हायला पाहिजे असा हट्ट धरता येणार नाही तुम्हाला. या देशाचे अंतरंग पाहूनच तुम्हाला पावलं टाकावी लागतील. वागावं लागेल. अजून काही मी त्यांना पाहिलेलं नाही. तशी ओळखही झालेली नाही. त्यामुळे जानपहचान होण्याचा प्रश्नच निर्माण होत नाही.

◗ गुजराल हे तसे कम्युनिस्ट विचारसरणीचे असल्यामुळे तापदायक ठरू शकतील...

कम्युनिस्ट म्हणण्यापेक्षा तुम्हाला जो एक लालभाई अपेक्षित आहे, तसे ते नाहीयेत. ही वॉज व्हेरी मच प्रो-रशिया. म्हणजे उदाहरणार्थ, पंडित जवाहरलाल नेहरू काही कम्युनिस्ट नव्हते; पण त्यांना एक रशियाबद्दल प्रेम होतं. एक काहीतरी मग ते कृष्ण मेननमुळे असेल किंवा आणखी कशामुळे असेल. आमचा राज कपूरसुद्धा. ही वॉज ग्रेट आर्टिस्ट. पण तो रशियाधार्जिणा जास्त होता. कम्युनिस्टधार्जिणा मात्र नव्हता. ही वॉज नॉट अ कम्युनिस्ट. त्यातला तो बारकावा लक्षात घ्या. लालभाई आणि प्रो-रशियाधार्जिणे हा त्यातला प्रकार आहे. त्यांचं हे राजकारण फार हाय लेव्हलचं होतं. जवाहरलाल नेहरूंच्या पातळीचं. किंबहुना कदाचित ते जास्तही असण्याची शक्यता आहे.

हिंदुस्थानातील अस्थिरतेचा फायदा जागतिक महाशक्ती घेत आहेत. रशिया, अमेरिका यांसारखे देश हिंदुस्थानातील राजकीय प्यादी हलवत आहेत. लोकसभेत तसे आरोपही झालेत...

ते आरोप वगैरे जाऊ द्या. रशियाचं जे कडबोळं झालंय समाजवादाने पाऊल टाकल्यानंतर, त्यामुळे पूर्वीची त्यांची ताकद राहिलेली नाही. त्यामुळे आता महाशक्ती म्हणजे फक्त अमेरिका राहिली आहे.

या शक्तीच्या पकडीत आपण राहावं?

पकड कुठलीच मान्य करता कामा नये. मग ब्रिटिश काय वाईट होते? पकडीचाच विचार करणार असाल तर ठीक चाललं होतं की सगळं. मग स्वातंत्र्य कशाला मागितलंत?

देवेगौडा रशियात गेले, इकडे अमेरिकेचा विरोध डावलून हिंदुस्थानने पाकिस्तानशी चर्चा सुरू केली. त्यामुळेच अमेरिकेने देवेगौडा सरकार पाडले...

ते जे राजकारण आहे ते समजून घ्यायला हवे. देशाच्या हिताच्या दृष्टीनं काही महत्त्वाची पावलं टाकावी लागतात इथे. उदाहरणार्थ, पाकिस्तानचे अमेरिका ज्या पद्धतीनं चोचले पुरवतो, लाड करतो तर आपल्या बाजूलासुद्धा कुठची तरी एखादी शक्ती असली पाहिजे. उदाहरणार्थ, कश्मीरच्या बाबतीत युनोमध्ये जो ठराव आला होता आणि जर रशियाने आपला व्हेटो तेथे वापरला नसता तर कश्मीर आज आपल्या हातात राहिलं नसतं आणि हे सगळे अमेरिकेचे डावपेच त्या वेळचे. तर ती शक्ती जर आपल्यामागे नसती तर आपण कश्मीरला मुकलो असतो. कारण शेवटी हे सगळे निर्णय परदेशी घेतात आणि नको त्या संस्थेमध्ये आपण जाऊन बसतो. मानाची खुर्ची म्हणून कॉमनवेल्थवरती बहिष्कार टाकायला काय हरकत आहे? काही आपल्याला कॉमनवेल्थचा उपयोग झालेला नाही. बहुतेक पाकिस्तानी, ब्रिटिश लोक हे प्रो-पाकिस्तानी जेवढे आहेत तेवढे प्रो-हिंदुस्थानी केव्हाच राहिले नाहीत. कधीही नाही.

म्हणजे देशात अस्थिरता असेल किंवा देशात प्रबळ नेतृत्व नसेल तर परकीय शक्ती देशाचा ताबा घेतात...

तसा ठणकावणारा जर पंतप्रधान तुमच्याकडे नसेल तर दुसरे काय होणार? ते नेतृत्व इंदिरा गांधींपर्यंत होतं. त्या बाईंनी आपली एक डिग्निटी राखली होती. तुम्ही तिचा तिरस्कार करा, द्वेष करा. मलाही त्या बाईचं काही राजकारण आवडायचं

नाही. त्यांनी राजकारणात ज्या गोष्टींची सुरुवात केली त्याच गोष्टी देशाला महाग पडल्यात. पण त्याचबरोबर त्या बाईंनी एक दम ठेवला होता. हिंदुस्थानचं नाव तिनं नकाशापुरतं मर्यादित ठेवलं नाही. तिनं ते जगाच्या पाठीवर आणलं. एवढं महत्त्व या देशाला प्राप्त झालं होतं. नंतर ते घरंगळत गेलं गाडं. ते इथपर्यंत आपण येऊन पोहोचलो की, तेरा महिन्यांचा, दहा महिन्यांचा, तेरा दिवसांचा पंतप्रधान आहे.

[४ मे १९९७]

शेषन हिंदुस्थानचे राष्ट्राध्यक्ष व्हावेत!

"शेषन ह्यांच्या कार्यपद्धतीचे शिवसेनाप्रमुखांनी नेहमीच कौतुक केले. भ्रष्टाचाराविरुद्ध लढणारा हा सच्चा माणूस आहे, असे त्यांचे मत होते. ते त्यांनी खुलेपणाने मांडले, ''शेषन हा भला माणूस आहे. ते राष्ट्राध्यक्ष व्हावेत, अशी माझी निश्चित इच्छा आहे. हा माणूस राष्ट्रात काही क्रांती घडवून आणेल, असा माझा विश्वास आहे.'' त्यानंतर शिवसेनाप्रमुख दणका देतात ते त्यांच्याच लोकांना... ''आमच्याकडे सगळेच हरिश्चंद्राचे अवतार आहेत, असं मी कधीच म्हणणार नाही. 'तळे राखी तो पाणी चाखी' हे असतंच थोडंसं...''"

◗ संभाव्य अराजक टाळण्यासाठी देशाची राज्यघटनाच बदलायला पाहिजे...

आता देशात कमकुवतपणा उभा राहिलेला आहे. तो कमकुवतपणा जोपर्यंत जात नाही आणि एक जबरदस्त अशी व्यक्ती तेथे बसत नाही, येत नाही, तोपर्यंत काही गोष्टी बोलण्यात काहीच अर्थ नाही.

◗ संसदीय लोकशाही कुचकामी ठरलीय...

नुसतं लोकशाहीचं अवडंबर माजवताहेत; पण लोकशाही कुठेही नाहीय. कशाकरिता तुम्ही लोकशाही, लोकशाहीची जपमाळ ओढता? तुम्हाला काहीच नैतिक अधिकार नाहीय. लोकशाहीचं तुम्ही काहीच ठेवलेलं नाहीय. हे बोलताना मग माझ्यावरती आरोप होतो की, मग तुम्ही निवडणुका कशाला लढवता? अरे, तुमच्यामुळे लढवायला लागतात मला. मला पंतप्रधान करा. संपूर्ण ढाचाच बदलीन मी निवडणुकीचा. जिथे बुथ कॅप्चरिंग होते, जिथे मतपत्रिका पळविल्या जातात, मतपेट्या पळविल्या जातात, माणसांचे मुडदे पडतात आणि निवडून आल्यानंतर खरेदी-विक्री होते, हे सगळं लोकशाहीमध्ये घ्यायचं का? ही काय लक्षणं आहेत लोकशाहीची? ढोंगी माणसं. आता तर उलट 'गँगस्टर्स'च्या ऐवजी नवीन शब्द आलेला आहे 'स्कॅमस्टर्स'. म्हणजे पाहा, हे पोलिटिशियन्स आहेत सगळे. दे मे नॉट बी गँगस्टर्स. पण त्यांची एक निराळी टोळी बनली की त्यांना 'स्कॅमस्टर्स' म्हणतात. स्कॅमखेरीज त्यांच्याकडे काही नाही दुसरं. बरं, शिक्षा म्हणाल तर होताहेत, म्हणाल तर होत नाहीत.

◗ मग नवा मार्ग कोणता आहे?

नवा मार्ग तसा मला सांगता येणार नाही. जोपर्यंत माझ्या हातात काही नाही, मी काही करू शकत नाही, तोपर्यंत विनाकारण लोकांच्या पुढे असं 'एक्सपोज' होण्यात काय अर्थ आहे!

◗ शेषन यांच्याकडे राष्ट्राची सूत्रं दिली तर...

शेषन हा भला माणूस आहे. ते राष्ट्राध्यक्ष व्हावेत, अशी माझी निश्चित इच्छा आहे. हा माणूस काही क्रांती घडवून आणेल, असा माझा विश्वास आहे. जसं त्यांनी निवडणुकीच्या बाबतीत केलं. स्वत: काही केलं नाही त्यांनी. तुम्हीच केलेले नियम काटेकोरपणाने पाळले. अगदी काटेकोरपणाने, दहशतीपेक्षा एक त्यांनी तो दरारा निर्माण केला. वाकडेतिकडे खर्च करू दिले नाहीत, भिंती रंगवू दिल्या नाहीत. खर्चावरती मर्यादा आणल्या. तुमचेच नियम आहेत. काहीच त्यांनी स्वत:चं केलं नाही. कारण त्यांच्या हातात नियम करण्यासारखं काहीच नव्हतं निवडणूक आयुक्त

म्हटल्यानंतर. शेषन तेथे राष्ट्राध्यक्ष म्हणून गेले तर राजकारण्यांचे जे खेळखंडोबे चाललेत त्यांना ते मार्गावरती आणणार. नक्कीच आणणार. ते महाग पडेल आपल्याला अशी भीती आता राजकारण्यांना वाटते. आम्हीच केलेले कायदे आमच्यावरती बंधनकारक होतील, ही भीती आहे तुमच्या मनात. कायदे आम्हीच केलेत, पण आम्हाला ते बंधनकारक असता कामा नयेत. लोकांनी ते पाळावेत, आम्ही नाही पाळणार राजकारणी म्हणून. त्यांना शेषन वठणीवर आणतील. नाही, तुम्हाला कायदे पाळावेच लागतील.

◗ शेषन यांना महाराष्ट्र पाठिंबा देईल?

माझ्याकडनं म्हणाल तर मी शेषन यांना पाठिंबा द्यायला तयार आहे. शेषन राष्ट्रपती व्हावेत, अशी माझी पूर्णपणे इच्छा आहे. तीव्र इच्छा आहे माझी. राष्ट्राच्या भवितव्याचा, हिताचा विचार करता, शेषनच राष्ट्रपती होणे आवश्यक आहे. पण राष्ट्रपती झाल्यावरसुद्धा शेषनवर काही बंधनं येतील. बंधनं पाळावी लागतील. अगदीच वाकडंतिकडं वागून त्यांना चालणार नाही. म्हणजे 'झटका' नावाचा प्रकार आहे त्यांच्यामध्ये तो उसळून येता कामा नये. कदापि येता कामा नये.

◗ राष्ट्राच्या भवितव्याविषयी तुम्ही नेहमीच तळमळीनं बोलता; पण जेव्हा जेव्हा तुमच्याकडे नेतृत्वाची संधी येते तेव्हा तुम्ही का स्वीकारीत नाही?

कसलं नेतृत्व?

◗ राष्ट्रीय नेतृत्वाविषयी म्हणतोय मी. सध्याच्या अराजकात तुमच्यासारख्या खंबीर नेतृत्वाची गरज आहे देशाला.

शेवटी असं आहे की, इच्छा एक प्रकार आणि लोकांनी मला तिथं निश्चित स्वरूपात बसवणं हा दुसरा प्रकार. उदाहरणार्थ, शेषनचंच घेऊया नं. तुम्ही जर बाहेर शेषनची निवडणूक लावलीत, म्हणजे अमेरिका राष्ट्राध्यक्षाची असते तशी, शेषनची लावा निवडणूक तुम्ही आता. शेषन सगळ्यांचं डिपॉझिट घालवील आणि निवडून येईल. कारण तेथे थेट जनताच राष्ट्राध्यक्षपदासाठी मतदान करते. पण आपल्याकडे याला मर्यादा आहे. खासदार आणि आमदारच इकडे या निवडणुकीत मतदान करतात. पुन्हा पक्षीय वाटप आहे. या पद्धतीमध्ये शेषन यशस्वी होऊ शकत नाही. तसं जर माझं काही तुम्ही म्हणत असाल म्हणजे मी बाहेरनं जनतेचा कौल घेण्यासाठी बाहेरून उभा राहिलो. तेथे तुमच्या खासदारांवर आणि आमदारांवर जर मी अवलंबून नसेन तर मी मजबुतीने निवडून येईन.

म्हणजे थेट जनताच मतदान करील...

होय. अर्थात, इथे जनतेला वावच नाही. जनतेचा वाव फक्त तुम्हाला खासदार बनवून द्यायचं आणि आमदार बनवून द्यायचं. नगरसेवकपद आणि खाली जिल्हा पातळीपर्यंत. पुन्हा जनतेला अधिकार काहीच राहत नाही. ते हतबलतेने पाच वर्षं काढतात. दहा महिने किंवा तेरा दिवस काढत असतील. मुद्दा असा आहे की, शेवटी जनतेची इच्छा असो वा नसो, जनतेच्या इच्छेप्रमाणे राज्य चाललेलं नाही. तिच्या इच्छेप्रमाणे काही निवडता येत नाही.

अशा प्रकारची निवडणूक लढवायची तुमची इच्छा आहे तर...

माझा एक स्वभाव तुम्हाला सांगतो. अनेक वेळेला मी ते जाहीर केलेले आहे. मी माझ्या आयुष्यामध्ये दोन-तीन गोष्टींचं पथ्यपाणी पाळलंय. कुठल्याही सत्तेचा, बोर्डाचा मोह नाही. कुठेही अध्यक्ष, सल्लागार म्हणून राहावं असं मला वाटत नाही. मी निवडणूक लढवणार नाही आणि मी माझं स्वतःचं आत्मचरित्र लिहिणार नाही. मी निवडणूक न लढविण्याचं कारण म्हणजे मला त्याचा मोह नाहीय. आमचं ठाकरे कुटुंब हे त्यागी कुटुंब आहे. एका निराळ्या अर्थानं. संन्यासी म्हणा वाटल्यास. आम्हाला त्याचा मोह नाही. पण लोकांचा आग्रह असेल आणि सहजसाध्य असेल तर मी तुम्हाला सहा महिन्यांमध्ये या देशाचा कारभार सुधारून दाखवीन. मग मला अडवायचं नाही कुणी.

लोकांचा आग्रह कोणत्या बाबतीत म्हणताय तुम्ही?

तशी संधी त्यांना येऊ शकत नाही याचीही मला जाणीव आहे. पण लोकांना असं वाटतं की, बाळासाहेब दिल्लीत बसले पाहिजे, ती सत्ता त्यांच्या हातात आली पाहिजे. पण तशी त्यांना सत्ता आणता येत नाही. कारण पक्षापक्षामध्ये आपण फुटलेलो आहोत आणि फाटलेलो आहोत. आताच बघा ना, तेरा पक्षांमध्ये आपण अस्सल 'पार्टी' म्हणून नावाचा जो प्रकार आहे तो किती? कम्युनिस्टांच्या दोन. बाकी काही तुमचे मूपनार काय, चंद्राबाबूंचे काय, फाटाफुटीतली एक एक अशी फळकुटी आहेत ती. ठीक आहेत, सत्तेवर आहेत. पण फळकुट्यामधली फळकुटंच ती. आणि ही एकंदर मतांतरं झालेली आहेत. इतकी झालेली आहेत की, एक असं काही मजबुतीनं करताच येत नाही. तेरा पक्षांना कारभार करावा लागतो. पण त्यातलं एक जरी तुटलं, स्क्रू ढिला झाला तरी खुर्ची कोसळली.

राष्ट्रात हा असा गोंधळ आहे; पण महाराष्ट्रात काय आहे?

महाराष्ट्रात काय म्हणजे? कोणत्या अर्थानं तुम्ही विचारताय हा प्रश्न?

◗ कधी नव्हे इतके भ्रष्टाचाराचे आरोप होत आहेत. थोडी बेदिली झाल्यासारखी वाटतेय.

बेदिली तर अजिबात नाही. बेदिली हा शब्द तर वापरताच येणार नाही. कोणत्याही परिस्थितीत नाही. बेदिली कोणामध्ये आमच्यामध्ये? दोघांमध्ये? म्हणजे तुम्ही कोणामध्ये म्हणताय?

◗ भाजप व तुमच्यात.

नाही नाही. कोणत्याही परिस्थितीत नाही. मला काही तोंडपुजेपणा येत नाही. उसनं अवसानही आणता येत नाही मला. जे आहे ते आहे. जोपर्यंत माझ्या आटोक्यात आहे तोपर्यंत खात्रीनं सांगू शकतो की नाही. असं काही नाहीच. आणि जर तसं वाटलं तर तुम्हाला अॅक्शन माझी दिसेल. कोणाला तरी कशाला तरी मुकावं लागेल हे तितकंच लक्षात घ्या. मी वाकडंतिकडं कुणाचं काही चालू देणार नाही. ही सत्ता कुणाच्या पदासाठी मी आणलेली नाही. लोकांच्या हितासाठी आणलेली आहे मी, हे प्रत्येकानं ध्यानात ठेवावं. मग कोणीही असेल ते, कोणीही असले तरी.

◗ लोकांचं हित सुरू आहे असं तुम्ही खात्रीनं सांगू शकता?

पस्तीस वर्षांची काँग्रेसची घाण गेल्यानंतर तुम्ही मला हे प्रश्न फक्त दोन वर्षांत विचारताय ते मी कधीच मान्य करणार नाही. काहीतरी माणसाला श्वास घ्यायला उसंत पाहिजे. ती मिळत नाही. किती खटले, किती स्टे ऑर्डर्स, किती काय, किती कोर्टाची पावलं आमच्याविरुद्ध पडली. दोन-तीन मिनिटांनी ही माणसं सतत आमच्याविरुद्ध कोर्टात धावत होती. याच्यावरती खटला घाल, त्याच्यावरती खटला घाल. ती बघा नं केवढी मोठी लाट आली होती. प्रत्येक दिवसाचा दैनिक अंक हे ठाकऱ्यांबद्दल एक तर अग्रलेख, स्तंभलेखन, स्फुटलेखन, कुठे पत्रव्यवहार, कदाचित पानपानभर पत्रव्यवहार आमच्याबद्दल. तोही विशिष्ट करून डोंबिवलीचा एक सेक्शन फार मोठ्या संख्येने पत्र लिहिणारा. हे काय चाललं होतं? आता काय झालं मग? काय झालं काय?

◗ का अचानक थांबलं ते?

हेच बघा नं. हे का थांबलं याचं उत्तर जे मिळेल तुम्हाला त्यामध्येच आमच्याविरोधातलं आलं सगळं सार. हे का थांबलं याचं कारण आहे. एक क्षण असा आला होता की, त्यांना वाटलं हे पाडू शकतो आपण. आणि त्यांना मग कळून चुकलं की नाही? आम्हीही तितकेच मजबूत आहोत. आणि ज्या वेळेला मुंबई नगरपालिका आम्ही जिंकल्या, त्या वेळेला त्यांना कळून चुकलं की, नाही जनता तशी फिरलेली नाही.

जनता अजूनही युतीच्या बरोबर आहे, शिवसेनेच्या बरोबर आहे.

◗ महापालिकेतील तुमचा विजय ही जनतेने तुम्हाला दिलेली शेवटची संधी आहे...

शेवटची संधी कोणतीही ठरू शकते. तसं काहीच सांगता येत नाही.

◗ विधानसभेपासून तुम्हाला सतत विजय मिळत गेले...

हो. विजय मिळत गेले. पण शेवटी कुठेतरी अजमावते नं जनता आम्हाला. की संधी देत बसायचं जनतेने फक्त आणि आम्ही काहीच करायचं नाही? आता जनतेची जबाबदारी संपून आमच्यावरती जबाबदारी आलेली आहे. ही जबाबदारी जर आम्ही पार पाडली नाही, पूर्ण केली नाही, तर आमच्या नशिबीही पराभव येऊ शकेल त्याची जाण मला आहे. जरूर आहे. आणि म्हणूनच माझा ओरडा चाललेला असतो की, कामावरती जोर मारा, कामावर जोर द्या! तीन वर्षे राहिलेली आहेत. काहीतरी करून दाखवा. प्रचीती येऊ द्या आता मला. आणि मी मागे लागलेलो आहे. आपण त्याची बिल्कुल काळजी करू नका. कारण मी लोकांना बांधलेला आहे; माझ्या सरकारला बांधलेला नाही मी. सरकार मला बांधलेलं आहे.

◗ गेल्या पाच-सहा महिन्यांत सरकार पक्षाचे बरेच मंत्री वादाच्या भोवऱ्यात सापडलेत...

तुम्ही असं बघा, जे काही होत आहे ते काही भूषणावह आहे अशातला प्रश्न नाही. मिळाल्यानंतर कोणाला सोडणार नाही ही भूमिकादेखील तुम्हाला माहीत आहे. पण भ्रष्टाचार भ्रष्टाचार म्हणून त्यांनी जी भुई थोपटली आमच्या बाबतीत, काँग्रेसवाले काय धुतले तांदूळ होते की धुतले वाटाणे होते? काहीच नव्हतं त्यांच्यामध्ये? शरद पवारांचं तर किती तरी होतं. पण वृत्तपत्रं किती तुटून पडली त्यांच्यावर? म्हणजे काँग्रेसवाल्यांच्या बाबतीत ते त्यांचं स्वत:चं ठेवायचं झाकून आणि दुसऱ्याचं पाहायचं वाकून हीच त्यांची भूमिका आहे. मग त्याला आम्ही काय करणार? मला एकतरी काँग्रेसवाला असा दाखवा की, तो खरोखरच धुतला तांदूळ आहे, स्वच्छ आहे. आणि सगळ्या बाबतीत म्हणेन मी. सगळ्या बाबतीत. इव्हन कॅरेक्टरवाइजसुद्धा.

◗ ते भ्रष्ट होते म्हणूनच त्यांना जनतेने फेकले...

हो ना. पण आम्ही तो मूर्खपणा केला तर आमच्याही ढुंगणावर जनतेची लाथ बसेल याची जाण माझ्यापेक्षा जे आता बसलेत खुर्चीवर, पदांवर, त्यांनी ठेवायला हवी. मला जरी कळलं तरी लोकांच्या आधी माझी लाथ बसेल. लोकांपर्यंत जाताच

कशाला? मला जर उद्या असं कळलं की, हा मंत्री असं असं करतोय, तर त्याची गय नाही आणि आता जे मी रिशफल करतोय त्यामध्ये काही काही माणसांना मी दाबून टाकणार आहे.

तुम्ही फारच सौम्य वागताय असं अनेकदा दिसतं...

सौम्य असं नाहीय. एक तर काय झालेलं आहे की, माणसं निवडून आलेली काय कॅलिबरची असतात हेही तुम्हाला माहिती आहे. म्हणजे जसं हशू अडवाणी गेल्यानंतर आम्हाला अर्थमंत्रीच मिळेना. असे ताकदीचे किती जण होते? अर्थात तो भाग आम्ही भाजपाला वाटून दिला होता. तरी आमच्याकडे तो भाग असता अर्थमंत्रिपदाचा. व्वा त्यांच्याकडे आहे, पण माणूस मिळणं अर्थमंत्री म्हणून इतकं जड जातं शेवटी. इथे बसल्यानंतर तुम्हाला कळतात की वेदना काय आणि दुःखं काय आहेत ती. ठीक आहे, आता खडसे मिळाले म्हणून; पण काही काही आता पदं अशी आहेत की तेथे त्याच तोलामोलाचा माणूस लागतो. नुसते मंत्री म्हणजे मंत्री नव्हे. तसे गडी आमचे मग खूप आहेत. पुन्हा आगची एक अट अशी की, ज्यांनी पहिली पाच वर्षे काढली त्यांनाच मंत्रिपदं द्यायची. त्यामुळे नवीन निवडून आलेल्या मधल्यांना आता घेता येत नाही आणि घ्यायचं झालं तर त्यातही रांग उभी राहते परत. या अडचणी तुम्ही लक्षात घ्या. बंधनं टाकून त्याच्यातून मार्ग काढावे लागताहेत.

अण्णा हजारे यांचे भ्रष्टाचारविरोधी आंदोलन तुम्हाला मान्य नाही याचा अर्थ महाराष्ट्रातील सत्ताधारी हरिश्चंद्राचे अवतार आहेत असं तुम्हाला वाटतं?

नाही. असं मी कधीच म्हटलं नाही, म्हणणार नाही. पण या लोकांना तरी काय नैतिक अधिकार आहे? की आम्ही मेहनतीनं एखादं सरकार आणायचं, लोकांनी आमच्या हातात मोठ्या विश्वासानं द्यायचं आणि एक कोणी तरी उपटसुंभ उभा राहतो आणि याला काढा, त्याला काढा सांगतो. म्हणजे हे काय पॅरलल सरकार तुम्ही चालवायला निघालात काय? समांतर सरकार? कोण ते दिल्लीवाले तरी ऐकतील काय? कोणीच ऐकणार नाही असं. अरे, तुम्ही कोण? तुम्ही फक्त आमच्याकडे तक्रारी द्या. जाहीर सभा आणि बोंबाबोंब करण्याची काही गरज नाही तुम्हाला. शेवटी शशिकांत सुतारचं काही असेल नसेल ते नंतर पाहू आम्ही; पण त्यांनी त्यांच्या हिंद स्वराज्य ट्रस्टची हिशेबाची मागणी केल्याबरोबर अण्णा हजारे चिडले. नसती केली असती तर? २२ कोटी रुपयांचा प्रश्न आहे. हे २२ कोटी रुपये कुठे खर्च झाले त्याचा हिशेब मागूया चला. ज्या माणसाचे फक्त अडीच हजार रुपये पेन्शन आहे तो पाचशे-पाचशे रुपयांची तिकिटे लावतो थुंकी लावून स्वतःची. तो जगतो कशावर मग? सफरचंदाचा भाव काय? कोण देत होतं ती सफरचंदं? रस

परवडायचा कसा? काढू काय सगळी ही भानगड? इतक्या नीचपणानं आम्हाला जायचं नाही. समजलं की नाही? पण मात्र गुप्तरोग तुम्हालाच झालाय आणि आम्ही मोकळे, मग दाखवा की! चला डॉक्टरकडे. दुसऱ्याकडे बोट करताना एवढं लक्षात ठेवावं त्यांनी हे बोट वाकडं होऊन आपल्याकडेही येऊ शकतं. मला अण्णा हजारेंची चीड का आली तर त्यांच्या आजूबाजूला बसलेली सगळीच टाळकी आमच्याविरोधातली. मी यादी देतो तुम्हाला. सगळी आमच्याविरोधातली. याला कसं आम्ही भ्रष्टाचाराच्या विरोधातलं आंदोलन म्हणायचं?

◗ मग मुळात सरकारने पुराणिक समितीच का नेमली? नेमायलाच नको होती...

अर्थात, ही घिसाडघाई केली त्यांनी. कोण अण्णा हजारे की त्यांच्यासाठी तुम्ही पटकन समिती नेमून टाकली. केली तर केली; पण पुराणिकही तसे गडबडलेत चौकशी करताना. सरकारने बदल्या करायच्या की न करायच्या तो पुराणिक समितीचा प्रश्न नव्हता. बदल्यांमध्ये भ्रष्टाचार झालाय की नाही एवढ्यापुरता त्यांना तो अधिकार जरूर होता. बदल्यांमध्ये भ्रष्टाचार झाला असेल तर सांगा. पण सरकारने यापुढे बदल्या करताना विचार करावा. तुमचा तो प्रश्न नाहीय. सरकारला बदल्या करण्याचा पूर्ण अधिकार आहे. बदलीकरिता पैसे घेतलेत, वा. जास्त मागितले म्हणून बदली केली नाही. तोही भ्रष्टाचार मान्य करेन. पण असं काहीच झालेलं नाही, असं कुठेच दाखवलेलं नाही आणि अजून ते पटत नाही आणि प्राईमाफेसी. सकृत दर्शनी हा शब्द इतका फसवा आहे. त्याच्यावरती एखाद्याचा बळी द्यायचा का? सुतारांचा राजीनामा आता स्वीकारला. त्याच्यावरती आणखी एक चौकशी आयोग नेमलाय. जर उद्या या नव्या चौकशीत शशिकांत सुतार तसा सापडला तर त्याला मीच सोडणार नाही. शशिकांत सुतारपेक्षा मला माझी शिवसेना प्यारी आहे. शिवसेना आहे म्हणून तुम्ही आहात. तुमच्याकरिता म्हणून शिवसेना नाही आणि हे गणित मुख्यमंत्र्यांपासून सगळ्यांनी लक्षात ठेवावं. शिवसेनेमुळे आपण आहोत. तुम्ही आहात. तुमच्यामुळे शिवसेना नाही. शशिकांत सुतार का शिवसेना? तर पहिली शिवसेना. मग, शशिकांत सुतार वा ते कोणी कोणी कोणी. हे माझं धोरण. विचार. यामध्ये कोणीही माझ्याकडे तडजोड करण्याकरिता येऊ नये.

◗ शिवसेनाप्रमुख आहेत तोपर्यंतच हा खंबीरपणा आहे...

ठीक आहे ना. मी काय करणार त्याला? होतील. कोण ना कोणतरी उभा राहील. नक्कीच राहील.

◗ जर सुतार काँग्रेस पक्षाचे मंत्री असते आणि आज तुम्ही विरोधी पक्षात असता तर तुमची भूमिका काय असती?

तर अण्णा हजारे विरोधात गेले नसते. अण्णा हजारेंनी हा प्रश्नच उपस्थित केला नसता इथून सुरुवात. काय अण्णा हजारेंनी पहिले दिवे लावले? एक ते सात वनअधिकाऱ्यांची चौकशी करण्याचे काय ते नाटक केलं. तिथंही त्यांना शरद पवारांनी वाटाण्याच्या अक्षता लावल्या. का अण्णा कोठे उपोषणाला बसले नाहीत? सफरचंद नव्हती त्या वेळेला? रसासाठी कशाला गप्पा मारताहेत?

◗ ज्यांना तुम्ही सत्तेच्या पटावर बसवलेत त्यांपैकी काही प्यादी तुम्हाला हलवावीशी वाटतात का?

एक दुर्दैव आमचं असं आहे की, पुष्कळ वेळेला जाती आडव्या येतात. आमच्या जातीला काही नाही. त्यांच्या जातीला मिळालं नाही मग पुन्हा त्यांच्या पोटजाती. त्या पोटजातीलाही करा. हे जातीपातीचं राजकारण. सगळ्यांची मनं सांभाळावी लागतात.

◗ तुम्ही हे मानता?

मुळात मी जातपातच मानत नाही. आमच्या लोकांना असं वाटतं की, मग तो भाग दुखवला जाईल. कोल्हापूरला हे द्या, पुण्याला ते द्या. मी म्हटलं काही नाही. अरे, महाराष्ट्राचं सरकार आहे. हे तुमचंच सरकार आहे. काँग्रेसनं जो हलकटपणा चालवला होता, जो नीचपणा केला या देशाच्या राजकारणात. की सगळं जे आपल्या बोडक्यावर ठेवलं होतं. खास करून महाराष्ट्राच्या. कसं? तर महाराष्ट्राच्या मंत्रिमंडळामध्ये मुसलमानांना प्रतिनिधित्व, ख्रिश्चनांना प्रतिनिधित्व, गुजराती माणसाला प्रतिनिधित्व, उत्तर भारतीयाला प्रतिनिधित्व का म्हणून? गुजरातमध्ये मराठी मंत्री आहे? तामीळनाडूमध्ये आहे? केरळमध्ये आहे? बिहार-उत्तर प्रदेशात आहे? कुठे आहे ते मला सांगा ना. दिल्लीमध्ये काय किंमत आहे आमची? किती मराठी मंत्री आहेत आता?

◗ ही परंपरा तुम्ही तोडायला हवी होती...

पण आता कुठे आहे हे आमच्याकडे? तसं काहीच नाही. आम्ही असं म्हणतो की, कोणी का असेना, मग तो गुजराती असो किंवा मद्रासी, आम्ही त्यांना न्याय देणार. जशी तुमची जी भावना आहे ना गुजरातमध्ये किंवा अन्य ठिकाणी की आम्ही आहोत, मग तुम्हाला देतो न्याय. आम्ही म्हणतो, हा जातीयवाद काँग्रेसने पोसला तो अनेकांना महाग पडत होता. बाकीचे मजबूत राहिले. महाराष्ट्राची धर्मशाळा झाली. बंगालमध्ये बसूंच्या सरकारमध्ये दाखवा ना इतर जमातींचे कोण आहेत. कलकत्त्यातही

खूप मराठी लोकं आहेत. आहेत का मराठी, आहेत का तामिळीयन, आहेत का गुजराती, आहेत का उत्तर भारतीय? सगळे वरपासून खालपर्यंत 'बेंगाली' रसगुल्ले!

◗ तुम्ही तरी सर्व मराठी कोठे घेतलेत?

आहेत ना. आज सगळे मराठीच आहेत की. पण आमच्या महाराष्ट्रामध्ये पोटजाती भयंकर. कोणी ९२ कुळी, कुणी ९५ कुळी, कुणी ९६ कुळी.

◗ हे सर्व एकेकाळी तुम्हीच गाडलं होतं...

आम्ही गाडलेलंच आहे की. आमच्याकडे ते कुळीबिळी काहीच नाही. मला माहीतही नसतं जात कोण आहे ती. नंतर कळतं मला तो कोण आहे ते. मी त्याची पर्वाच करीत नाही.

◗ अलीकडे वारंवार तुम्ही असं म्हणताय की, मी अद्यापि रिमोट कंट्रोल चालवलेलाच नाही.

ज्या पद्धतीनं काँग्रेसच्या हायकमांडने धुमाकूळ घातला या देशात, त्या मानानं मी काहीच केलेलं नाही.

◗ सरकार रिमोट कंट्रोलवर चालेल, असं तुम्ही सुरुवातीलाच बोलला होता...

असं मी काही बोललो नाही.

◗ मग तुमचा गाजणारा रिमोट कंट्रोल का चालवत नाही?

याचं कारण असं आहे की, जोपर्यंत ठीक चाललंय तोपर्यंत ठीक आहे. फारसं काही मनाविरुद्ध होतंय असाही काही प्रश्न नाहीय. अतिरेक झाला की मी फोन करून त्यांना सांगतो कधी कधी. पण काँग्रेसच्या हायकमांडसारखा मी कधी वागलो नाही. काँग्रेसचे ते हायकमांड. की दिल्लीहून नुकताच मुंबईच्या विमानतळावर उतरतोय मुख्यमंत्री. आणि तेथे त्याला निरोप मिळतो की, पुन्हा तुम्हाला सायबानी बोलावलंय. परत उलट्या विमानाने तो दिल्लीला जातोय. असलं काही मी अजिबात केलेलं नाही. फक्त एक आहे, त्यांना माझा ताप जरूर होत असेल. एक दडपण आहे त्यांच्यावरती की, आपल्याला मोकाट वागता येणार नाही. पण त्याला माझा नाइलाज आहे. शिवसेनेची काँग्रेस होऊ देणार नाही एवढी मी काळजी घेईन आणि कडवटपणानं घेईन.

शिवसेना ही शिवसेनाच राहायला पाहिजे...

अजून तरी ती शिवसेनाच आहे. थोडं असं आहे शेवटी मी मगाशी म्हटल्याप्रमाणे व्यक्ती तितक्या प्रकृती आहेतच. जसं शेण माती घेऊन उठतं तसं थोडंसं होणारच. तळे राखी तो पाणी चाखी हे असतं थोडंसं. नाही असं मी म्हणत नाही. वा, अगदी जबरदस्त स्वच्छ माणसं आहेत. काही तर चांगले अगदी बोटंबिटं चाटताहेत. काही ठिकाणी बेचक्या चाटून खाताहेत. मला माहीत आहे, पण अजूनपर्यंत तसा आरोप सिद्ध करण्यापर्यंत माझ्याकडे काही येत नाही. तो लोकांनी आणायला पाहिजे. माझा अण्णा हजारेंना विरोध कोठे आहे. अण्णा, तुम्ही फक्त संशय व्यक्त केलाय, आरोप केलात, पुरावा नाहीय. तुम्ही सरकारवरती सोपवलंत की हे असं असं चाललंय इथे. ते मलाही माहीत आहे नं. पुरावा कोठे आहे? जो भ्रष्टाचारी असतो, खाणारा असतो तो पुरावा ठेवून करेल काय? एखाद्या माणसाने बलात्कार केला तर तो पुरावा ठेवेल काय? ए, जरा मजा बघायला या रे. बघा मी काय करतोय आणि लोकं काय टाळ्या मारताहेत मस्तपैकी आणि मग पकडला गेला तर मग ते पुरावा म्हणून येणार काय शेवटी? साहेब, आमच्यासमोर झालं. बलात्कार म्हणजे बलात्कार. भ्रष्टाचार म्हणजे भ्रष्टाचार. त्याचे मार्ग आहेत. त्याचे बंदोबस्त असतात. त्यांनी केलेले आहेत. आम्ही आपले बसलेलो आहोत इथे. टाळकरी माळकरी.

[५ मे १९९७]

एकाला केशरी भात – तर दुसऱ्याच्या पोटात लाथ

देशाची सत्ता एकदा आर्मीला हाती घेऊ द्या...

"शिवसेनेवर नाहक जळणाऱ्या व कारस्थाने करणाऱ्या विरोधकांना शिवसेनाप्रमुखांनी कधीच सोडले नाही. मग विरोध करणारे गुंडांच्या टोळ्या असोत, नाही तर राजकारणी. शिवसेनाप्रमुखांनी सगळ्यांनाच शिंगावर घेऊन आपटले. ''त्यांची संघर्ष करण्याची इच्छा असेल तर आमचीही तयारी आहे. शिवसैनिक मेल्या आईचे दूध प्यायला नाही. शिवसेनेनंतर ऐंशी सेना देशात निघाल्या; टिकली फक्त शिवसेना. शिवसेनेला आपण महाग पडू अशा भलत्या भ्रमात कोणी राहू नये...''"

◗ मुलाखतीची सुरुवात युती शासनाच्या कामाच्या गतीवरून झाली. काय गती आहे? असे त्यांना विचारताच ते म्हणाले,

"कामं केली म्हणजे... तो शब्दप्रयोग मी वापरीत नाही जादूच्या कांडीसारखा. सटासटा फटाफटा अशी काही कामं होत नाहीत. नोकऱ्यांचा प्रश्न तर युद्धपातळीवर सोडविला जात आहे. शेवटी त्या योजना राबविताना प्राथमिक मांडणी करावीच लागते. त्यात थोडा वेळ जाणारच. आता उदाहरणार्थ, आम्ही रस्ता करतोय– मुंबई ते पुणे, मुंबई ते नाशिक. तुम्हाला काय वाटतं मनोहर जोशींनी एक गिरकी मारल्यावर भडाकन् एकदम चारपदरी पाच मैलांचा रस्ता उभा राहणार आहे काय? ती एक प्रोसेस आहे. इकडे-तिकडे जाऊन, परदेशातून पैसे आणूनच हे प्रोजेक्ट उभे राहतील. मनोहर जोशी आता चाललेत परदेशात. पैसा मुबलक आहे. फक्त जे गुंतवणूक करणारे लोक आहेत त्यांना तुमच्या देशाची भीती वाटते. येथे इन्व्हेस्ट करावं की न करावं, असा त्यांचा हॅम्लेट झालेला आहे.

◗ अस्थिरतेमुळे...?

अस्थिरतेमुळे म्हणजे पैसा फुकट तर जाणार नाही. वर्ल्ड बँकही आता तुमच्यावरती ताशेरे मारायला लागलीय. आमच्या फंडाचा नीट उपयोग होणार नसेल तर मदत बंद करू आणि त्यांनी महाराष्ट्राची मदत बंद केली. शेतकऱ्यांच्या विजेच्या बाबतीत. जर तुम्ही सवलतीच देणार असाल विजेच्या बाबतीत, कर्जमाफी किंवा वीज बिलेच माफ करणार असाल तर आम्ही आमची मदत बंद करू आणि केली त्यांनी. नुकसान झालं महाराष्ट्राचं. आता विजेची बिलंही मिळत नाहीत आणि इकडूनही मदत थांबली. हे त्या शेतकऱ्यांना भडकवणाऱ्यांना कळत नाही का? कळतंय त्यांना, पण आता ते विरोधात आहेत. सत्तेवर असते तर त्यांची बाजू बरोबर.

◗ गुन्हेगारी वाढलीय

नाही. गुन्हेगारी अजिबात नाही. हे जे चाललंय ते टोळ्यांपुरतं मर्यादित आहे.

◗ दत्ता सामंतांचा खून झालाय...

होय, पण त्यांच्या त्या पापामुळे झालाय. काही तसा गुन्हेगारीचा संबंध इथे त्या अर्थाने नाही जोडता येणार. त्यांच्या ज्या काही एकंदर करण्या असतात त्या आपल्याला कळत नाहीत. तो कालपरवा ठक्कर मारला गेला. तो जरी तुम्हाला देवमाणूस वाटला तरी जे काही आता बाहेर आलंय त्याच्याशी आमचा संबंध काय? त्यांचे गुन्हेगारांशी संबंध आहेत त्याला आम्ही करायचं तरी काय? त्यांच्यात फाटलं

त्याला आम्ही करायचं काय? बिनसला असेल हिशेब त्यांचा. मारलं त्यांनी. तिथे करायचं काय? या बिल्डर्स लोकांनी टोळीवाल्यांचा वापर केला की नाही? प्रामाणिक उत्तरं पाहिजेत. झोपड्या उद्ध्वस्त करण्यासाठी, फ्लॅट्स रिकामे करून घेण्यासाठी यांनी टोळीवाल्यांचा वापर केला नं.

◗ **पण आता टोळ्या वाढताहेत...**

टोळ्या अजिबात वाढत नाहीत.

◗ **वर्षभरात अनेक गुंडांना उडवूनही टोळ्यांच्या कारवाया सुरूच आहेत.**

एन्काऊण्टर्समुळेच टोळ्या वाढत नाहीत.

◗ **खंडण्यांचे प्रकार वाढलेत...**

नाही. तुम्ही ते एक चित्र निर्माण केलंय.

◗ **पोलीस खात्यात असंतोष वाढतोय...**

पोलीस दलांमध्ये असंतोष वगैरे काहीच नाही. पोलिसांच्या बाबतीत म्हणाल तर आम्ही जी पावलं टाकलीत ती यापूर्वीच्या सरकारनं कधीच टाकली नाहीत. आज त्यांच्या घरांचा विचार झालेला आहे. ज्या वेळेला माझ्या वाचनात काही येतं, त्या वेळेला लगेच माझी ऑर्डर गोपीनाथ मुंडे यांना किंवा मनोहर जोशींना जाते. लगेच ऑर्डरी सुटतात. आजच्या वर्तमानपत्रात हे असं असं आलेलं आहे. ते काय चाललंय? लगेच विचारतो मी. माझ्याकडच्या पोलिसांना विचारा. त्यांच्या सोसायट्यांना आम्ही प्लॉट्स देतोय. तीन-चार प्लॉट्स आतापर्यंत गेलेत पोलिसांच्या हाऊसिंग सोसायट्यांना. चित्र तुम्ही रंगवाल तसं. बघा नं, मुंबई महानगरपालिकेच्या निवडणुकीनंतर कुठे ते पेंटर गेले कुठे सगळे? काय त्यांच्या ट्यूब संपल्या की ऑइलपेंट संपले? का ब्रश तोकडे पडले?

◗ **हे काय राजकारण होतं?**

राजकारण काही नाही. थोडा शरद पवारांचा नाही म्हटला तरी 'इन्फूलन्स' होता. त्याप्रमाणे त्यांनी ते राजकारण घडवलं होतं की, टॉपल्ड आऊट करायचं. हे सरकार कसं पाडायचं. कुठच्याही मार्गानं पडेल असं करा आणि इथे तर त्यांचे ते चमचे होतेच तयार.

अखिल भारतीय सेना हा नवा प्रकार मुंबईत निर्माण झालेला आहे...

ते थोडे दिवस गाजेल. शिवसेनेनंतर ऐंशी सेना देशामध्ये निघाल्या; फक्त टिकली शिवसेना.

पण या नव्या सेनेत मराठी तरुणांचाच भरणा आहे...

असतील...

अशा वेळेला संघर्ष किंवा क्लॅशेस होऊ शकतात...

त्यांना, त्यांची इच्छा असेल क्लॅशेस करण्याची तर आमचीही तयारी आहे. कोणत्याही प्रकारचे क्लॅशेस करण्याची. शिवसैनिकसुद्धा काही तसा मेल्या आईचं दूध प्यायलेला नाही आणि तुम्ही म्हणता तो शिवसैनिक अजून मेलेलापण नाहीय. तो जिवंत आहे, समजलं की नाही? तेव्हा त्यांनी भलत्या भ्रमामध्ये पण राहू नये की, आपण आता यांना महाग पडू. काँग्रेस त्यांना पोसतेय याचीही मला कल्पना आहे. राष्ट्रीय मिल मजदूर संघाकडे त्यांचे एक चिरंजीव बसले आहेत. तेही काही चाळे करताहेत. त्यांच्या जोरावर. जुन्या ताकदीवर. याच्यामागे सूत्रधार कोण आहे याची मला पूर्ण कल्पना आहे.

गिरण्यांच्या जमिनी व त्यातून मिळणारा पैसा यातून हा संघर्ष सुरू झालाय...

तो त्यांचा विषय आहे; आमचा विषय नाही.

गिरण्यांची एक इंचही जमीन विकू नये, ही तुमची भूमिका आहे...

नाही नाही. तसं नाहीय ते. आमचं धोरण आम्ही स्पष्ट केलेलं आहे. कामगारांनी जर उद्या त्याला संमती दिली की, गिरणीची जमीन नुसती पडून आहे. ही पडिक जमीन विकून आमची एकंदर काही देणी असतील - जुनी संपकाळातली वगैरे वगैरे ती देऊन, गिरणी इथेच ठेवून आमची जर भाकरी तशीच चालू राहणार असेल तर जमीन विक्रीला त्यांचा विरोध नाही. हे धोरण म्हणून आम्ही स्वीकारलं आहे; पण कामगारांची त्याला संमती असल्याशिवाय नाही. मालकाच्या मर्जीप्रमाणे आम्ही गिरणीची जमीन विकू देणार नाही आणि मालकालासुद्धा जरी तिथे नवीन काही मशिनरी आणायची असेल, तरी एक तर तो कामगारांच्या विचारानेच गेला पाहिजे. कामगारांच्या नोकऱ्या त्याला घालवता येणार नाहीत. त्यातून स्वेच्छानिवृत्ती कोणाला हवी असेल तर ती गोष्ट निराळी; पण कामगारांना नोकरीवरून काढून तुमची नवीन मशिनरी आम्ही बसू देणार नाही. पुन्हा त्यामध्ये आम्ही अटी अशा काही टाकलेल्या

आहेत की, रेसिडेन्शियलला नाही. इंडस्ट्रिलायझेशनला जरूर. त्यामुळे सर्रास काही जमिनी आपल्या वाकड्यातिकड्या चाललेल्या आहेत आणि आम्ही ओरडत बसलेलो आहोत अगदी मांड्या ठोकून. असं काही चित्र उभं करू नका.

◗ **कामगारक्षेत्रावरील शिवसेनेची पकड ढिली होत चाललेली आहे...**
नाही. अजिबात नाही.

◗ **कामगारक्षेत्र हाच सेनेचा कणा होता...**
मग अजूनही आहे की. तो मोडलेला नाही. भारतीय कामगार सेना मजबुतीनं उभी आहे.

◗ **महत्त्वाच्या युनियन्स तुमच्याकडून गेल्यात...**
कोठे? सांगा तुम्ही.

◗ **कामगारक्षेत्रात तुमच्याकडे लढाऊ नेतृत्व राहिलेले नाही–**
हे तुम्ही चित्र कशाच्या जोरावर तयार करताहात?

◗ **मी मगाशीच सांगितलंय, महत्त्वाचे कारखाने तुमच्याकडून गेलेत...**
कोणते? सांगा तुम्ही.

◗ **मुंबई हॉस्पिटल, ऑबेरॉय होटेल्सचा ताबा गुंड टोळ्यांकडे किंवा अन्य कामगार संघटनांकडे आहे.**

नाही. ऑबेरॉय आमच्याकडेच आहे. मजबुतीने. ते गेलेलं नाही. त्यांनी तसा प्रयत्न चालवलाय. ऑबेरॉय गेलेलं नाही. जाऊ देणार नाही हेही तितकंच खरं. आम्ही तसे मजबूतच आहोत. त्यांची एक निराळ्या पद्धतीनं त्यांनी एक ताकद दाखवायला सुरुवात केलेली आहे. ही त्यांची ताकद गँगस्टरीझमची आहे; पण ते यशस्वी होणार नाहीत. शेवटी कामगार काय असतो? तर जो तो जीविताला घाबरतो. यांनी धाकदपटशा सुरू केला तर कामगार म्हणतो, झक मारली तिथे आपल्याला काय करायचं आहे? जीव महत्त्वाचा आहे. आपण त्यांच्यावर सह्या करून टाकूया. त्यात दोन-तीनच टाळकी असतात. सगळा कामगार नसतो; पण आम्हीही कोठे कमी पडणारे नव्हेत त्या बाबतीत.

असे हल्ले जेव्हा पूर्वी होत तेव्हा कामगार संघर्ष करीत होता...

हल्ली तो कामगारांमधला संघर्ष संपलाय. गिरणी कामगारांच्या संपामुळे कामगारांचं भयानक खच्चीकरण झालं. भयानक म्हणजे तो 'डिमोरलाईज्ड' झालाय संपूर्णपणे. त्यामुळे कोणी उभं राहत नाही. आमच्या जेवढ्या युनियन्स आहेत त्या आमच्याकडे आहेत. कुठेही इकडेतिकडे गेलेल्या नाहीत. कामगारांना सुरक्षिततेसाठी आमच्याच युनियन्स हव्या आहेत. आम्ही कुठेही संप ठोकत नाही. कुठे विघ्नसंतोषीपणा करीत नाही. कामगारांना त्यांचं आहे त्यापेक्षा डबल मिळवून देतो. चांगल्या तऱ्हेने चाललेलं आहे. ही एकमेव अशी ट्रेड युनियन आहे की जिथे संप नाही. अगदी मालकानं मूर्खपणा केला तर.

शिवसेना म्हणून संघटनेत काय चाललंय?

काय चाललंय म्हणजे...

तुम्ही शिवसेनेत फेरबदल करून नवीन नेतृत्व आणणार होता...

झालं की. रोजचं काम चाललंय. उद्धवचं काम चाललंय. राजने शिवउद्योग सेनेच्या कामाला आता वाहून घेतलंय. फार मोठं काम आहे ते.

याचा अर्थ राज शिवसेनेपासून अलिप्त झालाय...

नाही नाही. अजिबात नाही. कालपरवाकडे संपर्कनेत्यांच्या बदल्यांसाठी आम्ही तिघेजण बसलो होतो. आमचा तिघांचा विचारविनिमय झाला आणि लगेच ते जाहीर केलं. त्याला वेळ मिळत नाही म्हणजे असं की, त्याने शिवउद्योगाला संपूर्णपणे वाहून घेतलेलं आहे. ते कार्य यशस्वी केल्याशिवाय तो स्वस्थ बसणार नाही. आणि तो म्हणाला आहे ना, की यात मी अयशस्वी ठरलो तर मी सोडून देईन सगळं. तर ते कुठेतरी एक 'एफर्ट्स' चालू आहेत. उद्धव इतर काही काम बघतो. तो आणि देसाई इथे बसतात. कधी कधी राज त्यांना येऊन मिळतो. कधी ते दोघं एकत्र असतात. कधी आम्ही तिघं एकत्र असतो. हे चित्र मुद्दाम कुटुंबात कुठेतरी विष कालवण्यासाठी चालवलं जातंय; पण ते यशस्वी होणार नाहीत. कारण आम्हाला माहीत आहे आम्ही कोण आहोत. माझ्यात आणि मनोहर जोशींमध्ये लावून द्या. अगदी बॅनर लाइन टाकतात. मुळात आम्हालाच माहीत नसतं की, हे कधी झालं आमच्यात? आमच्या दोघांमध्ये वितुष्ट कधी आलं म्हणून? आज ते गेलेत कोकणात. उद्या आम्ही बसणार आहोत.

◗ लोकाधिकार चळवळसुद्धा सध्या थंड आहे...

नाही, थंड नाही. मी सुधीरभाऊंना स्वत: विनंती करणार आहे की, भाऊ, तब्येतीच्या दृष्टीनंसुद्धा तुम्हाला आता झेपत नाही. दुसरा अध्यक्ष नेमण्याची पाळी आली आहे, आणि नेमावाच लागेल. नाही म्हटलं तरी शिवसेनेचे सगळे नेते जसे मंत्री झाले. जे कीर्तिकर बघायचे लोकाधिकार समितीचा कारभार बराचसा भाऊंच्या पश्चात, तेही मंत्री झाले. हे सगळे मंत्री झाल्यानंतर दुसरे नको इथे कोणी?

◗ मग तुम्ही नवीन नेत्यांच्या नेमणुका का करीत नाही?

करतोय ना. पण वेळ कुठे मिळतोय मला? लोक माझा असा जीव हैराण करतात. आडाला तंगड्या लावून बसतो न बसतो असं वाटतं की आज काही नाही, कोणी नाही, तर ही रांग सुरू होते. खाली बघितलंत नं तुम्ही कसा खोल्याखोल्यातून पळत असतो. आट्यापाट्या खेळत असतो. इकडे बसलेत, तिकडे बसलेत, हॉलमध्ये आलेत. गर्दी थांबत नाही. मग माझाही नाइलाज होतो.

◗ संपूर्ण देशभरात, राज्याराज्यात आज प्रांतीयवादी पक्षांची सरशी होत असताना या देशातील पहिला प्रांतीयवादी पक्ष शिवसेना मात्र प्रांतीयवाद सोडून पुढे निघाला आहे...

आमची एक मूळची भूमिका अशी आहे की, माझ्या भाषणाच्या शेवटीसुद्धा मी बोलतो, 'जय हिंद! जय महाराष्ट्र!' त्या दिवशी त्या लक्ष्मी-पार्वती आल्या होत्या. त्यांना मी सांगितलं, तुम्ही तुमच्या तेलगु देशममध्ये सुरुवात करा की, 'जय हिंद! जय तेलगु देशम!' त्यांना ते फार आवडलं. ती आता सुरुवात झाली असणार बहुतेक. देश पहिल्यांदा. ही आमची पहिल्यापासूनची भूमिका आहे. प्रथम देश, मग महाराष्ट्र. प्रथम देश, मग गुजरात. प्रथम देश, मग तामिळनाडू, गुजरात, बंगाल आणखी काही. पहिल्यांदा जय हिंद! मग काय असेल ते. शिकवण आहे ती माझी शिवसैनिकाला. देश दूर करून, दृष्टीआड करून आम्ही जगू शकत नाही. म्हणून त्याला एक बेस पाहिजे तो हिंदुत्वाचा. हिंदुत्वाच्या बैठकीवरतीच देश उभा राहू शकतो. मराठी, गुजराती, तामिळनाडू, केरळ, बंगाल या बैठकीवर नाही उभा राहू शकणार. मग त्या इस्लामचं उदाहरण घ्या. 'इस्लाम' या शब्दाच्या जादूवरती ते यशस्वी झालेले आहेत. हेही दृष्टीआड करू नका तुम्ही. त्यांच्यातल्या आपापसातल्या दुष्मन्या मग ते विसरून जातात.

◗ चंद्राबाबू, करुणानिधी, प्रफुल्लकुमार महंता, मूपनार असे प्रांतीयवादी नेतेच आज देश चालवताहेत...

त्या प्रांतीयतेमध्येसुद्धा त्यांचे एक इझम्स आहेत. त्यांचा तो द्रविड मुणेत्रम कळझम वगैरे... हिंदुत्वाचे नाही म्हटले तरी द्वेष करणारे आहे. त्यांचा तो कोणीतरी नायर आला होता. ते सगळे रावणाचे पूजक, रामाचा द्वेष करणारे. अशा काही त्या विचित्र गोष्टी आहेत. प्रांतीयतेला मग तसा अर्थ नसतो. आमच्याकडे आमचं दुर्दैव आहे हिंदुस्थानचं ते हेच. प्रत्येकाचा काहीं ना काहीतरी एक असा झटका असतो.

◗ महाराष्ट्राचा एखादा मराठी माणूस पंतप्रधान व्हावा असं तुम्हाला कधी वाटत नाही?

हे बघा, नुसती स्वप्नं बघण्यात काही अर्थ नसतो. कधी आपण त्याचा विचार केलाय. कधी हा विचार डेव्हलप केलाय. आता उदाहरणार्थ पवारांच्या बाबतीत बोलूया. माझं आणि पवारांचं तसं काय वैर आहे सांगा तुम्ही? काय असं केलं आम्ही की पवार माझ्या इतक्या विरोधात जावे आणि मी त्यांच्या इतक्या विरोधात जावं? मला असं का वाटत नाही की, पवार हे देशाचे पंतप्रधान व्हावेत? पण त्यांना पाठिंबा द्यावा असं काही त्यांनी ठेवलंच नाही. सतत त्यांनी आमच्याविरोधात जी पावलं टाकली, खच्चीकरण... नष्ट करणं हेच त्यांचं एकमेव उद्दिष्ट आमच्या बाबतीत. त्यामुळे हा माणूस जर उद्या पंतप्रधान झाला तर विनाकारणच लढाया लागतील आमच्या. कशाकरिता त्या करायच्या? अभिमानासारखं काहीतरी वाटलं पाहिजे, की मराठी माणूस झाला बाबा. आम्ही काय मदत केली नसती? पण त्यांनी अशी परिस्थिती आणली की, आमच्या तोंडातून ते वाक्य बाहेर पडतं, He don't deserve. त्यांच्यातला तो एक घाणेरडा राजकीय प्रकार आहे की, जेवायला बोलवायचं आणि हॉलमध्ये बसल्यावर आतमध्ये निंदा करायची. काय तो निर्लज्ज माणूस आहे, जेवून गेला. हे तर असतंच त्यांचं. आणि पाठीत वार करण्याची प्रवृत्ती तर आहेच त्यांची. बघा नं. रावांचा जोर होता तेव्हा रावांना त्यांनी पाठिंबा दिला. केसरींचा जोर आता वाढतोय असं म्हटल्यावर त्यांनी रावांना टांग मारली आणि लगेच केसरींकडे झुकले. त्यांना आता कळलं की, हे दोन्ही उडताहेत तर त्यांनी देवेगौडांशी संधान बांधलं. आता देवेगौडा गेल्यानंतर त्यांनी गुजरालांची दाढी कुरवाळायला सुरुवात केली. हे त्यांचं जे घाणेरडं राजकारण आहे, अत्यंत स्वार्थी. फक्त स्वत:पुरतं मर्यादित. इथे ना देश, ना महाराष्ट्र. फक्त स्वत:चा स्वार्थ. हा माणूस कधीच पचनी पडणार नाही आणि या माणसाला त्याच्या स्वार्थासाठी मी पंतप्रधान करू? केवळ मराठी आहे म्हणून? जमणार नाही. ते आमच्या रक्तात नाही.

◗ अंतुल्यांसारखा कट्टर वैरीही आज पवारांना पाठिंबा देत आहे...

अंतुल्यांची जी भाषा आहे ती हतबलतेची भाषा आहे आणि मला हतबलता आवडत नाही. अंतुले दिल्लीत असून काहीच करू शकले नाहीत? कालचा हा पवार त्यांना महत्त्वाचा वाटला? तुमच्या हतबलतेसाठी सगळ्यांनी बळी जायचं? ईदचा बकरा म्हणून?

◗ अलीकडच्या काळात महाराष्ट्राचा कोणताही नेता दिल्लीत प्रभाव गाजवू शकला नाही...

हे महाराष्ट्राचं दुर्दैव आहे. या काँग्रेसच्या वाढीमुळे सगळे खुरटले. आणि जो वड वाढला काँग्रेसचा महाराष्ट्रात, मुंबईत, खास करून त्यांनी तर काही वाढू दिलंच नाही. आज खुद्द तो वडच वठला आहे. तेथे नेतृत्व कोणते निर्माण होणार?

◗ लालू यादव, देवेगौडा, मूपनार, मुलायमसिंग यांच्या तुलनेत तुम्हाला पवार अधिक वाईट दिसतात?

लालू, देवेगौडापर्यंत मला जायचे नाही; पण मुलायमसिंग आणि पवारांची बरोबरी करू शकता. तो जेवढा तिथे नीच आहे तेवढाच हा इथे नीच आहे. आणि म्हणून यांचं जमतं. एक नीच दुसऱ्याला मिठी मारतो. आम्हाला नाही मारू शकत. कारण आमच्याकडे नीचपणा नाही.

◗ जर पवारांनी लखोबास दूर केलं तर तुमचं वैर संपेल काय?

इकडे लखोबावरती काहीच अवलंबून नाहीय. लखोबावरती आमचं राजकारण नाहीय. त्याचा तो मुळातलाच स्वभाव आहे. ती खरं तर गुरू-चेल्यांची जोडी चांगली भेटलेली आहे. फक्त कोण कोणाच्या पाठीत वार करतोय एवढंच बघायचं आहे.

◗ एकेकाळी तुमची पवारांशी मैत्री होती...

हो. अगदी चांगलीच. घरोब्याचे संबंध होते आमचे.

◗ पुन्हा पवार तुमच्याकडे आले तर...

कशाकरिता पण? विश्वास किती? किती विश्वास ठेवायचा?

◗ तुमची भूमिका काय असेल?

त्यांच्या स्वार्थासाठी मी माझी मान देऊ का त्या खाटकाच्या हातात? मला माहीत आहे त्यांचा स्वभाव. असं आहे शेवटी, जित्याची खोड मेल्याशिवाय जात

नाही. हे एक मराठी वाक्य आहे. कोणी काढलं माहीत नाही. तशी ती यांची खोड आहे; पण ही यांची खोड आहे. त्याकरिता दुसरा मरतो. हे पवारांचं खोड तसंच राहतं.

◗ शिवशाहीची स्थापना झाल्यापासून तुमच्यावर सतत कौटुंबिक आघात होत आहेत... त्या मानानं संपलेलं वर्ष तुमच्या व्यक्तिगत आयुष्यात कसं गेलं?

मी व्यक्तिगत कधी विचारच केला नाही. शेवटी मला उबगच येतो काही गोष्टींचा. माणसांवरचाही माझा विश्वास उडत चाललेला आहे. मला तर असं वाटतं की, आता याच्यातनं पटकन कधीतरी निर्णय घेऊन मोकळं व्हावं, असेही मनात विचार येतात. एक संन्याशी वृत्ती माझी वाढत चाललीय. सर्व सोडून दूर जावं असं वाटतं. मी कधीही तो प्रकार करीन माझ्या आयुष्यामध्ये. जर सर्वत्रच अतिरेक मला दिसू लागला तर, म्हणजे लोकांचा जसा उठाव व्हायला पाहिजे देशामध्ये तसा होत नाही. उठाव होतो, पण तो पुंजवया-पुंजवयाने होतो. म्हणजे गोरा साहेब जाण्यासाठी सारा देश पेटून उठला होता. ते चित्र आज उभं राहायला पाहिजे. ती सगळी माणसं आहेत सगळी बुजुर्ग, बुजगावणी ती नष्ट व्हायला पाहिजेत. तरच देश सुधारेल.

◗ राग, लोभ, चीड या भावना आजही तुमच्या मनात आहेत का?

कसला लोभ माझ्याकडे आहे?

◗ आणि चीड?

चीड तरी कोणाकरिता? माझी शारीरिक चीड काही येथे जमेस धरण्याची गरज नाही तुम्हाला. राग याच्यासाठी की, काय चाललंय देशात आणि सहन कसं होतंय? आणि पुन्हा निवडणुका लागल्याच तर लोक रांगेत उभं राहून मतदान करणार. हे मला बिल्कुल सहन होत नाहीय. एन ब्लॉक बायकॉट पडला पाहिजे देशामध्ये. एन ब्लॉक. लोकांचा बायकॉट, नो, नो, मिडटर्म पोल. तुम्ही उतरा आणि आर्मीला आणा. आर्मीला देशाची सत्ता एकदा हाती घेऊ द्या. तुम्हा नालायकांची आम्हाला नको आहे सत्ता.

◗ गोष्टी तुमच्या मनासारख्या होत नाहीत तेव्हा तुम्ही कोणावर चिडता?

कोणावरती चिडून काय उपयोग आहे? एवढंच की, चिंतन-मनन असतं माझं चालू. त्या चिंतन-मननामध्ये मी माझा एक मार्ग शोधत असतो. हे असं का आणि तसं का?

◗ त्यातून तुम्हाला हतबलता येते का?

नाही. हतबलता मला कधी येत नाही. मी विचार करतो की, लोकं हतबल कशी? इतक्या हतबलतेनं लोकं कशी हे सहन करतात; ते मला सहन होत नाही. त्याची चीड येते मला. आणि वैयक्तिक जिथे मला स्वच्छता, टापटीप आढळत नाही तिथे मी चिडतो. तिथे देशाचा काय संबंध येतो? मीच साफ करून टाकायचं ते. पण लोकांची हतबलता पाहिल्यानंतर किंवा एखाद्याच्या मागे लागले लागले तर लागलेच. इकडेही गर्दी. तिकडेही गर्दी. अरे पण कशाकरिता? तुम्हाला विचार आहे की नाही काही. संपादकीय वाचून मतं ठरवणारी माणसं पाहिल्यानंतर उबग येतो. अरे, तुमचं काय झालं शेवटी? वाचा नं. वाचायला काही हरकत नाही, पण तुमचं काय आहे शेवटी? जेवढी वर्तमानपत्रं तेवढी मतं स्वतःचं एक काहीतरी मत आणि स्वतःची एक दिशा ठरवा. देशहितासाठी याच दिशेने आम्हाला जावं लागेल. मग बाळासाहेबांचा मार्ग योग्य असेल तर योग्य. नसेल तर मग सोडून द्या ना.

◗ सध्या तुम्ही कोणतं काम हाती घेतलंय त्या दृष्टीनं?

मी नुसता एकटा विचार करीत बसतो. त्या विचारातनं मला काही मार्ग सुचत असतात. स्वप्नामध्येसुद्धा माझी काही 'रिडल्स' सोडविली जातात. हल्ली तर गेले चार-पाच दिवस माझ्या स्वप्नामध्ये एक मोठा नागच येतो. किंग कोब्रा. काही मला अर्थ कळत नाही त्याचा. असा उभा राहून माझ्याकडे बघत असतो. उंच म्हणजे खूपच उंच. पाच-सहा फूट होईल. उभा आणि पुन्हा वेटोळं निराळं. इतका उंच.

◗ हा कोणता संकेत मानता...

मला काहीच कळत नाही. माहीत नाही. मी विचार करतो. हे काय आहे? कसलं हे दर्शक आहे?

◗ तुम्हाला जी एक अंतर्प्रेरणा किंवा आतला आवाज आहे...

त्याच्यावरती मी भाष्य करू शकत नाही. तो एक मी बाजूला ठेवलेला कप्पा आहे माझ्या आयुष्यातला.

◗ ही अंतर्प्रेरणा कोणत्या प्रकारची...

नाही. मी सांगितलं ना, तो कप्पा माझ्या आयुष्यातला अत्यंत स्वतंत्र ठेवलाय. त्यावरती चर्चा करण्याची माझी इच्छा नसते.

मग हे जे अनुभव तुम्हाला येतात...

हो. अनुभव येतात मला. अंतर्ज्ञान किंवा इंटिमेशनचे हे प्रकार माझ्या बाबतीत होतात कधी कधी. मी बोलतो आणि त्याप्रमाणे घडलेलं आहे. इंदिरा गांधी, राजीव गांधींच्या बाबतीत घडलेलं आहे. देवेगौडांच्या बाबतीत घडलेलं आहे. फार काळ ते टिकणार नाही, लवकरच कोसळेल, असं मी बोललो होतो. मला वाटतं, एक प्रकारची ती लहर असते. लहर म्हणजे वेव्हज. व्हायब्रेशन. कंप.

माँसाहेब ही तुमची अजूनही प्रेरणा आहे काय?

माँसाहेब सर्वच काही होतं. नुसती प्रेरणाच नाही. आज हा माझा सबंध फ्लोअर ओकाबोका आहे. नाही म्हटलं तरी एक फार निराळा आधार होता. सावली होती माझी. लोकांच्या दृष्टीनं ती माउली असली तरी माझ्या दृष्टीनं ती सावली होती. म्हणजे ४८ वर्षांमध्ये आमची कधी हुज्जत, खडाजंगी, खडाष्टक झाली नाहीत. एकदाही तिला कधी मी असा चापटा मारला नाही. कधीही नाही. मला तो आवडतच नाही प्रकार. मुलांना मारलेलंही मला आवडत नाही. कधी कुणी आई मुलांना मारताना दिसली तर मी भडकतो. का म्हणून मारलेस? आवडतच नाही मला. तिच्या बाबतीत तर प्रश्नच नव्हता मुळी. तसा प्रसंग कधी आला नाही. तिचाही जमवून घेण्यासारखा स्वभाव होता. एक टेम्परामेण्ट तिनं माझं ओळखलं होतं, की आज भडकलेत तर फार काही करायचं नाही. मग गप्पांत एखादी सूचना ती करायची. खड्डा तो– मोठा आहे. कधीच नाही भरून येणार.

अलीकडे तुमच्या कुटुंबातील ताणतणावांविषयी सतत वृत्तपत्रांत छापून येतंय...

माझं सगळ्या कुटुंबीयांना एक सांगणं आहे की, तुम्ही तुमचं मन, हात साफ ठेवा. आणि हात साफ जोपर्यंत आहेत, तोपर्यंत कशालाही डरू नका. आता किणी प्रकरण राजवरती एवढं आलं; पण आम्हाला माहीत आहे काय आहे ते. ठाकरे कुटुंबामधले हे आमचे धंदेच नाहीत मुळी. खूनखराबा वगैरे अजिबात नाही. करण्याची आम्हाला गरजच नाही. कुठेही आमची झोपमोड झालेली नाही. दचका नाही की अचका नाही नि विचका नाही.

बिंदुमाधवांच्या नावानं तुम्ही एक इस्पितळ उभारताय त्यामागची काय संकल्पना आहे?

संकल्पना एवढीच आहे, बिंदा आमचा ज्या पद्धतीने गेला ती पद्धत मला भयंकर लागली. म्हणजे माँ असती तर तिला जागच्या जागी हार्ट ॲटॅक आला

असता. बायपास होऊनसुद्धा माँ गेली असती एवढं तिला असह्य झालं असतं. मी हे धक्के सहन केलेत. अजूनही मला काय होतं त्याची तुम्हाला कल्पना येणार नाही. माझी अशी इच्छा आहे की, तो एक अपघाती स्पॉट आहे असं म्हणतात. माझा पोरगा गेलाच आता. तो काही परत येत नाहीय; पण निदान इतरांची तरी जाऊ नयेत. इतरांच्या आयुष्यात किंवा संसारात तरी असे खड्डे पडू नयेत, या एका उदात्त भावनेने मी ते इस्पितळ उभारतोय. बिंदाचं स्मारकपण होईल. आणि लोकांचे जीव वाचावेत, अशी इच्छा आहे माझी त्या हॉस्पिटलच्या मागे. आमचे सुरेशदादा जैन आणि शांतीलाल मुथ्था आहेत. त्यांनी हे काम मनावर घेतलंय. त्यांनी जागा दाखवली. मी ती पसंत केली. कामाला लागलेत. काही कल्याणची मंडळी आली. त्यांनी ती जागा देऊ केली. त्या दिवशी अगदी गाव उभं राहिलं होतं. माँचा आणि बिंदाचा फोटो त्यांनी तेथे ठेवला. कोठून आणला होता माहीत नाही. हे प्रेम पाहिल्यानंतर भरून आलं. आणि बाजूलाच आमची एकवीरा दोन-तीन कोसावर. तिच्याकडे बघून म्हटलं, हे काय केलंस? तुला त्याने नमस्कार केल्यानंतर त्याच्या नशिबी हे असं यावं? ते मला भयंकर लागलंय. माझ्या श्रद्धेला तडा गेलाय त्यामुळं.

▸ लोकांचं प्रेम पाहिल्यावर काय वाटतं तुम्हाला?

काय म्हणजे? काय बोलावं याच्यावर. बोलूच शकत नाही या विषयावर. फक्त विचार करतो की, का प्रेम करतात? मग ती, पूर्वज 'तात्यांची' पुण्याई आमच्या. तात्यांनी जे केलं ते प्रचीती म्हणून आम्हाला दिसतंय.

[६ मे १९९७]

भीमशक्ती नेतृत्वहीन आणि दिशाहीन झाली आहे!

"घाटकोपरच्या रमाबाई आंबेडकरनगरात बाबासाहेब आंबेडकरांच्या पुतळ्याची विटंबना होताच दलितांनी हिंसाचार सुरू केला. पोलिसी कारवाईत अकरा नवबौद्धांचे बळी गेले. विरोधी पक्षनेते छगन भुजबळांनी हे सर्व प्रकरण शिवसेनेवर उलटविण्याचा प्रयत्न करताच वातावरण इतके तापले की, संतप्त शिवसैनिकांच्या जमावाने भुजबळांच्या सरकारी निवासस्थानावरच हल्ला केला. कायदा-सुव्यवस्थेचा प्रश्न उभा करून विरोधकांनी सरकार बरखास्तीची जोरदार मागणी केली. केंद्रीय गृहमंत्री इंद्रजित गुप्ता परिस्थिती पाहण्यासाठी मुंबई भेटीवर आले. शिवसेनाप्रमुखांनी केंद्रीय गृहमंत्र्यांची भेट घेतल्यावर वादळ शमले. संकटही टळले. त्यानंतर हिंसाचाराकडे वळलेल्या दलितांविषयी ते म्हणाले, ''भीमशक्ती मोठी आहे; पण इतकी मोठी शक्ती नेतृत्वहीन, दिशाहीन झाली आहे!''"

शिवसेनाप्रमुखांचा मूड अत्यंत चांगला होता. महिनाभरातील तणावाच्या कोणत्याही खुणा त्यांच्या तेज:पुंज चेहऱ्यावर दिसत नव्हत्या. "राज्यावरील संकट टळल्यामुळे तुम्ही सध्या चांगल्या मूडमध्ये दिसताय," असे म्हणताच शिवसेनाप्रमुख म्हणाले, "टळलं म्हणजे तसं काही मोठं संकट येण्याची शक्यता मला तरी वाटत नव्हती. केंद्रात बसलेलं सरकार माझ्या म्हणण्याप्रमाणे सगळ्याच राज्यांच्या बाबतीत एवढ्या नीचपणानं वागत नाही. बरंचसं या सरकारनं आम्हाला समजून घेतलंय. त्या मानानं बिहारमध्ये एवढी भयंकर परिस्थिती असताना शक्यतो त्यांनी ते टाळलंय. वैर कोणाशी घ्यायचं नाही. संघर्षाची भूमिका घ्यायची त्या सरकारची तशी इच्छा नाही. काम करण्याची त्यांची इच्छा आहे, जी आमची इच्छा इथे आहे. त्यामुळे टळलं म्हणण्यापेक्षा हे लादलं गेलेलं संकट होतं. लादलं गेलेलं संकट हे टिकत नसतं."

◗ **जर केंद्रातलं सरकार प्रबळ असतं किंवा फक्त जनता दलाचं एकपक्षीय सरकार असतं तर संकट टळलं असतं काय?**

ते त्या व्यक्तींवरती अवलंबून आहे. जर ते व्ही. पी. सिंगांचं सरकार असतं तर सूडवृत्तीनं वागलं असतं. तो सूडपणा त्यांनी अमिताभ बच्चनच्या बाबतीत केला होता. तसा सूडपणा व्ही. पी. सिंगांचं सरकार असतं तर त्यांनी आमच्या बाबतीत केला असता. गुजराल या व्यक्तीविषयी मुळातच आदर आहे, की एक डिग्निफाईड माणूस आहे तो. एक खानदानी माणूस आहे तो. थोडक्यात म्हणजे, त्यांना या राजकारणातल्या घाणेरड्या पातळ्या आवडत नसाव्यात, अशी माझी कल्पना आहे.

◗ **सत्ताधाऱ्यांना अशा प्रकारची संकटं नवीन नसतात...**

होय. ठीक आहे.

◗ **पवारांच्या राज्यात १५० गोवारी गेले. तुमच्या राज्यात ११ नवबौद्ध...**

काय असतं, केंद्रात कुठच्या पक्षाचं सरकार आहे आणि राज्यात कुठच्या पक्षाचं सरकार आहे यावरती या सगळ्या गोष्टी अवलंबून असतात. केंद्रात काँग्रेसचं सरकार आणि राज्यातही काँग्रेसचं सरकार असेल तर आपला तो बाब्या या न्यायानं ते आपल्या सरकारला माफ करतात.

◗ **आपल्या राज्यात असे खूनखराबे घडतात तेव्हा सत्ताधारी आधीच्या राज्यातही हे घडत होते असे बोट दाखवून काखा वर करते, ही पद्धत कोणती?**

नाही, नाही. त्यांना तो समज द्यावा लागतो. राजकीय समज असतो तो. त्यांना

ते समांतर असं काही दाखवावं लागतं. ऐकलं तर ऐकलं; नाही तर भोगायचं. दुसरं काय करू शकतो आपण?

◗ या संपूर्ण काळात सत्तेच्या बाबतीत तुम्ही स्वत: फारच हळवे झालेले दिसलात...

काय होतं पुष्कळ वेळेला, ज्या मेहनतीनं आपण सत्ता आणतो, ज्या एका विश्वासानं लोकं तुमच्यावरती सोपवतात तिला एखादं असं वाकडंतिकडं पाऊल टाकून आपण तडा मारणं किंवा खाली खेचणं बरं दिसत नाही. म्हणून मग त्याला थोडीशी जबाबदारी म्हणा. जबाबदारी वाढलेलीपण असते. जबाबदारीनं वागावंपण लागतं. हळवेपणा हा शब्द नाही तिथे. जबाबदारीनं वागण्याची पाळी येते त्यामुळे.

◗ सरकार वाचावं यासाठी तुम्ही राज्यपालांना भेटलात...

सरकार वाचावं म्हणून नव्हे. शेवटी बहुतेक गराडे पडतात ते त्या लोकांचे पडतात आणि ते जास्तीत जास्त करून खडूरा मुस्लिम लीगची काही लोकं जाऊन भेटतात, त्याबरोबर आमचे काँग्रेसचे बगळे. ते बगळे तर मुळात अशी भिंत उभी करून ठेवतात की ज्यामुळे दुसऱ्यांना घुसताच येत नाही. मी असं म्हणतो की, ते त्यांची बाजू मांडताहेत, तर मी माझी बाजू मांडायला काय हरकत असावी? सत्य त्यांना कळावं. नक्की काय प्रकार आहे ते कळावं. त्या उद्देशानं मी राज्यपालांना भेटलो.

◗ तुमच्या लोकांचे गराडे का पडत नाहीत अशा वेळेला?

त्यांना पस्तीस वर्षांची सवय आहे. चटक आहे. दोन वर्षांमध्ये आम्हाला अजून अशी काही चटक लागलेली नाही आणि तशी काही गरज नाही. कारण ही कामं सरकारनं करायची असतात. आमचं सरकारही ते करते. मलाही ते करावं लागतंय. मी जनतेला बांधील आहे. जास्तीत जास्त करून जनतेनं माझ्यावरती ते सरकार सोपवलेलं आहे. सत्ता दिलेली आहे. त्यामुळे मलाच जास्त जबाबदारीनं वागावं लागतंय.

◗ राज्यपालांकडे व केंद्रीय गृहमंत्री गुप्तांना भेटून तुम्ही सरकारची वकिली केलीत?

मी शिवसेनेची वकिली केली. मी जनतेची वकिली केली. सरकारची वकिली सरकारने करावी. का म्हणून मी माझं सरकार त्यांना पाडू द्यायचं? काहीतरी अशा खोट्यानाट्या बातम्या आणि लखोबासारखा एक कळसूत्री माणूस आभास निर्माण करतो म्हणून? नाटक करण्यामध्ये तर तो पटाईत. त्याने तिथे जाऊन आपलं नाटक

यशस्वी करावं असं मला वाटलं नाही.

◗ **ही सर्व संकटं तुम्हीच ओढवून घेतली...**
कशा प्रकारे ओढवून घेतली ते सांगा ना तुम्ही.

◗ **गोळीबार जो झाला...**
गोळीबार हा नंतरचा प्रश्न आहे. आंबेडकरांना जोड्याची माळ घालण्याचा जो नीचपणा झाला तेथून तुम्ही सुरुवात करणार आहात का? जर होय म्हणत असाल तर त्यांना जो वाव पाहिजे जो राजेंद्र अग्रवाल किंवा गुप्तांच्या ॲफिडेव्हिटमध्ये आलेला आहे. त्यामुळे सगळं सिद्ध झालंय. पण यांचं काय होतंय की, किणी केस जेवढी त्यांनी रेटून धरली, ज्या पद्धतीनं राबवली, सगळं अधिवेशन गाजवलं तेवढा अग्रवाल गाजला नाही. आमच्या लोकांनी तो गाजवायला हवा होता. कारण ते सत्य आहे. कायदेशीर ॲफिडेव्हिट आहे ते. बेकायदेशीर असताना आमच्यावर किणी केस कायदेशीर म्हणून लादत होते. आजही तीच परिस्थिती आहे.

◗ **पण सरकार बरखास्तीच्या मागणीस जोर धरला तो लखोबांच्या घरावरील हल्ल्यानंतर.**
लखोबाचं घर म्हणजे ते सरकारी घर आहे. त्या दृष्टीनं ते प्रतिष्ठेचं मानायचं. काँग्रेसच्या आर. के. धवनच्या घरावरती हल्ला झाला. धवनला चाकू मारण्याचा प्रयत्न झाला. कसाबसा बचावला. हा तर प्रकार येथे झाला नाही ना? मुळात तेथे निदर्शनासाठी जमलेल्या शिवसैनिकांना चिथावणी दिली कोणी? लखोबानं बंगल्यात जे कोणी टपोरी ठेवलेत चार-पाचजण त्यांनी आईवरून शिवी दिली. हिंमत असेल तर ये आत. तुझी आई अमुक अमुक करतो म्हणून. तेव्हा पोरं चिडून आतमध्ये घुसली; नाही तर त्यांचा तो काही इरादा नव्हता. निदर्शनं करणार असल्याचं माझ्या कानावर आलं होतं.

◗ **ही निदर्शनं थांबवावीत असं तुम्हाला वाटलं नाही?**
मीच तर थांबवली. त्यामुळे पिचडच्या घरावरती गेले नाहीत कोणी. दोन-चार दगड भिरकावले असतील; पण घरात नाही घुसले कोणी.

◗ **या प्रकारानंतर प्रथमच मुंबईत ताकदीनं बंद झाला.**
ताकदीनं बंद वगैरे काही नाही. इथे काय झालं की, ज्या पद्धतीनं हिंसाचार घडला, जो आमच्या वेळेलाही माफक व्हायचा. नाही असं नाही; पण ज्या पद्धतीनं

रस्त्यात फिरणाऱ्या लोकांवरती, महिलांवरतीसुद्धा हल्ले होऊ लागले तेव्हा लोकांना एक निराळी भीती वाटली की, मुडदे पाडण्यापर्यंत ही लोकं जातील. माझ्या वांद्र्यातही इथपर्यंत कधी झालं नव्हतं ते त्या दिवशी त्यांनी केलं. घाणेरड्या घोषणा दिल्या जात होत्या. आदल्याच दिवशी तो एक गोळीबाराचा प्रकार झाल्यामुळे एक नाही म्हटलं तरी पोलिसांवरही दडपण आलं होतं. त्या वेळेला गोळीबार वगैरे करण्याच्या भानगडीत पडू नका. ॲक्शन वगैरे काही घ्यायची नाही. त्यामुळे पोलिसांनाही कळेना की नक्की आम्ही काय करायचं. त्यामुळे ते हतबल राहिले. खऱ्याखुऱ्या बघ्यांची भूमिका त्यांना बजावावी लागली. पोलीस काही करीत नाहीत ते पाहिल्यावर हे आणखीन चेकाळले. त्यातून जो हिंसाचार झाला तो आमच्या आतापर्यंतच्या कुठच्याही बंदमध्ये झाला नाही. म्हणूनच तो बंद तुमच्या पद्धतीत म्हणता तसा यशस्वी झाला. तुमच्या निळोबाच्या भाषेमध्ये अद्वितीय, अतिप्रचंड वगैरे वगैरे. जी भाषा अत्र्यांना शोभून दिसायची, ती भाषा उगाच काही लोकं वापरू लागलीत.

◗ म्हणजे दलितांची ताकद अजूनही आहेच...

ही ताकद जरूर आहे. त्याबद्दल वाद नाहीय; पण या ताकदीस पाहिजे तसं नेतृत्व मिळालेलं नाही. पुन्हा जे नेते म्हणून मिरवतात त्यांच्यात एक 'इगो' आहे. अहंगंड आहे. त्या अहंगंडामुळेच ती बिचारी जनता नेहमीच ओलीस धरली जाते गटागटानं. त्यानंतर मात्र जी खरी भीमशक्ती कधीच उदयास आली नाही. मी एक व्यंगचित्र काढलं होतं, डॉ. बाबासाहेब आंबेडकरांच्या बाबतीत. ज्या वेळेला त्यांनी ती गदा दिली समाजाच्या हातात, नेतृत्वाच्या हातात, त्या वेळेला त्यांनी तो दांडा एका बाजूला केला आणि गदेचा जो दुसरा मोठा भोपळ्यासारखा भाग आहे तो निराळा केला. त्यामुळे काहीच वापरता येईना त्यांना. म्हणजे गदेची जी शक्ती आहे ती त्यांनी तोडून टाकली.

◗ यापूर्वी दलितांचे नेते अनेकदा तुमच्या व्यासपीठावर आले आहेत....

होय. आले आहेत ना. रा. सू. गवई आले, भय्यासाहेब आंबेडकर आले. प्रकाश आंबेडकर वगैरे सगळी मंडळी भेटून गेली. त्याच्याअगोदर सुमंत गायकवाड, रामदास आठवलेही माझ्याकडे येऊन गेले. नामदेव ढसाळ तर माझे मित्रच आहेत.

◗ इतकी मैत्री असूनही तुमचे मनोमीलन का होऊ शकले नाही या समाजाशी?

काय होतं, पुष्कळ वेळेला काही लोकांना अशी भीती वाटते की, जर हे एकत्र आलेच तर आमचा प्रभाव त्यांच्या जनतेवर पडण्याची शक्यता आहे. आणि तसा जर पडला तर हे आमची जनता खाऊन टाकतील ही त्यांच्या मनामध्ये नक्कीच

भीती असणार. जी पूर्वी जनता पक्षात होती. जनता पक्षामध्ये जे काही उपटसुंभ इथे आहेत समाजवादी पक्षातले. मी एस. एम. जोशींना ज्या वेळेला भेटलो जनता पक्षाचा जन्म झाला तेव्हा. शिवाजी पार्कला सिंघवींच्या घरी ते उतरायचे. मी, मनोहर जोशी असे दोन वेळा आम्ही भेटलो त्यांना. एक दिवशी फायनली सांगितलं त्यांनी आम्हाला की, बाळासाहेब, आमच्यामध्ये जे काही नतद्रष्ट लोक आहेत त्यांची इच्छा नाही की, तुम्ही आणि आम्ही एकत्र यावं म्हणून. जॉर्जचं नाव त्यांनी घेतलं. मृणाल गोरेंचं घेतलं. त्यांना अशी भीती वाटते की, ही शक्ती जर आपल्यामध्ये आली तर आम्ही निष्प्रभ ठरू. 'तेव्हा बाळासाहेब, हे लोक काय आपली युती होऊ देणार नाहीत.' मी म्हटलं, 'ठीक आहे. जाऊ दे अण्णा, राजकीयदृष्ट्या जरी आपण एकत्र आलो नाही तरी आपली दोस्ती कायम राहील.' त्यावर अण्णा म्हणाले, 'होय आपली दोस्ती निश्चितच कायम राहील.' एवढे बोललो आणि आम्ही बाहेर पडलो.

◗ लखोबाच्या घरावरील हल्ल्याचं समर्थन तुम्ही करणार आहात?

अहो, काय लखोबा लखोबा चाललंय? त्या रामदास आठवल्याला झोडलं त्याबद्दल कोणी काही 'ब्र' काढलेला नाही. ना त्यांचे नेते काढत, ना त्यांच्या समाजास काही वाटत. कोण हा लखोबा? ढाले म्हणतात ते बरोबरच आहे. अहो, आमच्या लोकांना झोडलं जातंय, मारलं जातंय. रामदास तर मरता मरता वाचला. समर्थ रामदास तर निदान 'बोहल्या'वरून तरी पळाले. हा त्याच्याच 'मोहल्या'तून पळाला. हा काय प्रकार आहे? आणि त्यांना काही शरम वाटत नाही? रा. सू. गवई म्हणाले ते बरोबर आहे, की कोणी हा प्रश्नही काढत नाही. तर हा कोण असा लखोबा की ज्याचं स्वागत तिथे होतं आणि दलितांचे नेते मार खात असताना हा तिथे जाऊ शकतो. मुख्यमंत्री, उपमुख्यमंत्र्यांनाही त्यांनी हॉस्पिटलात जाऊ दिलं नाही आणि ते लखोबाचं स्वागत करतात. काय प्रकार आहे?

◗ तुमचा काय अंदाज आहे?

अंदाज तोच. गुप्ता म्हणतो ते बरोबर आहे. डॉ. आहेर हा साडेआठ वाजता उठणारा माणूस. साडेसहा वाजता कशी जाग आली? नेमकी त्यालाच कशी ती माळ दिसली?

◗ पण राजेंद्र गुप्ताचं ॲफिडेव्हिट जितक्या ताकदीनं लोकांसमोर यायला हवं होतं तसं आलं नाही...

तेच म्हणतोय मी. आमच्याकडे पुरावे असूनसुद्धा आम्ही कमी पडतो आणि त्यांच्याकडे पुरावे नसतानासुद्धा ते दणदणीत करतात.

◗ इतकं महत्त्वाचं ॲफिडेव्हिट सरकारने विधिमंडळाच्या माध्यमातून का पुढे आणलं नाही?

सरकारचा जोर हल्ली मला वाटतं चौकशीवरच जास्त असतो. समित्या नेमणं आणि चौकश्या करणं. अग्रवालच्या ॲफिडेव्हिटचीही चौकशी चालू आहे. चौकशी चालू राहील. पवारांचीही चौकशी चालू आहे. शांतता, कोर्ट चालू आहे त्याप्रमाणे शांतता, चौकशी चालू आहे.

◗ विरोधी पक्षनेत्यांच्या घरावरती हल्ला होतोय आणि राज्याच्या मुख्यमंत्र्यांना याबाबत अजिबात माहिती नव्हती...

त्याला गनिमी कावा म्हणतात. गनिमी कावा. जो आम्हाला न ठावा. या ज्या लाटणंवाल्या बाया आहेत त्या एक-एक दोन-दोन अशा पुंजक्या-पुंजक्याने मंत्रालयात जाऊन अचानक केबिनमध्ये घुसून मंत्र्यांना घेराव टाकायच्या. त्यावेळी एकही पोलीस सस्पेण्ड झाला नाही. त्यांचंसुद्धा कौतुक केलं. संतप्त रणरागिण्या मंत्र्यांच्या केबिनमध्ये शिरल्या, अशी वर्णनं झाली आहेत. मग असे कोण प्रेषित म्हणून जन्मास आलेले आहेत हे लखोबा ज्यांच्यावरती हल्ला झाल्यावरती संपूर्ण जगामध्ये चर्चेचे चक्रीवादळ उठावं? सुधाकरराव नाईक जेव्हा मुख्यमंत्री होते राज्याचे तेव्हा त्यांच्या चेंबरमध्येही माणसं घुसली होती. तोडफोड केली होती. मग आता राज्याचा मुख्यमंत्री महत्त्वाचा की एक उपटसुंभ मागच्या दारातनं येऊन पुढे जाऊन बसलेला? तो विरोधी पक्षाचा नेता म्हणून आज जरी मिरवत असला तरी तो गद्दारच.

◗ पवार किंवा भुजबळांना नको तितकं महत्त्व तुम्ही दिल्यामुळेच हा सर्व गोंधळ झालाय...

असं नाहीय. मनोहर जोशींनी फार चांगलं वाक्य उच्चारलंय रंगशारदेतील बैठकीत. त्या वेळेला ते म्हणाले, संकट दूर झालं असलं तरी संकट निर्माण करणारी माणसं दूर नाही झालीत. आज पवारांचाही जो तडफडाट आहे तो काँग्रेसच्या वर्किंग कमिटीमध्ये आपला कसा शिरकाव होईल यासाठीच. तो शिरकावसुद्धा स्वार्थासाठी आहे, काँग्रेससाठी नाही. काँग्रेसच्या भल्यासाठी नाही. सीताराम केसरींना अडचणीत आणायचं, त्याचबरोबरीत महाराष्ट्रामध्ये काँग्रेसची एक फळी ताकदीने उभी करायची आणि ही सत्ता खाली खेचायची, हा नीच डाव त्यांचा आहे. जोपर्यंत कलुषा कब्जी या महाराष्ट्रात आणि देशात जिवंत आहे तोपर्यंत आम्हाला काळजी घ्यावीच लागेल आणि म्हणून त्यांना महत्त्व येत असेल. पावसाळ्यात गांडुळांना महत्त्व येतं. एरवी कधी कोणत्याही सीझनमध्ये आपण त्यांची आठवणही काढत नाही. बरं, ते गांडूळ चावतही नाहीत; पण तो किळसवाणा प्रकार आहे. गांडूळ हा

किळसवाणा प्रकार असल्याने आपल्याला फक्त पावसाळ्यातच त्याची आठवण येते तशी ही किळसवाणी माणसं. त्याचं वळवळणंसुद्धा किळसवाणं आहे.

◗ **ज्याला तुम्ही पराभूत केलंत, त्या पराभूत माणसानेच तुम्हाला आज सर्वाधिक त्रास दिला आहे...**

देणारच! प्रबोधनकारांच्या 'हिंदू धर्माचे दिव्य' या पुस्तकामध्ये एक ओळ आहे ती फार महत्त्वाची आहे. ती यांनाच लागू पडते. ती ओळ अशी की, अस्सल मुसलमानांपेक्षा बाटगे मुसलमानच या देशाला फार भारी पडतील. तसा हा बाटगा मुसलमान आहे. हा बाटगा आहे आणि बाटग्यांना काय करावं लागतं की ते किती 'लॉयल' आहेत, ते येनकेन प्रकारे सतत दाखवावं लागतं. अहो, हा लखोबा काँग्रेसच्या व्यासपीठावरून सांगतो की, पहिल्यांदा पक्षातील गद्दारांचा बंदोबस्त करा. एवढा निर्लज्ज माणूस. हा स्वत: गद्दार काँग्रेसमध्ये जे निष्ठेने बसलेत आजपर्यंत त्यांना सांगतोय की, गद्दारांचा बंदोबस्त करा. याला काय नैतिक अधिकार आहे? काँग्रेसवाले फक्त हसण्यावारी नेतात. त्यांनी याला बसवायला पाहिजे होतं. खाली बस. स्वत: गद्दारी करून आमच्यामध्ये आलास आणि आमच्यातले गद्दार शोधतोस?

◗ **सुरेशदादा जैन व विखे-पाटलांविषयी आपलं काय मत आहे?**

काही नाही. त्यांनी राजीनामे दिले काँग्रेसचे. पुन्हा निवडणुका लढविल्या. जनमत घेतलं. त्या जनमताच्या आधारेच ते शिवसेनेचे आमदार म्हणून आमच्यात आले.

◗ **उद्या जर काही कम्युनिस्ट आले तर शिवसेनेत घ्याल काय?**

आम्हाला तेवढा राजकीय पोच आहे. अगदीच काही आम्ही बुद्धू किंवा राजकारणात आम्ही बोळ्यानं दूध पीत आहोत असे नाही, की काल-परवाकडे दोन मुडदे पाडल्यानंतरच आम्हाला राजकारणातील अध्यात्माची ओढ लागली. एक स्वप्न पडले रात्री व आलो असं काही नाहीय. एक तपश्चर्या आहे. ३२ वर्षांची. तर राजकारण कसं खेळायचं व काय खेळायचं ते आम्हाला कळतं. कम्युनिस्टांच्या बाबतीत म्हणाल तर तो तेवढा बदल कम्युनिस्टांमध्ये होणे शक्य नाही. सुरेशदादा जैन, विखे-पाटील ही माणसं त्या टाइपची नाहीयत. ही माणसं या मातीचा अभिमान असलेली माणसं आहेत. चीनने जेव्हा हिंदुस्थानवर आक्रमण केलं तेव्हा त्यांनी वर्णन केलं, 'हे नकाशाचं भांडण.' आपल्या देशाचं स्वातंत्र्य धोक्यात आलं असताना ज्यांना नकाशाचं भांडण वाटतं ती माणसं किती बदलू शकतात?

ज्या कम्युनिस्टांच्या विरोधात तुम्ही लढा दिलात त्याच कम्युनिस्टांच्या दारात तुम्हाला सरकार वाचवण्यासाठी जावं लागलं...

तुम्ही गुजरालविषयी म्हणताय की गुप्तांविषयी?

गुजरालही तसे कम्युनिस्टच...

नाही. ते छत्रीवाले कम्युनिस्ट नाहीत. रशियात पाऊस पडल्यावर इकडचे कम्युनिस्ट छत्र्या उघडायचे त्यातले ते कम्युनिस्ट नाहीयत. अत्यंत वरच्या लेव्हलचे कम्युनिस्ट आहेत ते. जो नेहरूंकडे बघण्याचा दृष्टिकोन होता 'लालभाई' म्हणून तोच दृष्टिकोन इथेही तुम्हाला अमलात आणावा लागेल. आणि गुजराल असोत, नाही तर गुप्ता असोत, आज त्यांच्यावर काही जबाबदाऱ्या पडलेल्या आहेत. त्यांना लालभाईंचं राजकारण आता इथे खेळता येणार नाही. इंद्रजित गुप्ता यांनाही त्याची कल्पना आहे. He is behaving as a responsible Central Home Minister. तर तिथे त्यांना एकदम लालभाई म्हणून शिवी हासडता नाही येणार. केंद्रीय सरकारचा प्रमुख म्हणून तिथे त्यांना वागावं लागेल आणि ते तसे वागताहेत. अशी चांगली माणसं आज राजकारणात दुर्मीळ झाली आहेत. गुजराल व गुप्ता यांच्याकडून राष्ट्राच्या त्यामुळेच अपेक्षा आहेत. राष्ट्रहिताच्या, विकासकामांच्या आड त्यांचा पक्ष येत नाही, हे मी स्वत: अनुभवलंय. गुजराल आणि गुप्ता यांचा आदर वाटावा असेच हे राजकारणी आहेत.

गुप्तांना भेटल्यावर तुमचं काय मत झालं?

चांगला माणूस आहे. संयमी आहे. विचार दिल्यानंतर विचार करणारा माणूस आहे, असं माझं मत झालं. ते कुठल्याही दबावाखाली वाहत जाणारे गृहस्थ नाहीत. मुळातच पहिल्यापासून चांगले संसदपटू म्हणून मला त्यांच्याविषयी आदर आहे. हिंदुस्थानात त्यांच्यासारखी फारच कमी माणसं आज राजकारणात टिकून आहेत.

गुप्तांच्या वागण्यात, बोलण्यात शिवसेनेविषयी अढी दिसली काय?

मला अढी अजिबात दिसली नाही. तसंच पाहिलं तर डांग्यांच्या बाबतीत बोलून डांग्यांना आम्ही आमच्या व्यासपीठावर आणलं होतं. त्यांच्याही मनात आमच्याविषयी अढी नव्हती. एक अशी खानदानी लोकं त्या वेळी राजकारणात होती. आज तरं नाहीय.

[१० ऑगस्ट १९९७]

पत्रकार कसले, हे तर जेवणातले पत्रावळे!

"महाराष्ट्रातील 'युती सरकार' हा शिवसेनाप्रमुखांचा कायम 'वीक पॉइंट'च राहिला. सरकारवर टीका करणाऱ्या पत्रकारांवर त्यांनी त्या काळात आसूड ओढले. वृत्तपत्र हा धर्म राहिला नसून, बाजार झाला असल्याची खंत त्यांनी व्यक्त केली. ''पत्रकारांनी सत्याची कास धरावी. आमच्यावर विधायक टीका करावी. चुकत असू तर प्रसंगी कठोर होऊन लिहावे; पण आमच्या विरोधात अत्यंत 'वन साइडेड' प्रकार चाललाय. ही माणसं अगोदरच कोणीतरी गिळली आहेत.'' अशी खंत व्यक्त करणाऱ्या शिवसेनाप्रमुखांनी कधीच कुणाची भीडभाड बाळगली नाही."

राज्यातलं युती सरकार अत्यंत उत्तम रीतीने चाललं असल्याचा निर्वाळा मुलाखतीच्या सुरुवातीला शिवसेनाप्रमुखांनी दिला. "युतीचं राज्य आता एक झेप घेत आहे," असा विश्वास व्यक्त करून ते म्हणाले, "भिंत बांधताना आपल्याला जमीन खणावी लागते, पाया मजबूत घालावा लागतो आणि मग त्याच्यावरती आपण घर बांधतो. तर ती पायाभरणी आता आमची झाली आहे. त्यामुळे इमारतीला आता आम्ही हात घातलेला आहे."

◗ अडीच वर्षांत तुमच्या सरकारने काय दिवे लावले, असा प्रश्न कोणी विचारला तर तुम्हाला राग येईल काय?

काही महिन्यांपूर्वी राग यायचा; पण आता येत नाही. याचे कारण असे की, अलीकडे आमची जी ऊठबस आहे त्यामधून एक दिसून येतं की, खरोखरच बऱ्याच काही गोष्टी आता मार्गी लागल्या आहेत.

◗ उदाहरणार्थ?

सुरेशदादा जैन यांची आम्ही नेमणूक केली गृहनिर्माणमंत्री म्हणून आणि त्यानंतर त्यांनी जो झपाटा चालवला आहे कामाचा तो थक्क करणारा आहे. किंबहुना आम्ही आता धारावी हातात घेतलेली आहे. धारावीचं दोन वर्षांत चित्र पालटलेलं तुम्हाला दिसेल. सुरेशदादा स्वत: म्हाडामध्ये येऊन बसतात. दोन-दोन, तीन-तीन तास कॅबिनेट मंत्री इथे वांद्र्यातील म्हाडा कार्यालयात येऊन बसतो. सगळ्यांना बोलावतोय आणि चर्चा करतोय. अडचणी समजून घेतोय. या अडचणी सोडवून झोपडपट्टीवासीयांना मोफत घरबांधणीची योजना लवकरात लवकर कशी अमलात आणता येईल त्या दृष्टीने ते पाऊलं टाकताहेत. या घरबांधणी योजनेचा आमचा जो काही 'फज्जा' वगैरे उडाल्याची वर्णनं केली जात होती ती आता परत त्यांना करता येणार नाहीत.

◗ पहिल्या वर्षभरात पाच लाख लोकांना घरं देणार होता...

पहिल्या वर्षभरात नाही. या वर्षभरात म्हटलंय. ही योजना बारगळली नाही. पण लोकांच्याच कोर्टबाज्या सुरू असतात त्यामुळे विलंब होतो. याचा कोणी विचार करीत नाही. प्रत्येक ठिकाणी चांगल्या कामात या कोर्टबाज्या सुरूच असतात. आम्ही आता मुंबई ते पुणे असा सहापदरी रस्ता बांधतोय. अहो, चांगली लोकं आलेली आहेत. ते स्वत: पैसे खर्च करणार. दहा वर्षे त्यांना तुमच्याकडून कुठचीही अपेक्षा नाही पेमेंटची. पण मात्र दहा वर्षांनंतर पेमेंट तुम्ही सुरू करायचं. एवढ्या लाँग रेंजच्या काही चांगल्या गोष्टी चाललेल्या

आहेत. पण शेवटी हे जे पर्यावरणी लोक आहेत ते खूप ताप देताहेत. पर्यावरणाचा अर्थ यांनी मला समजावून सांगू नये. मुंबईतलीच काही लोकं त्या केंद्रीय पर्यावरण बोर्डात बसलेली आहेत. ती केंद्रास नको ते सांगतात, त्यामुळे केंद्र आम्हाला या चांगल्या कामांनाही परवानगी देत नाही. आता परवानगी देत नाही म्हटलं तरी आम्ही थोबाड तर वाजवून बसलो आहोत. या पर्यावरणी माणसांमुळे जे विकासात अडथळे येतात, त्यांच्याकडे तुम्ही टीकेचा रोख का नाही वळवत? तुम्ही या कोर्टबाजीत विकास अडवून ठेवताय. पर्यावरणाच्या गोष्टी आम्हाला शिकवू नये या माणसांनी. शेतकऱ्यांच्या सुपीक जमिनी एखाद्या प्रकल्पात जात असतील तर त्याला भरपाई म्हणून जमिनीचा दुसरा तुकडा द्या; पण रस्ता तेथून जाऊ द्या. काही श्रीमंतांचे बंगले आडवे आलेत. तो काय पर्यावरणाचा भाग म्हणायचा? मुळात ते बंगले अनधिकृत आहेत. कोणीतरी एखाद्या बिल्डरने जागा घ्यायची, तेथे बंगले बांधायचे किंवा बंगले बांधायला जागा द्यायची आणि योजनांची अंमलबजावणी करायला जावं तर त्या जमिनींवर बंगले उभे आहेत.

◗ तुम्ही पुणे महामार्गावरील 'मेगा सिटी' प्रकल्पाबाबत बोलताय का?

होय. मेगा सिटी आणि इतर सर्वच रखडलेल्या प्रकल्पांविषयी मी बोलतोय. उद्या ज्या वेळेला तेथे तो रोड होईल. त्या रोडच्या ठिकाणी काही पेट्रोल पंप, काही हॉस्पिटल्स, इतर काही सुविधा नकोत काय? मुंबई ते पुणे रस्त्यावरती काहीच नाहीय. ना तिथे प्यायला पाणी, ना इस्पितळ, ना विश्रांतीसाठी छप्पर, काहीच नाही. आम्ही मॉडेल असं ठरवतोय की तेथे लहान 'मोटेल्स'सुद्धा निघतील. तुम्ही मराठी माणसांनी ताब्यात घ्या ना त्या गोष्टी. मोटेल्स, पेट्रोल पंप ताब्यात घ्यावेत. आम्ही द्यायला तयार आहोत. मराठी लोकांनाच देऊ. पण यापुढे तुम्ही.

◗ स्थानिक भूमिपुत्रांचा तो लढा आहे...

तुम्ही हे बाऊ का उभे करता? तर तुम्हाला ही योजना पाडायची आहे; मोडायची आहे. या आमच्या योजना आज यशस्वी झाल्या तर राजकारणाची त्यांची पुढची सर्व वर्षं फुकट जातील ही भीती. त्याकरिताच या योजना कशा अमलात येणार नाहीत त्यासाठी जातीने प्रयत्न चाललेत त्यांचे. काल मुंडे तिकडे गुहागरच्या बाजूला गेले. वातावरण निवळलं. मुळात त्यांना कल्पनाच नाही, की काय होणार आहे. बाहेरची माणसं जातात व चिथावण्या देतात.

वातावरण बिघडवतात.

◗ बेरोजगारांचा प्रश्न तसाच आहे...

आता केंद्र सरकार एक चांगला कायदा आणतंय. ज्यांना दोन मुलं आहेत त्यांनाच नोकरी वगैरे सुविधांचा विचार होईल. निवडणुकाही लढवता येणार नाहीत. फॅमिली प्लॅनिंग आपणहून कोणी करायला तयार नाही. अशा वेळेला हा एक चांगला कायदा येतोय, करायलाच पाहिजे. चीनने केलंय, अमेरिकेने केलंय. म्हणून त्यांचा विकास मोठा होतोय. हिंदुस्थानात एकमेव प्रॉडक्शन उत्पादन म्हणजे 'पोर'! बरं ते एक्सपोर्टही करता येत नाही. काही फॉरिनर्स मला विचारतात, 'तुम्ही काय एक्सपोर्ट करू शकता आम्हाला?' मी म्हणतो, 'मुलं करू शकतो एक्सपोर्ट. ती तुम्हाला नको आहेत.' अशा आमच्या विनोदामध्ये चालतात चर्चा. मुद्दा काय येतो इथे की, शेवटी लोकसंख्या इतकी अमाप वाढतेय. मुंबईची हालत अशी का झाली? लोकसंख्येमुळे झालीय. मुंबईची सर्व जडणघडण त्यामुळेच बिघडली आहे.

◗ मघाशी तुम्ही मुंबई-पुणे सहापदरी रस्त्याचा उल्लेख केलात. पण मुंबईतले रस्ते तुम्ही कधी पाहिलेत काय?

काही दिवसांनी तुम्ही बघा ना काय करतोय ते. नितीन गडकरी नुकतेच ऑस्ट्रेलियाला जाऊन आले. त्यांनी तेथे काँक्रीटच्या सारखंच एक फार चांगलं सोल्युशन पाहिलं. ते मातीचेच रस्ते. पण सिमेंट काँक्रीटच्या थोबाडीत मारतील अशा पद्धतीचे. ड्युरॅबिलिटी आणि मजबुती त्यात आहे. त्या पद्धतीचे रस्ते आम्ही करीत आहोत. हे रस्ते झाले तर पावसाचा बाप जरी पडला तरी खड्डे पडणार नाहीत. हे पहिलेच खड्डे पडलेले रस्ते आहेत. आमच्यावरती का टाकताय ते?

◗ पालिकेत टेंडर्स कोणाला द्यायची, या वादात रस्ते तसेच राहिलेत.

नंदू साटमकडे मी त्याबाबत विचारणा केली. हा काय प्रकार चाललाय? लोकांना का छळताय तुम्ही? तर तो म्हणतो, तसं नाही साहेब. १२ कोटींचा हा खर्च. हा खर्च तुम्ही आता करणार. या खर्चाला किंमत नाही. कारण तो नष्ट होणार आहे. पण हे का करण्याची पाळी आली आम्हाला? त्याचा जरा कोणी तपास करा ना. नुसते आम्ही कोट्यवधी रुपये मंजूर करायचे. मग खड्डे का पडताहेत? माझंही तेच मत आहे. दरवर्षाला खड्डे का म्हणून? त्याला पाच-दहा वर्षांची एकंदर अशी मजबुती नाही का? याचं कारण कंत्राटदारांनी

ते मिश्रणच असं करायचं की वर्षाला काम मिळायलाच पाहिजे आणि म्हणूनच मी त्या वेळेला तिनईकरांना सांगितलं की, यांची काळी यादी बनवा. तर तिनईकर मला म्हणाले की, ''काळी यादी झालेली आहे साहेब.'' मग म्हटलं, यांना रस्त्याची कामं द्यायची नाहीत. परत तिनईकरच म्हणतात की, ''एकदा त्यांना संधी द्यायला काहीच हरकत नाही.'' महापौर बंगल्यावरती ही चर्चा झाली.

◗ 'मेगा सिटी'प्रमाणेच अलिबाग तालुक्यातील आंतरराष्ट्रीय विमानतळासही भूमिपुत्रांचा विरोध आहे...

मुख्यमंत्र्यांशी चर्चा झालीय. मनोहर जोशी म्हणाले की, आणखी एकदा सर्व्हे घेईन आणि शेतकऱ्यांचं नुकसान होत असेल तर जागा बदलीन. पण इथे काय होतंय की, पडिक जमिनीची लोकंसुद्धा चिथवली जात आहेत. जिथे मुरूम आहेत, जिथे दगड आहेत. जी जमीन कसत नाहीत, पण मालकीची आहे कोणाच्या तरी, अशा लोकांनासुद्धा आंदोलनामध्ये खेचलं जात आहे.

◗ या विमानतळासाठी हजारो एकर जमीन जाईल...

ही छोटी विमानतळं आहेत. आंतरराष्ट्रीय विमानतळ तेथे नाही होणार. लहान विमानं तिथे उतरतील. दळणवळण वाढल्याशिवाय विकास होऊ शकत नाही, ही आमची भावना आहे. धोरण आहे.

◗ बेरोजगारांची तुमची योजना किती प्रगतिपथावर आहे?

प्रगतिपथावर म्हणण्यापेक्षा तुम्ही पहिल्यांदा एक काम करा. आम्ही जे करतोय त्याच्यावरती कृपा करून कोर्टाची बंधनं आणू नका. आता काही नवीन योजना येत आहेत. काही कारखाने येत आहेत, त्यामध्ये मोठी भरती होण्याची शक्यता आहे. या सगळ्या गोष्टींवरती तुम्ही बंधने आणायची, काहीतरी कुरापती काढायच्या आणि भांडवलदारांना फालतू विरोध दाखवायचा. हे सगळं करायचं आणि पुन्हा आम्हाला उलटा प्रश्न विचारायचा की, बेरोजगारांचे काय केलेत? हे बेरोजगार तुम्ही निर्माण केलेत आणि आज आम्ही सरकारी पातळीवर प्रामाणिकपणानं प्रयत्न केलेत आणि आमचा राज करतोय शिवउद्योगाच्या माध्यमातून. आज तारुण्य कशाकरिता त्याने फुकट घालवायचं? मौजमजा मारण्याचं वय आहे त्याचं? पण आज त्यानं एक ध्यास घेतलेला आहे, बेरोजगारांसाठी काम करण्याचा. मी स्वत: राजकडे त्याच्या शिवउद्योगाची सतत चौकशी करतोय.

जरी तुमच्याकडे अल्लाउद्दीनचा दिवा नसला तरी लोकांच्या अपेक्षा पूर्ण व्हायलाच हव्यात...

अल्लाउद्दीनच्या दिव्याची कल्पना काल्पनिक आहे. इथे दिवा घासून तुमचं नशीब फळफळणार नाही, तर मनगट घासावं लागेल.

मनगटे कोणी घासायची?

आधी लोकांनी घासायला पाहिजेत. मेहनतीशिवाय तुम्हाला नाही काही मिळणार. तुम्ही म्हणाल की, आम्ही बेकार आहोत. आम्हाला नोकरी द्या. आम्ही मराठी आहोत, आम्हाला नोकरी द्या. त्याच्यावरती नोकऱ्या नाही मिळणार. मेहनतीची बात बोला. आज सगळ्या राज्यांतली लोकं इथं आहेत ती मेहनत करताहेत. टायरचा धंदा करताहेत. रात्री-अपरात्री कोणीही आले तरी ते उठून टायरचं पंक्चर काढताहेत, हे मी स्वतः डोळ्यांनी पाहिलेलं आहे. त्या सगळ्या हायवेवरती केरळी लोकांची पंक्चर काढण्याची दुकाने आहेत. म्हणून दिव्याची गोष्ट बोलू नका. इथे मनगट आपलं आहे. आपल्या हातात आहे आणि घासल्याशिवाय तुम्हाला काहीच मिळणार नाही. मनगट घासण्याची तयारी मराठी पोरांनी ठेवावी. आम्ही त्यांचं भलं करतो आणि केलंही आहे. आज पंचतारांकित हॉटेलमध्ये 'जय महाराष्ट्र'चा नाद आम्ही घुमवलेला आहे. एअर इंडियात 'एअर होस्टेस' म्हणून लोकाधिकार समितीनेच मराठी पोरींना पाठवलंय. बँका-बँकांतून मराठी टक्का शिवसेनेमुळेच वाढलेला आहे. कशाला फुशारक्या मारताय आणि आम्ही काहीच केलं नाही म्हणून बोलताय?

श्वेतपत्रिका निघाल्या; पण भ्रष्टाचार थांबला काय?

कधी निघाली? कालपरवाकडे निघाली. एकदम फटाक्कन कसं होईल? काय बोलताय तुम्ही? अल्लाउद्दिनच्या दिव्याचं उदाहरण तुम्ही देताय तसा हा काय अल्लाउद्दीनचा दिवा समजता काय? ही श्वेतपत्रिका निघाली. घासली तरी काही नष्ट होत नाही भ्रष्टाचार. असं कसं बोलता तुम्ही? पोर व्हायलासुद्धा नऊ महिने लागतात.

पण तुमचा अडीच वर्षांचा काळ निघून गेलाय...

होय, गेलाय ना. तुम्ही अडीच वर्षांचा हिशेब आम्हाला वारंवार का विचारता? त्याआधीचा पस्तीस वर्षांचा काळ तुम्ही काँग्रेसच्या थोबाडावर का मारीत नाही? आणि पुन्हा उद्या बेशरमपणानं तुम्ही त्यांना निवडून देणार आहात? ही माणसं प्रचारासाठी बाहेर पडता कामा नयेत. इतक्या लायकीची

ती माणसं आहेत. नालायक लोक. तरीपण तुम्ही जाणार. त्यांची भाषणं ऐकणार नं. विदर्भाचा बट्ट्याबोळ विदर्भातील लोकांनीच केला. राज्यात काय, केंद्रात काय, त्यांचीच लोकं. तरीपण आज वसंत साठे आलाय ना स्वतंत्र विदर्भाच्या घोड्यावर.

◗ **तुम्हाला श्वेतपत्रिका म्हणजे काय ते माहीत आहे काय?**
कोणाला?

◗ **तुम्हाला. कारण लोकांना ते काय असतं ते माहीत नाही.**
ती छापून आलेली तीच ना?

◗ **मध्यंतरी तुम्ही विदर्भ विकासाची भगवी पत्रिकादेखील काढली होती...**

हे बघ, भगवी पत्रिका असो, श्वेतपत्रिका असो, निळी पत्रिका असो, त्यामधील प्रामाणिकपणाला तुम्ही काही किंमत देणार आहात की नाही? शेवटी मी असं म्हणतो की, काहीच केलं नाही तरी बोंब मारता आणि प्रामाणिक प्रयत्न केले तरी बोंब मारता, म्हणजे खानदेशी म्हशीसारखं झालं हे. तिला गूळ दिला तरी भ्यॅऽऽ करतेय आणि पाणी दिलं तरी भ्यॅऽऽ करतेय. म्हणजे ॲप्रिशिएट तिने काय केलं, गूळ की पाणी तेच कळत नाही. तसं तुम्हा लोकांचं होता कामा नये. तुम्ही नक्कीच कौतुक केलं की नाही, करणार आहात की नाही, याची आम्हाला पर्वा नाही.

◗ **कागदी श्वेतपत्रिका की कृती, असा माझा प्रश्न होता...**

त्या श्वेतपत्रिकेमध्ये ज्या काही गोष्टी उल्लेख केलेल्या आहेत, त्या पाहा. शेवटी गरजवंताला अक्कल नसते. अडला नारायण गाढवाचे पाय धरी, वगैरे ज्या म्हणी आहेत त्या भ्रष्टाचाराच्या बाबतीतच असाव्यात, असं मला वाटतं. भ्रष्टाचार वरून सुरू झाला की खालून सुरू झाला याचीही चर्चा होते. वरचे म्हणतात खालून, खालचे म्हणतात वरून. यालाही काही अर्थ नाहीय. पण कुठून तरी तो सुरू होतो एवढं नक्की. मग देणारा अडतो की घेणारा अडवतो? यापेक्षा किती इमानानं आपण वागायचं याच्यावरती अवलंबून आहे. एक तर मागणारा नसावा आणि देणाराही नसावा.

पण एस.टी.त जी मोठी नोकरभरती सुरू आहे त्यात भ्रष्टाचार करणारे तुमच्याच पक्षाचे लोक आहेत...

होय. मी तशी 'सामना'त चौकटच टाकली आणि ती चौकट टाकल्यामुळे ते प्रकार थांबलेत अशातलाही काही प्रकार नाही. पण नजरेस आलं की, मी चाप लावतो. एक मॉरल सपोर्ट मिळतो की, बाळासाहेबांना हे आवडत नाही म्हणून. त्यानंतर मग आमच्याकडे नावं, पुराव्यानिशी तक्रारी येतात. मला कारवाई करता येते मग त्यावर. कुठेतरी लोकांना एक धीर दिला पाहिजे की, इथे आम्ही बसलेलो आहोत. त्याचा फार उपयोग होतो. नाहीतर लोकं हतबलतेनं सगळं सहन करताहेत. भ्रष्टाचार म्हणजे काय? तर जनतेची हतबलता.

खंडणीग्रस्त महाराष्ट्र असं एक चित्र निर्माण झालंय...

ते काँग्रेसवाल्यांनी निर्माण केलंय.

त्यांना तशी संधी का मिळाली?

या लोकांची जी नावं आता येताहेत 'स्कॅम'मध्ये. आता नरसिंह रावांच्या मुलाचा जामीन अर्ज रद्द केलाय कोर्टानं. युरिया भ्रष्टाचाराच्या प्रकरणात. तो जो प्रकार आहे त्याला काय म्हणणार तुम्ही? ती खंडणी नाही काय? म्हणून गुजराल म्हणाले, भ्रष्टाचार नावाचा प्रकार देशाच्या रक्तातच आहे. केवळ महाराष्ट्राचं रक्त काढून चालणार नाही. देशाचं काढावं लागणार आहे. आम्ही इथे प्रामाणिक प्रयत्न करतो आहोत. काही दिवसांनी तुम्हाला त्यास आकार आलेला दिसेल आणि इतका जुनाट रोग इतक्या लवकर बरा होत नाही. मात्र तो असाध्य आहे याच्यामध्ये तो मोडत नाही, त्यामुळे आशा आहे.

या रोगाच्या पेशी तुमच्याही लोकांत भिनल्यात काय?

शेवटी आमची असली तरी तीही माणसंच आहेत. मी या पद्धतीनं बोलू इच्छित नाही की शक्य नाही. अमुक नाही. तमुक नाही. कोणी धुतले तांदूळ नसतात. चटक लागलेली आहे. निवडणुका हा भ्रष्टाचाराचा पाया आहे.

गिरण्यांच्या जमिनी सरकारने विकायला काढल्यात त्या व्यवहारात सत्ताधाऱ्यांना खंडणी मिळालीय...

असं कसं म्हणताय तुम्ही? मुख्यमंत्री मूर्ख आहेत काय? त्यांनी चौकशीची तयारी दाखवलेली आहे. त्यानंतर आम्ही बसणार आहोत. मी, प्रमोद महाजन,

मुख्यमंत्री, उद्धव, राज, त्यानंतर गोपीनाथ मुंडे यावर फायनल निर्णय काय घ्यायचा त्यासाठी बसणार आहोत. चरित्रहननाचे प्रकार आमच्या बाबतीत जोरात चालले आहेत. त्यामध्ये माझं नि यांचं लागावं, त्याचं नि आमचं लागावं हे आम्हालाही माहीत आहे. पण लागणार नाही, याची काळजी आम्ही घेतली आहे.

◗ गिरणी कामगारांचा प्रश्न गेली पंधरा वर्षे जैसे थे आहे...

ज्यांनी गिरणी कामगारांच्या जीवनाचा विचार केला ते अजूनही मानाने मोर्चे काढताहेत, याची लाज कुणालाही नाही. त्या कामगारांनाही नाहीय. दुर्दैवाने डॉ. सामंत नाहीत. त्यांचे बंधू आहेत, ते मोर्चे काढताहेत अजून. मला कामगारांचंही आश्चर्य वाटतंय.

◗ हा प्रश्न कायमचा सुटावा यासाठी तुम्ही एखादी योजना सुचवा...

नाही, नाही. आमच्या योजनेला काही किंमत देऊ नका तुम्ही. ज्यांनी सत्यानाश केला त्यांना हे प्रश्न कधीच विचारले नाहीत तुम्ही. उलट लोकसभेला उभे करून निवडून आणलेत त्यांना. याला काय म्हणायचे?

◗ लाल फितीचा विळखा जाणवतोय का?

पुष्कळ प्रमाणात तो कमी झालाय.

◗ फायली साचल्या तर आग लावीन असे तुम्ही म्हणाला होता. ती वेळ आली आहे काय?

मला नाही वाटत. माझं स्वत:चंच लक्ष आहे. ज्या मंत्र्याचे हे ढीग साचतील तो मंत्री म्हणून राहणार नाही. मला येऊन कोणीतरी सांगावं की, याचं काम तुंबलंय म्हणून. तुम्हाला मंत्री तुमच्या सोयीसाठी केलेलं नाही, तर जनतेच्या सोयीसाठी केलेलं आहे.

◗ पाटबंधारे आणि गृह खात्यांतील बदल्या-बढत्यांत भ्रष्टाचाराच्या तक्रारी सतत होत असतात...

हा प्रश्न तुम्ही संबंधित मंत्र्यांना विचारा. ते त्यावर अधिकारवाणीने बोलू शकतात. मी इथे बसून आपलं काहीतरी होकार-नकार सांगायचे ते बरोबर नाही.

'मातोश्री'वरूनसुद्धा बदल्या-बढत्यांचे आदेश दिले जातात, असं सतत वृत्तपत्रांत प्रसिद्ध होतंय.

वृत्तपत्रं तर माझ्या व कुटुंबीयांच्या नावानं कडाकडा बोटं मोडताहेत. माझ्या पद्धतीनं मी अजून वागलेलोच नाही. ज्या वेळेला ते मला विचारतात, त्या वेळेला माझं मी त्यांना धोरण सांगतो. होकार-नकार कळवतो. बाकी इथून आदेश कधी जात नाहीत. त्यांनी काही प्रचार केला. सत्य काय ते लोकांना कळते. शेवटी हे कोण पत्रकार आहेत? पत्रकार म्हणण्यापेक्षा मी त्यांना पत्रावळे म्हणतो. पत्रावळे म्हणजे लग्नात त्या जेवणासाठी पत्रावळी बनवतात ना, त्या लायकीचे आहेत हे.

'पत्रकार हे सत्तेवर असतात त्यांना मुजरे झाडतात. उद्या मी सत्तेवर आलो तर ते मलाही मुजरे झाडतील.' असं एक विधान तुम्ही ९२ साली केलं होतं. मग तुम्हाला आज पत्रकार मुजरे का झाडत नाहीत?

मला असं वाटतं की, इतक्या बेगुमानपणात मी बोललोय असं मला वाटत नाही. उगवत्या सूर्याला नमस्कार करणारे सगळेच असतात. त्यात पत्रकारही असतात.

उगवत्या सूर्याला ते नमस्कार करीत आहेत?

करतही असतील ना. मी कुठे बघायला जातोय? मला काय गरज आहे?

वृत्तपत्र, पत्रकार तुमच्याविरोधात इतके का आहेत?

एक असं आहे की, पत्रकारांतही गट-तट आहेत. काही शिवसेना अभिमानी आहेत. काही पक्षापक्षांमध्ये विखुरलेले आहेत. काही आक्रस्ताळी आहेत. काही राष्ट्रसेवा दलवाले आहेत, की ज्यांना स्वत:लाही मूल होत नाही आणि दुसऱ्याला झालेलंही त्यांना आवडत नाही, अशा प्रवृत्तीचे काही लोक आहेत. त्यांच्याबद्दल आम्ही काय करायचं?

शेवटी बरं-वाईट चित्र रंगविण्यात 'मीडिया'चा फार मोठा वाटा आहे...

आज 'मीडिया' नावाचा जो काही प्रकार आहे, त्यांनी एवढं वलय किंवा गांभीर्य या पत्रकारिकतेमध्ये ठेवलंय का? कोणी उठतो, चारपानी काढतो. त्याचा पत्रकारितेशीही संबंध नाही; पण त्याच्या खिशामध्ये खुळखुळताहेत. त्याला वाटतं, आपण आपला एक काहीतरी दबाव ठेवावा म्हणून तो चार

पानांचं एक पत्र काढतो. कुठच्यातरी वर्तावळ्यातनं जो बोहरी कचरा उचलतात. त्यातनं तो गठ्ठे उचलतो आणि त्यावर तो वृत्तपत्र छापतो. त्यांना पत्रकार म्हणायचं? वेश्याव्यवसाय करणारे काही संभाजीनगरचे पत्रकार. त्यांना थोडी मारहाण मागे झाली. पत्रकारांनीच मला भेटून सांगितलं, हे व्यवसाय करतात. मीडियाच्या अर्थाचं गांभीर्य किती ठेवलंय तुम्ही लोकांनी? की नुसतं 'मीडिया' म्हटल्यावर टरकून जायचं आम्ही. काहीतरी प्रेस्टिजिअस असा वकूब असला पाहिजे तुमचा, तरच मीडियाला किंमत द्यायची.

◗ सध्या तसा नाही काय?

बिल्कुल नाही. सगळा सत्यानाश झाला आहे. अत्यंत वन साइडेड प्रकार चाललाय सध्या. कधीही जणू काही आम्ही चांगलं करत नाही, केलंच नाही, करणारच नाही, या भूमिकेतून सगळं पाहिलं जातं. कारण ही माणसं अगोदर कोणीतरी गिळली आहेत. त्यामध्ये पवारांचा हात मोठा आहे.

◗ आज तुमचीही ताकद आहे. तुम्हीही त्यांना गिळू शकता.

मग त्याकरिता, तशी सोय करण्याकरिता आम्हालासुद्धा भ्रष्टच व्हावं लागेल. ही एखाद्या माणसाची पैशाची ताकद आहे. त्याकरिता भ्रष्टाचार करणं भाग पडतं. एवढं आम्हाला मग करावं लागेल. त्याच्यानंतर मात्र मग बोंबलू नका. काय तुमच्याकडे भ्रष्टाचार चाललाय? तुमच्यासाठी चाललाय असं मग म्हणावं लागेल. समजलं?

◗ याबाबत ज्येष्ठ संपादकांशी-पत्रकारांशी चर्चा का करीत नाही?

किती वेळा करायची? मी नाही बोललो तरी उद्धव, राज हे अनेकदा बोललेत. खासगी बैठकीत त्यांना सगळं पटतं 'तरी पण...' असा त्यांचा एक नेहमीचा प्रकार असतो. आजसुद्धा काहीतरी कोहिनूर हिऱ्यावरून अश्लाघ्य असं लिखाण झालेलं आहे एका वृत्तपत्रात. नाव नाही घेत मी. किती कुजकेपणा? किती सडकेपणा? कोहिनूर हिऱ्यावरून तुम्ही इथपर्यंत सजवता की आमच्यामध्ये किती हिरे आहेत. काय आहेत वगैरे. गळ्यात माळा घालाव्यात, अमुक करावं. भाषाशैली छान आहे. भाषेची कमाई चांगली आहे. पण ती कमाई आमच्याच बाबतीत खर्च का होते? दुसऱ्यांच्या बाबतीत का होत नाही? तर त्यामधला एक तुसडेपणा... द्वेष... आकस आमच्याच बाबतीत का? तर माणसं विकली गेलेली आहेत कुणाला न् कुणाला तरी. त्यांना सुखवायचं. पहिला त्यांना फोन जात असणार. काय मग आज वाचलं काय? काय लिहिलंय आमच्या

स्तंभामध्ये, जरा वाचा. समोरून कौतुक केल्यानंतर हे खूश.

आदर्श पत्रकारितेची तुमची संकल्पना काय आहे?

त्यांनी सत्याची कास धरावी. आज मला वर्तमानपत्र काढण्याची का पाळी यावी? मला माहीत आहे की, शिवसेनेबद्दल दात-ओठ खाणारे भरपूर आहेत. आणि जर माझ्या हातात वृत्तपत्र नसेल तर मात्र ही लोकं मला कच्ची खातील. माझं काहीच छापून येणार नाही. माझे विचार येणार नाहीत. माझा प्रचार होणार नाही आणि मला सर्वत्र तोंडघशी पाडतील. मी कसा उपडा होईन हेच पाहतील. म्हणून मला वृत्तपत्र काढावं लागलं. नाहीतर मला काय गरज होती? पत्रकारितेच्या धर्माला तर सोडाच; पण पेशाला धरूनही आज कोणी वागत नाही. एक दिवस असा जात नाही की, ठराविक वृत्तपत्रातून आमच्यावर कधी लाखोल्या वाहिल्या नाहीत. म्हणजे सतत आम्ही वाईटच करतो. हा प्रकार काय तोही मला कळत नाही. किणीची केस रंगावता. मग गुप्ताची का पाडता तुम्ही? त्याच्यामधल्या टेक्निकल बाबी बघता तुम्ही? किणीमध्ये काही टेक्निकल नव्हतं? दरवेळेला नवीन कल्पना. तो पुण्याला गेला. पाऊस पडत होता. यांना कसं कळलं? तुम्ही होतात त्याच्याबरोबर? एवढ्या भरपावसामध्ये किणी पुण्याला कसा गेला? एवढी चर्वितचर्वण वर्णनं झाली. तो म्हणे तेथे प्यायला नाही. तो कोसळला. मग त्याला नेला. त्यात अगदीच कळस म्हणजे तो इथून गेला तेव्हा त्याच्या डोक्यात मेंदूच नव्हता. काय अर्थ आहे काय या सगळ्या गोष्टीला? बरं असं धरून चालू की, 'सामना'च्या इथे झोडला त्याला. तिथे केवढा बंदोबस्त आहे. किती पोलीस आहेत. घ्या त्यांची साक्ष. एकतरी मायेचा पूत तिथे आला का बाहेर सांगायला? की 'सामना'च्या इथे त्याला वरून मारत आणला आणि टॅक्सीत कोंबला म्हणून. काय तर म्हणे, गाडीचा नंबर मिळाला. केवढ्या गाड्या तिथे. कोणताही नंबर दिला तरी तो आमचाच निघणार.

म्हणजे वृत्तपत्र एखाद्याची प्रतिमा 'डॅमेज' करू शकतात...

डॅमेज करू शकतात या एका शेखीमध्ये त्यांनी जाऊ नये. तो त्यांचा पेशा नाही आणि कर्तृत्वाचा वाटाही तो होऊ शकत नाही. We can damage हे पत्रकारितेचं लक्षण नव्हे. ते नीचपणाचं आणि हलकटपणाचं लक्षण झालं. आम्ही 'डॅमेज' करू शकतो ही मस्ती वाटते, मिजास वाटते तुम्हाला!

तुमच्यावरती प्रभाव टाकणारे आदर्श संपादक कोण?

टिळक, आगरकर, लोकहितवादी, माझे वडील, काळकर्ते परांजपे, आणि

नाही म्हटलं तरी मी आचार्य अत्र्यांनाही मानतो. हल्ला करण्याची किंवा एकंदर तुटून पडण्याची जी ताकद होती त्यांच्या लेखणीत ती मोठीच होती.

◗ **अत्रे जन्मशताब्दी उद्यापासून सुरू होत आहे. आज अत्रे असते तर...**

तेही आमच्याविरोधातच असते. ते एकदा विरोधात गेलेच होते. त्यांनी कारण नसताना आमच्याशी वैर ओढवून घेतलं. त्यांनाही नंतर ते जाणवलं. अत्र्यांना आपण हरवलं या मस्तीपेक्षा हा वाद व्हायला नको होता हे दुःख मला जास्त आहे. अत्र्यांना हरवल्याचं मला सुख नाहीय किंवा अत्र्यांची आपण जिरवली याबद्दलही मला फार मोठं समाधान मिळालं अशातला प्रश्न नाही. हा वाद मुळात व्हायला नको होता. एवढे आमचे कौटुंबिक संबंध होते. पण He was a Giants. मोठा जबरदस्त माणूस होता याबद्दल वादच नाही. म्हणजे इतकं होऊनसुद्धा मी त्यांना मानतो हे विशेष.

◗ **अत्रे महाराष्ट्राचे महारथी. शेवटी ते पराभूत झाले. अत्र्यांची जी अवस्था झाली त्याच दिशेने ठाकऱ्यांचा प्रवास सुरू आहे, असं अलीकडे सतत लिहिलं जातंय...**

हे बघा, माझं नशीब जे हे लिहिताहेत त्यांच्या हातात नाहीय. माझं नशीब माझ्यापाशी. अत्र्यांपाशी. बनवणारा कोण? घडवणारा कोण? याची कोणालाही कल्पना नसते. तेव्हा ज्या पद्धतीनं आम्ही जन्मलो आणि जो शेवट होणार त्या पद्धतीनं शेवट होईल. बाकीच्यांनी का चिंता करावी? ठाकरे कुटुंबीयांच्या द्वेषाची उकळी पत्रकारितेत फुटते. त्यातूनच हे सर्व लिहिलं जातंय!

[११ ऑगस्ट, १९९७]

साधू-संतांचे अवतार घेतले म्हणजे औरंगजेब बदलतो काय?

“राजकीय जीवनात शिवसेनाप्रमुखांचे विचार तलवारीच्या खण-खणाटाप्रमाणेच गाजत राहिले. अंगावर येईल त्याला शिंगावर घेऊन आपटायचं हा त्यांचा खाक्या. त्यामुळेच मुंबईत 'माफिया' टोळ्यांचे आव्हान उभं करून शिवसेनेला शह देण्याचा प्रयत्न विरोधकांनी करताच शिवसेना प्रमुख अत्यंत खंबीरपणे उभे राहिले. 'महाराष्ट्राच्या राजकारणात शिरू पाहणाऱ्या माफिया टोळ्यांचं कोणतंही आव्हान आमच्यासमोर नाही. गुंड टोळ्यांशी महात्मा गांधींच्या अवतारात वागून चालणार नाही. वृत्तपत्र गुंडांच्या मागे उभी राहत आहेत हेअधिक चिंताजनक वाटतं. गुंडांचे एन्काऊंटर्स व्हायलाच हवेत. ज्यांना दुसऱ्याच्या जीवाची पर्वा नाही त्यांच्या जिवाची पर्वा तुम्ही का करावी? साधू-संतांचे अवतार घेतले म्हणजे औरंगजेब बदलतो काय?'”

'सरकार तुमच्या विचारानं चाललंय की भरकटत चाललंय?' असे शिवसेनाप्रमुखांना सुरुवातीलाच विचारले. या प्रश्नांवर शिवसेनाप्रमुख किंचित संतप्त झाल्यासारखे दिसले. राज्याला दिशा देण्याचा शिवसेनाप्रमुखांचा जो विचार आहे तो सत्ताधारी प्रत्यक्ष कृतीत उतरवीत आहेत काय? असे मी स्पष्ट करून विचारताच ते म्हणाले, "मला एक मौज वाटते, आश्चर्य वाटते ते असे की, एक तर ते भरकटत चाललंय म्हणून कंट्रोल करण्याचा प्रयत्न केला तर माझ्या 'रिमोट कंट्रोलमध्ये फरक काही नाहीय. हायकमांडला मी तो नवीन शब्द दिलाय. हायकमांडचं काम तरी काय असतं? तुम्ही कंट्रोल करीत असताना राज्याराज्यातली त्या पक्षाची सरकारं. दिल्लीत बसून हायकमांडच कंट्रोल करीत असत ना? मग मी काय पाप करतोय? आता मला असं म्हणायचं आहे की, मी जे अनेक वेळेला सांगतो की, लोकांनी माझ्यावर विश्वास ठेवून हे सरकार दिलेलं असताना माझी काही जबाबदारी आहे की नाही नैतिक. आणि भरकटत चाललंय त्याची जबाबदारी शेवटी मीच घेणार. काय मी त्यांना मुभा द्यायची की, आता तुमच्या खाण्याच्या सोयी झालेल्या आहेत. आता सुरू करा खाणं, असं सांगू शकतो काय मी?

◗ मग सरकारचे तुम्ही कोण आहात?

मला असं म्हणायचं आहे की, काही पोरं दुर्दैवी असतात. जन्मत:च एखाद्या पोराची आई मरते. एखाद्या वेळेस बाप मरतो. कदाचित लहानपणी दोघेही नसतात. पण ज्यावेळेला असतात त्यावेळेला आई आणि बाप यांची काही जबाबदारी मानाल की नाही? का पोरांनी उत्तर द्यायचं बापाला. ए... बाप असलास तरी जादा शाणपणा करू नगस! हे उत्तर चालेल काय? पहिली मी कानफटात मारीन. रिमोट कंट्रोलचा वापर न करताही वापर करण्याची टवाळी चालली आहे.

◗ वापर नाही केला तरी सरकार भरकटतंय. याकडे तुमचं लक्ष आहे की नाही.

आयला परत तेच काय विचारताय? म्हणजे मडकं आहे की नाही तुमच्या धडावरती?

◗ 'लॉ ॲण्ड ऑर्डर' विषयी आपलं काय मत आहे?

उत्तम आहे. या गोष्टी होतच राहणार. काही इकडेतिकडे वैयक्तिक कारणानं मुडदे पडतच राहणार. मी मागेच बोललो होतो. हे ठक्कर काय, खटाव काय, ते वैयक्तिक त्यांच्या गोष्टी आहेत. संगनमतानं झालेल्या गोष्टी आहेत. त्या माफियांचा, त्या गँगस्टर्सचा वापर त्यांनी केलाय. पेमेंटमध्ये गडबड झाल्यामुळे उडवलं त्यांना

त्याला आम्ही काय करणार? यात लॉ अ‍ॅण्ड ऑर्डरचा प्रश्न येतोच कोठे? हे चालतच राहणार. काय हे दिल्लीत होत नाहीय? काँग्रेसवाल्यांना तरी यावर बोलण्याचा अधिकार नाहीय. त्यांच्याच पक्षाच्या एका मान्यवरानं त्याची बायको तंदुरी चिकनप्रमाणं तुकडे करून भट्टीत जाळली. दुसऱ्या त्यांच्याच एका काँग्रेसवाल्यानं आपली बायको मगरींच्या तळ्यात ढकलून दिली. मगरींनी तिला खाल्ली. त्याच्यावरती त्यानं आपला बचाव केला खुनाचा. त्यानंतर ते बॅडमिंटनपटू सैय्यद मोदी. त्यांचा खून करणारेही दिल्लीतले काँग्रेस नेतेच. ढवणच्या घरावरती हल्ला झाला. गोवारी प्रकरण झालं. किती यांची पापं सांगायची? पस्तीस वर्षांची पापं महाराष्ट्रात आणि पन्नास वर्षांची पापं सबंध देशात.

◗ गुंड टोळ्यांशी पोलिसांनी कसं वागायला पाहिजे?

गुंड टोळ्यांशी महात्मा गांधींच्या अवतारात वागून नाही चालणार.

◗ एन्काऊंटर्सविषयी काय मत आहे?

त्याच्यामध्ये गैर काहीच नाही. शेवटी संपूर्ण सत्ता उद्‌ध्वस्त होऊन जनतेला एक मोठा ताप उद्या होणार असेल, जनतेचेही उद्या मुडदे पडेपर्यंत परिस्थिती निर्माण करणारी ही माणसं आणि ज्यांना दुसऱ्यांच्या जिवाची पर्वा नाही त्यांच्या जिवाची पर्वा तुम्ही तरी का करावी, हा सरळ प्रश्न आहे. तेसुद्धा लोकांचे मुडदेच पाडीत आहेत. मग कशाकरिता तुम्ही त्यांना सोडताय? साधुसंतांचे अवतार घेतले म्हणजे औरंगजेब बदलतो काय?

◗ मुंबईत तुम्हाला पोलीस कमिशनर म्हणून त्यागी हवे होते...

होय, त्यागीच हवे होते.

◗ पण तांत्रिक बाब दाखवून त्यांना त्या पदावर बढतीनंतर राहू दिलं नाही...

खरं आहे ते.

◗ मग हीच तांत्रिक बाब मल्होत्रांच्या बाबतीत आडवी का आली नाही?

नाही, ही तांत्रिक बाब नाही, खरं सांगायचं म्हणजे, काही वेळेला काही लोकं कोणाला परवडतात, कोणाला परवडत नाहीत. पण मला त्यागींचा धाडसीपणा आवडतो. त्यांच्यामध्ये जी एक रग होती ती रग मला हवी होती. ती त्यागींमध्ये दिसणारी रग सध्या दुर्मिळ आहे.

◗ **मग तुम्ही त्यागींना का थांबवू शकला नाहीत?**

ते असं आहे की, त्यांचं प्रमोशनही आलं होतं. पण आज जी 'ॲडजेस्टमेंट' आम्ही मल्होत्रांच्या बाबतीत केली ती त्यागींच्या बाबतीत करायला काही हरकत नव्हती. पण नाही केली. त्यावेळेला त्यांना काही वाटलं की हा आपल्याला फार महाग पडेल माणूस. प्रत्येकाचं थोडं असतंच काहीतरी.

◗ **कोणाला वाटलं, महाग पडेल?**

एवढ्या खोलात जाऊन प्रश्न विचारू नये.

◗ **सरकारात किंवा मंत्रिमंडळात थोडे बेबनाव सुरू आहेत. विशेषतः मुख्यमंत्र्यांवर तुम्ही नाराज आहात...**

अजिबात नाही. त्यांच्या चुका काही झाल्या तर मी त्यांना ताबडतोब बोलावतो. फोनवरून बोलतो. नाराज वगैरे काही नाही.

◗ **तुम्ही त्यांना पर्याय शोधताय...**

पर्याय शोधायचाही प्रश्न नाहीय. आज तरी ती पाळी आलेली नाही माझ्यावर. आणि त्यांनी ती माझ्यावर आणू नये. आमचं व्यवस्थित चाललेलं आहे. ते बिघडावं अशी अनेक लोकांची इच्छा आहे. त्याकरता त्यांनी पाण्यात काय काय बुडवून ठेवलंय ते मला माहीत नाही.

◗ **मंत्रिमंडळात अनेक कच्ची मडकी आहेत...**

काँग्रेसवाले जेव्हा होते तेव्हा काय पक्की मडकी होती काय त्यांची? पस्तीस वर्षं सत्तेवर राहूनसुद्धा कच्ची मडकी कितीतरी होती त्यांची. पण आमच्याकडे बघण्याचा तुमचा सगळ्यांचा दृष्टिकोन आहे तो त्याबाबतीत तुम्ही काँग्रेसप्रमाणे ठेवला नाही. फक्त अडीच वर्षांत तुम्हाला आमची कच्ची मडकी दिसू लागली.

◗ **राज्यात तुम्हाला काँग्रेसचं भवितव्य काय दिसतं?**

मला वाटतं, काँग्रेस संपलेली आहे. ब्रिटिश साम्राज्य जसं लयास गेलं तसंच काँग्रेसचं राज्य सर्वत्र लयास जाणार आहे. उद्या मला नाही वाटत, आणखी काही राज्यांमध्ये काँग्रेस टिकून राहील.

◗ **राज्याच्या ग्रामीण भागांत आजही पवारांची ताकद आहे...**

ती ताकद काँग्रेस म्हणून नाहीय. जात म्हणून आहे आणि सगळा मराठा काही

त्यांच्या मालकीचा नाही. आमच्याकडेही भरपूर मराठे आहेत. पण मराठा जात म्हणून जी आहे ती त्यांना मानते. एवढ्यापुरतीच ती मर्यादित आहे, पण महाराष्ट्रानं त्यांना कधी नेता मानलं नाही. He was never a leader of Maharashtra.

◗ जात म्हणून उद्या दलित, मुस्लिम व काँग्रेस एकत्र आले तर...

अगोदर त्यांची युती होतीच की, जरी उद्या झाली तरी ती काही पहिल्यांदा होत नाही.

◗ मुलायमसिंगचा पक्षही त्यांच्याबरोबर आहे...

मुलायमसिंग आता आले. त्याच्याअगोदर मुसलमान काँग्रेसमध्ये होते. त्याअगोदर रामदास आठवल्यांचा एक गट म्हणून का होईना पण काँग्रेस बरोबर होता. त्यांनी एकत्र येऊन आमच्याविरोधात सामना दिलेला आहे. आता ती लोकं पस्तावली आहेत. आता मुसलमानांना पटलं की, काँग्रेसने आपला घात केला. ते मुसलमान आता आमच्याकडे आलेले आहेत. नवबौद्धांनाही आता कल्पना आलेली आहे. काय मिळालं शेवटी? नरकातच आपल्याला राहावं लागतय. ते काँग्रेसमुळे राहावं लागतय. वसंतराव नाईक ज्यावेळेला मुख्यमंत्री होते त्यावेळेला नवल टाटांनी एक योजना दिली होती. या ज्या झोपडपट्ट्या आहेत त्यांना आम्ही सुंदर घरं बांधून देतो. तर वसंतराव म्हणाले, ``No No don't do that.'' तर टाटांनी विचारलं, ``Why? We will give better life, better things.'' तर वसंतरावांनी त्यांना पुन्हा सांगितलं, ``No No, you will create problem for us.'' आता यामुळे कोणता प्रॉब्लेम क्रीएट होईल? जर नवल टाटांनी घरं बांधून दिली तर ते सगळे नवल टाटांच्या मागं जातील. नवल टाटाने नुसता हात वर केला तरी ती सगळी मतं त्याला जातील. मग या काँग्रेसची झाली पंचाईत. हा बारकावा लक्षात घ्या. मी या राजकारणाचा पहिल्यापासून अभ्यास करीत आलो आहे. आम्हाला तो प्रॉब्लेम वाटत नाही आणि ऐनवेळी कोण कसा फिरेल ते कसं सांगावं? जातीपातीचे आरोप जे आमच्यावर करत आहेत त्या गधड्यांना हे कळत नाही की, झोपडपट्टी सुधार योजना म्हटल्यावर तिथं ज्या अठरा पगड जमाती आहेत त्या सगळ्यांना ती घरं मिळणार आहेत. त्यातून नवबौद्ध बाहेर काढा. दलित बाहेर काढा, मुसलमान बाहेर काढा, हे धंदे आम्ही करणार नाहीय. जे कोणी असतील त्यांना आम्ही फुकट घरं देणार. महाराष्ट्रात जे १५ वर्षांच्या वर राहिलेले आहेत त्यांना आम्ही फुकट घरं देणार.

◗ आज तुमच्यासमोर कोणतं आव्हान महत्त्वाचं आहे?

कसलं?

◗ पवारांचं, लखोबाचं की गवळीचं?

तिघांचंही नाही. अजिबात मला ते आव्हान वाटत नाही.

◗ एक गुंडांची टोळी इतका मोठा मोर्चा सरकारविरुद्ध काढते हे गंभीरच...

रमाबाई नगरातील प्रकारानंतर दुखावलेले नवबौद्ध त्यात जास्त होते. ज्या ट्रेड युनियन्स त्यांनी नव्या प्रकारानं ताब्यात घेतल्या त्यातले कामगार त्यांनी बाहेर काढले. कांदिवलीच्या चाळीस एकरांच्या भूखंडावरील ज्या झोपड्या हलवल्या ती नाराज लोकं त्यात गेली आणि पैशांनी किती आणली? तेव्हा पैशानं मोजून आणलेली भाडोत्री माणसं आंदोलनाला टिकत नाहीत किंवा पक्षबांधणीला टिकत नाहीत. म्हणजे मग शेवटी कॉन्ट्रॅक्टरच्या मालानं मंडप सजवायचा. ऐश्वर्य वाटेल, वैभव दिसेल, पण शेवटी कॉन्ट्रॅक्टर घेऊन जातो ते बांबू आणखी कनाती. आपल्याला पैसे द्यावे लागतात. पैसे दिले की मंडप सजतो. जास्त दिले की जास्त चांगला सजतो. मंडप सजला म्हणजे अहो हे आव्हान दिसतंय तुम्हाला. आव्हान मला नाही. अजिबात नाही.

◗ आज ज्या गुंड टोळ्या तुमच्या विरोधात गेल्या, पण त्यांनाच तुम्ही एकेकाळी दत्तक घेतलं होतं राजकारणासाठी...

दत्तकबित्तक या भानगडी अजिबात नाहीत. आयुष्यात मी माझा प्रामाणिकपणा सोडलेला नाही. एकेकाळचे हे सगळे शिवसैनिक होते हे सांगायला मला लाज वाटत नाही. आता काही गोष्टी त्या लोकांना मान्यच करायच्या नाहीत त्याला मी काय करू. म्हणून मी सत्याच्या विरोधात जाणार नाही आणि सत्य लपवणार नाही. अगदी रमा नाईक असो, बाबू रेशीम असो, हा गवळी असो. कोणी असो. सगळे शिवसैनिकच.

◗ मग ते का फिरले?

दोन-तीन महिन्यांपूर्वी हा गवळी फिरला. अरुण गवळीची तुरुंगातून पत्रं यायची मला. का पत्रं लिहायचा तो मला? तेव्हा तर सत्ताही नव्हती माझ्या हातात? बरं तुम्ही म्हणाल की, आमचे संबंध आहेत. तर एक दमडीचाही मी ओशाळा नाही. ना मी त्याला दिला की त्यानं मला दिला, हे तितकंच खरं. पण शिवसैनिक होते म्हणून त्यांच्याशी मी वागत होतो. मार्ग चुकला त्यांचा. चुकला असेल. त्याला मी काय करू? चुकला त्यावेळेला ते स्वतंत्र झाले.

◗ पण वाद अलीकडेच झाले. त्यातून पुढे...

होय. मुंडे, मी आणि हा तुमचा मोहन रावले. आम्ही खाली बसलो होतो. मी तारीखही देऊ शकतो केव्हा झाला तो प्रसंग ते. मोहन रावले व मुंडे समोरासमोर बसले होते. मी म्हटलं, तू मोहन रावले, हे गोपीनाथ मुंडे. हे राज्याचे गृहमंत्री आहेत. आता तूच त्यांना विचार. मग रावलेनं गोपीनाथ मुंड्यांना सांगितलं की, अरुण गवळीला पोलिसांचं संरक्षण द्यायला काय हरकत असावी? तेव्हा मुंडे म्हणाले, साहेब हा प्रश्न विचित्र आहे. मी मुंडेंना सांगितलं की, तुम्ही जबाबदार गृहमंत्री म्हणून त्यांना काय द्यायचं ते उत्तर द्या. मी तुमच्या आड येणार नाही. संरक्षण दिलंत तरी आणि नाही दिलंत तरी हा माझा विषय नाही. कारण शेवटी राज्य तुम्हाला चालवायचं आहे. शेवटी मुडेंनी रावलेस सांगितलं की, हे कसं शक्य आहे? लोकं आमच्या तोंडात शेण घालतील. फार मोठी टीका होईल.एका क्रिमिनलला आम्ही संरक्षण दिलं तर मग दाऊदला का देत नाही? मग छोटा राजनला द्या. आणखी कुणाला द्या. मग काय राहिलं काय? कायद्याची व सरकारची फार मोठी थट्टाच होईल. अक्षरश: लोकं तोंडात शेण घालतील आमच्या. कोणत्याही परिस्थितीत आम्ही गवळीला संरक्षण देऊ शकत नाही, असं मुंड्यांनी रावलेला माझ्यासमोर सांगितलं. तो निरोप त्यानं जाऊन त्याला सांगितला. तेथून तो माझा वैरी झाला. ज्या काँग्रेसच्या राज्यात त्यानं काँग्रसवाल्यांमुळे तुरुंगात काढली तो अरुण गवळी माझ्या विरोधात लढतोय? ज्यांनी तुझ्या आयुष्याची सहा वर्षं कुजवली तो तू माझ्या विरोधात उभा राहतोस? तुला काय करायचं ते तू कर. पण उखडून टाकण्यापर्यंत तू माझ्या विरोधात उभा राहतोस की, ज्या बाळ ठाकऱ्यांमुळे तू आजपर्यंत वाचलास. शिवाजीपार्कच्या जाहीर सभेत मी बोललोय. खबरदार, आमच्या मराठी पोरांना हात लावाल तर! दाऊदची माणसं तेव्हा मारलीच जात नव्हती. सगळीच मराठी पोरं मारली जात होती. त्यावेळेला मी बोललोय. आहेत कॅसेट माझ्याकडे. पण आम्हाला ती चर्चा करायची नाही आणि मला कोणाचं आव्हान वगैरे वाटत नाही.

◗ कम्युनिस्टांचा दहशतवाद शिवसेनेनं दहशतवादाने मोडून काढला. तसाच काहीसा हा प्रकार...

कम्युनिस्टांचा दहशतवाद मोडा असं आम्हांला कोणी सांगितलं नाही. आमच्यावरती ते आरोप झाले. कधी सदाशिवसेना म्हणजे सदोबा पाटलाने उभी केलेली, मग वसंतराव नाईकांची म्हणून वसंतसेना या नावानं हिणवलं की त्यांनी आम्हाला कम्युनिस्टांना मोडायला सांगितलं म्हणे. माझाच विरोध होता कम्युनिस्टांना. त्यांचं प्राबल्य त्यावेळेला होतं आणि कम्युनिस्ट तर आमच्या मुळावर होते. अशा वेळेला ते आम्हाला मोडायला निघाले म्हणून आम्ही त्यांना मोडले. प्रश्न काय येतो.

◗ लोहा लोहे को काटता है... असं जे म्हटलं जातंय...

ते पटत नाही मला, काटण्याची प्रक्रिया काय? लोहा लोहे को काटता है हे बरोबरच नाहीय. आपण शब्दश: अर्थ लावूया त्याचा.

◗ म्हणजे दहशतवादी सेनेस माफियांच्या दहशतवादानं संपवायचा हा डाव...

तो कदापि यशस्वी होणार नाही. लोहा लोहे को काटता नही. तर लोहा लोहे की ताकद जानता है, असं वाटल्यास होऊ शकेल. काटता नही, ताकद जानता है. कोयत्यानं लोखंड कापलं जातं का? करवतीनं लोखंड कापलं जातं अशा तऱ्हेनं तो अर्थ घ्यायचा तर त्याचबरोबर करवतीची धारही झिजत असते. मध्ये मध्ये तिलाही मग धार लावावी लागते. अनेकदा करवतीचं ते पातंही लोहा न कापता तुटतं आणि लोखंडाला आकार देण्यासाठीच कापतो, सत्यानाशासाठी कापत नाही आपण. ज्यावेळी लोखंडाचा एक ठरावीक भागच आपल्याला हवा असतो वापरासाठी त्यावेळेलाच ते लोखंड तुम्ही करवतीनं कापता. ते कापत असताना करवतीची धारसुद्धा जाते हे करवतीनंसुद्धा विसरू नये. करवतीचे दातेसुद्धा बोथट होतात. मग शेवटी फायदा काय झाला तुमचा आणि आमचा? कुणाचा फायदा करून दिलात तुम्ही? काटता है याचा शब्दश: अर्थ घ्यायचा झाला तर या अर्थानं लोखंड लोखंडाचं, करवतही लोखंडाची. चलो काटो. काय कमावलंत? तेही गेलं, तुम्हीही गेलात. जे काटलं ते आकार घेऊन काटलं गेलं. त्याचा उपयोग झाला. तुमची तर नुसतीच धार गेली. बोथट झालं. काय उपयोग झाला?

◗ पण त्या करवतीस धार लावणारी तुमचीच लोकं आहेत...

असतीलही. आहेतही. पण प्रमाण जे तुम्ही म्हणताय तेवढं नाही हं. काही नीच अवलादी जरूर आहेत. असंतुष्ट आत्मे जरूर आहेत. ते तात्पुरते तिकडे जाणारच. हा जगाचा नियम आहे. हे काय आमच्याचबाबतीत घडलंय अशातला प्रश्न नाहीय.

◗ आपली चामडी वाचविण्यासाठी सरकारातली काही माणसं त्यांना गुप्तपणे पाठबळ देत आहेत...

काय म्हणून चामडी वाचवताहेत? त्यांच्या जिवाला काय धाड झालीय. चामडी म्हणण्यापेक्षा हा 'नर्व्ह'चा प्रश्न असतो.

◗ नारायण राणे सोडले तर कोणीच या माफियाशाहीस आव्हान दिलेलं दिसत नाही...

बाकीची जी माणसं आहेत ती आव्हान देणारी माणसं नाहीयत. सुखवस्तू

आहेत ती. सुखवस्तू घराण्यातली जी माणसं असतात ती फारशी आव्हानं देण्याच्या भानगडीत पडत नाहीत. अशी बरीचशी माणसं आमच्याकडे सुखवस्तू प्रवृत्तीची आहेत.

◗ वरदा राजनच्या गुंडगिरीच्या साम्राज्यास एका ए. सी. पी. वाय. सी. पवारांनी संपविले. तुमचं संपूर्ण सरकार एका माफियास संपवू शकत नाही?

आज माफियाच्या बाजूनं तुमची जेवढी पत्रकारिता उभी राहिलेली दिसत आहे तेवढी वरदाभाईच्या बाजूनं नव्हती. तेव्हा वाय. सी. पवारांचं प्रचंड कौतुक केलं जात होतं. पवारांचं फार कौतुक झालं तेव्हा. पत्रकार आज पोलीस अधिकाऱ्यांचं कौतुक करीत आहेत? आज एन्काऊंटर्सच्या विरोधात तुम्ही बोलताहेत. आज त्या काही मानवी संघटना निघाल्या आहेत भिकारचोट. मानवी हक्कवाल्यांचा उपयोग तरी काय? त्यांना जे अधिकार कोणी दिले ते कळत नाही. राज्य आम्हाला करायचं आहे वा इतर कोणाला करायचं आहे. त्या पद्धतीनं त्यांना ते करू द्या. तुम्ही मध्ये लुडबूड करू नका हे सांगण्याची पाळी आली आहे. कसले मानवी हक्क? मग वीरप्पनला सोडा. त्याला तो हक्क आहे मुडदे पाडण्याचा, अपहरण करण्याचा. मग का तो हक्क मानत नाही त्याचा? फालतू हक्कांच्या गप्पा करताय तुम्ही. लाज नाही, लज्जा नाही असे कारभार चाललेत सगळे.

◗ १८ ते २५ हा वयोगट शिवसेनेची शक्ती होती. ही पिढी शिवसेनेपासून दूर चाललीय...

नाही. अजिबात नाही. पावसाळा आहे. त्यामुळे काही खास कार्यक्रम नाहीत. त्यामुळे मी म्हणतो की, सध्या आमचा धंदा स्लॅक आहे. मैदाने नाहीत त्यामुळे सभा नाहीत.

◗ पूर्वी शाखा भरलेल्या असायच्या...

आजही भरलेल्या आहेत. हे न बघता आणि न जाता लिहिलं जातंय. किती माणसं बाहेर पडून बघतायत की, शाखेत किती गर्दी आहे. तमुक आहे. काही न बघता प्रश्न विचारायचा म्हणून विचारतात लोकं.

◗ लोकाधिकारसह तुमच्या अनेक चळवळी थंडावल्या आहेत...

आमच्या काही लोकांनी थोडं त्यागानं वागायला पाहिजे होतं. पण सगळेच सत्तेत सहभागी झाले. शिवसेनेत एक मी सोडल्यास आणि सुभाष देसाईवर थोडंसं ते हिंदुत्वाचं गंडांतर आल्यामुळे ते निवडणूक लढविण्यास अपात्र ठरले. त्यामुळे

ते बाहेर आहेत. आम्ही तेरापैकी दोन बाहेर राहिलो. बाकी सगळे नेते आज मंत्री झालेले आहेत. लोकाधिकार समितीचे जे अध्वर्यू आहेत सुधीर जोशी आणि कीर्तिकर हेसुद्धा सत्तेमध्ये अडकल्यामुळे थोडंसं तुम्हाला वाटत असेल, डचमळलंय काहीतरी. पण कार्यकर्ते अजूनही सांभाळून घेताहेत आणि तयार आहेत कार्यकर्ते. शिवसैनिक आज लोकाधिकार समितीत आहेत ते कार्यकर्तेच आज लोकाधिकार समितीचं कार्य पुढे चालवतात. याकरता कदाचित पुढे वेळ आली तर मला नेतृत्व बदलावं लागेल लोकाधिकार समितीचं. एक व्यक्ती दोन-दोन, तीन-तीन ठिकाणी असणं बरोबर नाहीय. एकतर काम होत नाही आणि त्या व्यक्तीलाही वेळ मिळत नाही. या लोकांनी आपणहून दूर व्हायला पाहिजे खरं सांगायचं म्हणजे.

◗ आक्रमकता कमी झालीय शिवसेनेची...

बिल्कूल नाही. काय असतं की, मी तुम्हाला परत परत सांगतो, जी अलीकडे झाली त्याला तुम्ही आक्रमकता म्हणत नाही का. तोंडाला काळं लावलं तरी पंचाईत. का? तर तुमचं सरकार आहे. म्हणजे सगळ्याच बाजूनी कोंडी करायची आणि प्रश्न विचारत बसायचं. याचीसुद्धा मला एक मौज वाटते. पोरं आमची, महिला आघाडीच्या कार्यकर्त्या ट्रेनवर चढून गाड्या अडवतात. कोकण रेल्वेच्या प्रश्नावर ती आक्रमकता नाही? की आगच लावली पाहिजे?

◗ शिवसेनेच्या महिला कार्यकर्त्यांवरच शिवसैनिकांनी अलीकडे हल्ले केले. ही आक्रमकता समजायची?

तो मूर्खपणा आहे. दोन फुल्यांची मस्ती आहे ती असंच मी म्हणेन.

◗ अमराठी लोकांची घुसखोरी शिवसेनेत वाढलीय...

मला असं म्हणायचं आहे की, दोन गोष्टी तुम्ही करा. मराठी तर प्युअर मराठी आणि हिंदुत्वाचा प्रश्न घेत असाल त्यावेळी अमराठी म्हणून इतरांचा तिरस्कार करायचा का? चांगलं बोललं आणि ताकत वाढवण्याच्या दृष्टीनं ते तुमच्यामध्ये येत असतील आणि तिही १५ वर्षांच्या अटीच्या दृष्टीनं योग्य आहे असं वाटल्यावर तर हरकत काय असावी?

◗ मराठी माणसांचे जे प्रश्न आहेत ते या घुसखोरांना पेलवणार आहेत काय?

अहो तुम्ही नाही पोसलं त्यांना तर ते दुसरीकडे जाऊ शकतात ना, तुमच्याच गोठ्यात ते सगळे बांधले पाहिजेत असा काही नियम नाही. तुम्ही एक करा, मग

काय करायचं असेल ते मराठी म्हणून तुमचं काय वाढवायचं ते वाढवा. जे वाढवणं कठीण आहे आणि हिंदू म्हणून तुम्ही ज्यावेळेला एक देशाभिमान दाखवता त्यावेळेला हिंदुत्व म्हणून त्यांचा स्वीकार का करायचा नाही?

◗ रस्त्यावर जेव्हा संघर्ष होतो तेव्हा मराठी पोरंच उतरतात. मग तो हिंदुत्वाचा लढा असला तरी...

कोणी बघायचं त्यात? की यात किती भय्ये आहेत, किती मुसलमान आणि किती काय. ती वेळही नसते तशी. ओळखताही येणं कठीण. कारण कातडं सगळ्यांचं सारखं. कानातली भोकं तरी कधी बघायची, की तो हिंदू आहे की, मुसलमान आहे म्हणून.

◗ स्वातंत्र्याची पन्नास वर्षं साजरी होत आहेत. राष्ट्र कोठे चाललं आहे?

गतीपेक्षा अधोगतीच जास्त आहे. गतीला गती येण्यापेक्षा अधोगतीलाच गती आली आहे.

◗ ही अधोगती कशी थांबेल?

एक जबरदस्त लोहपुरुष तेथे बसल्याशिवाय नाही सुधारणार आणि अठरापगड जाती आणि अनेक पक्षांचं सरकार राज्य करू शकणार नाही.

◗ तुमच्या नजरेत असा लोहपुरुष आहे काय?

लोहपुरुष लोकांनी शोधायचा. आम्ही कशाला शोधायचा? आम्हाला काय गरज आहे?

◗ शेषन यांना तुम्हीच शोधलं होतं राष्ट्राध्यक्ष पदासाठी...

होतं ना. पण हे देशाचं दुर्दैव आहे, शेषनच नाही. शेषन निवडून आले नाही हे देशाचं दुर्दैव आहे. लोकांचे दुर्दैव आहे. शेषनचा काय दोष?

◗ पन्नास वर्षांपूर्वी १५ ऑगस्ट १९४७ या दिवशी आपण काय करीत होता?

जे इतर करीत होते तेच मी करीत होतो. मी माझ्या पत्नीबरोबर रोषणाई बघायला गेलो होतो.

◗ स्वातंत्र्याविषयी तेव्हा तुमच्या काय भावना होत्या?

जल्लोष होता. त्या जल्लोषातही धुंदी होती. तो आनंद आज दिसत नाही.

आज त्या भावना, जल्लोष आहे काय?

पूर्णपणे संपलेला आहे. लोकांची मनं आता निर्जीव झालेली आहेत. मनं मेली या कारभारामुळे. त्यांना कशातच आता रस वाटत नाही. जगण्यासाठी धडपडणं एवढंच राष्ट्रकार्य आता त्यांच्या नशिबी आलेलं आहे. बाकी कशाकरिता जगतो आहोत, कोणाकरिता जगतो आहोत याला काही दिशा नाहीय.

या निर्जीवतेमुळे देशाचं मरण ओढवेल असं वाटत नाही?

माझं भाकीत आहे. लवकरच आपल्याला यादवी युद्धाला तोंड द्यावं लागणार आहे. ९८ साल कसं जातंय मला माहीत नाही.

तुमचं काय भाकीत आहे ९८ सालाविषयी?

मोठ्या लढाया होणार. रक्तपात होणार.

केंद्र सरकारविषयी आपलं काय मत आहे?

माझं काही आता मत असू शकत नाही. इतक्या पक्षांचं सरकार टिकणं हे कठीणच काम आहे. त्यामुळे असली अधांतरी सरकारं देशाची काही दिशा आखू शकणार नाहीत. प्रगतीची व विकासाची कठीणच आहे. कारण गुजराल यांची कितीही चांगली इच्छा असली तरी प्रत्येकाची एकंदर मतं पाहिल्यानंतर तेरा पक्षांची तेरा मतं आणि एवढं मतांतर असल्यानंतर प्रगती त्रिवार अशक्य. निवडणुका येऊ नयेत एवढीच काळजी फक्त सगळे घेताहेत. देशाची काळजी कोणी घेत नाहीत.

भिन्न पक्षांचे, विचारसरणीचे असूनसुद्धा देवेगौडा व आता गुजराल हे तुम्हाला प्रिय वाटले. उद्या केसरी पंतप्रधान झाले तर हीच भूमिका कायम असेल?

ते केसरींच्या वागण्यावरती अवलंबून असेल. जर व्यक्ती आमच्याशी नीट असेल तर आम्ही कशाकरता त्यांचं वाईट करायचं? गरजही नाही पडणार. फार रस गळाला नाही तरी देवेगौडा व गुजराल हे अत्यंत समंजसपणानं वागले. केसरींनी उद्या असा विचार केला की हे सरकार बरखास्त करून टाकू तर कसं पटणार आमचं? पण आजच्या पंतप्रधानांनी ज्या एका दमदारपणानं सत्य काय हे शोधून निर्णय घेतला असेच केसरी वागले तर आम्हाला त्यांच्याशी वैर करण्याची गरजही भासणार नाही. असेनात ना ते काँग्रेसचे आम्हाला काय करायचे?

पवारांची नाचक्की करण्यासाठीच आज केसरी तुमच्या बाजूला झुकले...

त्यात त्यांचं चुकलं काय? पवार जर त्यांच्याविरोधात नीच डाव खेळताहेत. एकीकडे त्यांना शब्द द्यायचा की केसरींनाच माझा पाठिंबा राहील. केसरी हेच देशाला वाचवू शकतील आणि प्रसंग आल्यानंतर हे केसरींच्या पाठीत वार करायला उभे राहिले. मग तुम्ही जर केसरींचा पाठीत वार करता तर केसरींनी काय पाठ दाखवायची तुम्हाला? काय रे बाबा, वार करायचा आहे? ही घे माझी पाठ. तेही एक मुरब्बी राजकारणी आहेत. तो काय आडू माडू माणूस नाहीय. मी तर असं म्हणेन की, त्यांनी पवारांच्या बारशाच्या घुगऱ्या खाल्यात. पवार कसले त्यांना धडा शिकवाताहेत?

आज तुम्ही पासवानांच्या विरोधात उभं राहिला आहात...

पासवानांशी माझं काही वैयक्तिक भांडण नाहीय. त्यांनी अजूनही समंजस भूमिका घेतली तर आम्हाला काय आंदोलनांची गरज नाही. काय म्हणून करायची? एवढी सत्ता हातात असताना फुका कशाला ही मेहनत घ्यायची? पासवानांनी जर काही समंजसपणानं बातचित केली तर प्रश्नच निर्माण होत नाही. आणि मला असं वाटतं की, ते आता विचार करताहेत. मला कशासाठी वैर करायचंय? पासवान माझे काही दुश्मन नाहीत. त्यांना मी कधी पाहिलंही नाही आणि तसे काही ते माझे राजकीय विरोधक किंवा प्रतिस्पर्धीही नाहीत. त्यांच्यावर मी बंदी घातली का? तर आमचा कोकणी माणूस गाडी पकडायला कुर्ल्याला जातो. त्याला विनाकारण टॅक्सीचं भाडं भरावं लागतंय. लालबाग, परळमध्ये पसरलेला कोकणी हा पटकन दादरला चालतही येऊ शकतो. आपण राज्य करतोय लोकांच्या सुखासाठी-सोयीसाठी. राज्यावरती आल्यानंतर मात्र मतदार म्हणूनही त्यांची भूमिका विसरायची आणि त्यांना छळायचं. ही लोकशाही मी मानणार नाही. कोकणी माणसाची गाडी दादरहूनच सुटली पाहिजे.

तुमच्यासारख्या कलावंतास राजकारणातील आजच्या नरकपुरीत पडल्याचा कधी पश्चाताप होतोय काय?

कशाचा पश्चाताप? प्रत्येकाचा जन्म कशाच्या न कशासाठी तरी झालेला आहे. माझा जन्म जर याच्याचसाठी झाला असेल तर मी तरी काय करू त्याला. स्वीकारलंय न आता? लादलं गेलंय ना तुमच्यावर आता असं म्हणा वाटल्यास. तेव्हा ते स्वीकारावं लागेल. तक्रार कोणाकडे करताय?

▸ या ओझ्याचा काही भाग तुम्ही तुमच्या वारसदारांवर सोपवलाय का?

त्यांची ताकत असेल, पेलवण्याची हिंमत असेल तर मी सोपविण्याचा प्रश्न नाही. तो आपसुकच सगळ्यांवरती जाईल. आज मुख्यमंत्रिपदाचा वाटा माझ्यावरचा म्हणा वाटल्यास. तो मी काय त्यांच्यावरती सोपवलाय काय? He is a able person- म्हटलं, चला तुम्ही काम करा. सगळं कुठे मी माझ्या खांद्यावरती घेत बसू? काय गरज आहे मला त्याची? जर लायकीची माणसं असतील. त्यात घराण्यातली काही निघाली तर मी काय करू? जोपर्यंत लोकं त्यांना 'ॲक्सेप्ट' करतात तोपर्यंत मी त्यांना थांबवू शकणार नाही. उद्धव काय, राज काय आणि कोणी काय, यांना लादलं तर मी समजू शकेन. ती घराणेशाही. पण लोकं म्हणताहेत, आम्हाला ते पाहिजेत म्हणून. तो तुमचा प्रश्न आहे.

▸ उद्धव व राज यांच्यातील मतभेदांची सध्या चर्चा आहे...

नाही हो. आम्ही तरी किती खुलासे करायचे? का वारंवार हे प्रश्न उभे राहाताहेत. त्या दोघांनीही सांगितलंय ना, राजकारणापेक्षा आमचं भावाचं नातं घट्ट आहे. ज्या दिवशी राजकारणामुळे आमचं नातं तुटण्याची पाळी येईल त्या दिवशी आम्ही राजकारण सोडू. आणखी काय बोलायचं याविषयी? आणि हे कोण भडवे हो, खरं सांगायचं म्हणजे की ते वारंवार हे सारखे हेच प्रश्न विचारताहेत? आणखी तुटावं म्हणून प्रयत्न करताहेत. कोणती ही नीच अवलाद आहे?

[१२ ऑगस्ट, १९९७]

देश गर्तेत सापडला आहे! देश टिकला तर महाराष्ट्र टिकेल!

“इंद्रकुमार गुजराल सरकार कोसळल्यावर देश पुन्हा मध्यावधी निवडणुकांच्या खाईत ढकलण्यात आला. काँग्रेसच्या नादान राजकारणाचे हे पाप. तरीही ‘स्थिर’ सरकारचा नारा त्यांनी दिला. ह्यावर शिवसेनाप्रमुख कडाडले, ‘‘काँग्रेस पक्ष आज स्थिर सरकारच्या बाता मारीत आहे. मग ४५ वर्षं तुमचं सरकार असताना देश अस्थिर का राहिला? गर्तेत सापडलेल्या देशास वाचविण्याचं एकमेव आव्हान आमच्या समोर असून ते आव्हान आम्ही स्वीकारले आहे!’’”

'हिंदुस्थान कोणत्या वळणावर उभा आहे? कोठे निघाला आहे?' या प्रश्नाने मुलाखतीस सुरुवात झाली. अत्यंत धीरगंभीरपणे शिवसेनाप्रमुख बोलू लागले. "वळण भयंकर आहे. बिकट आहे आणि ही निवडणूक काय वळण घेते त्याच्यावरती तो नक्की कोठे जाणार आहे ते कळून चुकेल, पण या क्षणाला जर परत खिचडी सरकार आलं तर मी आजच सांगू इच्छितो की, माझं भाकीत खरं ठरणार आहे. यादवी युद्धाची ती सुरुवात ठरणार आहे."

◗ याला जबाबदार कोण?

याला जबाबदार, ज्यांना राष्ट्रीय पक्ष म्हणून आपण म्हणतो, ज्यांनी या पन्नास वर्षांमध्ये देशावर राज्य केलं. त्यातली बरीचशी वर्षं काँग्रेसनं खर्ची घातली. पन्नास वर्षांतील पाच वर्षं बाजूला काढा. त्याच्यामध्ये मग तो जनता पक्ष आला, जनता दल आले आणि आताचं हे खिचडी सरकार. म्हणजे कमीतकमी काँग्रेसनं ४५ वर्षं राज्य केलं. ४५ वर्षांमध्ये काँग्रेसनं काय दिलं? आणि पुन्हा ते कोणत्या तोंडानं लोकांसमोर मतं मागायला येताहेत आणि लोकं तरी त्यांना कशी काय निवडून देतील हा प्रश्न आहे. लोकं आता हुशार झालीत.

◗ स्थिर सरकारचा त्यांचा मुद्दा आहे.

सोडून द्या हो त्या बाता. स्थिर सरकार तुम्ही का दिलं नाहीत. हे काय स्थिर सरकार देणार? असे प्रश्न तुम्ही दुसऱ्यांना विचारता मग तुम्ही अस्थिर का राहिलात? ४५ वर्षांमध्ये तुम्ही स्थिर सरकार का देऊ शकला नाहीत. तुमची काँग्रेस अस्थिर का होती? आणि आता तर ती भयंकर अस्थिर आहे. ज्यांचा पक्ष अस्थिर ते स्थिर सरकारच्या गप्पा मारताहेत हे आश्चर्यच आहे.

◗ अलीकडच्या काळात सर्वच राजकीय पक्षांनी ही भूमिका घेतल्यामुळे ही परिस्थिती निर्माण झाली.

भूमिका अशी काही राहिलीच नाही आता. 'आयडॉलॉजी' म्हटल्यावर मराठी माणसाला ते लवकर कळतं. आयडॉलॉजिकली कुणीच तसं मजबूत नाहीय. सोयीचं राजकारण चाललेलं आहे. अक्षरश: मतलबी राजकारण.

◗ त्यात तुम्ही आणि भाजपही आलात...

माझं काय 'मतलबी' असेल तर सांगावं आपण. आताच सांगावं, लोकांनातरी कळू द्या मी काय मतलबी आहे. माझं काय सोयीचं राजकारण चाललं आहे ते.

◗ तुमची युती आहे...

बी. जे. पी. म्हणाल तर त्यांच्यापुढे एव्हढाच फक्त प्रश्न आहे तो म्हणजे केंद्रीय सत्ता. आज त्यांना एकमेव संधी चालून आलेली आहे. त्यामुळे त्यांच्या पद्धतीनं ते काही योजना करीत असतील तर मी त्यांना आतातरी काही बोलू शकणार नाही. आता प्रथम सत्तेवर येणं हे महत्त्वाचं आहे. काँग्रेससारख्या भयंकर पक्षाशी लढायचं आहे. त्यांच्याकडे पैशाचा माज आहे. ४५ वर्षं सत्ता भोगली आहे त्यांनी. अशा वेळेला या पक्षाशी टक्कर त्याही परिस्थितीत देणं सोपं नाही. काँग्रेसचीच चाल इथं खेळावी लागेल. म्हणजे शत्रू कोण आणि त्याच्याकडे आयुधं काय आहेत हे पाहूनच तुम्हाला लढाईला जावं लागेल.

◗ देश संकटात आहे असं भाजप नेते सांगतात. अस्थिरता देशाला विनाशाकडे ढकलत आहे...

होय, मग.

◗ कलमाडींसारख्या प्रवृत्तीशी तुम्ही जमवून घेऊ शकता तर केंद्रात स्थिर सरकार राहण्यासाठी काँग्रेस वा आघाडी सरकारला तुमचा पाठिंबा का दिला नाही?

कलमाडींचा प्रश्न हा शिवसेनेचा प्रश्न नाही. भारतीय जनता पक्षाचा आहे. नाही म्हटलं तरी कलमाडींनी त्यांना काही मदत करण्याचं ठरवलं होतं असं माझ्या कानावर आहे. ज्यावेळेला गुजराल सरकार पडणार हे निश्चित झालं त्यामध्ये खासदार आणण्याची देवाण-घेवाण त्यांनी केली. त्याला थोडंसं उतराई व्हावं लागतं माणसाला.

◗ ४६०० कोटींचा बोजा निवडणुकीच्या निमित्तानं देशावर पडला. हे एक प्रकारचं कर्जच झालं. या पैशात हा देश अधिक पुढं जाऊ शकला असता...

अधिक काय कितीतरी पटींनी. ४६०० कोटींचं काय घेऊन बसलात. परदेशी पैसा किती गेला खोऱ्यानं ते जरा पहा. किती स्विस बँका भरल्यात एकेकाच्या नावावरती. इटलीत किती पैसा गेला असणार. क्वॉट्रोचीनं किती पैसा गोळा केला असेल. तो काय इथं पाय रगडायला आला होता काय राजीव गांधीचे?

◗ लोकसभा निवडणुकीनंतर प्रश्न सुटतील काय?

‘प्रश्न सुटतीलचा प्रश्न नाही. तुम्हाला निर्दयपणानं कारभार करावा लागेल. या लोकशाहीच्या गप्पा मारू नका फार. आजच्या निवडणुकासुद्धा काही लोकशाही

पद्धतीनं होत नाहीयंत. कशाला फुशारका मारताय तुम्ही? लोकशाही लोकशाही म्हणून. जिथं निवडणूक पद्धतीही लोकशाही पद्धतीनं नाहीय तिथं कशाला उगाच मिशा नसताना पिळ मारताय?

◗ स्थैर्य आणि सर्व प्रश्न सोडवू असं भाजप सत्तेवर येण्यासाठी म्हणतोय. त्यांना तरी ते शक्य आहे काय?

आज काही मी सांगू शकत नाही. पण शक्य त्यांना करायला लावलं पाहिजे. आम्हाला काँग्रेस सरकारची झेरॉक्स कॉपी नकोय. आणि मला असं वाटतं की निश्चित काही सुधारणा त्यांच्याकडून होण्याची शक्यता आहे, असं म्हणायला काही हरकत नाही. आणि त्या होणार नसतील तर मला त्यांच्याशी जमवून घेणं कठीण जाईल. म्हणून आज महत्त्वाचं म्हणजे पहिल्यांदा सगळा निचरा तुम्हाला करावा लागेल. निचरा करावा लागेल या तेरा पक्षांचा आणि मग बी. जे. पी. ला काय मार्गांवर आणायचं, नाही आणायचं ते मागाहून बघू. त्या नंतरच्या गोष्टी आहेत. मला असं वाटतं की, हिंदुत्वाच्या नात्यांमुळे आम्ही एकत्र आलो आहोत. त्यामुळे देशाचं महत्त्व बी. जे. पी. ला सांगण्याची काही गरज नाहीय. काँग्रेसपेक्षा ते उत्तम तऱ्हेनं जाणत असावेत.

◗ प्रचाराचा पहिला टप्पा तुम्ही नुकताच पूर्ण केलाय. तुम्हाला काय चित्रं दिसतंय महाराष्ट्रात?

महाराष्ट्रात तरी सोनिया गांधींच्या सभेला गर्दी होऊ शकते, पण प्रभाव पडणार नाही आणि सोनिया गांधींच्या गर्दीबद्दल म्हणाल तर जत्रेलाही गर्दी जमते. तशी आमची गर्दी नसते. शेवटपर्यंत तुमचं भाषण ऐकायला माणूस थांबणं हे गर्दीचं लक्षण नव्हे. हे तन्मयतेचं लक्षण आहे. आज तिच्याकडे माणसं जातात-येतात, येतात-जातात. पुंजक्या पुंजक्यानं गप्पा मारीत बसतात आणि ती जे भाषण करते तेही इतकं प्रभावी नसतं. त्या ओळी तिनं कोणाकडून तरी लिहून आणलेल्या असतात. म्हणून लक्ष्मणचं काल परवाकडेच एक कार्टून आलं होतं ते फार चांगलं होतं. बाई भाषण करतेय आणि लोकांची गर्दी एकदम दुसरीकडे पळतेय. अरे काय झालं, काय झालं काय, तर नाही म्हणे ज्यांनी भाषण लिहून दिलंय त्यांचं अभिनंदन करायला लोकं चालली आहेत. अत्यंत 'मार्मिक' कार्टून आहे.

◗ सोनिया गांधींमुळे काँग्रेसला संजीवनी मिळाली...

कसली संजीवनी? एक-दोन टक्क्यांची काँग्रेसला संजीवनी होऊच शकत नाही.

▶ या एक-दोन टक्क्यांवरच निकाल बदलतात.

असं नाही. एक-दोन टक्क्यांचा हिशेब आता नाही करता येणार. दऱ्या फार मोठ्या आहेत यावेळी. एक-दोन टक्क्यांनी काँग्रेस जिवंत होऊ शकणार नाही.

▶ मृत काँग्रेस पक्षात सोनियामुळे उत्साह निर्माण झालाय. मुख्य म्हणजे वृत्तपत्रांनी, प्रसिद्धी माध्यमांनी सोनियाची बाजू लावून धरलीय.

त्याची काही कारणं आहेत. कोणी ना कोणी तरी कशात ना कशात तरी सापडलेले आहेत. बी. जे. पी. कडून काय सोडवणूक होईल आणि काँग्रेसकडून हक्काची सोडवणूक कशी करून घेता येईल याचा हिसाबकिताब त्या लोकांनी केला असणार. त्यामुळेच तो 'मीडिया' तिकडे जातो. इकडे जातो. 'मीडिया' म्हणजे तुम्ही तो खालचा संपादकीय स्तर घेऊ नका. वरनं काही हुकूम असतील. मला माहीत आहेत काय हुकूम आहेत ते. काही संपादकांनाच हुकूम निघालेले आहेत की प्रत्यक्ष जाऊन तुम्ही सभा अटेण्ड करा सोनियांच्या. आणि जे असेल त्याप्रमाणे लिहावं. त्यामुळे ते फोटोबिटो रोजच्या रोज येताहेत. माझी राभा बसलेली दिसेल. यांची सभा उभ्यांची असते. पुंजका पुंजका बसलेला असतो.

▶ सोनिया गांधींना तुम्ही किती महत्त्व देताय.

मी नाही देत महत्त्व. कशासाठी द्यायचं?

▶ पण तुमच्या प्रचाराचा मुद्दा सध्या सोनिया गांधीच आहे...

आतापर्यंत नव्हता. कारण ती राजकारणात नव्हती. पण ती राजकारणात आता आलेली आहे. त्यामुळे दोन हात करणं साहजिक आहे. आणि ती जी आलेली आहे ती नुसती काही मिरवायला आलेली नाही. पिकनिकला आलेली नाही की चला महाराष्ट्रात गेल्यावर आपण कार्ला केव्हज बघू, अजंठा-वेरूळ बघू. नांदेडच्या गुरुद्वाराला भेट देऊ. आम्हाला पाडण्याकरिताच येत आहे. आमचं सरकार उद्ध्वस्त करण्यासाठीच येत आहे ती. केंद्रात बी.जे.पी.चं सरकार येऊ नये म्हणून प्रयत्न करण्याकरिता येत आहे ती, म्हटल्यानंतर दुर्लक्ष करून कसं चालेल?

▶ बोफोर्स किंवा सोनियाच्या इटालियन नागरिकत्वाच्या बाबतीत तुम्ही किती गंभीर आहात?

मी कशाला गंभीर राहू? मी पहिल्यापासून खाऊन-पिऊन सुखी आहे माणूस. माझं काय इथं होणार? काही कमी पडलेलं नाही मला दोन घासाला. मी फिकीर कोणाकरिता करतोय? लोकांकरिता करतोय. माझ्या देशाकरिता करतोय. ब्रिटिशांना

घालवायचं आणि इटालियन बाई आत घ्यायची. देशाची जनता इतकी कमकुवत समजायची? प्रजा इतकी नामर्द जन्मास येत आहे. यामधून आम्हाला काही मिळणारच नाही पंतप्रधान? आमच्याकडच्या महिला काय कर्तबगार नाहीयेत? सोनिया गांधीपेक्षा कर्तबगार आहेत. त्यातली निवड का होत नाही. परदेशीच कशाला पाहिजे? परदेशी म्हणजे परदेशी. आणि आता मला काल जॉर्ज फर्नांडिस यांचा फोन आला. त्यांनी सांगितलं की, असा नियम आहे आपल्या घटनेत जो अधिकारपदावर असतो त्यानं परकीय बाईशी लग्न करायचं नसतं आणि असं जर आहे तर तुम्ही यांना पंतप्रधान बनवताच कसं मग? राजीव गांधीला बनवलाच का? कारण त्या वेळेलासुद्धा काँग्रेस कमकुवत होत गेली ना. इंदिरा गांधी गेल्यानंतर छत्र उडालं यांचं. हे एका छत्राखाली वावरताहेत आणि अशा वेळेला छत्र गेल्यानंतर एक घराण्याचा ओलावा, भावनात्मक आधार घेऊन ही माणसं तरली गेली.

◗ **देशाची जनताच कमकुवत आहे...**

देशाची जनता कमकुवत आहे असं नाही म्हणता येणार.

◗ **जनतेनंच भावनेच्या आहारी जाऊन यांना अनेकदा सत्ता दिली. हा कमकुवत- पणाच...**

ती तशी नाही म्हटली तरी 'ड्राय गन पावडर' आहे. आपल्या देशामध्ये नेत्यांचा सुकाळ फार झालेला आहे. त्यामुळे त्या जनतेचे तुकडे ताकडे पडलेत. तुकड्या ताकड्यांमुळे या पक्षांचं फावतं. ज्या माणसाला कधीही नेतृत्व मिळालं नसतं त्यांना जातीपातीच्या पुंजक्यानीही महत्त्व मिळतं.

◗ **सोनिया गांधी जर प्रचारात उतरल्या नसत्या तर तुमच्याकडे कोणते मुद्दे असते प्रचारासाठी?**

तसे पुष्कळ मुद्दे आहेत. शरद पवार आम्हाला पुरवताहेत की. भरपूर मुद्दे त्यांनी पुरवलेत. काँग्रेस हाच एक महत्त्वाचा मुद्दा आहे. सोनिया गांधी यायला कशाला पाहिजे?

◗ **युती सरकारनं केलेलं काम हा प्रचाराचा मुद्दा होऊ शकत नव्हता का?**

होऊ शकतो नं. पण लोकसभेच्या निवडणुका ज्या आहेत त्या एका निराळ्या धर्तीवरच्या निवडणुका आहेत. इथं युती सरकारनं काय केलं आणि आम्ही तुम्हाला चाळीस लाख घरं देणार आहोत वगैरे गप्पा इथं मारण्याची काही गरज नाही. देश टिकला तर महाराष्ट्र टिकणार आहे व इतर प्रांत टिकणार आहेत. ही भूमिका इथं

आम्हाला घ्यावी लागतेय. राष्ट्रहित, राष्ट्राचं संरक्षण आणि सार्वभौमत्व हे राष्ट्रीय प्रश्न येथं महत्त्वाचे.

◗ युती सरकारच्या विरोधात काँग्रेसनं 'काळी पत्रिका' प्रसिद्ध केलीय.

आम्ही त्यांना 'रोखठोक' उत्तर दिलंय ना. त्यांची पत्रिका निघाली ना निघाली तोच आमचं रोखठोक उत्तर आलं. ताबडतोब आलं. काय मुद्दे त्यात त्यांनी मांडलेत? आतापर्यंत आमच्या विरोधात जी भाषणं केली त्याचंच संकलन आहे ते. यामध्ये काळी पत्रिका कसली? काळतोंड्यांनी काळी पत्रिकाच काढायला पाहिजे. दुसरी पत्रिका ते काढूच शकत नाहीत. आम्ही कशालाही डरत नाही. जोपर्यंत आमच्याकडं चांगलं काम चाललेलं आहे. पाप होत नाहीय. बाकी भ्रष्टाचाराचे आरोप. याचे आरोप, त्याचे आरोप होतच राहणार. शेवटी त्यांना येण्याचे मार्ग शोधावे लागतात. भ्रष्टाचाराचे आरोप हा एक अत्यंत सोयीचा असा मार्ग आहे. ज्यामुळे तुम्हाला ड्रिलिंग करावं लागत नाही.

◗ प्रचारसभांतून शरद पवार फारच आक्रमक झालेत. मुंबईतील पहिल्याच सभेत त्यांनी तुमचा उल्लेख भेकड असा केला...

भेकड म्हणणं निराळं. मी त्याला जेव्हा मैद्याचं पोतं, कांद्याचं पोतं म्हणतो त्या वेळेला तो दिसतोच तसा. हे व्यंगचित्रकाराच्या नजरेतून मांडलेले विचार आहेत. आणि लोकं आता त्याच्याकडे पोतं म्हणूनच बघतात.

◗ त्यांना तुम्ही भेकड दिसताय...

ठीक आहे. मी भेकड आहे हे सिद्ध कशावरून केलंय तुम्ही. आता कोणाला काय करण्यासारखं आहे की ज्यामुळे भेकड म्हणता येणार नाही त्याला. तुम्ही तरी काय दिग्विजय गाजवलाय. सुखासीन आयुष्य आहे तुमचं. कशामध्ये मर्दुमकी गाजवलीय तुम्ही? कोणत्या आंदोलनात, संघर्षात भाग घेतलात? किती लाठीमारात आलात? किती जिवावर बेतलं तुमच्यावर? बॉक्स सिक्युरिटी मिळाली म्हणजे तुम्ही कर्तृत्ववान आहात? तुमचे शत्रू कोण आहेत? माझे शत्रू अनेक आहेत. जो अंगावर आपल्या शत्रू घेतो मुसलमानांसारखा. म्हणजे पाकधार्जिण्या मुसलमानांसारखा म्हणतोय मी. त्या वेळी खलिस्तानवादीही माझ्यावर टपून बसलेला आहे. एक नंबरच्या हिटलिस्टवर माझा नंबर आहे. अशा वेळेला तुम्ही भेकड म्हणता? अरे तुमचा कितवा नंबर आहे. तुमचा नंबर अजूनतरी लागला नाही. तुम्ही माजी मुख्यमंत्री इकडूनचे आणि तिकडूनचे माजी संरक्षणमंत्री. म्हणून ती सिक्युरिटी तुमच्या नशिबी आलेली आहे. याचा अर्थ तुम्ही मोठे मर्द आहात असा नाही. मर्दपणा मी दाखवून

दिला आहे. माझ्या विचारांपासून हटलो नाही. माझ्यावरती सर्व बाजूंनी मारेकरी असूनसुद्धा शरद पवारांचा जीव धोक्यात, त्यांचे हिटलिस्टमध्ये नाव आहे असं काही आहे काय? तुमचं कोणत्या लिस्टात नाव आहे ते तुम्ही बघा. भूखंडाच्या लिस्टमध्ये तुमचं नाव आहे. माझं नाव भूखंडाच्या लिस्टमध्ये नाहीय. आणखी कशातही नाहीय. अतिरेक्यांच्या हिटलिस्टमध्ये जरूर आहे. मला अभिमान आहे त्याचा. माझी पत्नी म्हणजे माँ व मी प्रवासाला जात होतो. त्यावेळेला पुढे गाड्या, मागं गाड्या पाहिल्यानंतर ती अशी सहज म्हणायची, अहो हे ठीक आहे. म्हटलं तर ऐश्वर्य आहे; पण जीवसुद्धा तितकाच धोक्यात आहे. मग म्हणायचो मी, माँ आता जे आहे ते आहे. म्हणजे तसं पाहिलं तर हे ऐश्वर्य यावं म्हणून हिटलिस्टमध्ये नाव नाही घातलं. ते आपणहून आलेलं आहे. आणि म्हणून मी विनोदानं म्हणतो की माझा शाळेत कधी पहिला नंबर नाही आला, पण हिटलिस्टमध्ये नंबर एक आलो.

◗ सोनिया गांधी यांची 'आंधी' आलेली आहे असं त्यांनी म्हटलंय. त्या आंधीला शिवसेनाप्रमुख घाबरलेत.

होय. पण हे त्या आंधळ्यांना कसं कळलं? शरद पवाराला म्हणावं आधी 'आंधी'चा अर्थ तुला कळला का काही? तुला मराठी शब्द वापरता आला नसता काय? सोनिया गांधींचा फक्त मतांकरता वापर करण्याकरिता म्हणून व्यवहारी उपयोग करून घेतो आहोत हे म्हटलेलं वाक्य अंगलट येतंय म्हणून तिला 'आंधी' म्हणतोस तू. याचा एकदा खुलासा कर म्हणाव. आम्ही तिचा व्यवहारी वापर करीत आहोत असं जेव्हा निर्लज्जपणे म्हटलंस त्या वेळेला तुला 'आंधी' नाही वाटली. ते अंगलट आलं असेल कुठेतरी तेव्हा तिला तो 'आंधी' म्हणून अंगावरचं वादळ झटकतोय. आणि त्याला म्हणावं तुझा लेंगा साफ झाला तरी कचरा अडकणारच आहे. आंधी म्हणून सर्वच झटकता येणार नाही.

◗ महाराष्ट्रातील विदर्भ, मराठवाडा हा अनेकदा नेहरू-गांधी करिश्म्यांमुळे काँग्रेसकडे झुकलाय. आता सोनियांमुळे तसं पुन्हा घडेल काय?

मी तो नेहरू घराण्याचा डाग माझ्या विदर्भ-मराठवाड्यास लागू देणार नाही. त्यांचा काही करिश्मा नाही. त्या वेळी काँग्रेस जोरात होती. त्यामुळे गुलाम नबी आझाद हे वाशिमला पचवले गेले. त्यामुळे नरसिंह रावसुद्धा रामटेकला पचवले गेले. आता उभं राहताय का म्हणावं तुम्ही? आमची पंचाईत होते. शेषन देता येत नव्हते आम्हाला. शेषनला वाशिम किंवा रामटेकला उभा करायचा तर पंचाईत झाली असती. तर म्हणे बाहेरचा माणूस आहे. अरे व्वा! कश्मीरचा तो गुलाम नबी चालला

तुम्हाला. आंध्रातले नरसिंह रावही चालले आणि आता हा बाहेरचा कसा? म्हणजे एव्हढा जमाना बदलेला आहे. काँग्रेस म्हणेल ती दिशा होती. आज ती राहिलेली नाही.

◗ महाराष्ट्रात प्रचारांची एक फेरी पूर्ण केल्यावर तुम्ही निकालांबाबत काय अंदाज बांधले आहेत.

४० ते ४३ एव्हढे यायलाच पाहिजेत.

◗ म्हणजे काँग्रेस पूर्ण झोपणार.

झोपायलाच पाहिजे. नाहीतर काय उपयोग आहे? कांग्रेसचं नावच सोडा तुम्ही हो. सोनियाच काय त्यांनी आणखीन कोणीही आणावा. आता तो राजीव गांधीचा पोरगाही बापासारखं उपरणं टाकायला लागलाय अंगावरती. म्हणजे लोकांना एक भास व्हावा. 'अरे ये सचमुच इंदिराजी किंवा राजीव लगता है' म्हणून. या 'लगता है'वरती मतं मिळताहेत असं त्यांना वाटत असेल तर ती उपरणी शेवटी तुम्हालाच लखलाभ ठरोत.

◗ मग या निवडणुकीत तुम्हाला आव्हान तरी कोणाचं आहे?

मला नाही. देशाला आव्हान आहे हे. देश एका गर्तेत सापडलेला आहे. त्याला कोणत्याही परिस्थितीत वाचविणं हे आव्हान आम्ही स्वीकारलं आहे.

[७ फेब्रुवारी, १९९८]

‘बाबरी’ची फालतू जिद्द नको; नाही तर राममंदिर वही बनायेंगे

“हिंदूत्वाची भूमिका व विचार हा राजकीय सोय म्हणून शिवसेनाप्रमुखांनी कधीच मांडला नाही. धर्माची फालतू जिद्द राज्याच्या मुळावर येऊ नये असं त्यांनी नेहमीच स्पष्ट केलं. तसं ते ‘लोकसभा’ निवडणुकांच्या राजकीय गलबल्यातही सांगितलं, ‘मी आजही कडवट हिंदू आहे. हिंदुत्व सोडलेलं नाही. मात्र आज देशातील बिकट परिस्थितीत दंगे परवडतील काय तुम्हाला? मुसलमानांनी बाबरीचा हट्ट सोडायला हवा. त्यांना ‘बाबरी वही बनायेंगे’चा नारा देता येणार नाही. त्यांनी तसा तो दिलाच तर आम्हीही ‘राम मंदिर वही बनायेंगे’ हा नारा देऊ शकतो. फालतू जिद्द कोणाचीही चालणार नाही.’ ”

महाराष्ट्रात काँग्रेस व मुलायमसिंग यांची युती झाल्यामुळे मुसलमान मतांची व्होट बँक काँग्रेसकडे वळेल ही शंका त्यांनी उडवून लावली. ते म्हणाले, "मुलायमसिंगचा 'सफा' झालेला आहे. 'प'च्या ऐवजी 'फ' वापरा. पूर्ण 'सफा' झालेला आहे त्यांचा. ती 'सफा' पार्टी आहे म्हणावं. पूर्वी त्याची जी पकड होती मुसलमानांवर ती नाहीय. जामा मशिदीत बसलेला इमाम काय म्हणतोय? या माणसानं आम्हाला खूप वचनं दिली होती. कुठं काय दिलं?"

◗ देशासमोर आव्हान गरिबीचं आहे की भ्रष्टाचाराचं?

गरिबी जाऊ शकते. गुलामी जाणं कठीण होईल. एकदा आली नशिबी तर गुलामी ठाण मांडून बसेल. ब्रिटिशांची गुलामी दीडशे वर्षं भोगलीय. आता दुसऱ्या गोऱ्या कातडीची गुलामी तुम्हाला भोगायची आहे काय?

◗ आणि भ्रष्टाचार

भ्रष्टाचाराच्या व्याख्या तरी काय तुमच्या? जरा कळू द्या.

◗ एकेकाळी भ्रष्टाचाराच्या मुद्यावरच निवडणुका लढविल्या गेल्या...

हे बघा, मला एक असा प्रश्न विचारायचा आहे तुम्हाला. वाटल्यास उदाहरण देतो. पुण्याच्या विमानतळावर मला परराष्ट्रमंत्री शेरवानी भेटले. बोलता बोलता मीच त्यांना विचारलं, अब तक तो आपकी गव्हर्न्मेंट है. तो एक बात पुछो आप चिदम्बरम को. मी त्याला म्हटलं, तुम्हाला सत्ता परत पाहिजे. ती मग तेरा पक्षांची आहे की तुमच्याच पक्षाची आहे ही गोष्ट निराळी. मग त्या चिदम्बरमला विचारा, तू सगळ्यांवरती धाडी टाकतोस. व्ही. डी. आय. एस. भरला नाही. धाडी टाकल्या. त्या आधी इन्कमटॅक्सच्या धाडी सुरूच होत्या. एन्फोर्समेंट खात्याचंही धाडसत्र सुरूच होतं. या धाडी टाकून तुम्हाला काय तर काळा पैसा गोळा करायचा. मग काळा पैसा गोळा करत असताना एका प्रश्नाचं उत्तर द्या की, तुम्हाला सत्तेकरिता किती पैसे लागणार? आणि निवडणूक आयोगाच्या नियमाप्रमाणे पंधरा लाख हे तर प्रत्येक उमेदवाराला आहेत. मग कमीत कमी तुम्हाला ४०० जागा जिंकाव्या लागतील. ५४५ पैकी ४०० जागा लढविल्या तर ३०० पर्यंत याल कदाचित. मग ४०० गुणिले १५ लाख म्हणजे ६० कोटी रुपये. पुन्हा वरती डिझेल, गाड्या इतर खर्च वगैरे धरला तर १०० कोटी तरी पाहिजेत. हे १०० कोटी तुम्ही कोठून आणणार? याचं मला उत्तर पाहिजे आणि याचं उत्तर जर तुमच्याकडे नसेल तर धाडी टाकण्याचं धाडस तुम्ही करू नका. म्हणजे निवडणुका हेच आमच्या भ्रष्टाचाराचं मूळ आहे. भ्रष्टाचार केल्याशिवाय निवडणूक लढवताच येत नाही. कशाला गप्पा

मारताय भ्रष्टाचाराच्या? की आमचं सरकार आल्यावर भ्रष्टाचार नष्ट करू म्हणून. निवडणूक लढविण्यासाठी जमवलेले पैसे कुठून आणलेत याचं उत्तर द्या. इथंच भ्रष्टाचार आहे. मग लंब्याचवड्या गप्पा मारताय कशाला? मला चिदम्बरमकडून याचं उत्तर पाहिजे. केवळ सत्ता आहे म्हणून तुम्ही लोकांना छळता?

▶ सरकारनं मग काय करायला पाहिजे?

ढाचा बदला तुम्ही निवडणुकीचा. बिल्कुल बदला. यापुढे उमेदवारांच्या लफड्यात न पडता पक्षाचे बॉक्सेस ठेवा. लोकांनी पक्षाला मतदान करावं. म्हणजे उमेदवारांचा एवढा खर्च वाचेल. मतपेट्या फोडल्या गेल्या पक्षांच्या की इलेक्शन कमिशननं जाहीर करावं. की या पक्षाला बहुमत मिळालेलं आहे. त्या पक्षाच्या प्रमुखाला सरकार स्थापनेसाठी पाचरण करा आणि सांगा की `you got the majority' तुम्ही तुमचं कॅबिनेट ठरवा. याच्यामध्ये चांगली माणसं कॅबिनेटला येऊ शकतात.

▶ म्हणजे जवळजवळ राष्ट्राध्यक्ष पद्धतीसारखंच...

नाही. पद्धत तीच मतपेट्यांची. बॅलट बॉक्स.

▶ पंतप्रधान थेट जनतेतूनच निवडावा, असे वाजपेयींचं मत आहे...

मी म्हणतो पंतप्रधान की राष्ट्राध्यक्ष हे ठरवा अगोदर. पंतप्रधान जर लोकांकडून निवडला जाणार असेल तर राष्ट्राध्यक्ष का नको? मग तुम्ही ठरवा राष्ट्राध्यक्ष का पंतप्रधान! पंतप्रधान ठरवलात तर त्याची निवडणूक जनतेकडून होत नाही. त्या सिस्टिममध्ये म्हणतोय मी. मग आला राष्ट्राध्यक्ष. त्याची निवडणूक जनतेकडून होऊ द्या. पंतप्रधानांची निवड हा त्याच्या पक्षाचा अधिकार असतो पुष्कळ वेळेला. राष्ट्राध्यक्षांचं ठीक आहे. म्हणजे तिथं पक्षवृत्तीचा माणूस राहणार नाही. पक्षवृत्तीचा माणूस तिथं आला राष्ट्राध्यक्ष म्हणून तर त्याचं ते डोलकाठी म्हणा, शिड म्हणा, त्या वाऱ्यानंच वाहात राहतं.

▶ काँग्रेसनं अलीकडे बाबरीप्रकरणी मुसलमानांची आणि ऑपरेशन 'ब्लू स्टार' प्रकरणी शिखांची माफी मागितली...

म्हणूनच आम्हाला 'माफी' या राज आणायचं नाही. मात्र हे 'माफी' या राजच आणू इच्छितं काँग्रेस.

▶ तुम्हीसुद्धा अलीकडे नको तितकं धर्मनिरपेक्ष होत चाललेले आहात...

पहिलं मला धर्मनिरपेक्ष म्हणजे काय, सेक्युलर म्हणजे काय ते सांगा.

मुलायमसिंग हा म्हणजे सेक्युलर. मुसलमानांच्या बाबरी मशिदीसाठी माफी मागणारे म्हणे सेक्युलर. स्वतंत्र मंत्रालय मुसलमानांसाठी काढणारे सेक्युलर. हे धर्मनिरपेक्षतेच्या व्याख्येत बसतं काय? मी सेक्युलर किंवा धर्मनिरपेक्ष होतोय हे तुम्ही कशावरून ठरवताय? मला उदाहरण द्या त्याचं.

कडवट हिंदुत्व घेऊन राजकारणात उभं राहिलात तुम्ही...

आजही आहे.

तुम्ही हिंदुहृदयसम्राट आहात...

होय, आहे ना. माझ्या हृदयाच्या ठोक्यामध्ये काही फरक पडलेला नाहीय. हृदयही आहे आणि ठोकेही चालू आहेत. डॉ. मांडकेंनी जे ऑपरेशन केलं ते दुसऱ्या हृदयाचं आहे. हे हृदय निराळं आहे. तिथं बायपासची गरज आहे. या हृदयाच्या बाबतीत बायपास नाही माझ्याकडे. आय हॅव स्ट्रेट रोड. नो बायपास.

पण तुम्ही हल्ली मुसलमानांची फार काळजी घेता...

नाही काळजी घेत. काळजी का घ्यायची नाही याचंही परत मला उत्तर पाहिजे. अडीच कोटी असलेले मुसलमान या देशात आज कमीत कमी २० कोटींवर गेलेले आहेत. त्यांच्याच एका अधिकाऱ्यानं सांगितले की ते २५ कोटींपर्यंत गेलेले आहेत. पाकिस्तानपेक्षा त्यांची लोकसंख्या हिंदुस्थानात जास्त आहे. किंबहुना कुठल्याच इस्लाम राष्ट्रात नाही. हे मुसलमान तुम्ही कोठे ॲबसॉर्ब करणार? त्यांना कोठे घालवणार? ते घालवायचे म्हटले तरी जातील का? शत्रुत्व परवडेल काय? यातले सर्वच मुसलमान वाईट हे धोरण मी स्वीकारूच शकत नाही. पहिल्यापासून आहे माझं ते धोरण. उलट मी मुसलमानांना सांगतो, तुम्ही या नं जरा पुढे. सांगा की आम्ही या देशाचे नागरिक आहोत म्हणून. राष्ट्रीय मुसलमानालासुद्धा तुम्ही संशयानं पाहता? आणि शत्रू वाढवता? त्या पेक्षा त्यांना एक दिलासा द्या. जवळ आले नाही तर गोष्ट निराळी, पण ते येणारच नाहीत. हे असलं हिंदुत्व माझ्याकडे नाहीय. छत्रपती शिवाजी महाराजांनीसुद्धा काही मुत्सद्दीपणानं राजकारण केलेलं आहे. विजापूरच्या २०० पठाणांचा त्यांनी स्वीकार केलेला आहे. बाजी पासलकरला पसंत नव्हतं तरी. तुम्ही इतिहासाचं नुसतं वाचन करता. आम्ही त्या पानानी चाळवले जातो. हा त्यातला फरक आहे.

इफ्तार पार्ट्यांनाही तुमची हजेरी असते...

मी नाही गेलो. मला फक्त एक आमंत्रण आलं. ते देखील बोहरा समाजाचं.

हा समाज शांत. राजकारणात कोठेही ढवळाढवळ करीत नाही. आपण बरा आपला धंदा बरा. त्यांचं आमंत्रण आलं. म्हटलं ठीक आहे येतो. बाकी कोठे गेलो मी?

◗ पूर्वी या इफ्तार पार्ट्यांवर तुम्ही टीका करीत होता.

मला त्यातला ढोंगीपणा आवडत नाही. इफ्तारमध्ये मुख्यमंत्री जाऊन त्यांची टोपी घालून बसायचे हे ढोंग आहे.

◗ तुमचे मुख्यमंत्रीही जातात.

कुठे जातात? टोपी घातली का त्यांनी?

◗ पार्ट्यांना जातातच...

पार्टीला जाऊ द्या. उद्या माझी सूनही जाऊन येईल. आमंत्रण येणं ही वेगळी गोष्ट आहे.

◗ सरकारतर्फे या पार्ट्या होतात...

मला तेच हवं आहे मग. शेवटी राजभवनवर किंवा टाऊन हॉलवरही राज्यपाल लोकांना बोलावतात. मी म्हणतो, असं नका करू. तुम्ही सर्वच जमातींना बोलवा. जमात म्हणून बोलवू नका. या देशाचे प्रतिष्ठित नागरिक म्हणून बोलवा. मुद्दा असा आहे की, सगळ्या लोकांना बोलवायला पाहिजे. दिवाळीला मुसलमानांनी यावं, ख्रिश्चनांनी यावं. ख्रिश्चनांच्या नाताळाला हिंदूंनी जावं, मुसलमानांनी जावं. ईदला हिंदूनी जावं, ख्रिश्चनांनी जावं. असे हे सण साजरे झाले पाहिजेत. पहिल्यापासूनच मत आहे हे माझं.

◗ अयोध्येविषयी आपण जी भूमिका आता बदललीत त्यामुळे हिंदू दुखावला असं तुम्हाला वाटत नाही काय?

नाही. मी भूमिका बदलली नाही. तुमच्या डरपोकपणामुळे आणि तुमच्या कमकुवतपणामुळे राष्ट्रीय स्मारक हाच एकमेव मार्ग आहे, असं मी सांगितलंय. राममंदिर उभं करणार असाल तर करा. त्यानंतर मुसलमान करणार आहेत बाबरी मशीद? इथं मशीद होती. इथं राममंदिर नव्हतं. सिद्ध झालं हे तर मुसलमानांनी करावी की. राममंदिर होतं तर मग आम्हाला करावंच लागेल राममंदिर तिथं. पण त्या जागेवरून या देशात नुसते दंगेच होणार असतील हिंदू-मुसलमानांचे तर या देशाला परवडणार नाहीत. हे माझं प्रामाणिक मत आहे. ॲण्ड आय रिपीट. हे माझं मत कुठंही बदलणार नाही.

▶ तुम्ही हा प्रश्न सोडला असलात तरी भारतीय जनता पक्ष 'राममंदिरा'च्या बाबतीत ठाम आहे...

कोण नाही म्हणतंय मग? करा की. माझं काय मत आहे, नरसिंह राव सरकार असताना त्यांनी हा प्रश्न सोडवायला पाहिजे होता. हा प्रश्न धार्मिक आहे की राजकीय ते ठरवा. तुम्ही तेही ठरवत नाही. मी म्हणतो, पूर्वी तो धार्मिक होता. आज तो राजकीय झाला. राजकीय झाला म्हणजे तो लोकसभेच्या सभागृहात सोडवायला पाहिजे. तिथं निर्णय घेतले जातात. तो निर्णय त्यांनी घेतला नाही. आपल्याला हे दुखणं नको आणि मुसलमानांची मतं जातील म्हणून त्यांनी तो सुप्रीम कोर्टात टाकला. ठीक आहे. तिथं गेला. करा फैसला. काय फैसला होईल? हिंदूंचे काही पुरावे तुमच्याकडे आलेले आहेत. मुसलमानांचे काही पुरावेही तुमच्यासमोर आलेले आहेत. आणि तुम्हाला असं वाटलं की, पुरावा मजबूत आहे. मग निर्णय देऊन टाका. तो आमच्याही बाजूनं लागेल किंवा मुसलमानांच्या बाजूनं लागेल. काहीच द्यायचं नाही. फायलीत पाच-पाच दहा-दहा वर्षं बसून राहायचं आणि इकडे दंगे चालू आहेत. आजच्या देशाच्या भयंकर बिकट परिस्थितीत दंगे परवडतील काय तुम्हाला? यातनं यादवी युद्ध किती पेटू शकतं.

▶ पण दंग्यांतूनच राममंदिर उभं राहिलंय. उद्या केंद्रात तुमच्यासारख्या मित्रपक्षांसह भाजपा सरकार आलंच...

येणारच आहे.

▶ त्या वेळी मुसलमानांकडून 'बाबरी वही बनायेंगे' या आंदोलनाचा नारा देण्यात आला तर..

बाबरी वही बनायेंगे हा नारा देता येणार नाही. मग आम्हीही 'राममंदिर वही बनायेंगे' हा नारा देऊ शकतो. फालतू जिद्द कोणाचीच चालणार नाही. मुसलमानांनासुद्धा बाबरीसाठी जिद्द लावता येणार नाही. बाबर हा अफगाणी होता. त्यानं आक्रमण केलं. त्या आक्रमणामध्ये हिंदूंची कितीतरी मंदिरं जमीनदोस्त झाली. पाकिस्तानात तर या काळात झोपलेली आहेत. माफ्या मागतंय का पाकिस्तान? आहे तिथं कोणी केसरी चाचा किंवा माधवराव शिंदे वा सोनिया गांधी! कोणी हिंदूंची माफी मागताहेत? मी तीही तुलना करू इच्छित नाही. इतका उदारमतवादी व्हायला मी तयार आहे. पण केव्हा? माझा देश आहे. 'सुजलाम् सुफलाम् आहे. सुबत्ता आहे. सुंदर सरकार आहे. त्या वेळच्या या गोष्टी. हे काय च्या आयला? तेरा दिवसांचं सरकार, नऊ महिन्याचं सरकार. अहो शाळकरी पोरांची पंचाईत झालेली आहे. त्यांना उद्या परीक्षेत विचारलं कोणी की, हिंदुस्थानचा पंतप्रधान कोण आणि दुर्दैवानं त्यांनी देवेगौडा

लिहिलाच, तर तोपर्यंत गुजराल येतो आणि त्यांनी गुजराल लिहिलं तर उद्या कोण येणार आहे ते सांगता येत नाही. त्या पोराला नापास करणार तुम्ही उत्तर चूक म्हणून. ही देशाची जिथं हालत आहे. विद्यार्थ्याला ठामपणानं सांगता येत नाही की देशाचा पंतप्रधान कोण? तो कदाचित यामुळे नापास होण्याची भीती आहे. काय घेऊन बसलात तुम्ही?

◗ स्वातंत्र्याच्या सुवर्णमहोत्सवात स्वातंत्र्य आणि स्वराज्य वाया गेलं असं वाटलं काय?

वाया नाही गेलं. वाया काहीच जात नाही. नळाचं पाणीसुद्धा फुकट गेलं तरी गटाराला मिळतं. गटारं तुडुंब भरतात.

◗ स्वातंत्र्याच्या सुवर्णमहोत्सवात देशातील कोणत्या प्रश्नानं तुम्ही व्यथित होता.

बंकिमबाबूंनी जे गाणं बनवलं, 'वंदे मातरम्, सुजलाम् सुफलाम्...' या गाण्याची इतकी भेसूर थट्टा होईल असं वाटलं नव्हतं आयुष्यात. सुजलाम्... सुफलाम् काय देश आहे. ब्रिटिशांच्या काळात हे गाणं सुचलं त्या माणसाला. त्यांनी जे वर्णन केलेलं आहे ते ऐकल्यानंतर आता शरम वाटते हो. किती आम्ही नतद्रष्ट. जिथं सोन्याच्या धूर निघायला पाहिजे तिथं आयुष्य जळाल्याचा धूर निघतोय.

◗ उद्या दुर्दैवानं लोकसभा त्रिशंकूच आली आणि केंद्रात काँग्रेस व आघाडीचेच खिचडी सरकार आलं तर...

दुर्दैवानं माझं भाकीत खरं ठरलं तर यादवी युद्ध निश्चित. कोणत्याही परिस्थितीत निश्चित. हा शाप नाही तर हे निदान आहे.

◗ अशा वेळेला राष्ट्रीय नेते म्हणून आपली भूमिका काय असेल?

मी राष्ट्रीय नेता नाही ना अजून. राष्ट्राच्या नशिबात असतो तर मी झालो असतो. पण राष्ट्राच्या नशिबात नाही त्याला मी काय करू?

◗ पण तुम्ही राष्ट्राच्या भवितव्याची चिंता करीत असता...

मी व्यंगचित्रकाराचा शिवसेनाप्रमुख होईनच हे मला तरी कोठे माहीत होतं. उद्या मी काय होणार आहे याचं भविष्य आज मी सांगू शकत नाही. तेवढंच फक्त 'इंट्यूशन' माझ्यामध्ये नाहीय.

◗ या नव्या खिचडी सरकार प्रयोगातून उद्या सोनिया गांधींना सत्तापदी आणलंच तर...

तरी तो प्रसंग टळू शकत नाही. हिंदुस्थानातील एक मोठा सेक्शन विरोधात उभा राहील. भयानक मोठा. बेबंदशाही, यादवी युद्ध हे माझं शब्द कायम आहेत. यात मी बदल करायलाच तयार नाही. No compromise!

◗ त्या यादवीतून महाराष्ट्र तरी दूर राहील का?

मी आज काहीच बोलत नाही या विषयावर. पण माझ्यासमोर चित्र उभं राहिलंय. ते खरं ठरेल दुर्दैवानं कदाचित.

◗ महाराष्ट्रास एक परंपरा आहे. शौर्याची, मऱ्हाटा अस्मितेची...

शरद पवारांकडे पाहिल्यानंतर मऱ्हाटा शब्द वापरू नका. त्या शब्दाचा अपमान करू नका.

◗ ते मऱ्हाटा-पुढारी सोनियांसमोर शेपूट हलविताना दिसतात तेव्हा काय वाटतं?

त्यांना शेपूट आहे हेच तर महाराष्ट्राचं दुर्दैव आहे. काय हलवायचं तेही कळत नाही. शेपूट हलवावी लागते शेवटी. जनावराचं आयुष्य आणलंत तुम्ही शेवटी या महाराष्ट्राला. म्हणून शेपूट हलवावी लागते.

◗ एकंदरीत काँग्रेसची अवस्था काय?

बिकट. सर्वत्रच देशात. १४० मध्ये असलेली काँग्रेस आणखीन खाली जाणार. ९० पर्यंत टेकेल कदाचित.

◗ दक्षिणेत ओरिसासारख्या राज्यात सोनियांमुळं काँग्रेसला पाठिंबा मिळत आहे...

ते ओरिसातील जनतेचं दुर्दैव आहे.

◗ जनमत चाचण्यांतूनही काँग्रेस २०० पर्यंत पोहोचेल असं दिसतंय...

जी वृत्तपत्रं आजच काँग्रेसचा आणि सोनियाचा प्रचार करीत आहेत 'मीडिया' म्हणून त्यांच्याकडून हे मत प्रदर्शित झालं असेल तर नवल नाही. त्यांना हा आकडा फुगवावाच लागेल. नाहीतर आपलं जे इतर मतप्रदर्शन आहे ते फुकट जायचं. एकीकडे तुम्ही सांगता, हा जोर आहे. मॅसिव्ह रॅली वगैरे. आणि इकडे तुम्ही जागा

कमी कशा ठरवता? त्यांना ते बॅलन्स करावं लागतं. स्कोअरही बॅलन्स करावा लागतो त्यांच्या प्रचारासाठी किंवा वृत्ताशी.

◗ **शेषन यांना तुम्ही लोकसभेत का पाठवू शकला नाहीत?**

पाठवू शकला नाहीतचा प्रश्न नाही. शेषन यांना मी फोनवरती सरळ सांगितलं. I am not worried about Mr. Sheshan. I am more concered with your image which is behind your मग त्यांनी सांगितलं की, आप जो फैसला करे वो मै मानुंगा आप हां कहे तो भी ना कहे तो भी। असं बोलणं झालं.

◗ **शेषन पडतील अशी भीती तुम्हाला होती...**

ज्या जागा त्यांना देऊ शकलो असतो तेथे आमचे सीटिंग मेंबर आहेत. सीटिंग मेंबर बदलणं कठीण असतं.

◗ **वाशिमचा विचार चालला होता...**

वाशिमला आम्ही टाकू शकलो असतो शेषनना. पण थोडेसे जे प्रवाह एकत्र येताहेत त्यामुळे शेषन टिकणं कठीण झालं असतं. जातीपातीचं राजकारण आणि पुन्हा खेडोपाडी वीस दिवसांत प्रचार अवघड होता.

◗ **चांगली प्रामाणिक माणसं राजकारणात टिकू शकत नाही हाच याचा अर्थ....**

हेच तर तुमच्या लोकशाहीचं दुर्दैव आणि म्हणूनच मी तो तोडगा सुचवला की, आपण पक्षांना मतदान करा म्हणजे शेषन येऊ शकतात.

◗ **शेषन यांच्यासारखी माणसं निवडून द्यावीत म्हणून तुम्ही लोकांना काय सांगाल?**

हा त्यांच्या नशिबाचा खेळ आहे. त्यांच्या नशिबात जर काही चांगलं होणार असेल तर शेषन आलेच पाहिजेत निवडून. पण आता तुम्ही कितीही जातीयवाद गाडण्याचा प्रयत्न करण्याच्या गप्पा मारल्यात तरी जातीपातीवरच तुमचं राजकारण आणि निवडणुका अवलंबून आहेत. आम्हालाही ते तपासून पाहावं लागतं. कुठली जात कोठे बहुमतात आहे ते. असं राजकारण चाललंय सध्या. म्हणून सगळी ढोंगी लोकं तुम्ही आहात.

◗ काँग्रेसनं महाराष्ट्रात बहुसंख्य उमेदवार मराठा समाजातले दिले आहेत. त्यामुळे तुमचा मतांचा टक्का घसरेल...

मराठा समाज हा काही काँग्रेसची मोनॉपॉली नाही. आमच्याकडेही भरपूर आहेत. आमच्याकडेही मराठा उभे आहेत. पण मराठा म्हणून उभं केलेलं नाही त्यांना. ही माझ्या मायबोलीची, मायभाषेची आणि माऊलीची माणसं आहेत. मराठी आहेत ती.

◗ गेली चार वर्षे तुम्ही प्रत्येक निवडणुकीत शरद पवारांचा पराभव केला आहे...

साफ झोपवलंय. नुसता पराभव नाही.

◗ तरीही तुम्ही त्यांना महत्त्व देताय. परवा पवार म्हणाले, शिवसेनाप्रमुखांना झोपेतही मीच दिसतो...

नाही, नाही. कदाचित त्यांच्या झोपेत मी येत असेन. माझ्या झोपेत ते येण्याचा प्रश्नच नाही. एकतर मला झोप लागत नाही. त्यामुळे दिसण्याचा प्रश्नच येत नाही. झोपेची गोळी कधीतरी मी घेतो. पण ती घेतल्यानं कोणीच येऊ शकत नाही. कारण ती झोपेची गोळी असते. तिचा प्रभाव असतो माझ्यावर.

◗ मग संपलेल्या या नेत्यांना तुम्ही भाषणातून, प्रचारातून पुन्हा जिवंत का करीत असता?

असं आहे शेवटी, बेडेकरांचं आणि आपलं काय नातं आहे? कुबल आणि आपलं काय नात आहे? पण मसाला पुरवतात. तसं हे पवार म्हणजे आमचे बेडेकर व कुबल आहेत. त्यांनी आता लोणची घालावीत व मसाला पुरवावा. त्यापेक्षा दुसरा धंदा नाही त्यांच्याकडं राहणार. त्यांना एक दिवशी कुठल्यातरी कोपऱ्यावर मी नगरपालिकेकडून, सरकारकडून तो परवाना मिळवून देईन. एखादा स्टॉल टाकण्याची. तिथं पवार मसाले किंवा पवार लोणचं मिळेल. आम्ही त्यांचं लोणचं घातलं, त्यांनी ते विकावं.

◗ सत्ता नव्हती तेव्हा आणि आज सत्ता आहे तेव्हाही तुमच्या सभांना, विचार ऐकण्यासाठी प्रचंड गर्दी होत आहे. त्या जनतेच्या अपेक्षा कोठेतरी पूर्ण होत आहेत काय?

ज्या अर्थी ते आम्हाला निवडून देताहेत त्या अर्थी कोठे तरी त्यांच्या अपेक्षा पूर्ण होत असाव्यात असं मानायला काही हरकत नसावी. लोकांना इतकं मूर्ख समजू नका. तुम्ही.

◗ निरंकुश सत्ता गाजविणाऱ्यांसमोर एक प्रबळ विरोधी पक्ष असावा असं नाही वाटत? महाराष्ट्रात तो आज तरी दिसत नाही...

काँग्रेसनं हा विचार केला नाही तर तो तरी आम्ही कशाकरिता शहाजोगपणानं करावा? काय गरज आहे आम्हाला. काँग्रेसनं केला का हा विचार? कोणत्या पद्धतीत तुम्ही लोकशाही रुजवलीत? कोणतं बियाणं तुम्ही लोकशाहीच्या या जमिनीत पेरलंत? बघा, जे पेरलंत तेच उगवतंय. काय गरज आहे आम्हाला? विरोधी पक्षाचीसुद्धा निश्चित एक भूमिका असू शकते. फालतू कारणावरून सबंध अधिवेशनं फुकट घालवायची. किणी मर्डर. अमुक म्हणजे तमुक. नुसता आपला लखोबा नाचतोच नागडा. हे काय लोकशाहीचं लक्षण? आणि यांना विरोधी पक्ष म्हणून आम्ही मान्यता द्यायची आणि वाढवायचा? काय वाढवायचं याची अक्कल आम्हाला आहे.

◗ या लोकसभा निवडणुकांच्या पार्श्वभूमीवर तुम्ही देशाला काय संदेश द्याल?

कमनशिबी असशील तर खिचडी सरकार आणशील. नशीबवान असशील किंवा व्हायचं असेल तर आज शिवसेना-भारतीय जनता मित्रपक्षांचं सरकार आणशील. जे आज देशाबद्दल निश्चित स्वरूपाची चिंता बाळगून आहेत, काळजी करताहेत, त्यांना एक संधी देऊन बघ. न पेक्षा तू आणि तुझं नशीब. यापेक्षा मी दुसरं काही सांगू शकत नाही.

[८ फेब्रुवारी, १९९८]

मी तत्त्वांशी प्रामाणिक राहिलो म्हणून लोकं प्रेम करतात!

“लोकसभा निवडणुकीचे निकाल आश्चर्यकारक लागले. शिवसेना-भाजपा युतीचा दारुण पराभव महाराष्ट्रात झाला. त्याचवेळी राज्याचे मुख्यमंत्री मनोहर जोशी व त्यांच्या कुटुंबियांवरही विरोधकांनी गंभीर स्वरूपाचे आरोप झाले. संकटं चारही बाजूंनी घोंघावू लागली. युतीचं सरकार वादळाच्या भोवऱ्यात सापडलं. शिवसेनाप्रमुखांनी एक वेगळीच भूमिका घेतली. ते म्हणाले, ‘मुख्यमंत्र्यांवर जे आरोप झालेत त्यांना मुख्यमंत्र्यांनीच उत्तरे द्यावीत. कारण माझ्यावरती, माझ्या कुटुंबियांवरती जेव्हा आरोप होत होते तेव्हा कोणी बाजू घ्यायला उभं राहिलं नाही. पण माझ्यावर माझ्या कुटुंबियांवर जेव्हा आरोप होतात. तेव्हा मी त्यांना सोडत नाही. जोडा हातात घेतो मी...’”

लोकसभा निवडणुकांच्या आश्चर्यकारक निकालानंतर शिवसेनाप्रमुखांनी प्रथमच प्रदीर्घ मुलाखत दिली. त्यामुळे शिवसेना-भाजप युतीच्या दारुण पराभवापासूनच चर्चेला सुरुवात होणे स्वाभाविकच होते. "लोकसभा निवडणुकीचा पराभव तुम्ही किती गांभीर्यानं घेतलात?" या पहिल्याच प्रश्नावर शिवसेनाप्रमुखांनी मोकळेपणानं बोलण्यास सुरुवात केली. "गांभीर्यानं म्हणजे कोणत्या अर्थानं म्हणताय तुम्ही? पराभव कसा झाला म्हणून की, गलथानपणा झाला म्हणून? त्या पराभवाला अनेक कारणं असू शकतात. त्यातलं, मी कशाविषयी गांभीर्यानं विचार करावा असा प्रश्न येतो.

◗ **महाराष्ट्रात सरकार तुमचं आहे...**

होय. मग त्याचा काय संबंध लावता येतो!

◗ **सरकार आल्यापासून तुम्ही महाराष्ट्रातील सर्वच निवडणुका जिंकल्या आहेत आणि देशाचे भवितव्य ठरविणारी ही निवडणूक मात्र जिंकू शकला नाहीत...**

नाही. जिंकू शकलो नाही असं नाही म्हणता येणार. ते जिंकण्याची कारणं जाहीर झालेली आहेत. खिजविण्याकरिता वारंवार हे प्रश्न विचारले जातात की काय, असा प्रश्न मग येतो. मुद्दा एवढाच येतो की, आम्ही का हरलो? याचा विचार आम्ही केलेला आहे. हरण्याचं कारण सरळ आहे की, केवळ ते फोर्सेस एकत्र आले. खास करून नवबौद्ध आणि मुसलमानांची एकजुटीनं मतं काँग्रेसला पडली. ती जी त्यांना एकजुटीनं मतं पडली ती आम्हाला फार महाग पडली आणि हे सत्य आहे. पराभव आम्ही खिलाडूपणानं स्वीकारला आहे. मात्र, आजही काँग्रेस आमच्याशी एकाकी टक्कर देऊ शकत नाही. त्यांचे ते सर्व नेते एकत्र आले असले तरी टक्कर देऊ शकत नाहीत. मी नाव घेऊन सांगतो. सुधाकरराव नाईक काय, शंकरराव चव्हाण काय हे चोथा झालेलं नेतृत्व आहे महाराष्ट्रातलं. मुळात हे नेतृत्व नव्हतंच कधी. त्यांच्या नशिबानं त्यांना मुख्यमंत्रिपदं लाभली होती. त्यामुळे त्यांना वलय प्राप्त झालं होतं. पण त्यांचं नेतृत्व काही महाराष्ट्रानं स्वीकारलं नव्हतं. मुख्यमंत्री होते इतकंच. बाकी त्यांना अनुयायी तेव्हाही नव्हते. आज असण्याचा प्रश्नच उद्भवत नाही. त्यामुळे या लोकांचं निवडणुका लढविण्याचं धाडसही व्हायचं नाही. मग कधी तरी विधान परिषद नाहीतर राज्यसभेवर निवडून ये. शंकरराव तर बऱ्याचदा राज्यसभेवर येऊनच मंत्रिपदावर चढलेले आहेत. ही त्यांची ख्याती असल्यामुळे ते एकत्र आल्यामुळे आमच्यावर फार मोठा परिणाम झाला असं काही नाही. ते एकत्र येऊनसुद्धा आम्ही त्या काँग्रेसचा पराभव करू शकलो असतो, पण मुसलमान आणि खास करून नवबौद्ध त्यांना मिळाले त्यातून आमचा पराभव झाला. आमची चूक इतकीच आहे की, आमचे कार्यकर्ते थोडे मस्तीत गेले.

◗ इतका दारुण पराभव होईल असं वाटलं होतं?

त्यांचे जे एकंदर जेवढे काही मोहल्ले आहेत त्यातील मतांचा टक्का नाही म्हटलं तरी तोलामोलाचा आहे. हे मोहल्लेच मतदारसंघ म्हणून उभे राहिले आणि हिंदूदेखील तसे उत्साही राहिलेले नाहीत. सगळ्यांचेच अंदाज यावेळेला चुकले ते एवढ्याच करता की, मागच्या निवडणुकीच्या 'लीड्स'वरती अंदाज घेतले. या वेळेला 'लीड' कमी कमी होईल म्हणजे किती होईल, तर पंचवीस हजार, पन्नास हजार, तरीपण आपण पन्नास हजारांनी निवडून येऊ. त्या एका चुकीच्या गणितानं ते गेले.

◗ म्हणजे राजकारणात तुम्ही कमी पडलात....

असं कशावरून म्हणता तुम्ही?

◗ सुधाकरराव किंवा शंकररावांचा प्रभाव नसेलही, पण शरद पवारांचा प्रभाव मात्र अजूनही आहे....

नाही. कारस्थानांच्या बाबतीत ते सगळ्यांचे बाप ठरू शकतात. प्रभाव आम्ही केव्हाच त्यांचा नष्ट केलाय. ९५ सालीच केला होता. ९६ साली ते संपूर्ण संपले होते. पण आता त्यांनी जे जातीपातीचं कारस्थान केलं ते त्यांना तारक ठरलं. तेव्हा आज त्यांची चलती का तर आकडा मोठा मिळाला म्हणून. 'क्रेडिट' शरद पवारांना देण्यापेक्षा नवबौद्ध आणि मुसलमान मतदारांना द्या, तेही समाजवादी पार्टीच्या मार्फत.

◗ मग हा समाज तुमच्याजवळ का येऊ शकला नाही. सत्ता तर तुमच्या हाती आहे...

ही प्रत्येकाची एक भूक असते. नेत्यांची भूक, मतदारांची भूक. हा जो एक रमाबाईनगरचा प्रकार होऊन बसला तो नाही म्हटलं तरी निर्णायक ठरला. त्यांनी एक प्रचार फार जोरात केला की जवळजवळ त्यांनी आम्हाला मारेकरीच ठरवलं. असले घाणेरडे प्रकार, गोळीबारात माणसं जाणं वगैरे काँग्रेस राज्यात किती तरी झाले. पण या वेळेला त्यांनी 'सिस्टिमॅटिकली' तसा वापर केला. जबरदस्त पद्धतीनं त्याचा वापर केला.

◗ सरकारी यंत्रणा तुमच्या ताब्यात असतानाही तुम्ही हा अपप्रचार मोडून काढण्यात अपयशी ठरलात...

याच्यामध्ये अगदी परखडपणे बोलायचं झालं तर वृत्तपत्रं याला फार जबाबदार आहेत. वृत्तपत्रांनी आमची 'सत्य' म्हणून जी बाजू मांडायला हवी होती ती मांडली

नाही. आमची असत्य बाजू मांडू नका. पण 'सत्य' म्हणून त्यांनी जे मांडायला हवं होतं ते न मांडता अगदी कडवटपणानं आमच्या विरोधात ते उभे राहिले. रमाबाईनगरचा जो प्रसंग त्यांनी रंगवला तो पूर्णपणे नवबौद्ध समाजास आमच्यापासून तोडण्यासाठीच. नानाप्रकारचे अग्रलेख, स्तंभलेखन, विचित्र लेख, स्फुटं अगदी चेव चढल्यासारखे लिहित होते. रमाबाईनगर प्रकरणात अग्रवालसारख्या माणसानं जे 'ॲफिडेव्हिट' केलं ते देखील खोटं कसं यावरच त्यांनी जोर दिला. त्यामुळे आम्ही जणूकाही आमची बाजू सावरण्याचा केविलवाणा प्रयत्न करतोय असं दृश्य त्यांनी उभं केलं. त्यामुळे फटका खावा लागला आणि त्याला कारण वृत्तपत्रं. शरद पवारांच्या बाजूनंच सर्व चाललं होतं, हे काय आम्हाला कळत नव्हतं?

◗ इतक्या वर्षांनंतरही शरद पवारांचा वृत्तपत्रांवर प्रभाव असावा हे आश्चर्यकारकच आहे. तुमच्या सरकारनंही वृत्तपत्रांना बरीच मदत केली आहे...

आम्ही छोटे मासे गिळले. तो केव्हाच मोठे मासे गिळून बसला होता. हे सत्य आहे. याच्यामध्ये खोलात जायचं झालं तर, 'इंडियन एक्स्प्रेस'शी शरद पवारांचे फार जवळचे संबंध आहेत. म्हणजे रामनाथ गोएंकांपासून. रामनाथजी गेल्यावर त्यांचा दत्तकपुत्र विवेक गोएंका हे त्यांच्या गादीवर बसले. गोएंका गेल्यानंतर त्यांच्या अंत्ययात्रेस जाणं वगैरे जो 'टच' असतो तो शरद पवारांनी सगळ्यांच्याच बाबतीत निराळ्या अर्थानं डेव्हलप केला. त्याच्यामध्ये मुरली देवराचीही साथ आहेच. कितीही नाही म्हटलं तरी त्यानं स्वतंत्र आपली एक निराळी लॉबी या क्षेत्रात तयार केली, जरी एकमेकांना शिव्या देत होते तरी. आणि त्यांची जी वरती घसट आहे त्या घसटीचा उपयोग या संपादकांना होतो.

◗ तो कसा काय?

बऱ्याच बाबतीत तो होतो. म्हणजे सध्या संपादक कंत्राटी पद्धतीनं काम करतात. तेव्हा त्यांना 'एक्सटेन्शन' मिळवून देण्यामध्ये पवार मदत करतात, येत्या मे महिन्यामध्ये संपादक रिटायर होणार असेल तर मग शरद पवारांकडे जायचं. मग पवारांनी वरती शब्द टाकला की, त्यांना एक्सटेन्शन मिळतं. हे जे काही ऑब्लिगेशन आहे, उपकार आहेत ते शरद पवारांनी केलेत. त्याचा फायदा त्यांना होतो.

◗ मग तुमचे मुख्यमंत्री हे सर्व का करू शकत नाहीत?

कारण वरचे जे पकडावे लागतात ते आम्ही कधी प्रयत्नच केला नाही. शरद

पवारांनीच त्यांना पकडून ठेवलंय अगोदर. आणि काय होतंय की आमच्याकडे वैयक्तिक नाती-गोती फार वाढवली जाताहेत. संघटनेसाठी कोणी वाढविण्याचा प्रयत्न करतोय असं मला वाटत नाही. म्हणजे आपल्याबद्दल काही आलं नाही छापून तर तो म्हणतो जितंम्मय्या! संघटनेचं काहीही होऊ द्या. ठाकरे कुटुंबियाविरुद्ध काहीही होऊ द्या. आम्हाला त्याचं काय? हा थोडासा निर्विकारपणा तिथं आहे.

◗ सरकारमधल्या लोकांविषयी तुम्ही हे म्हणताय का?

मी प्रवृत्तीविषयी बोलतोय. ती बाहेरची असेल नाही तर आतली असेल.

◗ या प्रवृत्तीशी कसा संघर्ष करणार?

संघर्ष करायची गरजच नाही. 'सामना' काढलाय तेवढा पुरून उरतोय सगळ्यांना. हिंदुस्थानभर त्याची नाही म्हटलं तरी दखल घ्यावीच लागते.

◗ या सर्वांचा विचार करताना तुम्हाला सरकारविषयी नाराजी जाणवत नाही?

परत तोच प्रश्न आला. मीडिया. त्यांना काही करून महाराष्ट्रात पुन्हा शरद पवारांचं राज्य आणायचं आहे.

◗ तुमचं राज्य आणण्यातही तेव्हा मीडियाचा हात होताच ना त्या वेळेला?

अजिबात नाही. आम्हाला हात दिला मुंबई महानगरपालिकेनं. त्या वेळेला नव्हता. मुंबई महानगरपालिकेपर्यंत नव्हता. आम्ही पालिका जिंकली त्या वेळेला त्यांचा टोन बदलला.

◗ पराभव होऊनही मतांचा टक्का वाढला हे विश्लेषण केलं असलं तरी अनेक विषय तुम्ही अर्धवट सोडलेत...

कुठचे? कुठचे सोडले ते सांगा. तुम्ही तीन वर्षांमध्ये अपेक्षा काय करता? पस्तीस वर्षं ज्यांनी राज्य केलं त्यांना हे प्रश्नं विचारत नाही. तीन वर्षं आम्हाला आता पूर्ण झाल्यानंतर हे सगळं एकदम आमच्या बोडक्यावरती का टाकता? तीन वर्षांच्या पोराला तुला माथाडी कामगारांची भूमिका बजावता आली नाही म्हणून आरोप करता. त्याचं वय किती ते पहा. तो अजून जेमतेम उभा राहतोय. कोवळी पाठ आहे. कोवळी सगळी हाडं आहेत. माथाडी कामगार आणि त्यात जमीन-अस्मानचा फरक आहे. आणि असणारच. आम्ही करू की ती भूमिका नंतर.

◗ हिंदुत्वासारखे विषय तुम्ही अर्ध्यावर सोडलेत...

कुठं सोडलेत? सांगा जरा.

◗ एका बाजूला मुलायमसिंग यादव त्याच्या मुस्लिमधार्जिण्या भूमिकेत बदल करीत नाही. त्याला लोकसभा निवडणुकीत चांगलं यश मिळालं आणि तुम्ही मात्र हिंदुहृदयसम्राट असतानाही हिदुत्व सोडलंत...

या हिंदूचं असं एक दुर्दैव आहे की, हिंदूंची बाजू घेणाऱ्याला फटके लवकर बसतात या देशात. या मायदेशात त्याच्या. मुसलमानांची बाजू घेणारे जे मुलायम सिंगसारखे नाठाळ असतात त्यांना मात्र पाठिंबे जोरदार मिळतात. उदाहरणार्थ केंद्रामध्येच ते बसलेले असतात. खरं म्हणजे त्याचा काही फार मोठा राष्ट्रीय पक्ष नाही. पण मुसलमानांचा ज्या प्रकारे यांना पुळका येतो ते ढोंगच असतं. स्वत: आपण किती सेक्युलर आहोत, धर्मातीत आहोत हे दाखविण्याकरिता म्हणून ते मुसलमानांची बाजू घेतात. हिंदूंना शिव्या देतात. त्याचे फटके आम्हाला दरवेळेला बसत आलेले आहेत. आमच्याकडून उघडपणे हिंदुत्वाचा प्रचार करणं आणि मुलायमसारख्यानं गुप्तपणे जाऊन मुसलमानांना प्रोत्साहन देणं यात तेवढ्याचपुरता फरक आहे. माझा प्रचार नजरेत यायला वेळ लागत नाही. निवडणूक आयोगाचा नियम आहे जातीधर्माचा प्रचार जो करील तो उमेदवार डिसक्वालिफाय होईल. आमचे तीन आमदार तसे झाले. मनोहर जोशी थोडक्यात वाचले. तर शेवटी ही तलवार वरती असताना हिंदुत्वाचा प्रचार किती उघडपणे करायचा? यामुळे फायदा होईल लोक निवडून येतील, पण टांगती तलवार डोक्यावर केव्हा तरी पडणारच. फक्त हिंदूंच्याच डोक्यावर या तलवारी टांगत्या आहेत. आणि त्या पडतात. मग फायदा काय? पैशापायी पैसा गेला. मेहनत वाया गेली. शिवसैनिक एवढे खपले, राबले. त्यांनी घाम गाळला. प्रसंगी त्यांना काही मारहाणही झाली असेल. हे सगळं एका फटक्यात आपण उडवायचं हे मला प्रशस्त वाटत नाही.

◗ सुरुवातीला श्रीकृष्ण आयोग तुम्ही रद्द केला होता...

होय. पण लगेच दिल्लीतून आम्हाला सांगावा आला. या निर्णयाचं विरोधक फार मोठं भांडवल करणार आहेत. त्या श्रीकृष्ण आयोगाची तुम्ही ताबडतोब नेमणूक करा. तेव्हा पुन्हा तो गुंडाळलेला आयोग नेमावा लागला. शेवटी झालं काय? तर ते प्रकरण आमच्या अंगलट आलं. शेकलं आमच्यावर. श्रीकृष्ण आयोग आमच्या विरोधात गेला असं वृत्तपत्रातून वाचायला मिळालंय.

◗ मशिदींना चटईक्षेत्र वाढवून देण्याचे प्रकार कधी काँग्रेसनंही केले नसते...

याचा परिणाम लोकांवर झाला?

काही झालं नाही. अयोध्येत राष्ट्रीय स्मारक उभारण्याची माझी कल्पना दोन्ही बाजूंनी उचलून धरली. देशाला आता जातीय दंगे परवडणार नाहीत हा विचार दोन्ही बाजूंना मान्य झाला. पण जे 'मतलबी' आहेत त्यांना हे पटणार नाही. या मतलब्यांनी असं भांडवल केलं की, हिंदूंची मतं याचमुळे गेली. हे 'याचमुळे' काय ते मी मानायला तयार नाही. आमच्या लोकांनी ज्या एका उत्साहानं काम करायला हवं होतं, मतदार बाहेर काढायला हवे होते ते काढले नाहीत. आणि दुसरं म्हणजे आता साहेबांची सभा झालेली आहे. प्रचंड गर्दी उसळलेली आहे त्यामुळे ही सीट श्युअर! या एका मग्रुरीत आणि मस्तीत आमचे लोक राहिले. शिथिलता महाग पडली.

◗ नोकरशाहीच्या नाकर्तेपणावरही मुख्यमंत्र्यांनी खापर फोडलंय...

खरं आहे ते.

◗ तुम्हीही नोकरशाहीच्या भूमिकेबाबत साशंक आहात...

होय, आहे ना. त्यांच्यामध्ये 'प्रो-पवार' हा सेक्शन आहेच मोठा. तो मंत्रालयात आहे. संपूर्ण महाराष्ट्रात पसरलेला आहे.

◗ सरकारने तो मोडून का नाही काढला?

मोडून का नाही काढला ते तुम्ही मुख्यमंत्र्यांना विचारा. गोपीनाथ मुंडेंना विचारा. मोडून काढण्याच्या तुमच्या काय कल्पना आहेत? मोडून काढा म्हणजे काय मोडा?

◗ गुजरात, उत्तर प्रदेशात नोकरशाहीच्या आडमुठेपणाविरुद्ध कठोर धोरण मुख्यमंत्र्यांनी स्वीकारलं होतं...

त्यासाठी तेवढी थंपिंग मेजॉरिटी तुम्हाला असावी लागते. आमचे जंबो कॅबिनेट नाहीय. 'लंबो' करायचं झालं तरी पंचाईत आहे. नको ती माणसं आत घ्यावी लागतील.

◗ मायावती, मुलायमसिंग यांनीही नोकरशाहीच्या बाबतीत कठोर धोरण स्वीकारलं होतं...

मायावतीची तुलना तुम्ही या मुख्यमंत्र्यांशी अशी करू नका. मायावती ही मायावती आहे. तिला काही शोभून दिसतं. परंतु आपल्याकडे एक निराळा संस्कार

आहे. परंपरा आहे. संस्कृती आहे. त्याला थोडंसं धरून चालता हा कदाचित गुन्हा असण्याची शक्यता आहे, पण आम्हाला तो संस्कार मोडता येणार नाही. मूर्खासारखं वागून. हे काही भूषणावह होतं अशातलाही काही प्रश्न नाही; परंतु करायचं झालंच तर करूही शकतो. पण तो जो वाईटपणा येईल तो पुन्हा तुम्हाला उभं राहायला मदत करणार नाही. कारण या लोकांचं नाही म्हटलं तरी जाळं आहे. त्यांच्या संघटना आहेत, युनियन्स आहेत. संप करतात. आपल्याला भयंकर त्रास देऊ शकतात. घाबरण्याचा प्रश्न नाहीय.

◗ मग कसला प्रश्न आहे?

काल माझ्याकडे एक अधिकारी आले. त्यांची नेमणूक होणार आहे. म्हटलं, एकदम तुमच्या 'हाईस्टेप' सुरू करू नका. पहिल्यांदा लोकांचा विश्वास संपादन करा की हा माणूस कडक आहे. इथं काही चालणार नाही. एवढा दरारा प्रथम निर्माण करा. दहशत नाही आणि दरारा निर्माण झाल्यानंतर तुम्ही कोण आहात ते दाखवा. अगोदर नाही दाखवता येणार तुम्हाला.

◗ सोनिया गांधी यांच्या विरोधात तुम्ही जे प्रचाराचं तुफान उभं केलंत त्याचा फटका तुम्हाला बसला काय? वृत्तपत्रांतही एकांगी छापून आलं...

हा प्रश्न एकदम बरोबर आहे तुमचा. का? या तऱ्हेचा प्रश्नच सर्वत्र कारणीभूत आहे. गेल्या तीन वर्षांमध्ये आम्ही हे भोगत आलेलो आहोत. काही चांगलं केलं तरी त्याला प्रसिद्धी नाही. किंबहुना ते वाईट कसं हेच दाखविण्याचा प्रकर्षानं प्रयत्न झाला. उदाहरणार्थ सोनिया गांधीचंच घ्या. शिवसेना भवनला माझी जी वार्ताहर परिषद झाली त्यात सगळ्या वार्ताहरांना असं सांगितलं की मी सोनिया गांधीबद्दल कोणते अपशब्द, कोणते अश्लाघ्य शब्द त्या बाईबद्दल बोललो ते काढा माझ्या भाषणातले. माझ्याकडे टेप्स आहेत भाषणाच्या. त्या घेऊन जा. त्याच्यातनं काढा शोधून. ते सर्व छापा, वर्तमानपत्रांत जाहिरातीच्या रूपानं. लोकं ठरवतील काय ते.

◗ सोनियांवर टीका केल्यामुळे महिलांची मतं गमावली असं वाटतं काय?

बिलकूल नाही. किंबहुना जिथं माझ्या सभा झाल्या तिथं पुन्हा माझ्या सभा घेऊ. महिलांची किंवा एकंदरीत जनतेची किती गर्दी कमी झाली ते आपण बघूया. काही तसं नाहीय. लोकांच्या हृदयाची भाषा मी बोलत असतो. डोक्याची भाषा बोलत नाही. त्यामुळे लोकांवरती वाईट परिणाम झाला वगैरे मी मानत नाही.

यापुढेही सोनियांबाबत तुमची भूमिका कायम राहणार. विचार तेच आहेत?

होय. तिला मी कोणत्याही परिस्थितीत पंतप्रधान नाही होऊ देणार. माझे विचार मी कधीच बदलले नाहीत. माझं अजून प्रामाणिक मत आहे. सोनिया गांधीला त्यांनी काँग्रेसचं अध्यक्ष केलं हा त्यांच्या पक्षाचा अंतर्गत प्रश्न आहे. त्यात मला ढवळाढवळ करण्याचा अधिकार नाही. पण तिला मी पंतप्रधान होऊ देणार नाही.

पण काँग्रेस अध्यक्षपदासाठी आणि संसदीय पक्षाच्या नेतेपदासाठी शरद पवार हे प्रबळ दावेदार आहेत. महाराष्ट्राचा माणूस म्हणून तुम्हाला ते चालले असते?

त्यांनी स्वत: हे नातं किती ठेवलं आमच्याशी मराठी किंवा महाराष्ट्र म्हणून. एक मराठी माणूस दिल्लीत मोठ्या पदावर बसावा म्हणून आमच्या मनात त्यांच्याबद्दल प्रेम, आदर, आपुलकी कधी निर्माण केली का? कारस्थानानं आमचं सरकार पाडण्याचेच प्रयत्न केले ना त्यांनी. कारस्थानी माणसाच्या बाबतीत प्रेम दाखवून आम्ही अवदसा का दाखवावी आमचंच सरकार पाडण्याची. जो माणूस म्हणतो की, दिल्लीत काँग्रेसचं सरकार आल्यावर महाराष्ट्रातील युतीचं सरकार बरखास्त करू. त्या कारस्थानी माणसाला मराठी म्हणून कवटाळून पंतप्रधानपदावरती बसवू आणि पायावर धोंडा पाडून घेऊ?

होय, पण तुमचे मुख्यमंत्री मनोहर जोशी यांनी नुकतंच असं विधान केले की, शरद पवार त्यांच्या विरोधात कधीच बोलणार नाहीत...

मग असं करा, याचा खुलासा तुम्ही त्यांच्याकडून घ्या, ही खात्री कशी काय आणि कशाच्या जोरावर देऊ शकता. की एवढी गॅरंटी तुम्हाला कशामुळे? त्यांनाच विचारा. शिवसेनेच्या दरम्यान जे काही लोक यापूर्वी आले किंवा पुढे येतील ते जेवढे माझे शत्रू झाले तेवढे या लोकांचे झाले नाहीत. ते त्यांचे अजूनही मित्र आहेत. त्यांना असंही दुरान्वयाने वाटलं नाही. ज्या अर्थी बाळासाहेबांनी यांना दूर केलंय, बाळासाहेबांना हे बोलताहेत, शिवसेनेला हे महाग पडताहेत; त्यामुळे शिवसेनेचे हे लोक कोणी लागत नाही. शिवसेनेला यांचा तापच झालाय. कोर्टात जाताहेत. सरकारच्या चांगल्या कामांवर बंधनं आणताहेत. त्यांच्या भाषणातसुद्धा शिवसेनेबद्दल, गाइयाबद्दल कोठे आदर नाही, अशा लोकांशी आपण जवळीक ठेवायची काय? हा प्रश्न त्यांनी विचारावा आपल्या मनाला की, हे कितपत योग्य आहे? म्हणजे शत्रुत्व मी स्वीकारायचं. तुमच्या मैत्र्या तुम्ही कायम ठेवायच्या. अजूनही आहेत त्या. चालू आहेत. मला माहीत आहे ते. मी काही अंधारात वावरणारा माणूस नाही.

◗ **यावर पक्षप्रमुख म्हणून तुम्ही काय भूमिका घेणार?**

काही घेत नाही. वैयक्तिक म्हणून सोडून देतो.

◗ **मग तुमच्या भांडणाला काहीच अर्थ नाही, नैतिक आधारच नाही...**

माझा प्रामाणिकपणा. मी माझ्या तत्त्वांशी प्रामाणिक राहिलोय. एवढंच माझं मोठं समाधान आहे. इतरांनी प्रामाणिक व्हावं हा हट्ट मी कधीच करू इच्छित नाही. मला ते जमणार नाही. मला त्याची गरज नाही. मी माझ्याशी प्रामाणिक आहे म्हणूनच लोक माझ्यावर प्रेम करतात.

◗ **हे तत्त्व आणि प्रामाणिकपणा तुमच्या सरकारातील किती लोकांनी अंगिकारलंय?**

काहींनी आहे, काहींनी नाही. असं धरून चाललं तरी काही हरकत नाही. हे सगळीकडेच असतं. कारण हा मानवी स्वभाव आहे. ज्याला जे परवडतं त्याचा तो स्वीकार करतो.

◗ **लोक तुम्हाला इतरांपेक्षा वेगळं मानतात. तुम्हीच त्यांचे खरे प्रतिनिधी आहात...**

मी मतदानाच्या पेटीतून निवडून आलेला प्रतिनिधी नाही. लोकांच्या प्रेमावर, श्रद्धेवर मी टिकून आहे.

◗ **तुमची माणसं विचित्र वागतात तेव्हा लोक शिवसेनाप्रमुखांचा माणूस म्हणून शेवटी तुमच्याकडेच बोट दाखवतात...**

त्या बोटाबद्दल अभिमान बाळगायचा की त्याचा तिरस्कार बाळगायचा याचा विचार ज्याच्याविषयी बोट दाखवलं जातं त्यांनी करायचा. मी नाही करणार.

◗ **गेल्या तीन वर्षांत सरकारवर अनेक आरोप झाले...**

मला त्या आरोपांचं काही वाटत नाही. ते होतच राहणार. त्याचं कारण असं आहे की, ज्यांच्या हातून सत्ता गेली त्यांच्याकडून तुमची अपेक्षा काय? मी कधी कधी असा विचार करतो की, आपण गम्मत करूया. आम्ही विरोधी पक्षात बसतो आणि आज जे आमच्याविरोधी बोलताहेत ते अमलात आणून दाखवा. शक्य नाही ते. पण आता विरोधी पक्षात बसल्यानंतर बेलगामपणानं वाट्टेल ते बोलता येतं. वाट्टेल ते बोलू शकता तुम्ही. मग प्रश्न गिरण्यांचा असो, गारपिटीचा असो, मारपिटीचा असो. तुम्ही अमलात आणून दाखवा असं माझं त्यांना आव्हान आहे. पण आज त्यांच्याकडे विरोधी पक्षाची

भूमिका असल्यामुळे त्यांना काहीही बोलता येतं. हे सर्व करणं शक्य नाही याची कल्पना त्यांनाही आहे. पण विरोधासाठी विरोध हीच त्यांची भूमिका आहे.

अशा वेळेला सरकारची भूमिका काय असायला हवी?

त्यांची भूमिका मांडतात ते. पण ज्या वेळेला उत्तम तऱ्हेनं बाजू मांडल्यावरसुद्धा पटकन कोणीतरी म्हणतं की, प्रत्येक आंब्याच्या झाडाला नुकसानभरपाई द्या. असं होत नाही. काँग्रेस सरकारनंसुद्धा ३५ वर्षं राज्य केलं महाराष्ट्रात. गारपिटीचं किती केलं? शंभर रुपये देत होते. ते आम्ही हजार रुपये केले. मग हजार रुपये देऊनही लोक तुमच्याविरुद्ध का गेले? तर प्रशासकीय यंत्रणा. तहसीलदाराच्या लेव्हलवरती सर्व घोळ सुरू आहे. हरामखोर बसलेले आहेत त्या पातळीवरती. त्यांनी सरकारची बदनामी केली. आणि ऐन निवडणुकीच्या तोंडावर. आता त्या तहसीलदारांना शोधतोय. कोणी हरामखोरी केली. काय केलं ते. चेक कसे दिले गेले. वेळेवरती पगार का दिले गेले नाहीत पोलिसांचे. नेमके बरोबर निवडणुकीच्या तोंडावर झोपडपट्ट्यांवरती बुलडोझर कसे फिरवले गेले? फेरीवाल्यांना आताच कोणी उठवण्याचा प्रयत्न केला. त्या खोलात आम्हाला जावं लागेल. निवडणुकीच्या तोंडावर सर्व झालं. आता कोणी का नाहीत काढली कामं? फेरीवाला काय निवडणुकीच्या तोंडावर बसला? आणि आता बसलेला नाहीय? आता कारवाई का थांबली? कारवाई वरून आम्हाला सांगितलं म्हणून आम्ही केली. मग आता तुम्ही थांबवली का? वरून आदेश आला होता ना. त्याची उत्तरं त्या अधिकाऱ्यांनी द्यावी. तसं पाहिलं तर फार मोठं नीचपणानं कारस्थान चाललेलं आहे युती सरकार हटविण्यासाठी. काळजी आम्ही एवढीच घ्यायची की, आम्ही तो मूर्खपणा करून ते घालवायचं नाही.

गेल्या तीन वर्षांत विरोधकांनी शिवसेनाप्रमुख व त्यांच्या कुटुंबियांना टीकेचं लक्ष्य बनविलं...

होय मग.

लोकसभा निवडणुकांच्या निकालानंतर मात्र प्रथमच मुख्यमंत्री व त्यांच्या चिरंजीवांवर गंभीर आरोप केलेत...

त्यांना मुख्यमंत्र्यांनी उत्तरं द्यावीत. मी कशाकरिता त्यात पडावं? कारण माझ्यावरती, माझ्या कुटुंबियांवरती जेव्हा आरोप होत होते तेव्हा कोणी बाजू घ्यायला उभं राहिलं नाही. ज्यांची बाजू त्यांनीच सावरायची. त्यांची बाजू त्यांनी बघावी. मी त्यांच्यात इंटरफेअर करणार नाही. कारण जे आरोप झालेत त्याचं उत्तर त्यांच्याकडे असणार. मी कशी त्यांच्याबाबतीत उत्तरं देऊ शकतो? माझ्या कुटुंबियांवर, माझ्यावर

जेव्हा आरोप होतात तेव्हा मी सोडत नाही. जोडा हातात घेतो मी. त्यांनी हातात काय घ्यायचं ते ठरवावं त्यांनी.

गंभीर स्वरूपाचे हे भ्रष्टाचाराचे आरोप आहेत...

असतीलही. नसतीलही. असूही शकतात किंवा बदनाम करण्याकरिता केलेही असतील. मला एक माहीत आहे आणि मी अगदी खात्रीनं सांगू शकतो की एक कोणीतरी राज दादरकर नावाचा माणूस मुख्यमंत्र्यांना माहीत आहे की नाही मला माहीत नाही. पण तो धुमाकूळ घालतोय. भयंकर धुमाकूळ घालतोय. मुख्यमंत्र्यांना माहीत असो की नसो, पण ही व्यक्तीच मुख्यमंत्र्यांना महाग पडण्याची शक्यता आहे. नाव घेऊन बोलतोय मी. राज दादरकर. माझ्या कानावर असंख्य गोष्टी आल्या आहेत. काही ठिकाणी या माणसानं पैसे घेतलेले आहेत पण कामं केलेली नाहीत. चाळीस चाळीस लाख रुपये घेतलेले आहेत. पण कामं झालेली नाहीत. माणसं आता कपाळाला हात लावून बसलेली आहेत. त्यातली काही माणसं मला भेटून गेली.

तुम्ही काय कारवाई करणार?

मी काहीच करू शकत नाही. त्यांची जवळीक कोणाशी आहे, काय संबंध आहेत त्यांनी ते पहावं. मी तर त्याचं थोबाडही पाहिलेलं नाही. मुख्यमंत्र्यांनी मात्र हे गंभीरपणानं प्रकरण हाताळलं पाहिजे असं मला वाटतं.

अशा प्रकरच्या बातम्या जेव्हा वृत्तपत्रांत छापल्या जातात तेव्हा मग चिडायचं कशासाठी?

मी असं कधीच म्हटलेलं नाही की तुम्हाला सत्य कळूनसुद्धा सत्य दडपा. पण सत्य नसताना ते असत्य ज्या पद्धतीनं छापता ते मी सहन करू शकत नाही आणि अशी पत्रकारिताही मी मानायला तयार नाही.

वृत्तत्रपांच्या माध्यमातून बऱ्याच गोष्टी आपल्यासारख्या ज्येष्ठ नेत्यांना कळत असतात...

बिलकूल नाही. कालचा लोकसत्तेचा अग्रलेख वाचल्यानंतर पवारांना कोठेतरी मानहानी झाल्याबद्दल त्याला खंत वाटलेली आहे. आणि म्हणून त्यांनी सोनिया गांधीवरती आता टीका केली. पण सुरुवातीला सोनिया गांधीला उचलून धरणारे तुम्हीच ना? सोनिया गांधीला ज्या धुपारत्या ओवाळल्यात त्यामध्ये तुम्ही नव्हतात का? मग आता पवारांना मिळालं नाही म्हणून तुम्ही सोनिया गांधीवरती टीका करताय आणि सांगताय मोठे की, हे असं झालं नि तसं झालं. हे कायदेशीर नाही

आणि बेकायदेशीर आहे. काय असेल ते लिहिलंय ते. म्हणून माझा जो आरोप आहे की ही सर्व 'प्रो-पवार' माणसं आहेत हा आरोप तुम्हीच शाबीत केलात.

◗ तुम्ही पत्रकारांविषयी असं बोलताय. पण तुमचे मुख्यमंत्रीही म्हणतात की, पवार त्याच्यांविरुद्ध वाईट बोलत नाहीत...

ठीक आहे ना. पण तुम्ही अशा बरोबऱ्या करू नका. माझा मुख्यमंत्री 'प्रो पवार' असेल तर मला त्या मुख्यमंत्र्यांचा विचार करावा लागेल. निश्चित करीन. मी कोणालाही स्पेअर करणार नाही याबाबतीत. कारण शेवटी मारक ठरणाऱ्या माणसाच्या तुमच्या दोस्त्या, हे कसं काय जमणार? मी इथं रक्त आटवायचं आणि तुम्ही 'प्रो' 'प्रो' करीत त्यांची जवळीक करायची. मग घालवलंत कोणाला तुम्ही?

[२१ मार्च, १९९८]

शिवसेनाप्रमुखांचा राजीनामा!
"मला कोणी अडविण्याचा प्रयत्न करू नका!"

"शेकडो विजा एकाच वेळी चमकाव्यात असा झटका शिवसेनाप्रमुखांनी दिला. सरकारवर होणारे आरोप आणि बेफिकीरीनं वागणारे मंत्री ह्यामुळे अस्वस्थ झालेल्या शिवसेनाप्रमुखांनी सांगितले 'महाराष्ट्राच्या हितासाठी मला कडवट निर्णय आता घ्यावेच लागतील. आता पुरे झाले. तुर्त मी काही काळासाठी बाजूला होत आहे. या काळात मी कोणालाही भेटणार नाही. मी कोठे असेन, कोठे नसेल तो प्रश्न कोणाचाही नाही. या काळात तुम्हाला काय करायचं आहे ते करा. गोंधळ घालायचा आहे तो घाला. जनहिताची कामे करायची असतील तर करा. मला कोणीही अडवायचं नाही...'"

शिवसेनाप्रमुखांची प्रदीर्घ मुलाखत म्हणजे शंभर अणुबॉम्ब एकाच वेळी फुटावेत अशी जहाल ठरेल असे मलाही वाटलं नाही. महाराष्ट्राच्या, मराठी जनतेच्या अनेक प्रश्नांबाबत ते व्यथित होऊन, तर कधी कडवटपणे बोलत होते. राष्ट्रीय राजकारणावरही त्यांनी भाष्य केलं. देशातील अस्थिरता संपली नाही तर अराजकाच्या भीषण खाईत ढकलले जाऊ या त्यांच्या भाकिताचा पुनरुच्चार त्यांनी केला. महाराष्ट्राच्या हितासाठी मला कडवट निर्णय आता घ्यावेच लागतील. इनफ इज इनफ! आता पुरे झालं, असं ते अनेक प्रश्नांवर अस्वस्थ मनानं बोलल्याचं मला जाणवलं. पण अचानक दूर होण्याचा त्यांचा निर्णय माझ्यासह संपूर्ण महाराष्ट्रास सुन्न करणारा ठरला.

▸ या निर्णयावर सविस्तर चर्चा करण्याचं त्यांनी नाकारलं...

मुलाखतीच्या दुसऱ्या भागासाठी चर्चा सुरू झाली तेव्हा दूरदर्शनवर अटलबिहारी वाजपेयी यांचा शपथविधी सोहळा सुरू झाला होता. तोच धागा पकडून मुलाखतीस प्रारंभ झाला.

केंद्रात आताच वाजपेयी सरकार स्थानापन्न झालेलं आहे. ही राजकीय अस्थिरता यापुढे तरी संपेल काय? या प्रश्नावर शिवसेनाप्रमुखांनी स्पष्ट नकार देत सांगितलं, ''नाही. अस्थिरता संपू शकत नाही. उलट वाढीस लागणार आहे. जोपर्यंत लोक एका 'मॅडनेस'नं म्हणजे माथेफिरूपणानं असा कौल देणार असतील तर अस्थिरता कशी नष्ट होईल? जनतेनं काँग्रेसचा पन्नास वर्षांचा अनुभव घेतलेला आहे. तरीही काही प्रमाणात का होईना ती अशा प्रकारचा कौल देऊन काँग्रेसला जीवदान देणार असेल तर अस्थिरता कशी दूर होईल? आजही भाजपला पूर्ण बहुमत दिलेलं नाही आणि काँग्रेस चाचपडत आहे. म्हणजे तुम्हाला नाही, आम्हाला नाही तर घाल कुत्र्याला अशीच परिस्थिती आहे. निदान महाराष्ट्रातल्या आपल्या मराठी लोकांनी तरी जातपात न बघता आज फक्त विचार एकच की शिवसेनेला पाठवायचं आहे तिकडे. हा प्रकार जरी केला असता तरी केंद्रात वाजपेयी सरकारला बळकटी आली असती. अस्थिरता उभी राहिली नसती.

▸ महाराष्ट्रातून युतीचे खासदार कमी गेले याची खंत तुम्हाला वाटतेय.

एवढ्या मोठ्या देशाच्या उलथापालथीमध्ये शिवसेनेची काही भूमिका नसावी, सहभाग नसावा याची खंत माझ्यासारख्या तत्त्व जपणाऱ्या माणसाला वाटणारच. मला केंद्रातील खात्याची पर्वा नाही. मी वाजपेयींना सांगितलं त्या दिवशी, आम्हाला खातं नाही मिळालं तरी चालेल. आम्ही तुमच्याबरोबर राहू. इमानानं राहू. मात्र माझी खंत एकच आहे की पंधरावरून फटकन सहावरती आणून तुम्ही महाराष्ट्राला खच्ची

केलंत. मला नाही केलंत आणि तिथं काही आपण करू शकलो नाही. सात, आठ हे आकडे असलेल्या लोकांची मस्ती तिथं चाललेली आहे. राम जेठमलानी राज्यसभेवर गेले तेव्हा आम्ही त्यांना आमची दहा मतं दिली. दहा माझे आमदार सह्यांनिशी दिले. त्यांची मस्ती काय तर म्हणे स्वतंत्र आहे. अगदी पटकन काही नसताना मंत्री झाला तो माणूस. ही लोकशाही तुमची. राम माझा काही शत्रू नाहीय. पण रामला कोणत्या तत्त्वावरती तुम्ही तिथं मंत्री बनवलंत. पाठबळ नाही. कुठला पक्ष नाही. मी मदत करूनसुद्धा तो शिवसेना मानत नाही. त्या माणसाला मंत्रिपद देता तुम्ही? याला काय अर्थ आहे? अगदी माझा मित्र असला तरी. काय म्हणजे तुमची मोजमापं काय आहेत?

◗ हे कसं काय दूर होईल? आणखी काही वर्षं तरी हे असंच चित्र राहणार.

वर्ष नकोच. बघा तुम्ही. माझ्या पद्धतीनं मी बोलतोय. मला काही शाप द्यायचे नाहीत. माझा आतला आवाज मला सांगतोय. यादवी युद्धाकडे जातंय सगळं. पूर्णपणे त्या अराजकाकडेच झुकतंय.

◗ वाजपेयी किती काळ काढतील?

या प्रश्नाला काही अर्थ नाही आणि उत्तरालाही. आता बघा ना, पूर्वी हे असले प्रश्न विचारले जाऊ शकत नव्हते. पाच वर्षांचा काळ घेऊनच पंतप्रधान उठायचा. किंबहुना जास्तच. पंतप्रधान नेहरू काय किंवा इंदिरा गांधी काय. पुन्हा घराणीच. त्यांनी वेगळाच काळ काढला. आता म्हणजे जाईल तो दिवस आपला. असं झालेलं आहे शेवटी. ही परिस्थिती का यावी? सगळं ढासळलंय तुमचं.

◗ यापुढे देशात भारतीय जनता पक्ष आणि काँग्रेस हे दोनच राष्ट्रीय पक्ष राहतील. सोनिया गांधींनी काँग्रेसचं नेतृत्व स्वीकारल्यामुळे तुम्हाला काही आशा वाटतेय काय?

तिला एवढं महत्त्व त्या काँग्रेसवाल्यांनी दिलं. हेच त्या पक्षाचं दुर्भाग्य आहे. पुरुष काही करू शकत नाहीत. त्यांच्यात ताकद नाही देश उभा करण्याची. 'सोनिया लाओ देश बचाओ.' इथपर्यंत या लोकांची स्लोगन गेली. याच्यामध्येच एकंदर ती हलबलता दिसून आली.

लोकसभा निवडणुकींच्या पराभवानं महाराष्ट्रात तुम्हाला काही अस्थिरता जाणवतेय का? अपक्ष या निकालांमुळे पुन्हा कुंपणावर गेले...

नाही. अपक्ष कुंपणावर नाहीत. ते मजबुतीनं आमच्याबरोबर आहेत. त्यांची व्यथा आणि खंत एकच आहे की आम्हाला मानानं वागवत नाहीत पुष्कळ वेळेला. एवढीच त्यांची खंत आहे. याच्यामध्ये काही व्यवहार करण्याची गरज नाहीय. ते तुमचेच आहेत. काही तुमचे राज्यमंत्री आहेत. अशा वेळेला त्यांचा मान राखायला काय हरकत आहे? आज आमचे जे वरती बसलेले आहेत कॅबिनेट म्हणून त्या कॅबिनेट मंत्र्यांना जरा मस्ती आलेली आहे थोडीशी. नाही असं नाही. राज्यमंत्र्यांना ते किंमत देत नाहीत. पण ही जी त्यांची प्रवृत्ती आहे ती चेचून काढणार आहे मी. नक्कीच चेचणार बघा तुम्ही. मला सत्तेचं महत्त्व नाही हो, एवढं लक्षात ठेवा. आता गेली तरी पुन्हा खेचून आणण्याची ताकद माझ्यामध्ये आहे. कुणी मस्तीमध्ये बोलू नये माझ्याशी. काय कराल? सत्ता घालवू असं म्हणत असाल तर घालवा. घालवून दाखवा. बाहेर लोक आहेत ना ते जोडे मारतील तुम्हाला. तशी ती जनता माझी आहे. तुमची नाहीय. तुम्ही हे युती सरकार पाडून दाखवा. आणि मी तुम्हाला मजबुतीनं आणून दाखवतो. पण आताचे जे आहेत त्यातला बराचसा गाळ बाहेर घालवावा लागेल.

सरकार आणि पक्षात कायापालट करण्याच्या, फेरबदलाच्या घोषणा तुम्ही अनेकदा केल्यात. पण झालं काहीच नाही.

कसं करणार? करतो ना करतो तो निवडणुका जाहीर झाल्या. निवडणुका संपून दोन-तीन दिवस मिळणार होते तोच विधानसभा अधिवेशन सुरू झाले. या काळात काही करता येत नाही. कारण फेरबदल झाले तर नवीन येणारे मंत्री खात्याच्या प्रश्नांना उत्तर देऊ शकत नाहीत. थोडा गोंधळ होतो. नाही म्हटलं तरी २२ एप्रिलपर्यंत थांबावं लागतं. याला काय करायचं?

या अलीकडच्या गोष्टी. तुम्ही गेली दोन वर्षं हेच सांगताय.

दोन वर्षं नाही म्हणत मी. एकदा झालेत बदल. आधी अनिल राठोडला काढलाय ना आम्ही. ही मस्ती केव्हा दाखवू शकतो आम्ही? तुमच्या प्रश्नांची मस्ती ही काठावरची असू शकत नाही. मजबुतीचं सरकार आहे. कितीही गेले तरी मेजॉरिटी आहे. त्यावेळेलाच तुम्ही ते करू शकता. काठावरच्या कसरतीत ही मस्ती चालू शकत नाही एवढं तुम्ही लक्षात ठेवा. सरकार चालवणं म्हणजे काय पोराची गाडी नाहीय की ती माझ्या नातवंडांना खेळवतोय मी. खेळण्यातल्या गाड्या आणि चावीच्या गाड्या आहेत. किंवा ढकलगाड्या आहेत. सरकार म्हणजे अशा खेळण्यातल्या

गाड्यांप्रमाणे चालवता येत नाही हे लक्षात ठेवा.

◗ लोकसभा निवडणुकीत काँग्रेसनं साधारण दोनशे विधानसभा मतदारसंघात आघाडी घेतलीय.

जातील ते जातील. पण निदान जेवढे राहतील त्यांनी सुधारणा जर केली नाही तर ते गेले म्हणून समजा.

◗ त्यांना तुम्ही घालवणार की जनता घालवणार?

जनता ज्यांना विटली आहे त्यांना पुन्हा मी जनतेच्या डोक्यावर मारणार नाही. बसवणार नाही. पण नंतर जबाबदारी जनतेची.

◗ सरकारविषयी तुम्ही किती समाधानी आहात?

तीन वर्षांत चांगली कामं झालेली आहेत. मुळात तीन वर्षांचा काळ मी मानायला तयार नाही. अत्यंत अपुरा काळ आहे. पण जेवढ्या सूचना करायच्या तेवढ्या मी मुख्यमंत्र्यांना केलेल्या आहेत आणि त्या दृष्टीनं सुधारणा करण्याचं त्यांनी मान्य केलेलं आहे. उदाहरणार्थ मुद्दाम सांगतो, पाच जीवनावश्यक वस्तूंचे भाव आम्ही कमी केलेले आहेत. पण वस्तू मार्केटमध्ये आहेत की नाहीत याची चौकशी कोणी करायची? आणि ज्या वस्तू मिळतात त्यामध्ये कचरा आहे की नाही? किंवा हे जे कोणी व्यापारी आहेत ते तांदळात गारगोट्या टाकून विकतात की काय, ही चौकशी कोणी करायची? माझी एक योजना अशी आहे. मी सांगितलंय सरकारला, म्हणजे मनोहर जोशींना. म्हणजे 'आरे'चे जसे एकंदरीत नाक्यानाक्यांवर बुथ आहेत. तशी तुम्ही रेशनची दुकानं का काढत नाहीत. त्यामुळे महिलांना रोजगार मिळेल. स्वच्छ धान्य, निवडलेलं धान्य, एक किलोच्या, दोन किलोच्या पिशव्या बनवायच्या. बाई दुकानात आली की नुसती हातात पिशवी द्यायची. तुमचा रेशन कोटा ठरवा. एखाद्या विभागाला किती कोटा आहे तो आकडा घ्या. त्यानुसार पुरवठा करा. ही दुकानं महिलांनी चालवायची अशी मी त्यांना योजना दिलीय.

◗ झोपडपट्टी योजनासुद्धा रखडलेली आहे...

नाही. अजिबात रखडलेली नाहीय.

◗ ज्या वेगानं ती व्हायला हवी...

वेगानं कशी होणार? कोर्टातून त्यावर इंजेक्शन्स आणतात. बंधनं आणतात. नोटिसा आणतात. कसं काय करायचं? बिल्डर्स मस्ती करतात. झोपडपट्टीवाले

काय कमी समजू नका तुम्ही. त्यांनीसुद्धा आम्हाला खूप छळलंय काही ठिकाणी. बिल्डरशी डायरेक्ट संगनमत करून तो २.५ चटईक्षेत्र आमच्याकडून घेतोय. द्यायचं त्याला? ही २.५ ची योजना फक्त आमच्या योजनेपुरतीच मर्यादित आहे. बिल्डरांची मस्ती उगाच चालणार नाही. ही मोफत घरांची योजना बिल्डरांच्या फायद्यासाठी नाही. गरिबांसाठी आहे.

◗ **विदर्भ, मराठवाडा, पश्चिम महाराष्ट्रात शिवसेना-भाजपास फटका बसण्याचं कारण तुम्हाला काय वाटतं?**

काही नाही फटका बसलेला. तुम्ही लोकसभेच्या ९६ सालच्या याद्या काढा.

◗ **मतांचा आकडा वाढलेला आहे तुमचा...**

बरं, मतं वाढल्यामुळे मी नुसता समाधानी नाहीय. पण ही कसली लक्षणं आहेत हे तरी मानायला तयार आहात की नाही तुम्ही? इचलकरंजीत निवेदिता माने दोन लाखांची आज तीन लाखांपर्यंत गेली.

◗ **निवडणुकीत जय-पराजय हा एक मताचाही असू शकतो...**

असू शकेल ना! एका मताचा पराजय निराळा. जातीय तत्त्वांवर या निवडणुका झाल्या. त्यामुळे एका मताचा जय पराजय हे तत्त्व या निवडणुकीत तरी मी मानायला तयार नाही. पूर्वीचं वातावरण आता राहिलेलं नाही. आता जातीय राजकारण झालेलं आहे. आमच्या विरोधात घाणेरडी पत्रकं छापून ती नवबौद्धांच्या वस्त्या, वाड्यांत वाटली गेलेली आहेत. मुसलमानांच्या मोहोल्ल्यात ही पत्रकं वाटण्यात आली. त्याचा परिणाम नाही म्हटलं तरी झालाय.

◗ **काँग्रेसचं हे जातीय राजकारण तुम्ही कसं मोडून काढणार?**

ते पुढचे पत्ते आहेत. गनिमी कावे जाहीर करायचे नसतात.

◗ **काँग्रेसनं रिपब्लिकन पक्षाला सत्तेत स्थान दिलं हे फायद्याचं ठरलं.**

आता काँग्रेस वाचलेली आहे. रिपब्लिकन पक्षही वाचलेला आहे. दुर्दैवानं हे सर्व लोक एकत्र येऊन त्यांनी वाजपेयींचं सरकार पालवलंच तर हरकत नाही. पराभवाची ना आम्हाला पर्वा आहे ना वाजपेयींना. त्यानंतर तुमचं सरकार टिकेल काय? ज्या वेळेला खातेवाटपाचा प्रश्न येईल त्या वेळी हे खासदार जे रिपब्लिकन पक्षवाले आहेत त्यांची भूमिका काय असेल ते नंतर पाहू आपण. ते एकोप्यानं वागतील असं तुम्हाला वाटतं? त्यातले दोन तर आमच्याकडे यायला निघाले होते.

दोघांना राज्यमंत्रिपद पुन्हा वर एक कोटी रुपये पाहिजे होते. त्या वेळेला आम्ही त्यांना सांगितलं, तुमच्यापैकी एकाला राज्यमंत्रिपद देऊ. पण तुम्हाला एक कोटी रुपये देऊ शकतील अशी मी सोय करीन. पण राज्यमंत्रिपद देता येणार नाही. प्रकाश आंबेडकर आणि रा. सू. गवई यांच्यामध्ये लागणार नाही असं वाटतं? प्रकाश आंबेडकरला जर कॅबिनेटमंत्रिपद दिलं तर गवई स्वस्थ बसतील? ते म्हणतील, मी या पक्षाचा अध्यक्ष आहे. सीनियर मोस्ट आहे. मला वगळून त्याला देता? त्यांचं लागणार नाही असं तुम्हाला वाटतं? करून दाखवावी त्यांनी एकजूट. ॲट कास्ट ऑफ देअर ओन पीपल ही त्यांची भांडणं आहेत. हे नेते म्हणू शकता तुम्ही? त्यांना भुका भागलेल्या आहेत. जनतेची भूक नाही भागली. किती वर्षं हे नेते आहेत. काय दिलं त्यांनी स्वत:च्या जनतेला, नवबौद्धांना! नवबौद्ध हा उल्लेख मुद्दाम करतोय मी. कारण दलित निराळे आहेत. मला त्यांच्यात फोडाफोडी करायची नाही पवारांसारखी. ज्यांनी धर्मांतर केलेलं नाही ते हिंदू दलित राहिलेले आहेत. धर्मांतर केलं ते नवबौद्ध आहेत.

◗ हा तुटलेला समाज परत तुमच्याकडे येईल असं वाटतं?

येऊ शकतो ना. समाज तरी शेवटी काय असतो. आमचेच आहेत ते. त्यांना खोट्या प्रचारानं दूर केलं. विषारी वृत्तपत्रीय प्रचारानं त्याला जाणीवपूर्वक आमच्यापासून तोडला.

◗ अशी भावना बाहेरची आहे की सरकार व त्यावरचा तुमचा 'कंट्रोल' सुटलेला आहे.

तुम्ही देताय परत आणून तो असला प्रश्न विचारताना...

◗ तुम्ही लोकांना भेटत नाही... त्यामुळे जनता व तुमच्यात एक भिंत उभी राहिली आहे...

दुर्दैवानं आज माझी ज्या पद्धतीनं काळजी घेतली जातेय त्याचाही मला खूप ताप होतोय. तो असा की असंख्य लोकांना तिथं दरवाजापाशी येऊन ते सोडत नाहीत. हे माझं मोठं दु:ख आहे. त्या पोलिसांनी आधी आत कळवायला हवं, की अमूक अमूक लोक आलेत, त्यांना आत सोडायचं की नाही. इंटरकॉम सिस्टीम आहे इथं आणि मी जर म्हटलं सोडा न सोडा तो प्रश्न माझा आहे. तुमचा नाही. तुम्ही त्यांना परस्पर परत पाठवू शकत नाही आणि अशा वेळेला जेव्हा मला कळतं की लोकं दोन-तीन वेळेला येऊनसुद्धा पोलिसांनी आत सोडलं नाही तेव्हा मला भयंकर संताप येतो. तळपायाची आग मस्तकाला जाते. मी इथल्या ऑफिसर्सना अनेकदा

बोलावून सांगितलं की, मला तुम्ही सिक्युरिटी म्हणून आहात की नजरकैद म्हणून मी आहे. ते एकदा ठरवा. मला तुम्ही संरक्षण म्हणून आहात. मी नजरकैदेत नाही तुमच्या. आणि तुमचे पोलिसी डोळे आहेत. तुम्हाला कळायला पाहिजे की हा मारेकरी म्हणून आलेला आहे आणि हा साधा माणूस आहे. तो गरीब असेल, गावाकडला असेल, त्याचे कपडे मळके, फाटके असतील. ते कसेही असूद्यात. त्याच्या कपड्यांवरून तुम्हाला ठरविण्याचा अधिकार नाहीय. त्याची गरिबी ही गरिबी आहे. तो त्याचं दुःख घेऊन माझ्याकडे आलेला असतो. त्याला तुम्ही मला भेटू देत नाही? हे काय चाललंय? कोणाच्या सांगण्यावरून चाललंय? आणि म्हणून मला म्हणायचं आहे की तुम्ही मला आधी फोन करून कळवा की अमूक आलाय. अपॉइंटमेंट नसतानाही आलाय. काय करायचं? मी सांगेन की, नाही म्हणून सांगा किंवा हो सांगेन. पण तुम्ही दरवाजावरून त्याला परत का पाठवता. प्रतिष्ठित लोकांनाही पाठविलेले आहे. गरिबांनाही पाठविलेलं आहे. तिथं मात्र त्यांच्याकडे नाही म्हटलं तरी समानता आहे. त्या बाबतीत ते कोणाचीच पर्वा करीत नाहीत. पण त्यागुळे वाईटपणा मला येतो. पूर्वी मी गाडीची काच खाली करत होतो. का? कारण ती बुलेटप्रूफ नव्हती. काच खाली करून मी लोकांना हात करीत असे, नमस्कार करीत असे. आता माझं काय चाललेलं आहे संरक्षणामुळे? बुलेटप्रूफ गाडी असल्यामुळे काच खाली होत नाही. दिवा लागतो. शेवटी मी आत आणि हात करतो. लोकांना माझ्याविषयी गैरसमज होता कामा नये की, अरे, बाळासाहेब पूर्वी काच खाली करून हात करीत असत. आता बघा, बंद गाडीतनं जाताहेत. काचही खाली करीत नाहीत. बाळासाहेबांच्या डोक्यात हवा गेली. कृपाकरून त्या जनतेला मला कळवायचं आहे की तसला काही प्रकार नाही. मला न आवडणाऱ्या गोष्टीही मला सहन कराव्या लागताहेत. माझ्याकरता तुम्हीही काही गोष्टी सहन करा.

◗ तुमचे काही मंत्री मात्र खरोखरच मस्तीत वागतात...

मी माझ्याबद्दल बोललेलो आहे. जे मस्तीत वागत असतील त्या मंत्र्यांना तुम्ही प्रश्न विचारा व खुलासा घ्या. त्यांची मस्ती त्यांच्यापाशी.

◗ तुम्ही पूर्वीपेक्षा फारच मवाळ झाले आहात. अनेक बाबतीत...

हा तुमचा विचार असू शकतो. कारण मला असं वाटतं की तुमचा प्रश्न आणि माझी बॅटरी डाऊन झाली रिमोट कंट्रोलची यात मी फरक मानत नाही. आणि हा प्रश्न मला माझ्या कार्यकारी संपादकाकडूनच विचारला जावा ह्याबद्दल मला दुःख नाहीय. पण प्रकार काय आहे ते कळत नाही. ते असो. परंतु माझं काहीच कमी झालेलं नाही. मला हुशारीनं डावपेच टाकावे लागतात. मी काही सीताराम केसरी

नाहीय. 'सोनिया गांधी कहेगी तो मै कपडे भी उतार दूंगा' या भूमिकेत मी येणार नाही कधी, एवढं लक्षात ठेवा. माझे डाव माझ्या पद्धतीनं मी खेळणार. ज्या वेळेला फटका बसेल तेव्हा बसेल.

◗ ती वेळ कधी येणार फटका बसायची?

शिशुपालला ज्या वेळेला आली त्या वेळेला. आता मग किती आतापर्यंत त्यांची पापं झाली याचा काही माझ्याकडे कॉम्प्युटर नाही की कॉम्प्युटर रेकॉर्ड करतंय वन... टू... थ्री... फोर असं नाही. मला कळतं की शंभर झाली आता पूर्ण. इनफ इज इनफ. त्या वेळेला मला जे करायचं ते मी करीन.

येथे शिवसेनाप्रमुख थांबले. त्यांच्या मनात उसळणाऱ्या तुफानाचं प्रतिबिंब त्यांच्या चेहऱ्यावर मला जाणवत होते. कुठल्याशा निर्णयापर्यंत ते आले व ते पुन्हा धीरगंभीर शब्दात सांगू लागले...

"आपली मुलाखत आटोपली असेल तर शेवटचं माझं एक सांगणं आहे आपल्याला. आता मला माणसापेक्षा वॉचडॉगची भूमिका घ्यायची आहे. I Would like to be a watch dog."

◗ म्हणजे...

मी तूर्त बाजूला होणार आहे. काही काळासाठी बाजूला होण्याचा मी निर्णय घेतला आहे. हा निर्णय खरं तर आधीच घेतला होता. परंतु उद्धव, राज यांनी सांगितलं. तुम्ही जर बाजूला होणार असाल तर आम्हीही दूर होऊ. तुमच्यासारख्या काही मंडळींनीही तेच सांगितलं. त्यामुळे मी तूर्त काही काळासाठी बाजूला राहणार आहे. निश्चित किती काळ ते मलाही माहीत नाही. आणि मग सरकार असो, कोणी असो, आणखी कोणी असो. त्यांच्यावर फक्त मी वॉच ठेवणार आहे. कसं काम करतात ते. काय तुम्हाला करायचं आहे, गोंधळ घालायचा आहे तो घाला. जनहितांची कामं करायची असतील तर करा. मला मात्र बाजूला होऊन तुमच्यावरती अलिप्तपणे फक्त लक्ष ठेवायचं आहे. हे करण्याकरिता मी तूर्त काही काळ बाजूला राहणार आहे. या काळात मी कोणालाही भेटणार नाही. कुठं असेन, कुठं नसेन तो प्रश्न कोणाचाही नाही. मला कोणी भेटायला येऊ नये. मी भेटणार तर निश्चित नाही. दाराशीही कोणी गोंधळ घालू नये. कारणी मी घरीच नसणार. मी कुठेतरी दूर जाऊन बसणार आहे. पण तूर्त मी दूर राहणार आहे या सगळ्यापासून. फक्त मी काय चाललंय त्याकडे दुरून लक्ष देणार आहे. हे मी निश्चित करणार. हा माझा निर्णय आहे.

म्हणजे हा संन्यास आहे...

हा संन्यास नाही. पण ते शरद पवारांसारखं नाटकही नाहीय की मी अंगाला राख फासून, तोंडाला डांबर फासून हिमालयात जाईन अशी मी त्यांच्याप्रमाणे भाषा करीत नाहीय. पाहिजे असेल तर हिमालय माझ्याकडे येईल. पण मी हिमालयाकडे जाणार नाही. पवारांसारखं नाटक माझ्याकडे नाहीय.

त्यानंतर काय?

त्यानंतर बघू ना. मला काय करायचंय ते पुढे करीन. पण त्या काळात संपूर्ण सूत्रं सगळ्यांच्या हाती देऊन टाकतोय मी. अगदी मुख्यमंत्र्यांच्या हातातसुद्धा. तुम्हालासुद्धा काय करायचं असेल ते करा. मंत्र्यांनाही काय करायचं आहे ते करू द्या. आज ही मुलाखत प्रसिद्ध झाल्यापासूनच माझ्या या निर्णयाची अंमलबजावणी झाली असं समजा. मी दूर जात आहे. मला कोणीही अडवायचं नाही. मी ऐकणार नाही. शिवसैनिकांनी कितीही काही केलं तरी मी ऐकणार नाही. हे मला करायचंच आहे. हा माझ्या महाराष्ट्राचा प्रश्न आहे. महाराष्ट्राच्या हितासाठी मी पाऊल टाकतोय. आणि देशहितासाठी ते उपयोगी पडणार असल्यानंच मी हा निर्णय घेतलेला आहे. कडवट असला तरी तुम्हाला तो पचवावा लागेल.

[२२ मार्च, १९९८]

ब्रिटिशांचे आभार मानावेच लागतील; त्यांच्यामुळेच सुधारणा झाल्या!

“हिंदुस्थानवर चाल करून येणाऱ्या इस्लामी संकटावर शिवसेनाप्रमुखांनी नेहमीच ज्वालाग्रही विचार मांडले. पण शेतकरी व कष्टकऱ्यांविषयीही ते सतत तळमळीनं बोलत राहिले. शेतकऱ्यांशिवाय हा देश जगू शकत नाही तर महाराष्ट्राचं काय घेऊन बसलाय? असा परखड सवाल करणाऱ्या शिवसेनाप्रमुखांनी अत्यंत सडेतोडपणे सांगितलं, ‘आदिवासींपर्यंत पोहोचण्याची काहीच तरतूद गेल्या पन्नास वर्षांत झाली नाही. आम्ही तर सत्तेवर आत्ता आलो. काही लोक म्हणतात हा दळभद्री विचार आहे. अमुक आहे. हे कपाळ करंटे आहेत. कपाळ करंटे वगैरे काही नाही. ब्रिटिशांचा हात फिरला नसता या देशावरून तर एवढ्या सुधारणा काँग्रेसच्या बापाला शक्य झाल्या नसत्या.’’ ”

तीन तास चाललेल्या प्रदीर्घ मुलाखतीत अनेक विषयांवर चर्चा झाली. शिवसेनाप्रमुखांनी कधी शांतपणे तर कधी संतापून आपले परखड विचार मांडले. महाराष्ट्राच्या राजकारणापासूनच चर्चेला सुरुवात झाली. त्यांना सुरुवातीलाच विचारले, 'दीड वर्षावर राज्यातील विधानसभेच्या निवडणुका आल्या आहेत. राज्यातील राजकारण तुम्हाला कितपत अनुकूल वाटतंय?' यावर शिवसेनाप्रमुख ताडकन म्हणाले, 'ते कधी प्रतिकूल होतं? प्रतिकूल केलं गेलंय. त्यासाठी जारीनं प्रयत्न झालाय.'

◗ हे कसं?

एकतर काँग्रेस पक्षाचा विचार झाला तर पस्तीस वर्षं काँग्रेसनं महाराष्ट्रावर राज्य केलं. अशा लोकांच्या हातातून राज्याची सत्ता गेल्यानंतर पाण्याच्या बाहेर जसा मासा तडफडतो तसं त्यांचं तडफडणं चालू आहे. त्या तडफडण्याचा अर्थ आता तुम्ही समजून घेतला पाहिजे आणि त्यांचे चमचे बरेचसे पत्रकार म्हणून मिरवताहेत सगळ्या वृत्तपत्रांमधून. त्यामुळे त्यांच्या बाजूनंच सगळं पद्धतशीर सुरू आहे.

◗ असं तुम्ही कशाच्या आधारावर म्हणता?

तुम्ही बघा की एकंदर प्रचाराचा त्यांचा 'टोन'. तो सगळा त्या पवारांच्या बाजूचा आहे. मी जे 'प्रो पवार' म्हणतो त्याची कारणं तीच आहेत. ते उघड उघड आहे. वाचक बुद्दू आहेत असं त्यांनी समजू नये. या पत्रकारांनी. वाचकांना पूर्ण कल्पना आहे की, वर्तमानपत्रांतून कोणत्या पद्धतीचं राजकारण चाललं आहे आणि अशा वेळेला तुम्ही वातावरण प्रतिकूल बनविण्यासाठी रान पेटविता. आकाशपाताळ एक करता ही तुमची पत्रकारिता?

◗ भगव्या सप्ताहास प्रसिध्दी कमी मिळाली म्हणून हा संताप...

तिथंही त्यांची तीच वृत्तं. भगव्या सप्ताहातही पावसानंच घात केला थोडासा. पाऊस भयंकर पडला महाराष्ट्रामध्ये. ज्यांचं नुकसान झालंय त्यांना कल्पना असेल, यांना कसला पाऊस वगैरे. एसी चेंबरमध्ये बसायचं. गलेलठ्ठ पगार खायचे आणि इथं बसून टेबलवर लिहायचं सगळं.

◗ गेल्या तीन वर्षांत सत्ता असूनही पत्रकार अनुकूल का झाले नाहीत?

शेवटी काय... त्यांच्या पोटदुख्या काय असू शकतात, कशा असू शकतात मला माहीत नाही. आता सिनेमा क्षेत्रात जे घडतं तेच. म्हणजे कालची नटी आज मागे पडली. नवी नटी वर आली हे नट्यांमध्ये सुद्धा थोडसं 'गॉसिपिंग' सुरू असतं.

तसंच कालचा हा व्यंगचित्रकार एवढा मोठा होतो म्हणजे काय? आम्हाला संधी मिळाली नाही. आम्ही जिथं होतो तिथंच राहिलो. आणि शेवटी नाही म्हटलं तरी यांच्यामधल्या काय पोटदुख्या आहेत त्या मला माहीत आहेत.

◗ कोणत्या पोटदुख्या?

तो विषय मला आता काढायचा नाही आणि नको त्या विषयावर मला महाराष्ट्र पेटवायचा नाही.

◗ नुकताच मुंबईतच अतिभव्य शेतकरी मेळावा झाला. त्या यशामुळे शेतकऱ्यांचा कैवारी म्हणून मिरवणारा काँग्रेससारखा पक्षही हादरला.

होय. कारण त्यांना कल्पना नव्हती की इतकं जबरदस्त यश मिळेल आणि इतका जबरदस्त शेतकरी आकर्षित होईल त्या ॲग्रो ॲडव्हाण्टेज प्रदर्शनाला. पण तो निश्चित झाला आणि त्याला काही तोशीस पडली नाही इतक्या चांगल्या प्रकारे त्यांच्याकडे बघितलं गेलं. नाही तर काँग्रेसचा हा जर मेळावा असता तर सारा सावळागोंधळ असता. कोणाचा पायपोस कशात नाही. इथं एक शिस्त होती आणि माझ्या शिवसैनिकांनीसुद्धा त्यांची चांगली सोय लावली होती. पाण्याची सोय, इतर काही सोयी, खाण्याच्या सोयी. माझ्या चौकशा चालूच होत्या. पेपरात वाचलं की दहा रुपयांत वडा-पाव दिला जातोय. ताबडतोब माझी चौकशी गेली. तेव्हा सांगितलं की इथं तो स्टॉल लावला होता त्या लोकांना आम्ही इथून हाकलून लावलं आणि शेतकरी खुद्द खूष होता. अरे म्हणे इतकं छान मिळालं आम्हाला. पोटभर खाल्लं. सगळ्यांचीच सोय चांगली झाली. एक दुर्दैवानं तो अपघात झाला. या एका विशिष्ट गोष्टीखेरीज सगळा शेतकरी अत्यंत सुखावून गेला आहे. त्याला एक कल्पना आली की, शेतीमध्ये नवीन प्रयोग चाललेले आहेत. आपण अजून एक चांगल्याप्रकारे सोनं पिकवू शकतो आपल्या शेतात. इतक्या त्या सुधारणा आहेत आणि म्हणून काँग्रेस हादरली.

◗ म्हणजे यापुढे युतीच्या राजकारणाचा किंवा विकासकामाचा केंद्रबिंदू हा शेतकरीच राहणार आहे काय?

शेतकरी हा पहिल्यापासूनच केंद्रबिंदू आहे. केवळ महाराष्ट्राचाच नव्हे, तर देशाचा. शेतकऱ्याशिवाय हा देश जगू शकत नाही. तर महाराष्ट्राचं काय घेऊन बसलाय! पण नेमकं याच विषयाकडे दुर्लक्ष झालेलं आहे. कारण आम्हाला पंचतारांकित हॉटेलमध्ये बिर्याणी तयार मिळते. फक्त ऑर्डर द्यायची. मटण की चिकन बाकी दुसरे आम्हाला धंदे माहीत नाहीत. त्यामुळे हे फुकटात तुमच्यापुढे

जेवण येत असल्यामुळे राबणारा जो आहे त्याकडे दुर्लक्ष झालेलं आहे. ज्या दिवशी तो राबवणं थांबवेल. त्या दिवशी तुम्ही उपाशी मराल.

◗ गारपीट, महापूर अशा निसर्गाच्या संकटांमुळे हा राबणारा शेतकरी आज पिचून गेला आहे. सरकारचे प्रमुख म्हणून या सर्व घटनांकडे तुम्ही कोणत्या नजरेनं पाहता?

आपले 'सामना'चेच अंक पाहा ना, तुम्हीच छापलंय सगळं. जेव्हा जेव्हा अशी नैसर्गिक आपत्ती आली तेव्हा तेव्हा काँग्रेस सरकारनं शेतकऱ्यांच्या तोंडाला फक्त आश्वासनांचीच पानं पुसली. त्यांच्या वेळेला एक आपत्ती आली. आमच्या काळात एकाच वेळी चार-चार आपत्त्यांनी थैमान घातलं. त्यांनी जेमतेम काही तरी १९-२० कोटी रुपयांची मदत शेतकऱ्यांना केली. तेही कुणाच्या हातात पडले नाहीत. या वेळेला २५० कोटींचं वाटप झालेलं आहे. चेकनं पैसे दिलेले आहेत. आपद्ग्रस्तांच्या हातात दिलेले आहेत आणि आमचे दरवाजे अजूनही उघडे ठेवलेत. जर कुणाच्या हातात काहीच पडलं नसेल तर त्यांनी ताबडतोब तक्रार करावी. त्याची ताबडतोब दखल घेतली जाईल. शेतकरी नाराज आहे हा गैरप्रचार आहे. तुम्ही जाऊन बघा गावात. एवढ्या मोठ्या महाराष्ट्रामध्ये कुठंतरी एखादा कोपरा राहू शकतो. नाही असं नाही.

◗ अधूनमधून कुपोषणाच्या बातम्याही येत आहेत...

हा दुसरा एक दळभद्री प्रचार आहे. मेळघाटात कुपोषणामुळे लहान मुलं जातात असं सांगितलं जातं. कुपोषण काय काँग्रेसच्या वेळेला नव्हतं? की आमच्यामधले काही बकासुर खाताहेत त्यांचं अन्न. आणि त्यामुळे त्यांचं कुपोषण होतं व बळी जातात. कुपोषण हे सगळीकडे आहे. संपूर्ण हिंदुस्थानात आहे. व्हायला नको. पण दुर्गम भागात आणि घाटात पोहोचण्याची साधनं नाहीत. दळणवळण नाही.

◗ म्हणजे शेवटी आतापर्यंतच्या सर्वच सरकारांचं हे अपयश आहे...

अर्थात. त्या आदिवासींपर्यंत पोहोचण्याची काहीच तरतूद गेल्या पन्नास वर्षांत झाली नाही. आम्ही तर आता आलो. काही लोकं म्हणतात हा दळभद्री विचार आहे. अमुक आहे तमुक आहे. कपाळकरंटे आहेत. कपाळकरंटे वगैरे काही नाही. ब्रिटिशांचा हात फिरला नसता या देशावरनं तर एवढ्या सुधारणा काँग्रेसच्या बापाला झाल्या नसत्या. अजूनही तो दादरचा टिळक ब्रिज बघा. खणखणीत पोलादाचा अजूनही उभा आहे. नाही तर आमच्या ठाण्याच्या खाडीचा पूल. एक पडायला आलाय आणि दुसरा बाजूलाच बांधावा लागला. त्यामुळे माणसांमध्ये आज जी एक

जिद्द, प्रामाणिकपणा पाहिजे ती आज राज्यकर्त्यांमध्ये दिसत नाहीच. म्हणून हे जे सर्व आरोप आज आमच्यावरती चाललेत ते पूर्णपणे राजकीय स्वरूपाचे आहेत.

◗ तुम्ही शेतकऱ्याला खूष केलेलं आहे...

खूष नाही. त्याच्या दुखण्यावरती आम्ही हळूवार असा हात फिरवलेला आहे. आम्ही त्याला विश्वास दिला की तू एकाकी नाहीयस.

◗ समाजातील अन्य घटक मात्र उपेक्षित आहेत. गिरणी कामगारांचा प्रश्न. पुढेच सरकत नाही. या प्रश्नांवर तुम्हीही पोटतिडकीनं बोललेला आहात...

पोटतिडकीनं बोललो तरी मात्र हा जो प्रचार चाललेला आहे तो चुकीचा आहे. काल-परवाच मनोहर जोशी आले होते. मी त्यांना त्याविषयी सांगितलं. वृत्तपत्रांतील बातमीही दाखविली की, 'मुख्यमंत्र्यांनी ज्या गिरण्यांच्या मालकांना जमिनी दिल्या त्यात त्यांनी कामगारांच्या हिताचं काय पाहिलं?' मुख्यमंत्री म्हणाले, स्वान मिलचाच फक्त प्रश्न होता. त्याचीच फक्त जमीन मालकाला दिली आणि कामगारांना जाऊन विचारा की त्यांच्याच संमतीनं झालाय की नाही हा सगळा प्रकार. गैरसमज पसरविणाऱ्या या सर्व बातम्या. 'स्वान' मिलच्या कामगारांना विश्वासात घेऊन हा सर्व करारमदार झालाय आणि त्यांना त्यांचा मोबदला देऊच हा सर्व प्रकार झालाय. जिथं नुकसान होईल तिथं आरोप करा. की पूर्णपणे आम्ही मालकांची बाजू घेतलेली आहे. तर मी समजू शकतो. ८० साली गिरणी कामगारांचा संप झाला ना? करणारे कोण आम्ही? आज इतकी वर्षं झाली. काही न्याय मिळत नाही. त्यांच्या नावानं खडे फोडत नाहीत, तर त्यांना तुम्ही हीरो बनविलात. आमच्या विरोधातली जेवढी माणसं ती तुम्हाला हीरोसारखी. आमच्या बाजूची जेवढी माणसं ती तुम्हाला शत्रूसारखी. हे धंदे तुमचे? दत्ता सामंतला मोठा केला कोणी? याच बोरूबहाद्दरांनी. त्या वेळेला गिरणी कामगारांचा पुळका नाही आला की याच्यामुळेच गिरणी कामगार देशोधडीला लागले म्हणून. कितीजणांनी लिहिलं त्याच्या विरोधात? कारण तो आम्हाला छळत होता नं.

◗ आर्थिक मंदीचं कारण पुढे करून मालक मुंबईतील उद्योग बंद करून राज्याबाहेर चालले आहेत. त्यामुळे बेकारीत भरच पडणार...

एक म्हणजे सरसकट सगळेच कारखाने काही बंद पडत नाहीत. गुजरात आणि आंध्रच्या बाबतीतच हा प्रकार होतोय. उद्योगांना सगळं काही फुकट मिळत असल्याच्या बातम्या आहेत. दिलं की नाही ते माहीत नाही. नाही तर जयललिताच्या बाबतीत

जे झालं तेच चंद्राबाबूच्या बाबतीत आंध्रात होण्याची शक्यता आहे. तेव्हा तामिळनाडूत काय झालं की तिनं सगळ्यांना बोलावलं; पण सवलती नंतर दिल्याच नाही. सगळे बोंबलत परत महाराष्ट्रात आले. तो फोर्ड कारखानाही परत आपल्याकडे आला. फियाट ही आलाय. अशा वेळेला तुमच्या ज्या काही आतल्या बोंबाबोंब चालू आहेत, सध्या त्यानं थोडा त्रास होतोय. पर्यावरणाला धोका. त्यानंतर शेतकऱ्यांच्या जमिनी जाणार. कोर्टाची लफडी. हे धंदे तुम्ही करायचे आणि प्रगती काय झाली म्हणून विचारताना लाज नाही वाटत तुम्हाला? शरम वाटत नाही?

म्हणजे या गोष्टींमुळे विकासात अडथळे येताहेत असं तुम्हाला वाटतं...

होय. तसंच चाललंय सर्वत्र. खुद्द आज जे बाबरी मशिदीबद्दल रडताहेत त्यांचच पाहा. त्या ममता बॅनर्जीलासुद्धा परत काय अवदसा आठवलीय बाबरी मशिदचा विषय आता काढलाय तिनं. असू दे. बाबरी मशीद हे पूर्वी आमचं रामजन्मस्थान होतं. हे भांडण सरळसरळ आहे. रस्त्याच्या आड येणाऱ्या किती मशिदी पाडल्या पाकिस्तानात ते पाहा. 'तिथूनचे लांडे का नाही रडले? का नाही तिथं निदर्शनं झाली? इथं सवलती मिळतात म्हणून तुम्ही आम्हाला मिजास दाखवता. सवलती आहेत म्हणून तुम्ही जोर करता? सहन केलं जातं म्हणून? पाकिस्तानात एकाही लांड्याची हिंमत नव्हती सरकारच्या विरोधात उभं राहण्याची. किती मशिदी पाडल्यात तिथं. काढा आकडे. देवळं तर पाडलीच. प्रगतीच्या आड येणाऱ्या मशिदीही उडाल्या.

या देशामध्ये असं का होऊ शकत नाही?

आम्ही मतांचे लाचार आहोत. ही लाचारी जोपर्यंत जात नाही तुमच्या रक्तातली तोपर्यंत या देशाची प्रगती होणं नाही. मुसलमानांना मुसलमानांची जागा दाखवायला पाहिजे होती. हिंदूंना हिंदूंचा मान कोठे तो दाखवायला हवा होता. ख्रिश्चनांना त्यांच्या ज्या एकंदर मर्यादा आहेत त्या सांगायला हव्या होत्या असं करायला काहीच हरकत नव्हती. हिमतीनं आणि दिमतीनं करायला हवी होती. झालं नाही. सगळ्यांनाच चुचकारताहेत. त्यामुळे हिंदूंचं मरण झालं इथे. कारण आम्हाला कोणीच चुचकारणार नाही.

महाराष्ट्रात राज्य तुमचं आहे. येथे हिंदूंना चुचकारणं सुरू आहे काय?

पण आमच्यावरती बंधनं आहेत ना. केंद्राची वगैरे. असं करू नका आणि तसं करू नका.

◗ पण केंद्रातलं सरकारसुद्धा तुमच्याच पाठिंब्यावर उभं आहे?

असेल ना. पण त्यांची धोरणं हरघडी बदलत असतील त्याप्रमाणे आम्हाला इथं आमचेच बैल हाकावे लागतात.

◗ जनतेच्या प्रश्नांवर तुम्ही तळमळीनं बोलता. अनेकदा सत्तेतल्या तुमच्याच लोकांना फटकारता. त्या फटकारण्याचा किती फायदा गेल्या तीन वर्षांत झाला?

निश्चित होतो. कोणत्याही परिस्थितीत होतो. काही वेळेला तुम्हाला ज्या ठाम भूमिका दिसून येतात तो फटकारण्याचाच भाग असतो हे लक्षात ठेवा. मी फक्त जनतेला बांधील आहे जनतेला वचन दिलेलं आहे. त्याच्या आड येणाऱ्यांची क्षमा मी करणार नाही. कोणी असला तरी, अगदी मुख्यमंत्री असला तरी मी त्याला क्षमा करणार नाही. त्या जनतेनंच मला सत्तेवर बसवलेलं आहे. याची जाण आयुष्यभर ठेवा. नाही तर तू होतास कोण, झालास काय? त्याला मी क्षमा करणार नाही. कारण मी जनतेला बांधील आहे.

◗ मागं अशाच त्राग्यातून तुम्ही राजकीय संन्यासही घेतला होता...

त्रागा नव्हता तो. सतत ती रिमोट कंट्रोलची भाषा लोक वापरायला लागले. बॅटरी उतरली. अमुक झालं की तमुक झालं. ठीक आहे. मग म्हटलं, काही दिवस मी बाजूला होतो. त्रागा नव्हता. स्वखुशीनं बाजूला झालो. मलाही थोडी विश्रांती पाहिजे होती. मीही शेवटी माणूस आहे.

◗ पण प्रत्यक्षात विश्रांती घेतलीच नाही. काम सुरूच होतं...

मी विश्रांती कधीच घेणार नाही. माझ्या वडिलांनी मला एक सांगितलं आहे. ज्या दिवशी तू विचारानं थकशील, म्हातारा होशील त्या दिवशी तू संपलास. वय तर सगळ्यांचच वाढत जातं. माझा रिमोट कंट्रोल तिकडे नाही, चालणार नाही. पण विचारानं ज्या दिवशी थकेन, म्हातारा होईन त्या दिवशी मी संपलो आणि विचारानं मी म्हातारा कधीही होऊ शकणार नाही. एवढी गॅरंटी मी तुम्हाला देतो. माझा विचार चालूच राहणार. अगदी अज्ञातस्थळी जरी मी उद्या जाऊन बसलो, सगळ्यांचा त्याग करून, तरी माझा विचार चालूच राहणार.

◗ सरकार, सत्तेतले मंत्री यांना सुधारण्यासाठी तुम्ही तीन महिन्यांची मुदत दिली होती त्या सुधारणा नंतर जाणवल्या काय?

एक प्रकारचा दाब आला. दाब आला त्याविषयी काही वादच नाही. एक काय

होतं बाबा संजय, हा पाच वर्षांचा पीरियड, 'प्रोबेशन पीरियड' घ्या वाटल्यास. सगळेच नवखे. पहिलटकरीण. त्यामुळे आता स्वभावदर्शन होतंय आम्हाला. कारण सगळीच झाकली माणकं असतात.

◗ झाकली माणकं हे कोणत्या अर्थानं?

तेही सांगतो नं. उदाहरणार्थ बघा, एखादं लग्न जमतंय मग कुणी तरी सांगतो की पोरगा दारूच्या थेंबाला शिवत नाही. सुपारीचा खांड खात नाही. मग सासरकडची मंडळी खूष होतात. असा नवरा मुलीला मिळाला हे महद्भाग्यच त्या पोरीचं. पोरीचं भाग्य उजळलं. वगैरे वगैरे. पण जेव्हा लग्न होतं तेव्हा पोरगा दारूची बाटली घेऊन बसतो. सुपारी अडकित्त्याने कापीत बसतो. त्यामुळे मुलीचा बाप संतापून नवऱ्याच्या बापाला फोन करतो. म्हणतो फसवलंत आम्हाला. काय बोललात तुम्ही? यावर मुलाचा बापही विचारतो, काय बोललात म्हणजे?

'दारूच्या थेंबाला पोरगा शिवत नाही म्हणे...'

नाहीच शिवत.

इथं तर बाटली घेऊन बसलाय!

अहो, बाटली आणि थेंबातला फरक तरी समजतो काय? दारू पितो तो बाटलीनं पितो. थेंबथेंब नाही पीत.

नंतर सुपारीही खातो असं सांगितलं. अहो, सुपारीचं तर तबक घेऊन बसलाय. तुम्ही काय सांगितलं होतं? यावर पोराचा बाप म्हणाला, 'खांडाला नाही शिवणार. अख्खी सुपारी खाणार बघा.' हे असे प्रकार जेव्हा मला कळायला लागले तेव्हा ठरवलं की या नवरदेवाचा बंदोबस्त नंतर करू. करावाच लागणार. यातला काही कुजलेला माल आम्हाला टाकावा लागेल. ज्यांनी भ्रष्टाचाराचा कळस घातलेला आहे आणि कळसाचा किळस झालेला आहे त्या लोकांचा मला गंभीरपणानं विचार करावा लागेल. शेवटी जनताही सार्वभौम आहे. हे मंत्री नव्हेत, आमदार नव्हेत. जनता ही सार्वभौम आहे. ती तुमच्या पाठीशी आहे त्याच वेळेला तुम्हालाही मस्ती करायला मिळते. लाल दिव्याच्या गाड्या आणि एकंदरीत सगळं. आज जो मानमरातब आहे तो.

[२२ नोव्हेंबर, १९९८]

अल्ला जमिनीत आहे की आकाशात?

"मुसलमानांनी 'वंदे मातरम्' म्हणण्यास विरोध करताच—शिवसेनाप्रमुख संतप्त झाले. त्यांनी राष्ट्रद्रोह्यांवर अक्षरशः आसूडच ओढले. 'वंदे मातरम्... म्हणजे मातृभूमीला वंदन. आम्ही कुणापुढे झुकणार नाही. वंदे मातरम् म्हणणार नाही. मग नमाजाच्या वेळी डोके का टेकता? अल्ला जमिनीत आहे की आकाशात? कारण ज्यावेळेला जिंकता त्यावेळेला आकाशाकडे बघता. म्हणजे अल्लाकडे लिफ्ट आहे की काय?'"

◗ एखाद्या घटनेवर किंवा व्यक्तींवर तुम्ही अनेकदा कठोर भूमिका घेतली आहे. तशी पावले टाकता. पण प्रत्यक्षात तशी पावले पडलेली दिसत नाहीत...

मोघम बोलू नका. उदाहरण द्या. मला मोघम बोललेले आवडत नाही. मला कोणी जर बोलले की ठाकरे आपले विचार बदलतात, तर चप्पल काढीन पहिली. मी कोठे बदललो, कोणता विचार बदलला ते मला सांगा आधी. मोघम मला आवडत नाही.

◗ सरस्वती वंदनेस विरोध, मात्र कॉन्व्हेण्ट शाळांतील मस्ती वाढली आहे. तुम्ही तर वारंवार इशारे दिलेले आहेत...

मी नाही दिले. सरस्वती वंदनेवरून जे प्रकार झाले ते केंद्र शासनाच्या अधिकारातील प्रकार आहेत. मुरली मनोहर जोशी यांनी ती सुरुवात केली, या मनोहर जोशींनी नाही केली, समजलं! आणि मूर्खासारखे काही प्रकार सुरू आहेत. त्या दिवशीसुद्धा मी शेषन विरुद्ध शेषन कार्यक्रम पाहत होतो. कोण होता माणूस मला माहीत नाही, पण त्याला सरस्वती वंदनेवर आपली भूमिका मांडताच आली नाही. मूर्खासारखा बडबडत होता. हिंदू येथे येतच नाही. पहिला महत्त्वाचा मुद्दा म्हणजे 'सरस्वती' ही प्रतिमा शिक्षणाची आहे, विद्वत्तेची आहे. विद्वत्तेचं हे पूजन आहे. तिला तो नमस्कार आहे, हे महत्त्वाचं पटवायला पाहिजे. तुम्ही सरस्वती हिंदू गॉड किंवा गॉडेस म्हणून समोर आणली. मग त्याला ते विरोध करणार. मी कशाला माझ्या घरामध्ये येशू ख्रिस्त ठेवू? या भावना आहेत. त्यांना जर तुम्ही सांगितले असते की It's a symbol of education तर कदाचित त्यांच्यावर परिणाम झाला असता. पण आमची मांडण्याची पद्धतच चुकली.

◗ तरीही कॉन्व्हेण्ट स्कूल्सचा विषय राहतोच...

कॉन्व्हेंण्ट स्कूलमध्येही फरक आहेच. ज्या कॉन्व्हेंण्ट स्कूल्स तुमचे अनुदान घेत नाहीत त्या मस्तीत आहेत. जोपर्यंत आमचं सरकार आर्य स्कूलसारख्या वगैरे शाळा वाढवत नाही, तोपर्यंत हे दुर्दैव असंच राहणार आणि जोपर्यंत आई-वडिलांमधला 'डॅडी-ममी' मरत नाही आणि आमच्या पोरांमध्ये त्या शिक्षणामुळे 'हाय-फाय-बाय कोक आणि पेप्सी' रुजते तोपर्यंत हे असंच चालणार. त्याला नंतर कंट्रोल येईल, पण आज आर्यन एज्युकेशनसारख्या संस्थांची गरज आहे. हिंदूंचे संस्कार ठेवून उत्तम इंग्रजी शिकवितात. या अशा शाळा तुम्ही का वाढवत नाही, म्हणजे कॉन्व्हेंण्टवाल्यांची मस्ती जिरेल.

◗ हे कोणी जिरवायचं?

त्याला एक मजबूत शिक्षणमंत्री पाहिजे. त्याला एकच ध्यास हवा. हे मोडून तरी काढीन नाहीतर मी सांगितल्या त्या सुधारणा अमलात आणून तरी दाखवीन. आज त्या शाळेला जागा पाहिजे. एका बिल्डरने ती जागा घेतली. तो काही शाळा बांधणार नाही. संस्था म्हणते, आमची जागा परत द्या. तेही होत नाही. पडून आहे ते.

◗ सरस्वती वंदनेबरोबरच वंदे मातरम् लाही विरोध होतोय....

आहे ना. याला कारण केंद्रातलं सरकार मजबूत नाही. आता इथं मी काही वाजपेयींना दोष देणार नाही. वाजपेयींची जी काही कसरत चाललेली आहे, दुर्दैवाने ती पाहवत नाही. कोण, कसा, काय प्रश्न घेऊन उभा राहील आणि सरकार पाडण्याचा प्रयत्न करील ते सांगता येत नाही. वाजपेयींसारखा सज्जन नेता करणार तरी काय? एकाग्रता नाही त्यांना. जयललितासुद्धा नवीन नवीन मुद्दे काढत बसलेली आहे. आता तिच्या मतावरसुद्धा अवलंबून राहावं लागतंय. मध्येच आज ममता बॅनर्जी उभी राहिली. महागाईच्या प्रश्नावरून चंद्राबाबूही असाच उभा राहतो. कुठे काय होईल ते सांगता येत नाही. थोडा आमचा जॉर्ज थंड आहे. तरी तो दिल्लीत वेदसिंह मारला गेला त्याच्यावरती परत काय नाटक रंगतंय ते सांगता येत नाही. त्यामुळे वाजपेयींना मजबुतीने निर्णय घ्यायचे असतील तर फक्त त्यांच्याच पक्षाचे मजबूत सरकार हवे. भाजप व शिवसेनेची माणसं त्या संख्येने निवडून आली असती तर आज ही पाळी केवळ त्या पक्षावर नव्हे तर देशावर आली नसती. पण इथे आज निर्णय घेणे कठीण आहे. म्हणजे तुम्ही आरोप करू शकता. कांदा महागला. महागला म्हणजे काय? कसलाच पायपोस कशात नाहीय.

◗ लोक आंदोलनं करीत आहेत....

तेच सांगतोय मी. त्यांच्या वेळेला जी आम्ही आंदोलने केली तीच आंदोलनं आता आमच्याविरुद्ध करताहेत. एक गंमत म्हणून तुम्हाला सांगतो, मी एकदा बंद केला तेव्हा मुख्यमंत्री असलेल्या वसंतदादांनी आमच्या पोरांना पकडून त्यांच्यावरती खटले टाकले आणि नंतर वसंतदादांचं मुख्यमंत्रिपद गेलं तेव्हा मुंबई बंद करण्याकरिता त्यांच्या गाडीतून मी फिरत होतो. शिवसेनेचाच बंद होता. दादा माझ्याबरोबर होते. माझी गाडी नव्हती. दादांच्या गाडीतून मी फिरत होतो शिवसेनेचा 'मुंबई बंद' करण्यासाठी. बघा गंमत काय ती.

◗ वंदे मातरम् म्हणजे मातृभूमीला वंदन....

होय. आहे नं.

◗ जर या देशातील मुसलमान देशाला वंदन करायला तयार नसतील तर त्यांच्यावर कोणती कठोर कारवाई करायला पाहिजे?

सलमान खानचं जे काही आहे ना हरणांची शिकार वगैरे ते कोर्टात फैसले होतात. मला त्याच्याशी कर्तव्य नाही. त्या सलमानने राजला सांगितलं की, आमचे लोक मूर्ख आहेत. ते का? तर का म्हणून वंदे मातरम्‌ला विरोध करताहेत? वंदे मातरम् म्हणजे काय. मातरम् म्हणजे काय? तर मातृभूमी. मातृभूमी सगळ्यांची आहे. इथं आम्ही जन्मास आलो. मग मातृभूमीस तुम्ही वंदन करू इच्छित नसाल तर नमाज करताना किती वेळा आपलं कपाळ त्या भूमीस लावता? का लावता? नका स्पर्श करू त्या मातीला. हे जे आहे ना हे पटवून दिलं पाहिजे त्या लोकांना. तुम्ही नमाज करताना कपाळ टेकता, मग वंदन करताना का नाही. झुकणार नाही. वंदे मातरम् म्हणणार नाही. मग तुम्ही नमाजाच्या वेळेला डोकं का टेकता? ते कोणाला टेकता? तर अल्ला जमिनीत आहे की आकाशात आहे? कारण ज्यावेळेला जिंकता त्या वेळेला आकाशाकडे बघता म्हणजे अल्लाकडे लिफ्ट आहे की काय? नाही म्हटलं तरी अज्ञान-अडाणीपणाचा हा प्रकार आहे. हे अज्ञान दूर व्हायला पाहिजे.

◗ तुम्ही मघाशी महागाईचा उल्लेख केलात...

होय मग?

◗ महागाई जगभरातच पेटलेली आहे. तरी काल मुंबईत जुन्याच लाटणेवाल्या बाया सरकारविरोधात रस्त्यावर आल्या....

किती काळ त्यांनी लाटणी अशी कोपऱ्यात ठेवून द्यायची? त्याच्यावर कोळ्याची जाळी जमत आली. सुतेरी आली त्याच्यावरती. धूळ साचली. कधी एकदा ते अंगावर पडल्यानंतर तिचं पातळ खराब झालं. मग लाटण्यावरची धूळ झटकण्यासाठी त्यांनी ते बाहेर काढलं. त्यांच्या राज्यात नव्हती त्यांनी अशी लाटणी कधी बाहेर काढली. का काढली नाही, तर म्हणे आपलं राज्य आहे. त्यांच्या वेळेला स्वस्ताई होती. जणू काही भरपूर खायला होतं. रेलचेल होती. नळाला धो-धो पाणी होते. की बादल्यांचे तळ फुटायचे इतक्या जोरात ते पाणी होतं. नाही म्हटलं तरी सगळा जागतिकच प्रश्न चिघळलेला आहे आणि अशा वेळेला इथं वरखाली काय झालं तरी मात्र नाफेड, पण संघ वगैरे आहे. त्यावर सरकारचा दाब पाहिजे. शेतकऱ्यांना कमी देऊन पण संघ वगैरे माजलेतं. त्यांच्याकडे 'कॅश' आहे, म्हणून त्यांनी माणसं गुलाम केलीत. विकत घेतलीत. ते होता कामा नये. इथं सरकार चांगलं पाहिजे.

◗ इथले सहकारमंत्री चांगले नाहीत असं तुम्हाला म्हणायचं आहे काय?

नाही. ते कुठं कमी पडत नाहीयत. स्वभावाचे प्रश्न आहेत He is a nice Man. पण ते mild आहेत. स्वभावांनं 'माइल्ड' असणं नाही म्हटलं तरी त्या स्वभावाचा गैरफायदा घेतला जातो.

◗ युती सरकारचा 'परफॉर्मन्स' नाही म्हटलं तरी मागच्या सरकारपेक्षा चांगला आहे. तरी काही प्रश्नांवर विरोधकांनी चिखलफेक सुरू केली आहे...

कोणते प्रश्न? मोघम बोलू नका.

◗ मोफत घरांचा प्रश्न, तुमचा अत्यंत जिव्हाळ्याचा प्रश्न आहे हा....

होय आहे ना. आणि तो अमलात येतोय. पण त्याला झाकून ठेवायचं आणि हे चित्रं उभं करायचं. हे सारं काही डोळस लोकांना दिसत नाही. बहिऱ्या-अंधळ्यांचं मी समजू शकतो. डोळे आहेत, कान आहेत त्या लोकांनी हा घाणेरडा प्रचार कसा सहन करायचा? बरं, जे राहायला गेले आहेत तेसुद्धा बोंबलायला बाहेर पडत नाहीत. अरे, आम्हाला चांगली घरं मिळालीत. आम्ही चांगल्या घरात राहतो. आम्ही या झोपडपट्टीत राहत होतो.

◗ यातील काही प्रकल्प कायदा, नोकरशाही व बिल्डरांच्या भांडणात अडकले...

काही झोपडपट्टीवालेसुद्धा कमी आहेत असं समजू नका, झोपडपट्टीवाल्यांनी बिल्डर्सशी संधान बांधलं आणि हे संधान बांधून बिल्डर परत आमच्याकडे चटई क्षेत्र मागतोय. त्याला कसं द्यायचं? ९० साली माझी ही योजना मी काँग्रेस सरकारच्या हातात दिली. हेच शरद पवार मुख्यमंत्री होते. त्यात मी पहिली अट घातली की, यातलं जे वाढीव चढई क्षेत्र आहे ते बिल्डरांना द्यायचं नाही तर या योजनेकरताच वापरायचं आणि त्यांनी तसं जाहीर केलं. पण त्यांनी उलटा प्रचार केला. त्यांनी बिल्डरांना दिलं. झोपडपट्टीवाले बोंबलले. ते का नाही बाहेर काढत तुम्ही? किती वेळा सांगितलं!

◗ भाजपासारख्या तुमच्या मित्रपक्षानंही त्यात अडथळे आणले. 'शिवशाही प्रकल्प' या कंपनीला मोठा विरोध झाला...

पुष्कळ वेळेला का असं होतं ते कळत नाही. त्यांना काय हवं असतं तेही कळत नाही मला. पण दुर्दैव आहे ते एवढंच मी म्हणेन फक्त. वाद संपलेला आहे. मला तो उकरून काढायचा नाही. हे व्हायला नको होतं. वृत्तपत्रांकडे धाव घेण्याची जी खाज असते ना काही लोकांना ती कदाचित नडली असेल. पण योजना वाईट

आहे असं म्हणायला मी तयार नाही. मार्ग आतल्या आत बसून काढू शकतो. कारण आपण एक आहोत. ती प्रवृत्ती पाहिजे. विकृती नसावी. ही विकृती झाली.

▸ म्हणजे कशी?

समजा, कधी मुख्यमंत्री भेटत नाही, मी भेटत नाही, हरकत नाही. म्हणून चव्हाट्यावर उभं राहून बोंब मारण्यासारखं काय त्यात आहे? गरज नाही. तुमच्या कुमारिका मुलीचं पोट वर आलं तर डॉक्टरी इलाज करा गुपचूप तर बाहेर चव्हाट्यावर बोंब कशाला मारता? अहो, माझ्या पोरीचं पोट वर आलं होऽ लग्न नाही झालं आणि पोट वर आलं होऽकशाला बोंबलताय? बापाची काही जबाबदारी आहे की नाही तुमच्यावर

▸ २७ लाख बेरोजगारांचा प्रश्न तुम्ही चव्हाट्यावर आणला.

हो, पण ती योजना अमलात आणताय कुठं तुम्ही? शिवउद्योग राजनं काढला. ते आडवं केलंत तुम्ही. त्या मायकल जॅक्सनच्या विरुद्ध बोंब मारून. हातात एकही दमडा आला नाही. नावावरती डाग चिकार लागले. त्यानंतर लता मंगेशकरांच्या कार्यक्रमातून जे पैसे आले त्याचा राजकडे आकडा आहे. दोन-तीन कोटी असेल नसेल तो. बँकेत ठेवला मी तो पैसा. त्याच्या इंटरेस्टवरती आज बऱ्याच नवीन उद्योजक पोरांना कर्जे वाटली. पुण्यात 'जिगर २०००' चा कार्यक्रम केला. बेरोजगारांत जिगर निर्माण तर केलीच, पण मोठ्या प्रमाणावर धंद्यासाठी कर्जही वाटण्यात आली. हे सर्व कोणासाठी चाललं आहे? बरं, कारखानदारीही तुम्ही पाडून ठेवता. आम्ही नवीन काही प्रकल्प आणायला गेलो तर आमच्यावरती आरोप करताहेत. प्रायव्हेटायझेशनलाही विरोध. म्हणजे नोकऱ्या नाहीत. आज नितीन गडकरींमार्फत जी काही पूलबांधणी चालू आहे, रस्तेबांधणी चालू आहे यांच्यामध्ये किती नोकऱ्या वाढणार आहेत कल्पना आहे तुम्हाला? कितीतरी अशा गोष्टी आहेत की ज्यातून रोजगार वाढण्याचे जे प्रकार आहेत ते तुम्ही पाडून ठेवलेत. सरकारी नोकऱ्या किती आहेत/त्याची ताकद किती सरकारी नोकऱ्यांची? आता वय साठ केलं. वय साठ केल्यामुळं नवीन भरती नाही. मी म्हटलं इथं दोन वर्षं वाढवल्यामुळे तिथं दोन वर्षं वाढवा. २५ चे २७ करा. ते झालं की नाही कुणास ठाऊक?

▸ निवृत्तीचं वय वाढवणं हा प्रकार तुम्हाला मान्य आहे काय?

हे बघा, मुळात त्याची काही गरज आहे का हेच मी विचारतोय न तुम्हाला! तुम्हालाच विचारतोय. दुसरे काही महत्त्वाचे मुद्दे आहेत की नाही. नको त्या गोष्टींना तुम्ही प्राधान्य देता आणि अंगावर आल्यानंतर काय करायचं म्हणून खाजवत बसता.

सरकारकडून शिव उद्योग सेनेस सहकार्य मिळत नसल्याचा आरोप राज ठाकरे यांनी केला होता...

सरकारकडून त्यांना सहकार्य मिळायला पाहिजे. ते काही गैर करीत नाहीत. सरकारलाच मदत होते आहे. जे सरकारनं करायला हवं तेच काम शिवउद्योग करीत आहे. पण तिथंही ओरड. शिवउद्योगातर्फे सरकारी संस्था, महामंडळांना पत्र पाठवलं. नोकऱ्यांविषयी माहिती मागितली. शिव उद्योगाकडे कोणत्या वर्गात तांत्रिक, सुशिक्षित बेरोजगारांची नोंदणी आहे ते या संस्थांना कळविले. महानगरपालिकेला पत्र पाठविलं. इकडं पाठविलं, तिकडं पाठविलं. त्याच्यावरती बोंबाबोंब. काय तर म्हणे हे कोण? यांना तो अधिकार काय? नगरपालिका शिवउद्योगाचा हुकूम अमलात आणणार आहे काय? याच्यावरती चर्चा आणि अग्रलेख. म्हणजे आम्ही ठाकरे कुटुंबीयानं काही केलं तरी आमच्या नावानं बोंब ही ठरलेलीच. कायदेशीररीत्या जरी आम्ही एखादा प्लॉट घेतला किंवा काही केलं तरी अशी बोंबाबोंब. आजसुद्धा आहे काही तरी 'सामना'ला पुण्यात प्लॉट मिळतोय म्हणून.

ते तर सर्व कायदेशीर आहे...

होय. तरीही पाहा कसे बोंबलताहेत. आम्हाला नको असले प्लॉट. मलाही त्यातलं काही माहीत नाही. पण कायदा फक्त आम्हालाच. जे इतर करतात ते ठाकरे कुटुंबीयानं करायचं नाही? लखोबाला मात्र शाळेला प्लॉट मिळाला. किती मोठा मिळाला. त्याच्यावर काय बेकायदा बांधकामं आणि उद्योग चालले आहेत. त्या बेशरम्याला लाज वाटत नाही की स्वत: गिळायचं आणि दुसऱ्याच्या घशात बोटं घालायची. तुला प्लॉट कसा मिळाला? तसाच एक प्लॉट ठाकरे कुटुंबीयानं घेतला. तू का बोंबलतोस? तर तो ठाकरेनी घेतला. लखोबानं घेतला तर चालेल. कारण तो काँग्रेसचा होता. हे, हे राजकारण बंद करा. या राज्याचे नागरिक म्हणून ठाकरे कुटुंबीयास तेवढाच अधिकार आहे कायदेशीर गोष्टी मिळविण्याचा. मग तो मी असेन, राज असेल, उद्धव असेल, माझ्या कुणी सुना असतील. कोणीही असेल. त्यांना तो अधिकार आहे. आणि जास्त पेटवलं तर मी तुम्हाला करून दाखवीन हा प्रकार, करून दाखवीन की, Yes I am going to get it - and I am responsible for it. I will do it.

ठाकरे कुटुंबियाकडून अद्याप असं काही झालेलं नाही...

होय. काहीच मिळवलेलं नाही अजून. काहीच झालेलं नाही.

मात्र मंत्र्यांच्या नातेवाइकांची काही प्रकरणं समोर येताहेत...

ते मंत्र्यांना विचारा प्रश्न.

ही नातलगबाजी गंभीर आहे...

असं आहे की, शेवटी अशी काही प्रकरणं ऐकू येताहेत. कोर्टात गेल्यात काही गोष्टी. आता मी याच्यावरती भाष्य करू शकत नाही. निर्णय लागल्यानंतर बघू काय करायचं ते. आता कशाला त्याच्यावरची 'उवाच' करा.

शेतकऱ्यांना मोफत वीज देण्याचा आपला हट्ट आहे...

आहे. आजही आहे. उद्याही राहणार.

सरकार आर्थिक दिवाळखोरीच्या भीतीनं मोफत वीज प्रश्नावर गप्प आहे. भाजपचाही कडक विरोध आहे...

त्यांना असं वाटतं की प्रत्येक गोष्ट चर्चेनंच सुटली पाहिजे. हरकत नाही. हा नियम आम्हाला लागू असेल तर तो नियम तुम्हालाही लागू असला पाहिजे. तुम्ही जे काही करता त्याचीही चर्चा आमच्याशी व्हायला पाहिजे. काही गोष्टींची नाही ना केली चर्चा. आम्ही काही बोललो का? मग आम्हालाच का हा नियम लागू करता तुम्ही? आम्हाला नियमात तुम्ही अडकवणार असाल तर तुम्हालाही अडकवता येईल हे लक्षात ठेवा. हे घरगुती प्रकार आहे. मी बोललो. मला बोलण्याचा अधिकार आहे. उद्या प्रमोद महाजनच्या डोक्यात चांगली काही चमक गेली, कल्पना आली आणि त्यांनी ती बोलून दाखवली तर गैर काय त्याच्यामध्ये. आम्ही काय लगेच त्यांना विरोध करायचा, हे आम्हाला मुळीच मान्य नाही. महाजनना मी घरी बोलवू शकतो, की असा असा प्रकार आहे. हा असा मार्ग काढला तर काय वाटतं तुम्हाला? मार्ग निघू शकतात. आता त्यांचं म्हणणं असं आहे की, पाच हॉर्स पॉवरपर्यंत आपण जाऊ शकतो. मग द्या. सुरू करा ते. हा जर तोडगा आहे तर तो राबवायचा. जाहीर वाच्यता करून आमचा विरोध करण्यापेक्षा एकत्र बसून तोडगा अमलात आणा की. ही समज पाहिजे. कालपरवाकडे कुठली तरी महद्पदे मिळालेली कालची पोरं. ती आज आम्हाला धडा शिकवायला निघताहेत.

आर्थिक दिवाळखोरीचा आरोपसुद्धा महाराष्ट्रावर सुरू आहे...

तो आमच्या मुख्यमंत्र्यांनी केव्हाच उडवून लावला आहे. आर्थिक दिवाळखोरी वगैरे काही नाही. एक तर पहिल्यांदा ओव्हर ड्राफ्ट. काँग्रेसच्या जमान्यात किती व आम्ही किती याचा हिशेब दिलेला आहे. पण हाणायचंच. सोडायचंच नाही. युती सरकार पाडायचंच आणि पाडल्याशिवाय स्वस्थ बसायचं नाही या आणाभाका जर तुम्ही घेतल्यात तेथे आम्ही काय करणार? दिवाळखोरीची जबाबदारी जरूर आमची आहे, पण काय त्याच्यामध्ये महाराष्ट्र विकायला काढलाय काय?

◗ दिवाळखोरीचे आरोप सुरू असतानासुद्धा पाचव्या वेतन आयोगावर सरकारनं पाच हजार कोटी रुपये दिले...

याला काय करायचं? अजूनही त्यांचं समाधान झालेलं नाही. आता जे निवृत्त झाले आहेत ते म्हणतात, आम्हाला आयोगाप्रमाणे पेन्शन द्या. यांच्याबद्दल तुम्ही का नाही कडक शब्दांत लिहीत?

◗ सरकारचा संपूर्ण महसूल नोकरांच्या पगारातच चाललाय...

सगळीकडे. अगदी सगळीकडे. नगरपालिका, मुंबई महानगरपालिका, इतर महानगरपाहिला असोत. ७५ ते ८० टक्के पगारवाढ, बोनस आणि सानुग्रह अनुदानामध्ये चाललेले आहेत.

◗ विकासकामांना पैसा राहणार कसा?

हा प्रश्न आम्हाला का विचारता? तुम्ही त्यांना चिथवा! पाचवा वेतन आयोग अजून का लागू होत नाही. केला. बोंबला. खूश करायचं तरी कोणाला. आणि कितीजणांना? समाधानाची गोष्ट अशी कुठंचं नाही. निवृत्त झालेले आता म्हणताहेत आम्ही काय पाप केलं? हा जर तिथून तुम्ही लावला असेल तर त्या हिशेबात आम्हाला पेन्शन द्या. झालं. दुसरा एक सेक्शन उभा राहिलाय. आम्हाला वेतनवाढीतून का वगळलं? याच्यामध्ये काही नाही. आला पैसा गेला पैसा. बोंबलू नका विकास नाही झाला म्हणून. अडचणी निर्माण करणारे तुम्ही. नैतिक अधिकार काय आहे तुम्हाला? विकास होत नाही म्हणून बोंबलायचं आणि दिवाळखोरीचा आरोप करायचा.

◗ कृष्णा खोऱ्याचा प्रकल्पही पैशा अभावी रखडतोय...

नाही. चालू आहे काम व्यवस्थित.

◗ कंत्राटदारांना पैसे मिळत नाहीत. त्यामुळे काम थांबलंय...

झालाय. घोळ झालाय. नाही असं नाही. शिक्षाही झालेल्या आहेत. पण एवढंच आहे की जेवढा बाऊ करताहेत तेवढं काही नाही. एकतर हे पाप काँग्रेसचं आहे. काँग्रेसनं या योजनेवर काहीच काम केलं नाही. युती शासनामुळे निदान चालना तरी मिळाली. आणि तीन वर्षांमध्ये काम केलं आहे ते जाऊन पाहू शकता.

◗ विकासाच्या बाबतीत आंध्रनं महाराष्ट्रावर मात केल्यामुळे चंद्राबाबूंना खास पुरस्कार देऊन गौरवण्यात आलं. तुम्हाला काय वाटतं?

चंद्राबाबूंना पुरस्कार मिळाल्याबद्दल धन्यवाद दिले पाहिजेत. अभिनंदन आणि

कौतुक केलं पाहिजे. कबूल आहे. आमच्याही मुख्यमंत्र्यांनी या स्पर्धेत भाग घ्यावा आणि पुरस्कार मिळवावा. ही अभिमानाची गोष्ट होईल महाराष्ट्राला. तो का मिळत नाही तो प्रश्न त्यांना विचारा. त्यांची एक स्वतंत्र मुलाखत घ्या वाटल्यास. तुम्ही असा एखादा पुरस्कार मिळविण्याकरिता का प्रयत्न करीत नाही? महाराष्ट्राच्या हितासाठी विचारा त्यांना.

◗ उद्योग महाराष्ट्राच्या बाहेर चालल्यामुळे...

छे!छे! मला वाटतं, ही जी काही ओरड चालली आहे, की सगळे कारखाने महाराष्ट्राच्या बाहेर चालले आहेत हे काय मी मान्य करायला तयार नाही. याचं कारण असं आहे की, कारखाने जे 'अव्वाच्या सव्वा' सवलती आमच्याकडे मागताहेत आणि मुंबईचं ते एक वैशिष्ट्य लक्षात घेतल्यावर त्यांची जी कमाई मुंबईत आहे तेवढी आंध्रात नाहीय. कर्नाटक, तमिळनाडूत नाहीय. कुठच्याही राज्यात नाहीय. मुंबई म्हणून जो प्रकार आहे तिथं त्यांना केवळ देशाची बाजारपेठ नव्हे तर जागतिक बाजारपेठ मिळते. त्याचे रिटर्न्स किती मोठे आहेत? तुम्हाला जकात नको. तुम्हाला पाणी, जमीन फुकट हवी. वीज फुकट हवी. पुन्हा आमची माणसं नोकऱ्यांत घेण्याची गॅरण्टी नाही आणि एवढं सगळं त्यांचं म्हणून करून वॉटर्न स्कूल तिकडं गेलं म्हणून बोंबलता? एकही आमची गोष्ट ते मानायला तयार नव्हते. बाजारभावानं काहीच त्यांना विकत नको होतं. सगळं फुकट देऊन पुन्हा आमच्यावरती खूश नाही. जाऊ द्या. वॉटर्न स्कूल तिकडं, आम्हाला तरी काय करायचं आहे? आम्ही एकदम, 'विशाल हृदयानं'... बोलतो... जे शब्द आमच्या सभेला वापरले जात नाहीत. इतरांकडून विशाल, विराट, अतिविराट वगैरे ते आम्ही त्यांच्याबद्दल वापरतो. आमच्या विशाल सभांना वापरला नाही तरी आम्ही विशाल अंत:करणानं बोलतो. की महाराष्ट्राची प्रगती झाली काय किंवा आंध्रची झाली काय, शेवटी ती देशाचीच प्रगती होते आहे ना! असा एक आम्ही पेन्शनरी समाधानाचा सुस्कारा टाकतो.

◗ मुंबई-पुणे चौपदारी महामार्ग.

चौपदारी नाही. सहापदारी महामार्ग...

◗ यामुळेसुद्धा राज्यातील उद्योजकांना फायदाच होणार आहे...

कोकण रेल्वेनंही खूप फायदा झालाय. विसरू नका.

◗ तरीही उद्योजकांनी नाराज का व्हावं?

नाराज झालेले नाहीत. ज्या एका उद्योजकानं माझ्याकडे तक्रार केली की गेले

अठरा महिने मी मुख्यमंत्र्यांना भेटण्याचा प्रयत्न करतोय. मला ते भेटतच नाहीत. मुख्यमंत्री मनोहर जोशी माझ्याकडे आले असताना त्यांना मी विचारलं, काय हो, ही व्यक्ती तुमच्याविषयी असं असं म्हणते. तर ते म्हणाले, दर बुधवारी आमच्या मीटिंग असतात. त्यांचे प्रश्न मी समजून घेतो. त्यांना काय पाहिजे. महाराष्ट्राचं भलं कसं करायचं. दर बुधवारी त्यांच्याशी बातचित असते. त्यावेळेला हे हजर असतात-चिरंजीव. त्यावेळेला ते का मांडत नाहीत विचारा? का बोलले नाहीत मला या गोष्टी? मी सोडवला असता प्रश्न त्यांचा.

◗ राज्याचे मुख्यमंत्री हे चांगले उद्योजक आहेत. त्यामुळे महाराष्ट्रही औद्योगिकदृष्ट्या पुढे जायलाच हवा.

बरं, मग?

◗ महाराष्ट्र सरकारनं खूप गाजावाजा करून एक एअरवेज कंपनी सुरू केली. आता ती बंद पडली. सरकारनं असले उद्योग करावेत काय?

करावे नव्हेत. प्रयत्न तर चालू असतात. कोंबडीची अंडीच घ्या. कोंबडी चार अंडी किंवा पाच अंडी घालणारच. त्यात एखाददुसरं नासकं निघण्याची शक्यता आहे. म्हणून कोंबडीला अंडीच घालू द्यायची नाहीत काय? सगळीही नासकी निघू शकतात. किंवा एखादंच नासकं निघू शकेल. पण नासकं निघेल म्हणून अंडीच घालू द्यायची नाहीत कोंबडीला? अंडी घालतेय. काही चांगली निघतात. काही नासकी निघतात. तसंच आमचं ज्यावेळेला चांगलं निघतं त्यावेळेला खातात ना चवीनं.

◗ नोकरशाहीचा त्रास अजूनही सुरूच आहे काय?

नोकरशाहीचं एक वैशिष्ट्य म्हणजे, त्यांना वाटलं हे सरकार आधी टिकणारच नाही. जेव्हा निवडून आलो त्यावेळेला त्यांना असं वाटलं होतं की सहा महिने काढू जेमतेम. पण वर्ष गेलं, दोन वर्षं गेली, तीन वर्षं गेली. आता पुन्हा राजकीय हालचाली सुरू झाल्यावर त्यांना वाटतं की, आता नक्कीच जाणार तर ऐका कशाला! ही टेण्डंसी आहे काही नोकरशहांची. सगळेच नव्हे, पण काही आहेत. पुन्हा थोडा जातीयवाद आहे तिथं.

[२३ नोव्हेंबर, १९९८]

राज्य शेठजींचं नाही तर गरिबांचं !

"शिवसेनेचे एक मंत्री बबनराव घोलप यांच्यावर भ्रष्टाचाराचे आरोप करणारे अण्णा हजारे ह्यांना तुरुंगात जावं लागलं. पुरावे नव्हते. पण शिवशाही सरकारनंच त्यांना खास आदेश काढून मुक्त केलं. शिवसेना प्रमुखांनी त्यावर सांगितलं, 'सगळी वृत्तपत्रं विरोधात असल्यामुळेच अण्णा हजारे यांना तुरुंगातून मुक्त केलं. उद्या जर हे तीन महिने आत राहिले असते तर रोज त्यांच्या नावानं आमच्या विरोधात शंख फुंकला गेला असता. ते शंखध्वनी ऐकायची गरज तरी काय आम्हाला? म्हटलं सोडून द्या. पण माझ्या लोकांना मी नेहमी बजावतो की शिवाशाहीचा अर्थ समजून घ्या. राज्य शेठजीचं नाही तर गरिबांचं आहे, त्याला न्याय द्या!"

मुलाखतीच्या अंतिम भागात सरकार व पक्षातील अनेक प्रश्नांवर शिवसेनाप्रमुखांनी प्रदीर्घ चर्चा केली. मंत्र्यांवरील भ्रष्टाचाराच्या आरोपांपासून चर्चेस प्रारंभ झाला.

◗ महाराष्ट्रात अलीकडच्या काळात घोलपांसारख्या मंत्र्यावर भ्रष्टाचाराचे आरोप झालेले आहेत.

ठीक आहे.

◗ अवामी बँक प्रकरणात घोलपांवर भ्रष्टाचाराचा खुला आरोप झाला...

ज्यावेळेला आरोप सिद्ध होईल आणि त्यांना शिक्षा होईल त्यावेळेला ते क्षणभरही मंत्रिपदावर राहणार नाहीत. यापेक्षा मी आणखीन काय करू शकतो? आता तर मला काहीच बोलता येत नाही. प्रकरण न्यायालयात आहे.

◗ आरोप सिद्ध होणं आणि शिंतोडे उडणं यात फरक नाही?

आरोप आज माझ्यावरती होऊ शकतात. तुमच्यावरही होऊ शकतात. कोणावरही होऊ शकतात. आरोपासाठी इतक्या हलक्या कानानं राजकारणात राहून चालत नाही. आरोप सिद्ध झाला.. सिद्ध होणं कठीण असलं तरी. आरोप करणाऱ्यानं त्याचा अगोदर विचार करावा. आरोप करण्यापूर्वी हे सिद्ध करू शकतो काय? तेवढा पुरावा आपल्याकडे आहे काय? त्यांना जर उद्या कोर्टानं शिक्षा केलीच तर निर्णय घेऊ. खुद्द मुख्यमंत्र्यांच्या बाबतीत मी हे सांगतोय. उद्या जर का असं काही सिद्ध झालं तर मला निर्णय घ्यावा लागेल.

◗ भ्रष्टाचाराच्या एका खटल्यातून घोलप सुटले व आरोप करणारे अण्णा हजारे तुरुंगात गेले. तुम्ही अण्णांना मुक्त का केलंत?

मुक्त केलं म्हणजे... मला असं वाटलं की विनाकारण आपण त्यांना हीरो करतो आहोत. आमच्याविरोधात सारा मीडिया आहेच आहे. काही न करता अण्णा हजारे जोरात असतातच. कारण अण्णा हजारे आमच्या विरोधात उभे राहिलेले आहेत. जेवढे आमचे विरोधक आहेत ते त्यांना जवळचे आहेत. त्यांच्या आजुबाजूला कोंडाळं कोणाचं? तर, कपिल पाटील, त्यानंतर तो बाबा आढाव. सगळे भ्रष्टाचारी. रिबेरो नसतील कदाचित. बाबा आढावांचं काय आहे ते पुण्याला जाऊन चौकशी करावी. भ्रष्टाचाराच्या विरोधात लढा उभारणाऱ्या अण्णा हजारेंच्या आजुबाजूला सगळे बाबा आढाव वगैरे बसलेले असतात. त्याचा आढावा घ्या तुम्ही. त्यानंतर कोण तो फादर डिब्रिटो. कोण दुसरा पुण्याचा दाढीवाला तो कुमार सप्तर्षी. सगळे आमच्या विरोधातले. हा जो प्रश्न आहे तुमचा. काय म्हणालात तुम्ही?

▶ अण्णा हजारेंना सोडलंत कशासाठी?

सगळी वृत्तपत्रे आमच्या विरोधात. आजही गुणगान येतंय. अमेरिकेला त्यांना हे मिळालं नि ते मिळालं. हा प्रवासाचा खर्च कोणी केला? हे जे त्यांचे सध्याचे परीटघडीचे कपडे वगैरे सगळं असतं त्याचा खर्च कोण करतं? अण्णा करीत असतील तर त्यांना ते परवडतं का? दुसरं कोणी करीत असेल तर तो भ्रष्टाचार नाही का? एवढ्या डिटेलमध्ये माझीही जाण्याची इच्छा नाहीच. पण काय चाललंय? उद्या जर हे तीन महिने आतमध्ये बसले असते तर रोज त्यांच्या नावानं आमच्या विरोधात असा शंख फुंकला गेला असता. ते शंखध्वनी ऐकायची गरज तरी काय आम्हाला? म्हटलं सोडून द्या. काही गरज नाही त्याची.

▶ आरोपींना मुक्त करण्याची ही तुमची दुसरी घटना आहे. याआधी बॉंबस्फोट खटल्यातून संजय दत्तला तुम्ही सोडून दिलंत...

मी संजयला मुक्त नाही केलं. खटला चालू आहे. तुम्ही गल्लत करता ना माझ्या विचारांची किंवा माझ्यावरती जो शेणराडा उडवता त्याची मला चीड आहे. माझं आणि पत्रकारांचं इथंच भांडण आहे. अनेक वेळा मी तो खुलासा केलेला आहे की ज्या पद्धतीनं तुम्ही हे करताहात ते बरोबर नाही. उदाहरणार्थ, असं धरून चालू की आज बॉम्बस्फोटामध्ये खितपत पडलेत बरेचजण. सगळेच मुसलमान आहेत याची मला कल्पना आहे. तुम्हालाही कल्पना आहे त्याची. किती वर्षं झाली? कोणता कायदा आहे? कसला कायदा आहे? एकतर खटला सुरू करा. एक तर त्यांना फाशी द्या. असा कोणताही कायदा नाही की नुसतेच फायलींवर बसायचे आणि निकाल काहीच लावायचा नाही. आणि त्यामुळे वर्षानुवर्षं आतली माणसं सडत राहतात. निकाल लागल्यावर ते निर्दोष सुटतील तेव्हा मागच्या भोगलेल्या शिक्षेचं काय? यातले खरे जे कोण होते. म्हणजे बॉम्बस्फोटातले 'हीरो' ते तर बाहेर राहिले. पैशांची ताकद होती त्यांच्याकडे. पाहिजे तेवढे त्यांनी पैसे चारले तिकडे आणि ते जामिनावर सुटले.

▶ संजय दत्तच्या बाबतीत काय घडलं?

फिल्म इंडस्ट्रीशी माझी चांगली पहेचान आहे. अनेकांनी मला भेटून सांगितलं, हा आत गेल्यामुळे आमची पंचाईत झाली. पिक्चर आम्ही पूर्ण करू शकत नाही. अर्धे पिक्चर होऊन पडलेले आहेत. आता संजय दत्तच्या चेहऱ्याचा दुसरा कोणी मिळाला तरी 'ॲक्टिंग' काय असते ते तुम्हाला माहीत आहे. तर मी काय म्हटलं, त्याला बेलवर सोडा. खटला मागं घ्या, असं बोललो नाही. त्याला बेलवर सोडल्यानंतर मात्र त्याचा बॉम्बस्फोटात हात असल्याचं सिद्ध झालं तर मात्र तुम्ही

पाहिजे ते करा. खुशाल त्याला फाशी द्या. माझं त्याच्याशी काही कर्तव्य नाही. पण एखाद्या कलावंताला असं सडवणं, कुजवणं कायदेशीररीत्या असो वा नसो. पण त्यामुळे अनेक लोक उपाशी मरणार असतील तर हे बरोबर नाही. हा खटला काही एवढ्यात संपणार नाही. वर्षानुवर्षं तो चालेल. आपल्या न्यायालयात न्याय काही लवकर मिळत नाही. त्यामुळे संजय दत्तकडे एक कलाकार म्हणून पाहून असा निर्णय घेतला की, हा खटला संपेल, प्रत्यक्ष निकाल लागेल आणि ज्या काही शिक्षा होतील किंवा होणार नाहीत तेव्हा हा कलाकार म्हातारा झालेला असेल. त्यावेळेला म्हाताऱ्याची भूमिका मिळतीलच अशी गॅरंटी नाही. तो त्याच्या नशिबाचा प्रश्न येईल नंतर. अशा तऱ्हेनं एखादी इंडस्ट्री उद्ध्वस्त होणं हे मला पटत नव्हतं.

◗ **बॉम्बस्फोटांत फसलेले बरेचसे हिंदू आहेत. त्यांना कोणीही वाली नाही...**

हे बघा, विषयांतर करू नका तुम्ही. आता माझ्याकडे जे विषय येतात तेवढे मी सोडवतो. मी काही असा प्रेषित जन्मास आलेलो नाही की बोला... कोणाच्या काय अडचणी आहेत, हे सरकार देणारे नसेल तर मी तुम्हाला कांदे देतो. मी तुम्हाला बटाटे देतो. मी तुम्हाला तुरुंगातून सोडवतो. फाशीच्या दोरातून मोकळं करतो. असा काही प्रेषित म्हणून मी जन्मास आलेलो नाही. जे माझ्याकडे रडत येतात त्यांना जास्तीत जास्त न्याय देण्याचा मी प्रयत्न करतो.

◗ **ही माणुसकी आहे...**

मग काय पाहिजे तुम्हाला? 'जनावरकी' पाहिजे तुम्हाला?

◗ **तुम्ही अनेक प्रश्नांकडे राजकारणाच्या पलीकडे पाहता, म्हणून तुमचे नेतृत्व लोकप्रिय आहे...**

आणि म्हणूनच मी राजकारणात शिरत नाही. मुळातच मी सत्तेवरही येऊ इच्छित नाही. कारण मला माझी माणुसकी चिरडायची नाही.

◗ **राजकारणातून माणुसकी नष्ट होत चालली आहे...**

मला काय त्याचं करायचं आहे? इतरांनी जपायची ती. मी काही महात्मा गांधीसारखा त्यांच्या दृष्टीनं अवतारी पुरुष नाहीय.

◗ **राजकारण इतकं क्रूर का होत चाललंय?**

आम्हाला का हे प्रश्न विचारताय? ज्यांनी ते क्रूर केलंय त्यांना विचारा.

◗ **कारण तुमच्याकडे माणुसकी आहे...**

माणुसकी आहे म्हणूनच लोकं माझ्यावरती प्रेम करताहेत.

◗ **तुम्ही राजकारणातील अशा लोकांकडे कोणत्या नजरेनं पाहता?**

माणुसकीची नजर काय असू शकते? एखाद्या माणसाला डोळे आहेत. त्याला तुम्ही हा प्रश्न विचाराल काय की तू डोळ्यानं काय काय बघतोस? जे दिसतं ते पाहणार. डोळ्यांवर काय अशा रेस्ट्रिक्शन्स आहेत काय? डोळ्यांनी याच गोष्टी बघायच्या. बाकीच्या बघायच्या नाहीत. माणुसकीलाही बंधनं आहेत काय? की माणुसकी म्हणजे एवढंच काम करायचं. माणुसकीमध्ये एवढंच काम बसतं. बाकीचं बसत नाही. माणुसकी म्हणजे माणुसकी.

◗ **राजकारणात खुना-खुनी, हिंसाचार वाढत आहे...**

महाराष्ट्रात कुठं आहे? ते सर्व बिहारात चाललं आहे. निवडणुकीच्या वेळेला वापर होतो. पण महाराष्ट्रात ते घडत नाही.

◗ **पुरावा ठेवून भ्रष्टाचार होत नाही...**

एवढं कळतंय ना!

◗ **भ्रष्टाचाराची बिळं वेळीच का बुजवत नाही?**

बिळं सोडून द्या हो. तुम्हाला जर बिळं मिळाली असती तर... तर भ्रष्टाचार हे पुराव्यानिशी करत नसतात वगैरे प्रश्न मला विचारले कशाला असते? बिळं मिळालीत न मग बुजवा की.

◗ **ती राज्यकर्त्यांनी बुजवायची असतात...**

का? सामाजिक कार्य म्हणूनसुद्धा तुम्ही ते करू शकता. अण्णा हजारे कोठे राजकारणी आहेत? त्यांचंही ते चालू आहे त्यांच्या पद्धतीनं. नको त्या कोंडाळ्यात फसले आहेत ते सोडून द्या.

◗ **मुख्यमंत्री मनोहर जोशी यांचं काम अत्यंत चांगलं असल्याचं प्रमाणपत्र तुम्हीच वारंवार दिलेलं आहे...**

होय, मग...

◗ **हायकोर्टात त्यांच्यावर अलीकडेच ताशेरे मारलेत एका प्रकरणात...**

कुठल्या प्रकरणात?

◗ **जावयांच्या पुण्यातील भूखंड प्रकरणात.**

ठीक आहे. ताशेरेच ते.

◗ **हा खटला चालविणाऱ्या न्यायमूर्तींनीच आता अचानक राजीनामा दिलाय...**

त्याला मी काय करू? न्यायमूर्तींनी राजीनामा दिलाय. त्या न्यायमूर्तींना सांगू की, लवकर करा माझे शब्द पडताहेत. सांगू का मी न्यायमूर्तींना. निदान माझे शब्द पडू नयेत म्हणून तरी त्यांना शिक्षा करा. ऐकत असतील तर सांगतो.

◗ **मुख्यमंत्री निर्दोष आहेत असं तुम्हाला वाटतं का?**

हा प्रश्न आताच विचारण्याचा मतलब काय तुमचा?

◗ **कारण या खटल्याच्या निमित्तानं मुख्यमंत्री बदलाच्या वावड्या उठत असतात...**

त्या वावड्या आहेत नं. वावड्या शब्द मग का वापरता? वावड्या म्हणजे काय? बिनबुडाच्या बातम्या.

◗ **त्या वावड्या उठवण्यामागं पक्षातलेच लोक असावेत...**

त्या वावड्यांचा दोर कुणाच्या हातात आहे ते पाहा ना. वावडी उठली असे धरून चालू. दोर कुणाच्या हातात ते पाहा. म्हणजे तुम्हाला वावडीचा अर्थ कळेल.

◗ **अलीकडच्या काळात गणेश नाईक, नवले, गावंडे यांसारखे तुमचे एकेकाळचे खंदे शिवसैनिक सोडून गेले...**

तुम्ही यांना 'खंदे' शब्द कसा काय वापरू शकता? आणि धाडस कसं होतं तुमचं?

◗ **तुमच्याबरोबर ते अनेक वर्षे होते...**

माझ्याबरोबर पुष्कळ लोक होते. माझे कुत्रंही असायचे पूर्वी. म्हणजे काय ते खंदे कुत्रं काय? जोपर्यंत ते प्रामाणिक होते. इमानदार होते.

◗ शिवसेनेच्या चळवळीत ते होते...

त्यांनी चळवळी माझ्याबरोबर काहीच केलेल्या नाहीत. उगीच काहीतरी तुम्ही भलतीसलती लेबलं कुणाला लावू नका आणि कुणाला मोठं करण्याचा प्रयत्न करू नका. ते खंदेबिंदे बिलकूल नव्हते. ते शिवसेनेच्या नावावर मोठे झाले. त्यांचे जे काही एकंदर चाललं होतं. ते शिवसेनेच्या नावावर चाललं होतं. आज बघानं गावात त्यांना काय किंमत आहे ती जाऊन बघा.

◗ शिवसेनेतून बाहेर पडलेल्या लोकांना काँग्रेसनं जवळ केलं...

बरं मग...

◗ या नामशेष झालेल्या लोकांना काँग्रेसनं जिवंत केलं. लखोबा हे एक उदाहरण आहे...

होय आहे ना. कबूल आहे ना. पण लखोबाला आम्ही पाडला. त्यांनी त्याला मागच्या दारानं घेऊन विरोधी पक्षनेते केलं आणि तेच मला तुम्हाला सांगायचं आहे. आतापर्यंतची माझी मुलाखत झाली, जे बोललो की, माझे जेवढे विरोधक, शिवसेनेचे विरोधक ते त्यांचे पित्ते, असं असतं ते. काय असतं, आमचे सोपानदेव चौधरी होते. पूर्वी यायचे आमच्याकडे. त्यांची उदाहरणं छान असायची. म्हणे आम्ही कुत्रा पाळला.. तो कुत्रा काय करायचा? दूध प्यायला, जेवायला, खायला इकडे यायचा आमच्या घरात. आमचा कुत्रा म्हणून. आणि भुंकायला दुसऱ्याच्या घरात जाऊन बसायचा. तशी ही अवलाद आहे. पहारा दुसऱ्याच्या घरात आणि खाणं आमच्याकडे.

◗ गणेश नाईक वगैरे हा विषय बाजूला ठेवू...

नाही, विषय म्हणजे मी त्यांना महत्त्व देत नाही. तुम्ही काय बाजूला ठेवता याची मला पर्वा नाही. मी त्यांना महत्त्व देत नाही. तुम्ही ज्या पद्धतीनं त्यांना खंदेबिंदे वगैरे करतानं तसं नाहीय. ते खंदे असते तर आजपर्यंत केवढी उभारणी झाली असती. त्यांचे 'धंदे' काय आहेत ते विचारा. खंदेपणा नका सांगू मला.

◗ पक्षशिस्त किंवा गद्दारी हाच विषय असेल तर राज्यसभा निवडणुकीत शिवसेनेची मतं इकडेतिकडे झालीच.. ही मतं कलमाडी किंवा दर्डांसाठी फोडण्यात मुकेश पटेल या शिवसेना खासदाराचा हात होता... त्याच्यावर का कारवाई झाली नाही?

एक लक्षात घ्या. काही वाद घालायचे असतात. काही वाद मिटवायचे असतात. मिटलेले वाद पुन्हा उगाळण्याची काही गरज नसते. उदाहरणार्थ तुम्ही

जसं सांगितलं की, तो शिवशाही प्रकल्प. हा शिवशाही प्रकल्पाचा वाद घातला गेला. आता तो मिटलेला आहे. पुन्हा मला कटुता निर्माण करायची नाही. अशावेळेला हा विषय जरी असला तरी आम्ही जे काही मंत्री काढले त्यांच्या विरोधात मी आपणाहून काही बोलत नाही. कधीच बोलत नाही. उलट मला ज्यावेळेला प्रश्न विचारला जातो. या तिघांच्या विरुद्ध म्हणजे तुम्ही जे 'खंदे' म्हणून जो उल्लेख करता आता. तो का अभिमान आहे तुम्हाला त्यांच्याबद्दल ते मला माहीत नाही. कदाचित तुम्हाला तो तुमचा जुन्या पत्रकारितेचा अभिमान आहे त्यांच्याबद्दल ते मला माहीत नाही. म्हणजे जेथून तुम्ही आलात तेथूनचा. पण आपणहून मी त्यांच्याबद्दल कधीच काही बोलत नाही. हा माझा स्वभाव आहे. झालं ते झालं. तुम्ही बाजूला झालात नं ठीक आहे. ते माझ्या वाटेला गेले तर मात्र मी सोडत नाही.

◗ मुकेश पटेलचं काय?

मुकेश पटेलला जी समज द्यायची आहे ती पूर्णपणे दिलेली आहे. पूर्णपणे. त्याच्यानंतर त्यानं जर काही चावटपणा केला तर मात्र मी त्याला सोडणार नाही. बिलकूल सोडणार नाही. याची कल्पनाही मी त्याला दिली आहे.

◗ मुंबईची कायदा आणि सुव्यवस्था कालपर्यंत चिंताजनक होती. आता पोलिसांनी कारवाया करताच वातावरण बदललं. या गोष्टी जेव्हा घडायला हव्यात तेव्हा का घडत नाहीत?

काहींचे मुडदे पडायचे आहेत तोपर्यंत थांबा, असा संकेत असावा नियतीचा.

◗ थांबलेले 'एन्काउंटर्स' सुरू झाल्यावर कायदा-सुव्यवस्था सुधारली...

एक विचारात घेत नाही, हे भिकार तुमचे जे काही आहेत मानवी हक्कवाले, त्यानंतर इतर काही संस्था, कोर्टातूनही असे काही निर्णय बाहेर पडले आणि पोलिसांचं नाही म्हटलं तरी नीतिधैर्य खच्ची झालं. याच्यावरती कसे काय प्रश्न विचारण्याचे धाडस करता तुम्ही? मी असं म्हणतो, न्यायमूर्तींचं काम न्याय देणे. पोलिसांचं काम कायदा आणि सुव्यवस्था राखणं, सरकारचं काम कारभार पाहणं. असं काही कप्पे आहेत. हे कप्पे न सांभाळता प्रत्येकजण आपापलं क्षेत्र सोडून दुसऱ्याच्या क्षेत्रात जर ढवळाढवळ करू लागला आणि पोलिसांवर जर अशी बंधनं लादली, तुम्ही गुंडाची बाजू घेता? जो गुंड दुसऱ्याचे संसार उद्ध्वस्त करतो. बायका विधवा करतो. पोरं पोरकी करतो, त्या गुंडाची बाजू घेता, मानवी हक्क म्हणून त्याचा हक्क मागता. पोलिसांनी असल्या एका विषाला, एका नतद्रष्टाला, नरराक्षसाला जर उडवला, तर पोलिसांना का दोष देता? हे जे मध्ये राजकारण झालं. मानवी हक्कवाले कोर्टात गेले. काही पोलिसांना चांगलं

काम करून पदकं मिळाली आहेत. एक-दोन वर्षांत काही पोलीस रिटायर्ड होणार आहेत. उद्या मानवी हक्कवाल्यांच्या नादाला लागून कोर्टानं त्यांना सांगितलं की, तुम्ही खुनी आहात. Hang to death. बोळा फिरला कारकिर्दीवर? झक मारायला करतंय कोण हे धंदे? हा पोलिसांनी जर उद्या विचार केला तर तुम्ही का दोष देता? आणि तो थंड बसल्यानंतर बाहेर जर माजलं हे रान खुनाखुनीचं, तर पुन्हा पोलीस आणि सरकारच दोषी. थोडंसं तरी तारतम्य बाळगा. एखाद्या लेखाचा नुसता मथळा असून चालत नाही, 'तारतम्य' टाळक्यात असावं लागतं.

◗ मुंबईतलं गँगवॉर थांबलेलं आहे. पण दिल्लीत पक्षापक्षानं जे 'गँगवॉर' सुरू आहे त्यात राष्ट्राचा बळी जाईल, असं वाटत नाही काय?

म्हणून तर मी म्हणतो ना की याचा शेवट यादवी युद्धाकडे जाणारा होणार आहे.

◗ यादवी युद्धाबाबत तुम्ही अजूनही ठाम आहात...

मी एकदा बोलल्यानंतर गाघार घेत नसतो.

◗ वाजपेयी सरकार पाडण्याचे प्रयत्न सुरू आहेत. हे सरकार पडलं तर राष्ट्राचं भवितव्य काय?

हे सरकार जर पडलं तर कदाचित या देशातील हे शेवटचं सरकार असेल आणि येणारं सरकारसुद्धा टिकणार नाही. याची मी तुम्हाला आज खात्री देतो. आणि त्यानंतर जो 'क्योओस' किंवा जी एक दरी निर्माण होईल राजकारणात तेथून यादवी युद्धाची सुरुवात होईल आणि खूप रक्तपात होणार.

◗ शिवसेनेचे खासदार मोठ्या संख्येनं निवडून गेले असते तर चित्र वेगळं दिसतं. पण तुमचा आकडा कमी झाला...

तो आकडा का कमी झाला हा पहिला प्रश्न विचारा. मग आकड्यावरती येऊ. यांचा जो एक त्रिकोण तयार झाला. काँग्रेस आमच्याशी एकाकी लढत देऊ शकत नाही. हिंमत असेल तर शरद पवारांनी तो प्रयोग परत करून बघावा, नवबौद्ध आणि समाजवादी पार्टी बाजूला ठेवा आणि आमच्याशी युद्धाला सुरुवात करा. आम्ही पुन्हा त्यांचं शिरकाण केल्याशिवाय राहणार नाही आणि आमचा आकडा तुम्हाला वाढवून दाखवल्याशिवाय राहणार नाही. पण लोकसभेत हे तिघेजण एकत्र असल्यामुळे त्यांचा आकडा वाढला. मुसलमानांनी पुन्हा आपली जात दाखवली. नवबौद्धांचं तुम्हाला माहीतच आहे काय आहे ते. बाबासाहेब आंबेडकरांचं नाव घेतलं की विरघळतात. आणि नेते नाचतात. अशी ती भोळीभाबडी जनता आहे. तिनं काँग्रेसला

भरभरून मतदान केलं. त्यामुळे आमच्या जागा कमी झाल्या, पण आम्हाला लोकांनी धिक्कारलं नाही. बिलकूल धिक्कारलं नाही. मतांची बेरीज आमची वाढलेली आहे. त्यांची वाढली ती पूर्वीचेच दोघं एकत्र येऊन. त्या निवेदिता मानेंना पूर्वी ती उभी राहिली असताना दोन लाख मतं मिळाली. यावेळेला तिला साडेतीन लाख मिळाली. असं हे मतदान सर्वत्रच वाढलं. काही ठिकाणी जरूर कमी झालं, पण त्याला ते पापी कारणीभूत आहेत. जागा कमी झाल्या तरी मतं वाढली. माझं अजूनही त्यांना आव्हान आहे. तुम्ही बाजूला व्हा. आणि एकाकी या आमच्या अंगावर. चारीमुंड्या चीत करून टाकू. तो आकडा कमी झाल्यामुळे आज वाजपेयींची पंचाईत झाली. आज आमचा पूर्वीचा आकडा असता म्हणजे ३०-३८ असते तर या लोकांच्या दाढ्या कुरवाळायला लागल्या नसत्या आणि जयललिताचीसुद्धा वेणी घालावी लागली नसती. ममताचा आंबाडा बांधावा लागला नसता.

◗ आज महाराष्ट्रातील काँग्रेस झोपलेली आहे. हे झोपी गेलेले किंवा तुम्ही झोपवलेले पुन्हा जागे होतील असं वाटतं काय?

आम्ही झोपवलेले म्हणजे ते झोपलेले नाहीयत. एका डोळ्यानं पाहताहेत. फक्त त्यांची आमचं सरकार पाडण्याची हिंमत नाहीय. म्हणून त्यांनी झोपेचं सोंग घेतलंय याची आम्हाला पूर्ण कल्पना आहे. ती कल्पना नसती तर आमच्यासारखे बावळट आम्हीच असंच म्हणावं लागलं असतं. पण आम्ही बावळट नाही, एवढं लक्षात ठेवा.

◗ सध्या काँग्रेसची अवस्था पडक्या वाड्यासारखी झाली आहे. शंभर मालक त्यावर हक्क सांगताहेत. व्यंगचित्रकार म्हणून या अवस्थेत तुम्ही कसं विश्लेषण कराल?

पडक्या वाड्याला चिक्कार टेकू लागलेत. असंच त्याचं चित्रण होईल. काल-परवा ज्योती बसूचा आणखी एक टेकू मिळाला सोनिया गांधींना. ते दूरदर्शनवर आम्ही पाहिलं. म्हणजे जिथं वैचारिकसुद्धा इतके भयानक मतभेद होते. दऱ्या होत्या. त्या बुजवून आता एकत्र आणण्याचे विचार चालले आहेत. ना सी. पी. एम. ला लाज ना काँग्रेसला लाज.

◗ उद्याच्या निवडणुकीत रिपब्लिकन पक्ष, समाजवादी पार्टी आणि काँग्रेसची युती झालीच तर महाराष्ट्रात तुमची परिस्थिती नाजूक होईल.

मला असं वाटतं की अगदीच काय आमचं पानिपत नाही होणार. पण अजूनही आम्हाला आत्मविश्वास आहे की सत्ता आमच्या हातातून जाऊ शकत नाही. कारण काँग्रेसबद्दल अजूनही लोकांच्या मनात घृणा आहे. आमच्याबद्दल घृणा नाहीय.

तिरस्कार नाहीय. पण कामं आमची करून द्या, आम्हाला हाच एक लोकांचा ठेका आहे. आणि त्याला आज एक गती आलेली आहे.

◗ शरद पवारांचं दिल्लीत जमत नाहीय ...

त्यांचं कुठं जमतं? त्यांचं कोणाशी जमतं? याचा आढावा तुम्हीच घेतला होता एकदा तुमच्या 'रोखठोक'मध्ये. त्यांचं सुधाकरराव नाईकांशी जमत नाही, अंतुल्यांशी आणि शंकररावांशी जमत नाही. त्यांचं निलंगेकर पाटलांशी जमत नाही. त्यांचं यशवंतरावांशीही जमत नव्हतं. कोणाशी जमतं सांगा नं!

◗ हे शरद पवार विधानसभा निवडणुकीच्या निमित्तानं परत राज्यात येण्याची शक्यता आहे ...

कितीही नाही म्हटलं तरी मराठा समाजाच्या जातीच्या जोरावर त्यांचं राजकारण चाललेलं असतं. मराठ्यांना केव्हा पिसळवायचं हे तंत्र त्यांना जमलेलं आहे आणि मागच्या वेळेला त्यांनी जात उभी केलीय. खासगी मीटिंगमध्ये त्यांनी मराठ्यांना पिसळवलं.

◗ हा समाज तुमच्याकडेही वळला आहे ...

होय. आलाय ना. आम्ही आढावा दिला ना. आमच्याकडे ४५ आमदार मराठेच आहेत. शेवटी या जाती काढाव्या लागल्या मला.

◗ एखादी निवडणूक आली की प्रामुख्यानं आपण, मुख्यमंत्री, उद्धव व राज ठाकरे हेच प्रचारासाठी बाहेर पडतात. आज जे मंत्री झालेले आहेत ते संघटनेत फारसा रस घेत नाहीत?

काही बाबतीत हे खरंही आहे. किंबहुना त्यांची कुवत नसावी असाही दुसरा विचार मांडता येईल. पण सगळेच काही असे आहेत असंही नाही. काही अगदी जीव तोडून काम करतात.

◗ पूर्वीच्या काळी वामनराव महाडिक, दत्ताजी साळवी या दोन तोफाच तुमच्याजवळ असायच्या ...

तो जमाना एक और होता. आता वयोमानानं थकलेत ते. संघटनेचे ते एक 'ॲसेट'च होते. फार मोठा आधार होता. दत्ताजी साळवी तर पहिल्यांदा शिवसेनेमध्ये आलेले माझे ज्येष्ठ आणि श्रेष्ठ सहकारी. दत्ताजी आणि वामनरावांनी जी मेहनत घेतली ती विसरता येणारच नाही कोणाला!

◗ शिवसेनेची संघटना म्हणून बाजू किती मजबूत आहे? भगव्या सप्ताहावर पावसाचं पाणी पडलं ...

तरी मात्र लोकांच्या अपेक्षेवर पाणी पडलेलं नाही. पावसानं तर थैमानच घातलं. माझी सभा रद्द झाली अकोल्याची, सांगलीची. उद्धव आणि राज गेले होते. राजच्या सभेला जवळजवळ पस्तीस-एक हजारांचा मॉब होता. उद्धव ज्या नगर, सोलापूर भागांत फिरला तेथेही मुसळधार पावसात कमीत कमी पंचवीस हजार लोकं असायचीच असायची. एके ठिकाणी तर चार तास लेट पोहोचला उद्धव. का? तर पाऊस इतका पडला की रस्ता तुंबला. तुंबलेल्या रस्त्यांतून वाट काढीत काढीत सभेच्या ठिकाणी उद्धव पोहोचला. तर लोकं तिथं पावसात भिजत उभे. हे प्रेम आहे का कुठल्या पक्षाकडे मला सांगा. भाडोत्री आणलेली माणसं आमच्याकडे नाहीयत.

◗ तुम्ही जे उपनेते निर्माण केलेत त्याचा कितपत फायदा होतो?

फायदा होतो. नाही असा नाही. पण ते जो लवाजमा घेऊन जातात न तो स्थानिक लोकांना महाग पडतो. की जसा 'डेरेदाखल' हा जो ऐतिहासिक शब्द आहे ना तसा तो एक 'डेरेदाखल' शब्द वापरता कामा नये आणि जर 'डेरा' न्यायचाच असेल तर खर्च भागवा. स्थानिक लोकांवर टाकू नका. समजलं? वीस-वीस तीस-तीस लोकं घेऊन हिंडायचं हे मी आता बंद केलंय.

◗ पाकिस्तानी संघास पाऊल ठेवू देणार नसल्याचं आपण सांगितलं. पण मुंबई वगळता अन्यत्र सामने होताहेत.

सगळीकडे माझे निरोप गेलेले आहेत आणि मला असं वाटतं की इतकं काही त्यांना सहज साध्य होणार नाही. इतपत बंदोबस्त झालेला आहे. दिल्लीत तर नाहीच नाही. गोव्यालाही आमची मजबुती आहे.

◗ मुंबईत जर पाकिस्तानी संघ आलाच तर आम्ही त्यांना संरक्षण देऊ असे तुमच्या सरकारचे गृहमंत्री गोपीनाथ मुंडे म्हणताहेत ...

त्याच्यावरती खुलासेही झालेले आहेत. गोपीनाथ मुंडे यांनी खुलासेही केलेले आहेत. कर्तव्य म्हणून किंवा जबाबदार व्यक्ती म्हणून त्यांना असं बोलावंच लागतं. अगदीच काही ते माझ्याशी 'जॉइन' होऊ शकणार नाहीत. किंबहुना शिशिर शिंदे याने जी विकेट खणली वानखेडेवर तसं काही खणायला गोपीनाथ मुंडे जाऊ शकत नाहीत. पाकिस्तानी संघाचा जो काही करायचा तो बंदोबस्त आम्ही करू. तसे निरोप गेलेले आहेत.

निवडणुका तसं म्हटल्या तर वर्षभरावर आलेल्या आहेत. आचारसंहितेत सहा महिने जातील. सरकारला तुम्ही काय सांगाल?

एवढंच सांगेन की, पहिल्यांदा तुम्ही शिवशाहीचा अर्थ समजून घ्या. हे गोरगरिबांचं राज्य आहे. मी शिवतीर्थावरही यावर भाष्य केलेलं आहे. त्या गोरगरिबाला विसरू नका. त्याला न्याय द्या. गोरगरिबांनी तुम्हाला बसवलेलं आहे. शेठजी लोकांनी नाही. हे लक्षात ठेवा. गरिबांना न्याय हा द्यावाच लागेल. त्याला म्हणतात शिवशाही.

जनतेला तुम्ही कोणता संदेश द्याल?

३५ वर्षे तुम्ही काँग्रेसची सत्ता सहन केलीत. आमची ही सुरुवात आहे. किती बंधनं आली. किती त्रास दिला. किती चारित्र्यहनन केलं. किती मतलबी प्रयत्न झाले. किती खुनाखुनीचे आरोप झाले. त्या सगळ्या आरोपांतून वाट काढीत काढीत आम्ही वाटचाल केलेली आहे. तुमच्या हितासाठी आणि जी काही मी स्वप्नं रंगवलीत ती आकार घेत आहेत. उदाहरणार्थ झोपडपट्टीवासीयांना गोफत घरं. ते स्वप्न साकार होतंय. त्याच्या अगोदर ते साकार झालं असतं पण बंधनं एवढी आली की रखडून पडलं. काही प्लॉटवरती कोर्टाची बंधनं आली. काही ठिकाणी झोपडपट्टीवासीयांनी बिल्डर्सशी संगनमत केलं, असे अनेक त्रास झाले. आमच्याकडे आता जे चित्र तयार आहे ते पाहा. इमारती कशा उभ्या राहिल्या आहेत तेही पाहा. पाणीपुरवठ्याच्या बाबतीतही सरकारचं वचन आहे. पाण्याचा प्रश्न सोडवला नाही तर मुख्यमंत्रिपदावर राहणार नाही, असं मनोहर जोशींनी सांगितलंय. इतकं जीव तोडून आम्ही बघतोय. पाच वर्षे आज तुम्ही दिलीत, पुढची पाच वर्षे दिल्यानंतर फक्त आम्ही दहा वर्षे कारभार करू. पस्तीस वर्षे काँग्रेसचा कारभार सहन केला. पाच वर्षे आणखी देऊन बघा आम्ही काय करतो.

सुरुवातीला पाच वर्षेच मागितली होती ...

त्यातली पहिली दोन वर्षे तर फुकटच गेली आमची. मनोहर जोशींवरतीही टांगती तलवार होती हिंदुत्वाचा प्रचार केला म्हणून.

आताही हिंदुत्व आहेच ना ...

हा. आणखी एक महत्त्वाचा प्रश्न. बेशरमपणानं काही लोकं विचारतात की एरव्ही तुम्ही हिंदुत्व हिंदुत्व करता पण निवडणुकीच्या वेळेला मात्र तुम्ही त्याबाबतीत काही बोलत नाही. या लोकांना काही कळत नाही. बहुतेक ते 'लोकसत्ता' आणि 'महाराष्ट्र टाइम्स' वाचणारे असावेत. नाहीतर हा प्रश्न त्यांनी विचारला नसता.

हिंदुत्वाचा प्रचार करूनच आमचे पाच आमदार डिबार झाले. हिंदुत्वाचा प्रचार करून तुम्ही भरघोस मतांनी निवडून दिलेले आमदार एका फटक्यात घालून टाकू डिस्क्वॉलिफाय करून. हा माझा नियम नाहीय. इलेक्शन कमिशनरचा नियम आहे. त्याला मी काय करू? नियम बदला. तरी पण आम्ही आज कडवट हिंदू म्हणूनच उभे आहोत. बाबरी मशिदीचा विषय धार्मिक असला तरी तो राजकीय विषय आहे. तो मी हाताळलाच तर त्याच्यामध्ये मिरच्या झोंबण्याची काही गरज नाही कुणाला. पण हिंदुत्वाचा प्रचार आम्ही निवडणुकीत करीत नाही, असे जे म्हणतात त्या विद्वान शहाण्यांना हे उत्तर आहे.

◗ प्रबोधनकारांना जाऊन २५ वर्षं होताहेत. या २५ वर्षांत त्यांचा विचार सतत तुमच्या सोबत असल्याचं जाणवतं ...

संशयानं बोलू नका. स्पष्ट सांगा.

◗ संयुक्त महाराष्ट्र लढ्याचे ते शिलेदार. मराठी महाराष्ट्र घडविण्याचा त्यांचा विचार होता ...

प्रसंगानुसार माझी पावलं त्यावेळी पडत असतात. कोणता प्रसंग उद्या ठाकणार आहे. त्याला तोंड कसं द्यायचं त्याचे आडाखे आता नाही बांधता येत. पण उद्याचा दिवस उजाडल्यानंतर जर तो प्रसंग उभा राहिला तर माझे विचार मी ताबडतोबीने तिथं अमलात आणतो. प्रबोधनकारांच्या विचारानंच हे सर्व पुढे चाललंय. जातीयवाद मी गाडून टाकलेला आहे. तो जातीयवाद प्रबोधनकारांना मुळीच मान्य नव्हता. दादा आमचे ब्राह्मणांच्या विरुद्ध नव्हते. बामणांच्या भिक्षुकीच्या विरुद्ध होते. साने गुरुजीसुद्धा ब्राह्मणच होते. पण त्यांनीसुद्धा बडव्यांच्या विरोधात पंढरपूरला सत्याग्रह केला. पंढरपूरच्या देवळाची द्वारे सगळ्यांना खुली ठेवा म्हणून त्यांचा सत्याग्रह. त्यांचाही लढा बामणांच्याच विरुद्ध होता. भटांच्या विरुद्ध होता म्हणा वाटल्यास. तुम्ही सगळ्यांनी ब्राह्मण-ब्राह्मण केलं. दादा ज्यावेळेला 'खरा ब्राह्मण'ची केस जिंकले तेव्हा भालाकार भोपटकरांनी दादांना प्रश्न विचारला, 'काय केशवराव, एवढा म्हणे तुम्ही खटला जिंकलात तरी तुमच्या मनामध्ये असलेला ब्राह्मणांविरुद्धचा द्वेष काही कमी झालेला नाही. अजूनही लेखातनं तुम्ही बामण शब्द वापरता.' तेव्हा दादा म्हणाले, 'तुम्हाला माझा लढाच समजला नाही. माझा विरोध ब्राह्मणांना नव्हता. बामणांना होता.' तेव्हा 'बरं बाबा. तुमच्यापुढे कोण बोलणार?' म्हणून भोपटकर गप्प बसले. ब्राह्मणांविरुद्ध दादा नव्हतेच. कारण ब्राह्मणच मदत करायला आले. दादांवरती जेव्हा खटला भरला तेव्हा पहिले शंभर रुपये वकिली फीसाठी दादांना देणारे देवधर होते. देवधर ब्राह्मण. बोला. असं आहे.

◗ दादांच्या विचारातला मराठी महाराष्ट्र आज राहिलेला आहे का?

याला काय अर्थ आहे? लग्न होताहेत. मुलं काढताहेत. ती काय मराठीच होताहेत का? हा प्रश्न का नाही विचारीत. का हो काल तुम्हाला मुलगा झाला तो मराठीच आहे काय? बायको मराठी, नवरा मराठी, पोरगा, मराठी नाही? एवढे जर तुम्ही पसरलात लोकसंख्येने आणि हा प्रश्न का विचारताय तुम्ही? कसला प्रश्न विचारताय? की महाराष्ट्र मराठीच राहणार आहे काय? मग नामर्द आहेत सगळे. मराठी राहणार नसेल तर.

◗ अलीकडे ज्येष्ठ साहित्यिकांत तशी चळवळ सुरू झाली आहे.

ते साहित्यिक सोडून द्या हो. त्यांचं नावच घेऊ नका. काय केलं त्यांनी महाराष्ट्रासाठी? कॉण्ट्रिब्युशन काय त्यांचं? स्वत:ची पोरं अमेरिकेला पाठवायची शिकायला. हे स्वत: इंग्लिशचे प्रोफेसर. घरी 'मम्मी' 'डॅडी' आणि मराठीचा अभिमान. कोणाला शिकवताय शहाणपण?

परप्रांतीयांच्या लोंढ्यांमुळे हे प्रश्न निर्माण झालेत ...

काय करणार? घटनेमध्ये हे सर्व लिहिलेलं आहे. '१९ ए कलम!' आम्हाला घटना पाळलीच पाहिजे. खालची पोटकलमं वाचू नका. वरची सोयीची तेवढी वाचा. खालचं चक्क म्हटलं आहे, 'तरी पण ... ज्या राज्यातून दुसऱ्या एखाद्या राज्यात कोणी गेलं तर स्थानिक राहणाऱ्या लोकांना त्यांचा उपद्रव होता कामा नये.' असं स्पष्ट वाक्य आहे. फक्त तेवढंच वाचायचं नाही. कारण आम्हाला वरचा उपयोग आहे. खालचा नाही.

सत्ता हातात घेताना ज्या संकल्पना होत्या त्या पूर्ण होताना दिसताहेत काय?

आकार येईल नं. कुंभाराला प्रथम माती चिवडावीच लागते. तुम्ही जर उद्या विचाराल की, किती चिवडत बसाल? तर जोपर्यंत ती एकजीव होत नाही तोपर्यंत. चिवडायला घेतली आणि नळाचं पाणी गेलं किंवा विहिरीत पाणीच नाही तर काय करू? पाणी येईपर्यंत थांबावं लागेल. तोपर्यंत चिवडणं माझं बंद राहील. पण चिवडणार. गोळा चांगला एकजीव झाला की त्याला आकार देणार.

या सगळ्या संकल्पनेत तुमचा शिवसैनिक कोठे आहे?

मी सर्वांनाच सांगतो. शिवसैनिक हेच माझं सर्वस्व आहे. पैसा हे आपलं भांडवल नाही. शिवसैनिक हेच आपलं भांडवल आहे. तो आहे म्हणून तुम्ही आहात. मी आहे. त्याला जपा. कधीही त्यांच्याशी उर्मटपणानं वागू नका. हे माझं सगळ्यांनाच स्पष्ट सांगणं आहे. अगदी राइट फ्रॉम मनोहर जोशी.

[२४ नोव्हेंबर, १९९८]

जनहितकारी हुकूमशहा हवा!

"विदेशी सोनिया गांधी ह्यांना कोणत्याही परिस्थितीत हिंदुस्थानचे पंतप्रधान होऊ देणार नाही ही भूमिका सर्वप्रथम शिवसेनाप्रमुखांनीच मांडली. त्यावेळी शिवसेनाप्रमुखांवर टीका करणाऱ्या शरद पवार ह्यांनी पुढच्या वर्षभरातच सोनिया गांधींच्या विदेशीवंशावर टीका करीत काँग्रेस पक्षांत बंडाचा झेंडा उभारून स्वतंत्र 'राष्ट्रवादी' काँग्रेस पक्षाची स्थापना केली. ह्या ढोंगावर शिवसेनाप्रमुखांनी घणाघाती हल्ला केला. 'सोनिया गांधी परदेशी आहेत हे पवारांना कधी कळलं? काल परवापर्यंत हा माणूस सोनियानिष्ठ होता. शरद पवारांची 'राष्ट्रवादी काँग्रेस' हे स्वार्थाचं राजकारण आहे. हा मुलामा लवकरच गळून पडेल."

चर्चेची सुरुवात शरद पवारांच्या काँग्रेसमधील बंडखोरीपासून झाली. पवारांच्या बंडाने दिल्लीचं आणि महाराष्ट्राचं राजकारण ढवळून निघालं आहे, असं सांगताच बाळासाहेब अत्यंत मिश्कीलपणे म्हणाले, 'सुरुवातीच्या गोष्टी सगळ्याच ढवळून काढल्यासारख्या वाटतात. कारण नंतर ढवळायला उशीर होतो. ढवळून वगैरे काही काढलं नाही. त्यांनी जो विचार मांडलाय तो काही नवा नाही. सात-आठ वर्षांपूर्वी मीच तो सर्वप्रथम दिला होता. कोणत्याही परिस्थितीत सोनिया गांधींना या देशाचं पंतप्रधान होऊ देणार नाही हे मीच ठणकावून सांगितलं होतं. देशाच्या सार्वभौमत्वाचा विचार आहे. शंभर कोटींच्या या देशात आम्हाला एकही हिंदुस्थानी मिळत नाही. हिंदू मिळत नाही म्हणा वाटल्यास. परदेशी बाईला तुम्ही पंतप्रधान कसं काय बनवता?'

◗ पवारांनीही हाच प्रश्न विचारला आहे ...

सोनिया परदेशी आहे हे शरद पवारांना कधी कळलं? काल-परवापर्यंत हाच माणूस सोनियानिष्ठ होता. सोनियांनी कारभार हाती घ्यावा म्हणून हेच जनपथावर आरती ओवाळायला गेले होते. सोनियांनी काँग्रेसमध्ये जान आणली असं यांचं वक्तव्य आहे. जान ज्या बाईनं आणली तिची तुम्ही आता जान घ्यायला निघालात. ती विदेशी आहे म्हणून. हा विचार कधी सुचला तुम्हाला? मग मी जेव्हा सोनियांना विरोध केला त्यावेळेला तुम्ही मला पाठिंबा का दिला नाहीत? त्यावेळेला तुमच्या आरत्या चाललेल्या पदावरून आणि आता एकदम तुम्ही परदेशी, परदेशी करून फिरताय. इतक्या उशिरा तुमची ट्युबलाइट पेटावी?

◗ सोनियांचा या देशाशी संबंध नाहीच ...

बरोबर आहे. या देशात जन्मलेल्या व्यक्तीनंच देशाचं नेतृत्व करायला हवं. राष्ट्रपती, उपराष्ट्रपती व पंतप्रधानपदाचं सोडाच, मंत्रिमंडळातही परदेशी व्यक्ती असू नये. सोनिया गांधी आता मोठमोठ्या जाहिराती करून आपण हिंदुस्थानी नागरिक असल्याचं सांगत असल्या तरी ते मान्य करता येणार नाही. तुम्ही राजीव गांधींशी लग्न केलं असेल, त्या नात्यानं तुमचा या देशाशी संबंध आला असला तरी तुम्ही हिंदुस्थानी नागरिक होऊ शकत नाही. देशाशी त्याचा काही संबंध नाही. नेताजी सुभाषचंद्र बोस यांनी एका ऑस्ट्रियन बाईशी लग्न केलं. त्यांना एक मुलगी आहे. आम्ही सुभाषचंद्र बोस यांचा अधिकार मानू. कारण ते आमचे आहेत, पण त्या ऑस्ट्रियन बाईला कधीच पंतप्रधान बनू दिलं नसतं. डॉ. द्वारकानाथ कोटणीस यांनी एका चिनी बाईशी लग्न केलं. आम्ही कोटणीसांचा अधिकार मानू, पण त्या चिनी बाईला इथं पंतप्रधान बनू देणार नाही. हा आमच्या

देशाच्या सुरक्षिततेचा सवाल आहे. अशा व्यक्तींना जर आपण पंतप्रधानपद दिलं तर देशातील अनेक गुपितं बाहेर जाऊ शकतात. तो धोका या देशाला परवडणारा नाही आणि कोणताही देश असा धोका अंगावर घेणार नाही. प्रत्येक देशाचा हा नियमच आहे. अगदी आमच्या एन. आर. आय. लोकांनीही अमेरिका, ब्रिटन किंवा कॅनडाची पंतप्रधानकी मिळवून दाखवावी. आमचेच कायदे इतके ढिसाळ ठेवलेले आहेत.

◗ कशामुळे हे झालं?

लोकशाहीच्या नावाखाली सगळा धांगडधिंगा चाललेला आहे. कायदे इतके कमकुवत की पळवाटा भरपूर.

◗ या पळवाटा बुजवण्यासाठीच घटनेत बदल करण्याची मागणी पवारांनी केली ...

घटनेत बदल करावा असं हे आज सांगताहेत. काल परवापर्यंत जेव्हा तुम्ही मांडीला मांडी लावून बसला होतात. तेव्हा तुम्ही घटना बदलू देणार नाही वगैरे बोंबा मारीत होता. आता घटना बदलण्याच्या गप्पा तुम्ही का मारता? आणि खुद्द काँग्रेसनं घटना किती वेळा बदललेली आहे. बाबासाहेब आंबेडकरांची मूळ घटना किती पानांची? आणि त्याला एकतर ज्या जोडण्या दिलेल्या आहेत त्या किती? ते पाहा ना. या देशामध्ये इतक्या दळभद्री विचारांना नेतृत्व मिळतंय. काही कळत नाही. लोकं तरी कुठं चाललेली आहेत?

◗ पवार तुमचे राजकीय विरोधक असले तरी त्यांनी तुमचाच मुद्दा उचललेला आहे ...

माझाच आहे. देशामध्ये कोणालाही जो सुचला नाही तो मुद्दा मी मांडलेला आहे.

◗ पण हा मुद्दा काँग्रेसमधील बंडानंतर अधिक ताकदीनं पुढे आला. चर्चा सुरू झाली ...

त्यामागं स्वार्थच आहे. पवार जे काँग्रेसमधून बाहेर पडलेले आहेत, ते विदेशी आणि स्वदेशी या मुद्द्यावर नाहीच. त्यांना जेव्हा कळून चुकलं की आता दिल्लीमध्ये आपली डाळ शिजत नाही. तेव्हाच त्यांनी पुन्हा महाराष्ट्राचा रस्ता धरला. काल-परवापर्यंत हेच पवार म्हणत होते की, मी राष्ट्रीय नेता आहे. महाराष्ट्राच्या स्थानिक राजकारणामध्ये मी रस घेऊ इच्छित नाही. आता तुम्ही कोठे आलात? महाराष्ट्रातच

येऊन बसलात. तुम्ही जर राष्ट्रीय नेते आहात तर दिल्लीच्या बोट क्लब किंवा रामलीला मैदानावर शक्तिप्रदर्शन करायचं. शिवाजी पार्कवर कसली मीटिंग घेता? आम्हाला मस्ती दाखवायला? ही तुमची राजकीय प्रवृत्ती. राष्ट्रीय नेते आहात तर दिल्लीच्या मैदानावर जा उड्या मारायला. त्यांना जेव्हा कळलं की दिल्लीत काही शक्य नाही, पंतप्रधानकी हातची गेलेली आहे, तेव्हा त्यांनी ही उडी मारून हा मुलामा दिलेला आहे.

◗ कसला मुलामा?

राष्ट्रभक्तीचा आणि राष्ट्राभिमानाचा मुलामा त्यांनी दिलाय. हा सगळा स्वार्थ आणि स्टंट आहे त्या व्यक्तीचा आणि पवार ही चीज काय ते तुम्हाला माहीत आहे. एकाही व्यक्तीशी त्यांचं कधी जुळलेलं नाहीय. मी त्या सर्व व्यक्तींची अगदी माझ्यासकट नावं देतो. ते तुमचे सुधाकरराव नाईक, काय ते ... कोण आहेत ते सुधाकरराव नाईक? काय बेस तरी आहे काय या लोकांना? शंकरराव चव्हाण असोत, अंतुले असोत, शिवराज पाटील असोत. सगळे बसले हे दिल्लीला खुर्च्या उबवायला. त्यांचं महाराष्ट्रात स्थान काय? पवार हा तर जातीवरती जगणारा किडा आहे. बाकी पोलिटिक्स मॅच्युरिटी त्यांच्याकडे आहे हे मी तरी मानायला तयार नाही. अत्यंत मतलबाचं आणि स्वार्थी राजकारण खेळत असतो हा म्हणून.

◗ पवारांशी तुमचेही अत्यंत चांगले संबंध होते ...

नाती आमची अजूनही चांगली असू शकतात. नात्यांचा प्रश्न इथं येत नाही. आधी देश आणि नंतर महाराष्ट्राशी आमचं नातं आहे. मराठी अस्मितेची जात तुम्हाला आता आठवली. मी जेव्हा यावर बोंबलत होतो तेव्हा तुम्ही मला जातीयवादी आणि प्रांतीयवादी म्हणून शिव्या दिल्यात आणि आता तुमचा अभिमान उसळला काय? पुन्हा आतलं राजकारण वेगळंच. सेक्युलॅरिझमच्या गप्पा मारणारा आतून मराठ्यांना चिथवतोय. हे सेक्युलॅरिझम तुमचं?

◗ सोनिया गांधीच्या अट्टहासामुळे वाजपेयींचं सरकार फक्त १३ महिन्यांत कोसळलं व लोकसभा निवडणुकांना सामोरं जावं लागलं...

मग त्या अट्टहासाला तुम्ही बळी का पाडलात? तुम्हाला कळलं नाही की अट्टहास चालू आहे बाईचा. बाईला पुढे कोणी केलं? शरद पवारांनी केलं नाही? याचं उत्तर आधी द्या. त्यांनीच तर कारस्थान केलं बाईंना आणण्याकरिता म्हणून. आता बाईचा खात्मा करू. नंतर बघू. त्यांना माहीत होतं की, वाजपेयींचं सरकार

पडल्यानंतर एक कमकुवत सरकारच येणार तिथं. एक किंवा दोन मतांचं. पुन्हा इकडून तिकडून कारस्थानं केली की बाईची इमेज खराब होणार. बाई पडेल. ते सरकार पडल्यानंतर माझाच नंबर लागणार नंतर. हा हिशेब होता त्यांचा. तोही फसला. मटका लावायला गेले, पण आकडा लागला नाही.

◗ काँग्रेस पक्षात असलेल्या पवारांना तुमचा प्रचंड विरोध होता. आज त्याच पवारांनी तुमच्याच विचारांचा झेंडा खांद्यावर घेतला आहे...

मला विचारांची चोरी करणारे चोर आवडत नाहीत. विचारांची चोरी केली त्यांनी माझ्या.

◗ तरीही मूळ विचार तुमचाच आहे...

जसे ते वाङ्मयचोर असतात ना तसेच हे. वाङ्मय चौर्य म्हणता तुम्ही त्याला. तसेच हे विचारांचं चौर्य. सरळसरळ चोरी आहे माझ्या विचारांची.

◗ महाराष्ट्राची अस्मिता आणि स्वाभिमान हा विचारदेखील पवारांनी मांडला. मूळचा तुमचाच विचार हा...

यावर माझ्या ठाकरी भाषेत सांगायचं तर एखाद्याकडे सायकल आहे, तो सायकल बाजूला उभी करून लघुशंकेसाठी उतरला, ती सायकल डबोलं मारलेल्या माणसानं न्यावी असा प्रकार आहे हा. त्यानं माझी सायकल वापरली. लघुशंकेला जाण्यासाठी सायकल पार्क केली होती. त्याच्यावर बसून चोरलेलं डबोलं तो घेऊन गेला.

◗ मराठी अस्मितेचा विचार तुमच्याकडून सुटल्यामुळेच त्यांना पळवता आला...

पवारांना आता कळलं काय की आमच्या हातून सुटला मुद्दा. दिल्लीचं राजकारण यशस्वी झालं असतं तर आमच्या हातून सुटलेला मराठी माणसांचा मुद्दा त्यांनी घेतला असता हातात? निखाऱ्यासारखा टाकून दिला असता हातातनं. आमच्या हातातनं मराठी अस्मितेचा मुद्दा सुटलेला नाही. याच लोकांनी आम्हाला मारलं. आता 'मीडिया'नेसुद्धा हा मराठी अस्मितेचा मुद्दा आपल्या अग्रलेखातून उचलून धरला आहे; पण मारणारे हेच लोक आहेत. हेच सुमेरसिंग आणि खडकसिंग आहेत आपल्या मीडियातले. एक वर्तमानपत्र तर पवारांच्या बाजूचं, दुसरं वर्तमानपत्र तर सरळ सोनिया गांधींचं. वाटप झालंय.

◗ मराठी अस्मितेच्या मुद्द्यांवर तुम्हाला विरोध झाला. आज तेच लोक पवारांना उचलून धरताहेत ...

होय, तेच आहेत. व्यक्तिगत असं त्यांचं राजकारण चाललंय. याच्यामध्ये ना महाराष्ट्रहित आहे ना देशहित आहे.

◗ महाराष्ट्राचा मराठी माणूस हा भावनिक आहे. अस्मितेसारख्या भावनिक प्रश्नावर तो वाहत जातो ...

महाराष्ट्राच्या मराठी माणसानं वाहून घ्यावं. त्यानं वाहत जाऊ नये. विचार आणि कर्तव्यासाठी वाहून घेण्याची महाराष्ट्राची परंपरा आहे. शिवसेनेमध्ये असलेल्या लोकांनी वाहून घेतलेलं आहे. ती वाहत गेलेली माणसं माझ्याकडे नाहीत. आमच्याकडनं वाहत गेलेली माणसं पवारांना मिळतात.

◗ दिल्लीनं महाराष्ट्राचा सतत अपमान केला ...

हे आता कळलं? यशवंतराव चव्हाणांपासून चालू आहे हे आणि इतक्या वेळानं तुम्हाला कशी काय अक्कलदाढ येते? वय वर्ष किती आणि आता अक्कलदाढ आली?

◗ महाराष्ट्राचा अपमान तर झालाच आहे ...

शिवाजी महाराजांपासून ते चाललं आहे. म्हणून शिवाजी महाराजांच्या गडाची सर्व तोंडं उत्तरेकडे आहेत. शत्रूचा हल्ला उत्तरेकडनं झालेला आहे. तिथपासून परंपरा चालू आहे ही. या लोकांनी ती टिकवली.

◗ महाराष्ट्राचा माणूस कधीच पंतप्रधान होऊ द्यायचा नाही असं दिल्लीचं राजकारण आहे. पवार त्या महाराष्ट्रविरोधी कारस्थानांच्या विरोधात उभे राहिले आहेत ...

नाही. हा बेगडी विरोध आहे. स्वार्थासाठी त्यांनी हे सर्व उभं केलंय. हा विरोध नव्हे. वेगवेगळ्या प्रांतांमध्ये प्रसंगी काँग्रेसमध्ये नेहमीच भांडणं लागली. खरी काँग्रेस कोणती? आमची का तुमची? तुमची का आमची? सगळ्यांचे जुने फोटो द्यायचे. महात्मा गांधींपासून राजीवपर्यंत. त्यामध्ये कुठेतरी जाती-जमातीचे राजकारण टिकविण्याकरिता शिवाजी महाराज, डॉ. बाबासाहेब आंबेडकर, फुले यांचे फोटो चिकटवायचे. हे धंदे आहेत त्यांचे. प्रेम नाही त्यांना समाजाबद्दल. बिलकूल नाही. ही मतांची बेगमी आहे त्यांची. महाराष्ट्राबद्दल त्यांना कधीच प्रेम वाटलं नाही. आताही वाटण्याचं कारण नाही. ढोंग आहे सगळं.

◗ देवेगौडा, गुजराल, चरणसिंग, चंद्रशेखर अशी माणसं या देशाची पंतप्रधान होऊ शकली; पण महाराष्ट्राचे कर्तबगार नेते कधीच पंतप्रधान झाले नाहीत ...

त्यांचं राजकारण फार निराळं आहे. नाही म्हटलं तरी निराळ्या प्रमाणात ती तेथे 'एस्टॅब्लिश' झालीत. दिल्लीमध्येच त्यांचं राजकारण खडखडलं. इथं राजकारण करून दिल्लीत जाण्यात काही अर्थ नाही. तिथं नाही म्हटलं तरी सगळा राक्षसगणच आहे. निराळ्या पद्धतीचे लोक आहेत सगळे, पण टिकले किती? वर्षसुद्धा काढलेलं नाही काही लोकांनी.

◗ तरीही त्यांनी सर्वोच्चपद मिळवलं ...

मिळवलं म्हणजे काय? अठरापगड असल्यावरच ते मिळू शकतं. चरणसिंगांची लायकी होती काय पंतप्रधान होण्याची? ते गौडा काय, गुजराल काय. हे नशिबाचेच खेळ आहेत.

◗ असा एखादा नशिबाचा खेळ जर पवारांना फळला तर ...

पवारांनी महाराष्ट्राला दुखवलं आहे. त्यांची जी अस्मिता आज फसफसली आहे ती स्वार्थासाठी बाळगल्यामुळे त्यांचं नुकसान झालं. ते मोकळेपणानं वागले असते तर कदाचित राजकारणाला निराळा टर्न मिळाला असता. ज्या शिवसेनेनं इथूनची अस्मिता जागवण्याचा प्रयत्न केला तिला जमेल तितका विरोध करून, त्रास देऊन ते तिकडे गेले. त्यामुळे इथनं ते उद्ध्वस्त झाले. त्यांनी आपापले प्रांत टिकवलेले आहेत. शरद पवारांनी महाराष्ट्र टिकवलेला नाही. त्यांच्या डोक्यात हवा गेली राष्ट्रीय नेतृत्वाची आणि त्यांनी ते बोलूनही दाखवलेलं आहे. काय तर म्हणे, आता मी राष्ट्रीय नेता असल्यामुळे स्थानिक राजकारणात मला रस नाही. मग आता स्थानिक राजकारणात का आलात?

◗ सोनिया गांधी पंतप्रधानपदासाठी 'अनफिट' असल्याचं पवार सांगतात ...

अनफिट कसले? ते देवगौडा काय, चरणसिंग, चंद्रशेखर काय, यांच्यावर काय बोलयचे? यांच्याकडून कोणत्या अपेक्षा करायच्या?

◗ पवार तरी त्या पदासाठी फिट वाटतात काय?

ते कपडे कोणाकडे शिवतात त्या टेलरला विचारलं पाहिजे. वेदर ही इज फिट ऑर अनफिट. इथं फिट आणि अनफिट असं काहीच नाहीय. या सर्व लॉटऱ्या आहेत. एकेकाळी या पदाला दर्जा होता. तो दर्जा आता राहिलेला नाही. फालतू लोकशाही आहे तुमच्या देशातली.

◗ **लोकशाहीच कोसळल्यामुळे दर्जा घसरला?**

लोकशाही होतीच कधी तुमच्या देशात, तर कोसळली? होती कधी ते सांगा. ढोंग आहे तुमचं हे. तुमच्या स्वार्थासाठी तो शब्द वापरताय, लोकशाही. माणसांना ठार मारायचं आणि लॉ ॲण्ड ऑर्डरच्या नावाखाली सुटका करून घ्यायची. लोकशाहीमधली ही लॉ ॲण्ड ऑर्डर पुन्हा म्हणायची. हा शब्दांचा जुगार लोकांनी आता ओळखला पाहिजे. हा शाब्दिक जुगार आहे.

◗ **यावर तुम्ही काय मार्ग सुचवाल?**

मार्ग काही नाही. एक अत्यंत जबरदस्त असा शिवाजी महाराजांप्रमाणे जनहितकारी हुकूमशहा तिथं बसला पाहिजे.

◗ **तुम्ही स्वतः हुकूमशहा आहातच आणि जनहितकारीही आहात ...**

होय, मग ...

◗ **दिल्लीत जाण्याचा विचार तुम्हीच का करीत नाही?**

तो लोकांच्या आणि देशाच्या नशिबाचा प्रश्न आहे. माझा नव्हे. देशाचं नशीब जर बदलणार असेल, लोकांचं भाग्य उजळणार असेल तर कदाचित मी होईनही. काय सांगावं? आजही माझ्या हातामध्ये 'आर्मी' द्या. मी दाखवतो तुम्हाला चमत्कार!

◗ **अराजक किंवा यादवीचं तुम्ही केलेलं भाकीत खरं ठरेल अशीच देशाची स्थिती आहे ...**

मी बोलतो तो शाप नसतो, तर भविष्यवाणी म्हणा वाटल्यास. ती माझी अंतर्गत अशी एक ऊर्मी असते. दंगे-धोपे होणार. जेवढ्या मी बोंबा मारल्यात तुम्ही म्हणताय त्यांना ते सत्य म्हणून तुमच्यासमोर येणार. हिंदू-मुसलमानांचे दंगे उसळणार. त्यावेळेला बांगलादेशचे घुसलेले मुसलमान काय करतात ते बघा. कुठच्या देशप्रेमात ते उभे राहतील ते पाहा मग. इशारा देऊनसुद्धा तुम्ही मला कमीपणा दिलात...

[१७ जून, १९९९]

पाकिस्तानला पूर्ण गाडल्याशिवाय हिंदुस्थानला सुख नाही!

“तेरा महिन्यांच्या कारभारानंतर वाजपेयींचं सरकार कोसळलं. देशात राजकीय अस्थिरता असतानाच पाकिस्तानचा हल्ला झाला. कारगिलात युद्ध पेटलं. शिवसेनाप्रमुखांनी ‘कारगील’च्या लढाईवर आपली स्पष्ट मतं मांडली. त्यांनी ठणकावून सांगितलं, ‘पाकिस्तानी सैन्याला आमची एक इंचही भूमी बळकावता येणार नाही. आमचे शूर आणि बहद्दर सैनिक पाकिस्तानी सैन्य व घुसखोरांचा खात्मा करीत पुढे निघाले आहेत. त्या सैनिकांचा मला गर्व वाटतो...”

मुलाखतीचा दुसरा भाग राष्ट्रीय प्रश्नांच्या चर्चेनं सुरू झाला. देशात यादवी आणि अराजक होणार असल्याच्या भविष्यवाणीचा पुनरुच्चार शिवसेनाप्रमुखांनी पहिल्या भागात केला. सध्या पाकिस्ताननं हिंदुस्थानवर केलेलं आक्रमणही त्याच अराजकाची सुरुवात आहे काय? असं विचारताच शिवसेनाप्रमुखांनी सांगितलं, 'युद्धाची तर सुरुवात आहेच. हिंदुस्थानच्या भूमीवर तिसरं महायुद्ध होणार आहे काय? एवढंच पाहायचं. एक तर काय आहे की, अमेरिका असो नाही तर चायना असो. तुम्ही जर बारकाईनं पाहिलंत तर त्यांचा कावा कळून येईल. अमेरिकेनेसुद्धा जेवढी युद्धं आता केली ती दुसऱ्यांच्या भूमीवर केली. चीनचंसुद्धा तेच तंत्र आहे.'

◗ हिंदुस्थानचं काय तंत्र आहे?

आम्ही मात्र आमच्यावर शत्रूनं हल्ला केल्याशिवाय, युद्ध आमच्यावर लादल्याशिवाय इंचभरही पुढे सरकत नाही, पण पुन्हा सांगतो, आता मात्र पाकिस्तान पूर्णपणे गाडल्याशिवाय तुम्हाला सुख मिळणार नाही. मोगल सम्राटांपासून चालत आलेली ही परंपरा आहे. वेळोवेळी मोगलांनी मराठ्यांना चिरडण्याचा प्रयत्न केलेला आहे. हिंदूंना चिरडण्याचा प्रयत्न केला आहे. तोच इतिहास चालू आहे अजून.

◗ वाजपेयींचं सरकार मजबूत आहे असे आपण नेहमीच म्हणता, पण या मजबूत सरकारच्या काळातच पाकिस्ताननं आपल्यावर आक्रमण केलं.

तुम्ही आता वाजपेयींकडे हा चेंडू टाकताय हे ठीक आहे, पण त्याआधी काँग्रेस सरकार होतं नं. कालपर्यंत तुम्हीच त्या गाडीवर बसला होता नं. तुम्हा बेअकल्यांना हे कळलं नाही का की हे घुसताहेत म्हणून. आझाद कश्मीर काही वाजपेयींच्या वेळी गेलेला नाही. जवाहरलाल नेहरूंच्या वेळेला ते गेलेलं आहे, त्याचा जाब तुम्ही कोणाला विचारणार? कारगीलचा ताबा त्यांनी घेतलेला नाही, तर घेण्याचा प्रयत्न त्यांनी चालविलेला आहे. आमचे सैन्य लढत आहे. बराचसा भाग घुसखोरांच्या तावडीतून मुक्तही झाला.

◗ म्हणजेच कारगिल त्यांनी जिंकलं होतं...

नाही. जिंकलेलं नाही. त्यांनी घुसण्याचा प्रयत्न केलेला आहे. जवान आमचे जिद्दीनं लढताहेत. युद्धसदृश स्थिती जरी असली तरी हा आरोप तुम्हाला करता येणार नाही. पंडित जवाहरलाल नेहरूंच्या काळातच पाकिस्ताननं कश्मीरचा लचका तोडलाय. त्यावेळेला तुम्ही काय करीत होता? नैतिकदृष्ट्या तुम्हाला काय अधिकार आहे हा प्रश्न विचारण्याचा?

◗ कारगिलमधील लढाई आपण अत्यंत धीम्या गतीनं लढत आहोत. या पद्धतीनं आपण कधीच जिंकू शकणार नाही ...

सध्या सीमेवरून ज्या बातम्या येतात त्या बरोबरपण असू शकतात. चुकीच्याही असू शकतात. आपलं सैन्य लढत आहे. मुख्य म्हणजे प्रतिकूल हवामानातही त्यांची कूच सुरू आहे. काही ठाणी काबीज केली आपल्या सैन्यानं, पण काही ठाणी अशी विचित्र आहेत की प्रतिकूल हवामान आणि विचित्र भौगोलिक परिस्थितीचा फटका आपल्याला बसतोय. एक तर सगळा बर्फाळ प्रदेश आहे आणि पाकिस्तानची पोझिशन वरती आहे. वरच्या शिखरावरती आहे. आपलं सैन्य खाली असल्यामुळे त्यांना वरून अत्यंत सहजगत्या आपल्यावर हल्ला करता येतो. त्या मानानं खालून वरती हल्ला करणं हे जड जातं. हा थोडा निसर्गाचा प्रकार असल्यामुळे धीम्या गतीनं सुरू असेल, तरीही हवाई हल्ले सुरूच आहेत. आणखी काय होऊ शकतं?

◗ १९७१ चे युद्ध इंदिराजींनी फक्त २१ दिवसांत जिंकलं होतं. आपल्या फौजा लाहोरपर्यंत घुसल्या होत्या. आता तो जोश दिसत नाही ...

अहो पण युद्ध जाहीर झाल्याशिवाय ते कसं होणार? अजून युद्ध जाहीर झालेलं नाही आणि आपण कधीच करीत नाही. त्यासाठी आधी पाकिस्तानचा हल्ला व्हावा लागतो.

◗ युद्ध जाहीर करायला हवं?

सध्या देशात परिस्थिती अशी आहे की, सरकार आहे की नाही? आणि केअर टेकर म्हणजे काळजीवाहू सरकारला किती अधिकार आहेत? युद्ध जाहीर करण्याचा अधिकार काळजीवाहू सरकारला असू शकतो काय? की तो राष्ट्रपतींचा अधिकार आहे?

◗ देशात सरकार नाही. राजकीय अस्थिरता आहे. नेत्यांत एकवाक्यता नाही. या परिस्थितीचा फायदा घेऊन पाकिस्तान आपल्यावर आक्रमण करू शकतो...

होय. नेहमीच शत्रूच्या कमकुवतपणाचा फायदा घ्यायचा असतो. एक साधं गणित बघा नं. म्युनिसिपालिटीचे जे सफाई कामगार असतात ते पावसाळ्यातच संप करतात, उन्हाळ्यात नाही. हे तंत्र आहे. युद्धामध्ये तीच तंत्रं वापरली जातात.

◗ तुमचं सरकार केंद्रात आहे. या प्रश्नावर वाजपेयी किंवा जॉर्ज यांच्याशी चर्चा झाली काय?

नाही. फोनवरती कसली चर्चा करायची? प्रत्यक्ष भेटायला पाहिजे. माझी काही

दिल्लीला जाण्याची इच्छा नाही आणि इथं ते आल्यावर त्यांच्या व्यापात असतात. त्यांच्याभोवती त्यांचेच सगळे कार्यकर्ते आणि अमुकतमुक गराड्यातच असतात.

◗ हे युद्ध धीम्या गतीनं असंच चालू राहिलं तर ... जनमत बिघडू शकतं ...

नाही. जनमताचं काही सांगू नका, पण निश्चित युद्धाचं स्वरूप आल्याशिवाय तसा उठाव करता येत नाही. आपले जवान तिथं काहीच करीत नाहीत, कुणाला मारीतच नाहीत असं समजू नका! नाहीतर पाकिस्तानी सैन्य आणि घुसखोरांना इतक्या मागं ढकलताच आलं नसतं. आपले सैनिक काही फुकट मरत नाहीत. शत्रूला मारूनच मरतात.

◗ अशा परिस्थितीत सप्टेंबरात होणाऱ्या लोकसभा निवडणुका होऊ शकतील काय?

कठीण आहे सगळं. खुद्द निवडणूक आयोगाचीच पंचाईत झालेली आहे की निवडणुका जाहीर कराव्यात की न कराव्यात. तीन महिने राहिलेत जेमतेम. त्यात तुमचे गणपती नि बिणपती आले म्हणजे झालं सगळं.

◗ काँग्रेस पक्ष फुटलेला आहे. दोन तुकडेच झालेत. भाजप-मित्रपक्षांची युती मजबूत आहे. या परिस्थितीत कशा प्रकारच्या निकालाची तुम्हाला शक्यता वाटते?

सुरुवातीलाच तुम्ही एक प्रश्न विचारला त्या पद्धतीचा की जमवाजमव सुरू आहे. ही जमवाजमव दोन तऱ्हेची असते. एक विचारानं मजबूत आणि पाहूया काय चाललंय ते म्हणून या प्रकारातील असतात. काही माणसं बांधलेली असतात. ती आपली स्वत:चीच असतात. ताकदीचीच असतात. खासगीत काही राजकारणात नसलं तरी सत्यनारायण घातला तरी लोक येतातच. फुकट प्रसाद मिळतोय तर खायला काय हरकत असावी? ही जी परिस्थिती आहे ती स्पष्टपणे सांगायचं झालं तर आम्हाला अत्यंत अनुकूल आहे. अप्रतिम आहे. त्यांचा त्रिकोण होऊ द्या, चौकोन होऊ द्या. आता त्यांचं वाटोळं झाल्याशिवाय राहत नाही. एवढी गॅरंटी मी तुम्हाला आज देतो. या क्षणाला देतो.

◗ एखाद्या पक्षाला बहुमत मिळेल?

निश्चित. आमच्या युतीलाच बहुमत मिळेल. त्यांच्या फळ्या चिकार उभ्या राहताहेत. तेवढी मतविभागणी होतेच. ती आमच्याच फेव्हरमधील आहे. इथं

महाराष्ट्राचा विचार करू. कोणाला तुम्ही जवळ करणार? समाजवादी पार्टी जवळ करताना तुमच्या त्या बेगडी राष्ट्रवाद्यांचाही विचार करावा लागेल. २००० कोटी रुपये पाकिस्तानला द्या असं म्हणणाऱ्या मुलायमसिंगला तुम्ही जवळ करणार का? याचं उत्तर या राष्ट्रवादी म्हणविणाऱ्यांनी द्यावं. रिपब्लिकनसुद्धा नाही म्हटलं तरी निराळ्या पद्धतीनं वाटला गेलेला आहे. रामदास आठवलेची पंचाईत काय की आता त्याला पवारांनी वाढवलाय सगळा. तर हा वेल सोनिया गांधीच्या मांडवावर चढला तरी वाढेल काय? पकड घेऊन. रा. सू. गवई तर सोनियांकडेच गेले. ही मतविभागणी आम्हाला खूप फायदेशीर ठरणार आहे. ठरावीच लागेल.

◗ राज्याराज्यांतील प्रादेशिक पक्षांची आघाडी निर्माण होतेय. या आघाडीचे लोकही मोठ्या संख्येनं निवडून येतील आणि त्यांच्या पाठिंब्याशिवाय केंद्रात कोणाचंही सरकार बनणार नाही ...

आताचा बदल फार मोठा आहे. या ज्या बारक्या-बारक्या फळ्या होत्या– जयललिता म्हणा, गूपनार म्हणा– त्यांचे कार्यकर्तेच सोडून गेलेत त्यांना. समता आणि ममता पक्षांतही अस्वस्थता आहे. त्यांचा जो पूर्वीचा आकडा होता तो त्यांना मिळणार नाही. त्यामुळे बराचसा ताप कमी होण्याची शक्यता आहे राजकारणातला. त्यामुळे जेवढे जायण्टस् आहेत ते प्रामुख्याने येतील पुढे. त्याच्यामध्ये जायण्ट राहिला आता फक्त भारतीय जनता पक्ष. कारण काँग्रेस तुटली. त्यामुळे तो एक फायदा भाजपला चांगला होण्याची शक्यता आहे. राहिला प्रश्न फक्त तुमचा यू. पी. चा. तिथं कल्याणसिंगनं काय करून ठेवलंय मला माहिती नाही.

[१८ जून, १९९९]

महाराष्ट्रात पुन्हा युतीचेच राज्य येणार

“लोकसभेबरोबरच महाराष्ट्राच्या विधानसभेच्याही निवडणुका घेण्यास शिवसेनाप्रमुखांनी आधी कडाडून विरोध केला. कारगिल युद्धाचा फायदा युतीला मिळेल अशी भाजपाची भूमिका होती. पण शिवसेनाप्रमुखांना ते मान्य नव्हतं युतीसरकारला जनादेश पाच वर्षांसाठी आहे. आम्ही मुदत पूर्ण करणारच! असं सांगत त्यांनी पुन्हा एकदा शरद पवारांना आव्हान दिलं, ‘पवार मराठा जातीचं लेबल लावून प्रचार करीत आहेत. एकीकडे सर्वधर्म समभावाचा ढोल वाजवायचा आणि दुसरीकडे मराठ्यांना डिवचून आमच्यासमोर उभं करायचं. हाच त्यांचा सर्वधर्मसमभाव! ”

लोकसभा आणि विधानसभा एकत्र घ्यायला तुमचा विरोध होता ...

माझा विरोध आजही आहे.

गोपीनाथ मुंडे यांनी नेमकी विरुद्ध भूमिका घेतलीय. दोनही निवडणुका एकत्र घेण्याचे त्यांनी संकेत दिलेत...

आज सकाळीच मी मुख्यमंत्री नारायण राणेंना फोन करून सांगितलंय की, हा मूर्खपणा करू नका. आपल्याला जो जनादेश मिळालेला आहे तो पूर्ण पाच वर्षांसाठी मिळालेला आहे. इतर राज्यांत होणार आहेत म्हणून आमच्या राज्यात निवडणुका होणार याला काय अर्थ आहे? उद्या आमच्या राज्यात निवडणुका झाल्या म्हणून दुसऱ्या राज्यांत घ्याल का तुम्ही? जर तुम्ही चांगल्या तऱ्हेनं वागणार असाल तर गोष्ट निराळी आहे. पण सूडबुद्धीनं वागणार असाल तर निवडणुका येतील. आल्या तरी तयारी आहे. तयारी जरूर आहे. पण निवडणुका मुदतीआधी न घेतलेल्या बऱ्या. का? तर पाच वर्षे पूर्ण करण्याचा आपल्याला अधिकार आहे. लोकांनी आम्हाला तो दिलेला आहे. काय इथं दंगेधापे आहेत? मुडदे पडत आहेत? राजकीय परिस्थिती काय अस्थिर नाहीय.

तरीही मुंडे यांचा आग्रह कशासाठी?

काय माहीत नाही त्यांचं काय राजकारण चालतं ते. मी सकाळीच त्यांना निरोप दिलेला आहे की, हा मूर्खपणा करू नका.

महाराष्ट्राचं चित्र काय असेल? परवा जे राष्ट्रवादी काँग्रेसनं शक्तिप्रदर्शन केलं...

ते शक्तिप्रदर्शन नाही असं तुम्हाला मी सांगतो. त्यामध्ये आले कोण? साखर कारखानदारांनी आपल्या कारखान्यांतील सगळी लोकं लॉऱ्यांमध्ये भरून आणली. नंतर गिरणी कामगार आणला गेला. ते तर भोईच आहेत त्यांचे. माथाडी कामगार आला. तो अण्णा पाटलांच्या पोरांनी आणला.

पण तो तर तुमच्याबरोबर होता...

होय, होता म्हणजे अडचणी आल्या की आमच्याबरोबर, अडचण सुटली की पवारांबरोबर. तिथं मग ते मराठा राजकारण खदखदतं.

◗ सत्तेच्या चार वर्षांत मराठा राजकारण का संपवलं नाही? एक जातीचं राजकारण आहे हे...

आज आमच्याकडे ७५ आमदार आहेत. त्यामध्ये ४५ आमदार हे मराठे आहेत. आम्ही नाही कधी जातपात पाहिली त्यामध्ये. माणुसकी हीच जात. आम्ही जातपात न पाहता उमेदवाऱ्या दिल्या. त्यात हे ४५ मराठे निघाले. त्यातले काही मंत्री आहेत. खुद्द राणे हे मुख्यमंत्री आहेत. काही विशिष्ट लोकच ही जातीची लेबलं घेऊन राजकारण करीत असतात आणि शरद पवारांचा तोच प्रचार चाललाय मराठा जातीचा. हे ढोंग आहे. मगाशी मी म्हटलंय, एकीकडे सेक्युलॅरिझमचा आणि सर्वधर्मसमभावाचा ढोल वाजवायचा आणि दुसरीकडे मराठ्यांना डिवचून आमच्यासमोर उभं करायचं. हा सर्वधर्मसमभाव त्यांचा.

◗ मुंबईत सध्या मराठी माणूस उरला नसल्यानं पवारांचा मराठी अस्मितेचा प्रचार उर्वरित महाराष्ट्रात जोर धरू शकतो. तुम्ही त्यांना कसं उत्तर देणार?

त्यावेळचं त्यावेळेला बघू. काही असे मुद्दे येतात ऐन वेळी. त्या मुद्द्यांनी सर्व वातावरण पालटून जातं. आम्ही यापूर्वी खूप निवडणुका लढवल्यात. ही काही पहिलीच निवडणूक नाहीय. खूपच चांगले मुद्दे निघतात. दे आर द मेन सप्लायर्स. आम्हाला सगळे मुद्दे तिकडून येतात, शिजवलेले, ते आम्ही करताहोत. किती तरी चुका होण्याची शक्यता आहे. दिशाहीन आणि विचारहीन माणसं आहेत ही. आमच्याकडे दिशा आहे, विचार आहे. दिशाहीन आणि विचारहीन माणसांकडून चुकाच होत राहणार. ते करणार आणि तेच आमचं भांडवल राहणार.

◗ राष्ट्रवादी काँग्रेसचा पहिल्या क्रमांकाचा शत्रू शिवसेनाच आहे, भाजप नाही...

होय. मग त्यात वाईट काय आहे? बरोबर आहे. मला त्याचा अभिमान आहे. कुणाचा तरी पहिल्या क्रमांकाचा शत्रू होणं हा काही तुम्ही कमीपणा समजू नका. आमच्यामध्ये हिंमत आहे पहिल्या क्रमांकाचा शत्रू होण्याइतकी. पवारांचे आभार मानले पाहिजेत शिवसेनेला पहिल्या क्रमांकाचा शत्रू मानल्याबद्दल.

◗ याचाच अर्थ महाराष्ट्रात शिवसेनेचीच ताकद मोठी आहे आणि या ताकदीस सुरुंग लावल्याशिवाय पवारांना येथे पाय रोवता येणार नाहीत ...

आमची ताकद मोठी आहे हे त्यांनीच मान्य केलं. शिवसेनेशी त्यांना लढावंच लागेल. जसं पूर्वीच्या मोगलाईत होत असे. मराठ्यांना खच्ची केल्याशिवाय दिल्लीत

राज्य करता येणार नाही ही मोगलांची रणनीती होती. तसंच शिवसेनेला येथून खच्ची केल्याशिवाय मला सत्ताही मिळणार नाही असा पवारांचा एकंदरित कावा आहे.

◗ राष्ट्रवादी काँग्रेस सत्तेवर आली तर श्रीकृष्ण आयोगानं ठपका ठेवलेल्यांना तुरुंगात पाठविण्याची भाषा पवारांनी केलीय ...

ठीक आहे. तुरुंगात आम्ही सगळे एकत्रच बसणार. त्यात स्वत: पवार असणार, सुधाकरराव नाईक असणार. सगळे बरोबर बसणार. एक तर मुळात श्रीकृष्ण आयोग त्यांनी वाचलाय काय इथून सुरुवात करावी लागेल. मुसलमानांना खूष करण्यासाठीच त्यांनी ते वाक्य फेकलेलं आहे. त्यांची ती सभा जी चालली होती ती मुसलमान मोहल्ल्यात चालली होती. तिथं त्यांनी आधी हा उच्चार केला आणि नंतर शिवतीर्थावर बोलले. प्रश्न असा येतो की, हे करत असताना कोणाला सुखावलंत तुम्ही? कोणाला आवडला हा मुद्दा? टाळ्यांचा कडकडाट झाला? मारली का टाळी कोणी? नाही मारली. ही एक चीप पॉप्युलॅरिटी मिळविण्याची पद्धत. आपण किती धर्मनिरपेक्ष आहोत हे दाखवायचे धंदे. सर्वधर्मसमभावाच्या नावाखाली नेहमीच मुसलमानांना सुखवण्याचे धंदे चालतात. याला म्हणतात सेक्युलॅरिझम. मला ते मान्य नाही आणि श्रीकृष्ण आयोगामध्ये आमच्यावरती ठपके ठेवले असले तरी त्यांच्यावरही ते ठेवलेच आहेत. कारण तुमचंच राज्य होतं. सुधाकरराव मुख्यमंत्री होते. ९२ साली नाईकांच्या काळात बाबरी मशीद पाडल्यामुळे दंगल झाली आणि ९३ साली नाईकांना काढल्यावर जे बॉम्बस्फोट झाले तेव्हा पवार मुख्यमंत्री होते. कोणाला टाकताय तुरुंगात तुम्ही? येता आमच्याबरोबर आतमध्ये? आणि तुरुंगात घालण्याकरिता तुमचं राज्यही यावं लागेल. ते येणार नाही. त्रिवार नाही. येऊ देणार नाही आम्ही.

◗ भुजबळांना त्यांनी भावी मुख्यमंत्री म्हणून पुढे केलंय ...

भावी काहीही होता येतं हो. आज तुम्हीसुद्धा भावी पंतप्रधान आहात. पण भावी आहात हो. भावी काहीही होता येतं. व्हाल तेव्हा नं. एखाद्या सुंदर मुलीचा भावी नवरा मी आहे. पण तू झाला पाहिजे नं. ती मुलगी तुला पदरात पडली पाहिजे.

◗ पण ही कल्पना कशी वाटते?

कल्पना घाणेरडी आहे. कल्पना कसली आहे? पूर्वी एक कथा प्रसिद्ध होती, 'चल रे भोपळ्या टुणूक टुणूक' तसा तो भोपळा आहे. बाकी त्याला काही किंमत नाही.

◗ **राजकीय वर्तुळात अशी चर्चा आहे की, रागरंग बघून भाजप पवारांशी घरोबा करील आणि शिवसेनेस दूर सारील ...**

ते शक्य होणार नाही. कधीही होणार नाही आणि झालं तरी मग नाइलाज होईल माझा. पण बी. जे. पी. फार हुशारीनं पावलं टाकतंय. ती इतक्या मूर्खपणानं वागेल असं मला वाटत नाही.

◗ **पवार, संगमा, अन्वर काँग्रेस पक्षातून बाहेर पडलेत त्यांना भाजपचा छुपा पाठिंबा असू शकतो ...**

बसा नं त्यांच्या पंगतीला मग. बसा. पवारांकडे जेवढे गेलेत त्यांचा बारकाईनं अभ्यास करा. महाराष्ट्रात सध्या जी लाट आलेली आहे हा गेला, तो गेला, अमुक गेले हे सगळे 'स्पेण्ट' फोर्सेस आहेत. नावं घ्या तुम्ही. फुकट गेलेली माणसं. ज्यांना राजकीय कुठं काही स्थान नाहीय.

◗ **काँग्रेसचा बराचसा 'स्पेण्ट' फोर्स मागं तुमच्याकडेही आला होता ...**

आले होते की. अगदी तुमचे ते अनंतराव थोपटेही आले होते. थोपटे मागच्या लोकसभेत माझ्याकडे आले. खेड लोकसभा मतदारसंघात उभं करा असं थोपट्यांनी सांगितलं. पण माझी एकच अट आहे की, निवडून आल्यावर मला मंत्रिमंडळात कॅबिनेट दर्जा दिला पाहिजे. म्हटलं ते अशक्य आहे. हे थोपट्यांशी माझं बोलणं झालेलं आहे. अशी ही माणसं.

◗ **कलमाडीही तुमच्याकडे आले आणि गेले ...**

त्यांनी तर बेडूकउडीच मारली. सोनिया गांधी काँग्रेसमध्ये असो अगर नसो, मी पुन्हा काँग्रेसमध्ये जाणार नाही असं त्या कलमाडींनी लिहून दिलं होतं.

◗ **अशी माणसं तुम्हाला आजही मिळतात आणि संधी साधून पुन्हा काँग्रेसमध्ये जातात ...**

अशा माणसांना मी कोठेच थारा दिला नाही. ९० साली एक चूक आम्ही केली. समाजवादी काँग्रेसमधली जी माणसं आली त्यांना आम्ही उभं केलं. एकदम महाराष्ट्र धुंडाळणं आम्हाला जड गेलं. म्हणून आला माणूस आम्ही उभा केला आणि जे नंतर गेले त्यात एक लखोबा सोडला तर बाकी सगळे समाजवादी काँग्रेसमधले होते. सगळे त्या पवारांच्या समाजवादी काँग्रेसचे.

◗ नवीन राजकीय समीकरणात पवार पुन्हा असं काही करतील असं वाटतं?

तो माणूसच तसा आहे. घाण राजकारणातून उभा राहणारा तो माणूस आहे. मतपेटीतून येणाऱ्या राजकारणापेक्षा पहिल्यांदा तो गटारातून बाहेर येतो. मागून मतपेटीतून डोकं वर काढतो. प्रवाह असा आहे त्याचा.

◗ महाराष्ट्रात तुम्ही कधी फिरायला सुरुवात करणार?

डोकं फिरल्यावर. (मिश्कीलपणे). पाऊस आलाय नं मध्येच. बारकी विमानं जी असतात ती फार उंच जात नाहीत. त्यामुळे ती ढगातून जात असताना हादरे बसतात. हल्ली खात्री कसलीच नाही. तरीपण बघू एकंदर हवामान काय म्हणतंय ते. आणि नारायण राण्यांचं हेलिकॉप्टर भरकटल्यापासून मी धसकाच घेतलाय हेलिकॉप्टरनं जायचं की नाही.

◗ महाराष्ट्राच्या जनतेला तुम्ही आता काय आवाहन करणार?

माझ्या हातात माइक येईपर्यंत मी डोक्यात काहीही विचार घेऊन जात नाही. आईचं नाव घेतो आणि भाषणाला सुरुवात करतो. हा माझा खाक्या आहे. आजपर्यंत मी कधीही गोंधळलो नाही का इतरांप्रमाणे हाती चिटोरी किंवा तळहातावर मुद्दे लिहून घेऊन भाषणाला उभा राहत नाही. पेशा व्यंगचित्रकाराचा असल्यामुळे रेकॉर्ड फार चांगल्या तऱ्हेनं होतं माझ्या डोक्यात.

◗ तरीही नवीन कोणता मुद्दा हाती घेणार? काही मुद्दे तर पवारांनी चोरले...

नवीन काय असेल ते आता कसं सांगू? तोपर्यंत जुना होईल. बघूया काय काय होतंय ते. मी कुणाची पर्वा करीत नाही. इतक्या वर्षांत केली नाही तर आता कशाला करू? महाराष्ट्र ठामपणानं युतीच्याच मागे उभा राहणार आहे. कोणीही कितीही अस्मितेच्या आणि राष्ट्रवादाच्या गप्पा मारल्या तरी ते सर्व ढोंग आहे, बेगडी आहे हे महाराष्ट्राची जनता ओळखून आहे.

[१९ जून, १९९९]

महाराष्ट्राला कर्तव्य पार पाडावंच लागेल!

“अखेर लोकसभेबरोबरच राज्य विधानसभा निवडणुका घेण्याचा निर्णय झाला आणि शिवसेनाप्रमुख राज्यभर ‘रेकॉर्ड ब्रेक’ सभा घेत तुफानासारखं फिरू लागले. महाराष्ट्राचं जनमानस हे शिवसेना-भाजप-युतीच्याच बाजूनं आहे. राज्यात पुन्हा युतीचंच सरकार बहुमताचा आकडा पूर्ण करून येणार, असा आत्मविश्वास त्यांना होता. ह्यापुढे जाऊन त्यांनी सांगितलं, *‘महाराष्ट्र मेला तर राष्ट्र मेलं, मऱ्हाठ्याविना राष्ट्रगाडा न चाले, खरा वीर वैरी पराधिनतेचा, महाराष्ट्र आधार या भारताचा’* या चार ओळी फार महत्त्वाच्या. सेनापती बापटांनी या चार ओळी काही उगाच लिहिलेल्या नाहीत. त्या ओळींना स्मरून मी सांगेन, महाराष्ट्राला कर्तव्य पार पाडावंच लागेल.”

पहिल्या टप्प्यातील प्रचाराची रणधुमाळी संपताच शिवसेनाप्रमुखांनी आज 'सामना'साठी एक प्रदीर्घ मुलाखत दिली. अनेक प्रश्नांवर त्यांनी दिलखुलास आणि सडेतोड उत्तरे दिली. देशाचं भवितव्य ठरविणाऱ्या निवडणुकांचा पहिला टप्पा आज सुरू होत आहे. महाराष्ट्रातील अनेक भागांत आज मतदान होत आहे. अनिश्चिततेचं वातावरण आहे. महाराष्ट्र काय म्हणतोय? असं सुरुवातीलाच शिवसेनाप्रमुखांना विचारलं यावर शिवसेनाप्रमुख म्हणाले, 'खरं म्हणजे देशाचं राजकारण हे महाराष्ट्रावर बरंचसं अवलंबून आहे. एकच उदाहरण घेऊ. मागच्या वेळेसारखा महाराष्ट्रातील खासदारांचा आकडा ३३ असता, तर वाजपेयींचं सरकार पडलं नसतं. किंबहुना जी थेरं केली गेली मग जयललिता असो, सोनिया असो वा शरद पवार असो, त्यांनी ती थेरं केली नसती. कारण या आकड्यानं वाजपेयी सरकारला मजबुती आणली असती. म्हणून इतर राज्यांपेक्षा महाराष्ट्रावर जास्त मदार आहे. सेनापती बापटांच्या चार ओळी आहेत त्या फार महत्त्वाच्या आहेत. 'महाराष्ट्र मेला तर राष्ट्र मेले, मऱ्हाट्याविना राष्ट्रगाडा न चाले, खरा वीर वैरी पराधीनतेचा, महाराष्ट्र हा आधार भारताचा.' या चार ओळी फार महत्त्वाच्या. या ओळी काही त्यांनी उगाच लिहिलेल्या नाहीत. त्या ओळींना स्मरून मी असं सांगेन की, देशाचं भवितव्य घडविण्याचं महत्कार्य महाराष्ट्रावर आलं आहे. स्थिरता आणायची असेल तर महाराष्ट्राला आपलं कर्तव्य करावंच लागेल. ती वेळ येऊन ठेपली आहे.

◗ पण वातावरणात अजूनही जान नाही. जनतेत उत्साह नाही ...

असं तुम्हाला वाटतं, पण ज्यावेळी आम्ही फिरतो महाराष्ट्रात तेव्हा जाणवतं की वातावरणनिर्मिती झालेली आहे. शिवसेनेमुळे तर विशेष, भारतीय जनता पक्षामुळेही विशेष! सभांना तुम्ही किती किंमत देता माहीत नाही, पण सभा मत घडवीत असते. मतं मजबूत करीत असते. मी स्वत: महाराष्ट्रभर हिंडतोय. राज, उद्धव, मनोहर जोशी, राणे हेही महाराष्ट्रात दौरे करताहेत. आमचे असंख्य शिवसैनिक कामाला लागले आहेत. वातावरणनिर्मिती झाली आहे.

◗ तुम्ही नुकताच महाराष्ट्राचा झंझावाती दौरा केलात. सर्वत्र तुमच्या अफाट सभा झाल्या ...

रेकॉर्ड ब्रेक झाले.

◗ होय! रेकॉर्ड ब्रेक झाले. तर जनमानस नेमकं काय आहे?

जनमानस एकच आहे की, इतरांनी जे मुद्दे मांडले आहेत ते त्यांच्या स्वार्थासाठी मांडले आहेत. आम्ही जे मुद्दे मांडतोय ते जनस्वार्थ, महाराष्ट्रस्वार्थासाठी. शिवसेनेचा

काही स्वार्थ नाही. चांगलं सरकार देण्याची मनोमन इच्छा आहे. आणि तो माझा अत्यंत प्रामाणिक प्रयत्न आहे. लोकं सभा बघूनच चाट पडतात. आमच्या आयुष्यात अशा सभा झाल्या नाहीत असं म्हणतात. आता जी बार्शीची सभा झाली तो मला वाटतं सर्व सभांचा उच्चांक आहे. जेथे माझ्या सभा झाल्या तिथूनच्या शरद पवारांच्या सगळ्या सभा रद्द झाल्या.

◗ महाराष्ट्रात यावेळेला अटीतटीची लढत आहे असं वाटतं का?

हरामखोरी हा जो रोग आहे त्याच्यामुळे नुसतं कुरतडणं होईल, पण 'अटी-तटी' हा शब्द काही मी वापरणार नाही. कोणाशी अटी-तटी? काँग्रेस एक असताना आम्ही तिचा पराभव केलेला आहे. ९५ साली. विशेष म्हणजे महाराष्ट्रामध्ये शरद पवार हा गब्बर माणूस किंवा गब्बरसिंग म्हणा हवं तर, मुख्यमंत्री होता. दिल्लीमध्ये त्यांचं राज्य होतं. नरसिंह रावांच्या कृपेनं. पैशाचं पाठबळ, सत्तेचं पाठबळ त्यांना होतं. असं असतानाही आम्ही त्यांचा पराभव केला. आता तर काँग्रेसचे तीन तुकडे झालेत. पुन्हा त्या पक्षांमध्ये असंतोष आहेच. अशावेळी आम्ही काय त्यांच्याशी लढत द्यायची? आम्ही लढणार. लढावं तर लागणारच.

◗ पाच वर्षांपूर्वी तुम्ही महाराष्ट्राची सत्ता हाती घेतलीत. त्या निवडणुकीत आणि आताच्या निवडणुकीत कोणता फरक आहे?

मागच्या वेळी लोकांचा विश्वासच नव्हता. म्हणजे आमच्याच पुढाऱ्यांचा म्हणा किंवा नेतेमंडळींचा वा इतर मंडळींचा की युतीच्या हाती सत्ता येईल. पण माझा आत्मविश्वास मला सांगत होता की होय! सत्ता घेणारच. आणि आजही माझा आत्मविश्वास मला तेच सांगतोय की यावेळेला बहुमतानं आम्ही सत्तेवर येऊ.

◗ आखाड्यातील पहेलवान तेच आहेत ...

हो! पण आम्ही आता त्यांचा अंदाज घेतलाय. पहेलवानांची पाठ कशी टेकवायची, त्याला चीतपट कसं करायचं हे आडाखे आम्हीही बांधले आहेत. त्यामुळे जुन्या पहेलवानांचं आम्हाला भय नाही. जुन्या पहेलवानांची ताकद आम्ही अजमावली आहे. मागच्याच वेळेला त्यांचे लंगोट सुटलेले होते.

◗ यावेळेला हा जुना पहेलवान महाराष्ट्राची अस्मिता हा मुद्दा घेऊन आखाड्यात उतरला आहे त्याचं काय?

हे ढोंग आहे हो. ज्यावेळी हे दिल्लीत जोरात होते, आता नाव घेऊनच बोलतो. तुमचे शरद पवार त्यावेळी त्यांना महाराष्ट्रातल्या लोकांनी विचारलं तेव्हा ते

म्हणाले, नाही, मला स्थानिक राजकारणात काही रस नाही. मी राष्ट्रीय नेता आहे. राष्ट्रीय नेता म्हणवणाऱ्या नेत्याला मराठी अस्मिता कधी आठवली हा सरळ प्रश्न आहे. त्याचं उत्तर द्यावं त्यांनी. ज्यावेळी तुझ्या महाराष्ट्रातील मराठी माणसांनी विचारलं त्यावेळी तू म्हणतोस मी राष्ट्रीय नेता आहे. मग आता ही अस्मिता आली कुठून? हे उसनं अवसान आहे. इथून नाही तर त्या बाजूनं कुठची तरी एखादी भावना चेतवण्याचा प्रयत्न आहे. प्रसंगी जातीची भावनाही. काही करून जास्त जागा कशा आणता येतील हा प्रयत्न आहे.

◗ शरद पवारांना एकाच वेळी हिंदुस्थानचे पंतप्रधान व्हायचंय आणि त्याचवेळी त्यांना महाराष्ट्रातील युतीची सत्ताही हिसकावून घ्यायची आहे!

युतीची सत्ता हिसकावून घेण्याचा प्रयत्न त्यांनी ९५ सालापासून चालवला आहे. खूपच केलं. खूप म्हणजे खूप केलं. त्यामध्ये काही ते यशस्वी होऊ शकले नाहीत याची जाणीव त्यांना झाली. आणि मग त्यांची भाषा बदलली की सरकार आपणहूनच पडेल. तेही पडलं नाही. त्यामुळे इथं त्यांचा तो डाव त्यावेळेला फसला. जवळजवळ चार वर्षं त्यांनी प्रयत्न केले पण ते फसले. जमलं नाही. दिल्लीच्या बाबतीत म्हणाल तर पंतप्रधानकी ही एवढी साधी गोष्ट नाही. लॉटरी फुटणं ही गोष्ट निराळी; पण तसा टक्का तुमच्याजवळ असल्याशिवाय तुम्हाला गुजराल किंवा देवेगौडा होता येणार नाही. आणि तेसुद्धा काही काळापुरते झाले. फाटाफुटी झाल्यानंतर ते गडगडले. तसं पाहिलं तर यशवंतराव चव्हाणही उपपंतप्रधान होते. तेवढ्यापुरती ऊब जर तुम्हाला हवी असेल तर तीही मिळणं अशक्य आहे. कारण दिल्लीमध्ये मोठे शार्कस् बसले आहेत. ते याला काही सहजासहजी मिळू देणार नाहीत. मग ३३ आकडा घालवल्यानंतर तो संपलाच समजा. त्याला ३३ आकडा जो त्याच्या खासदारांचा होता त्या बळावर दिल्लीतलं राजकारण करू असं त्याला वाटलं होतं. पण तेही त्याला जमलं नाही. आता तर आकडा फारच खाली जाणार आहे. सगळ्या देशातील आकडा लक्षात घेऊनच कोणालाही पंतप्रधानपदावर हक्क सांगता येऊ शकतो आणि तेवढा आकडा काही राष्ट्रवादी काँग्रेसला मिळणार नाही. त्रिवार अशक्य.

◗ पवार तुमची सत्ता हिसकावून घेऊ शकले नाहीत तरीही तुम्ही ६ महिने आधीच सत्तेचा त्याग केलात...

पाच वर्षांसाठी जर सत्ता हाती येणार असेल तर पाच महिन्यांची काळजी कशासाठी करायची? एवढ्या एका आत्मविश्वासानं हे पाऊल टाकलंय. धाडसानं म्हणा वाटल्यास. सत्ता या देशात कोणी सोडत नसतो, पण आम्ही ते धारिष्ट्य दाखवलं.

पुन्हा सत्ता मिळवण्यासाठी मतदारांना सांगण्यासारखं कोणते मुद्दे युतीकडे आहेत?

त्याकरिता वचनपूर्ती वगैरे पुस्तिका छापलेल्या आहेत. व्हिडीओ-ऑडिओ कॅसेट निघालेल्या आहेत. त्यात व्यवस्थित प्रचार झाला. आमची कामं जी दाबून ठेवली गेली तुमच्या मीडियाकडून त्यांनी ती छापली नाहीत म्हणून. एक वेगळं चित्र उभं राहिलं होतं. आज लोकांसमोर आम्ही, आम्ही केलेल्या कामांचाच प्रचार करतो आहोत. शेवटी राष्ट्राचंही हित कसं, कुठं आहे तेही दाखवतो. त्यामुळे लोकांचं मत असं निश्चितपणे झालंय की काँग्रेसला आपण मूर्खासारखी ३५ वर्षे दिली. या लोकांना आणखी ५ वर्षे द्यायला आम्हाला कोणतीच हरकत नसावी. याही विचारांचा एक मोठा वर्ग तयार झालेला आहे.

तुमच्या मागचा जो प्रचाराचा मुद्दा होता हिंदुत्व, आणि दुसरा इटालियन सोनियाचा, त्याला कितपत प्रतिसाद आता मिळतोय?

प्रतिसाद म्हणजे टाळ्यांचा कडकडाट होतोय. शिट्ट्या वाजतात. विदेशी पंतप्रधान नको, परदेशी पंतप्रधान नको हा मुद्दा मीच मांडलाय या देशामध्ये. त्यावर त्यावेळी टीका झाली. आता त्यावर पक्ष निघालेत राष्ट्रवादी काँग्रेस नावानं. त्यांना म्हणावं महाराष्ट्रवादी काँग्रेस म्हणा ना. राष्ट्रवादी कशाला बोलता? महाराष्ट्रात हिंडायचं आणि राष्ट्रवादी म्हणायचं? तेव्हा हा माझा मुद्दा आता सगळ्यांनी उचलून धरलाय. अशा वेळेला लोकांनी तोही विचार केला की बाळासाहेब आज म्हणतात ते आता पटत नाही पण नंतर वाटतं, अरे! ते बरोबर आहे. मग ते पाकिस्तानी क्रिकेटपटूंना इथं क्रिकेट खेळू देणार नाही हा मुद्दा असो, वा सोनिया गांधीला पंतप्रधान होऊ देणार नाही हा मुद्दा असो. सोनिया गांधी हा वैयक्तिक प्रश्न नाही. कोणीही परदेशी व्यक्ती या देशाच्या सर्वोच्च स्थानांवर बसता कामा नये. तोच विचार त्या संगमाने 'स्टार प्लस'वर मांडला. तो माझाच विचार आहे. म्हणून मी म्हणतो की हे माझ्या विचारांचे सोल एजंट आहेत.

तुमच्यासमोर जे विरोधी पक्ष आहेत ते आजही मुसलमानांचं लांगूलचालन करताहेत...

पण आता मुसलमान बदललाय. पूर्वी जो एकगठ्ठा मुलायमसिंगच्या मागं जायचा किंवा काँग्रेसच्या मागं जायचा तसे काही पुंजकी किंवा गट राहणार हे खरे असले तरी मुसलमानांच्या मनातसुद्धा बदल घडून आला आहे. चार वर्षे आपल्याला धक्का लागला नाही, दंगे झाले नाहीत आणि साध्यासुध्या मुसलमानाला आपली रोजीरोटी प्यारी असते. त्याहून त्याला अधिक काही इच्छा नाही. आता उद्धव

दौऱ्यावर होता. कितीतरी मुसलमान येऊन भेटतात. शिवसेनेत येतात. कितीतरी महत्त्वाच्या व्यक्ती येताहेत. दृश्य बदलंतय.

◗ धर्मनिरपेक्ष पक्ष आहेत त्यांनी आपल्या जाहीरनाम्यात...

धर्मनिरपेक्ष कसले हो! संभाजीनगरमध्ये मुसलमानांना खूष करण्यासाठी फर कॅप घालायची, शरद पवारांनी मुसलमानांचा एक प्रतिनिधी आम्ही लोकसभेत पाठवू म्हणायचं. मुसलमान म्हणून का? तो या देशाचा नागरिक पाठवा. तो मुसलमान आहे म्हणून काय वेगळी वागणूक? या देशाचा नागरिक आहे, हा विचार लोकांना जास्त प्रभावित करतो. मुसलमानांनासुद्धा. तुम्ही त्यांना बाजूला फेकताहात. शिवसेना बाजूला फेकू इच्छित नाही. तुम्ही या देशाचे नागरिक आहात हा मान त्यांना देत आहे. दिलीपकुमारलासुद्धा त्याच्या राष्ट्रीयत्वास आव्हान नव्हतं दिलं. कारगिलचं युद्ध चालू असताना हीच वेळ आहे ते निशान-ए-पाकिस्तान परत करण्याची. देशाचा नागरिक म्हणून त्यानं करावं ही माझी मागणी होती. आणखी झळाळीनं तो वर आला असता. त्यानं त्याला निराळा Turn दिला comunal, की मैं मुसलमान हूँ। मोरारजी देसाई काही मुसलमान नव्हते, पण त्यांनाही मी त्यावेळी विरोध केला की, निशान-ए-पाकिस्तान परत करा. जाऊ नका घ्यायला.

◗ 'कारगिल' हा प्रचाराचा मुद्दा होऊ शकतो का?

जर बांगला देश झाला होता त्यावेळेला, तर कारगिल का नाही? बांगलादेशाच्या वेळी तर तुम्ही Indira is India ही घोषणा दिली होती. इथवर तुमची मजल गेली होती. वाजपेयींनी तर त्यावेळी दिलदारपणानं वर्णनं केली की, ये महिषासुरमर्दिनी है। तेवढाही दिलदारपणा तुमच्याकडे नसावा. आणि या वाजपेयींना तुम्ही विचारता की याचा हिशेब द्या आणि त्याचा हिशेब द्या. बांगलादेशामध्ये युद्ध केलंत. कुणासाठी केलंत? देशासाठी केलंत? तिथं किती शहीद झालेत आपले? श्रीलंकेत राजीव गांधीनं सैन्य पाठवलं तिथं किती शहीद झाले त्याचा आकडा द्या. मग कारगिलमध्ये दुर्दैवानं किती शहीद झाले त्यावर चर्चा करू.

◗ तुमच्यावर मतदानबंदीचा जो वटहुकूम निघाला राष्ट्रपतींकडून, त्याचा तुमच्या हिंदुत्वाच्या विचारावर किती फरक पडला?

काहीच नाही. अंतुले म्हणा, सोनिया गांधी म्हणा, शरद पवार म्हणा हे जाती-धर्माचा प्रचार करताहेत. मुसलमानांना सुखावण्यासाठी आश्वासनं देताहेत. अंतुले सरळ म्हणाहेत, जो कुराण वाचत नाही तो अस्सल मुसलमानच नाही. इतपत त्यांच्या मजला गेलेल्या आहेत. मुसलमानांच्या हिताचं राजकारण सुरू झालंय.

रायगडहून संभाजीनगरात गेले. पवारांनी तर फर कॅप घालून तिथं मुसलमानांना अवाच्यासव्वा आश्वासनं दिली. आणि त्यानंतर अब्दुल कलाम आझाद महामंडळ स्थापन करू आणि बरंच काही. हे धर्मनिरपेक्षतेत बसतं? सोनिया गांधी ख्रिश्चनांना आश्वासन देते हे धर्मनिरपेक्षतेत बसतं? मग त्यांना जर तो अधिकार आहे आचारसंहिता असताना तर मलाही अधिकार आहे हिंदुत्वाबद्दल गर्वानं आणि स्वाभिमानानं बोलण्याचा. तो कोणी हिरावून घेऊ शकणार नाही. माझ्या मर्यादा मी ओळखतो. एवढ्या मेहनतीनं निवडून आणलेले आमदार-खासदार मला बाराच्या भावात घालवायचे नाहीत एकदम त्यांना अपात्र ठरवून. ती जबाबदारीही मी ओळखतो. पण त्यांना जड जाईल ते!

◗ हिंदुत्वाचा मुद्दा प्रचारात नसला...

नाही. नसेलच असं नाही. ते त्यांचा मुद्दा किती ताणून धारतात त्यावर माझा हिंदुत्वाचा मुद्दा किती ताणायचा हे ठरवेन.

◗ पण तुम्हाला झालेल्या शिक्षेमुळे...

शिक्षेचं काय! मला शिक्षेचं काही महत्त्व नाही. एक माझं मत गेल्यामुळे मतदारांची लाखो मतं मला मिळणार आहेत चिडून. आज जिथं मी निवडणूकच लढवणार नाही तिथं सहा वर्षांची शिक्षा मला काय म्हणून करता तुम्ही?

◗ कारगिलच्या बरोबरीनं तुमच्यावर मतदानबंदी हा एक प्रचाराचा महत्त्वाचा मुद्दा बनलाय...

झाला असेल, आम्ही आहोत हा मुद्दा दिला त्यांनी.

◗ पाच वर्षांपूर्वी तुम्ही पवारांच्या विरोधात रान उठवलंत त्यावेळी काँग्रेस सरकारचा भ्रष्टाचार हा तुमचा प्रचाराचा मुद्दा बनला होता...

काँग्रेस म्हणजेच भ्रष्टाचार. काँग्रेसवर बोलायचं म्हणजे भ्रष्टाचारावरच बोलावं लागतं.

◗ पण आता युती सरकारच्या भ्रष्टाचाराचा मुद्दा घेऊन आता तुमचे विरोधक तुमच्या विरोधात प्रचार करताहेत...

नुसता प्रचार हा एक वेगळा प्रकार आहे. आरोपाआरोपी करताना ठोस मुद्द्यानं पुढे येणार का? जसं अण्णा हजारेंचं झालं तसाच प्रकार. अण्णांनी नुसते आरोप केले पण पुरावे नाहीत. आणि आम्ही शरद पवारांचे पुरावे दिले आहेत. सैन्याचा

भूखंड पवार खायला निघाले होते की नाही? त्याच्यावर ते काही बोलत नाहीत. लोकसभेत गाजलेला विषय आहे. त्यावेळी पवारांच्याच खात्याच्या उपसंरक्षणमंत्र्यांनी उत्तर दिलं की हा प्रकार आमच्या लक्षात येताच आम्ही तो थोपवून धरला. म्हणजे भूखंड विकायला काढले होते हा भ्रष्टाचार. दोन शर्माबंधू याच्या विमानातून गेले यात वादच नाही. संरक्षणमंत्र्यांचं विमान म्हणजे किती सुरक्षित असलं पाहिजे. आम्ही साध्या विमानात जातो तेव्हा किती तपासणी होते. कुत्री काय आणली जातात. पोलिसांबरोबर फिरून काय येतात इकडे-तिकडे. याउलट शर्माबंधू संरक्षणमंत्र्यांच्या विमानात घुसतात याला काही महत्त्व नाही? ५ माणसे ज्यांनी मारली त्या जे. जे. रुग्णालयात. ते हे शर्माबंधू.

◗ यावेळी विसंगती अशी आहे की पाच वर्षापूर्वी खैरनार पवारांच्या विरोधात रान उठवत होते आणि या वेळेला हे खैरनार पवारांच्या बाजूनं...

एक सांगतो तुम्हाला. ही अत्यंत भिकार माणसं आहेत. घाणेरडा प्रचार करतात. चारित्र्यहनन करतात. शरद पवारांच्या विरोधात दोन ट्रक भरून पुरावे देणार होता हा माणूस. पण नंतर ब्रीफकेसवर आला आणि नंतर काहीच नाही. या माणसाला किती गंभीरपणे घ्यायचं? अहो, आता पवार चांगला अन् आम्ही वाईट हे म्हणण्याचा बेशरमपणा हा माणूस करतो. याला काही अर्थ नाही. लोकांनीसुद्धा अजमावलाय त्याला. सर्कशीत जोकरसुद्धा लोकं मानतात की सालं, आहे, काहीतरी आहे. उलट्यासुलट्या उड्या मारतोय. करमणूक म्हणून ठीक आहे.

◗ यावेळी शिवसेनेत तिकीट-वाटपावरून थोडा असंतोष झाला...

हे नेहमी सगळ्या पक्षांच्या नशिबी येतं. शिवसेनेत अन्य पक्षांच्या तुलनेत हे प्रमाण नगण्य आहे. लहान पोराची लाळ गळणं आणि मोठ्या माणसाची लाळ गळणं याच्यात फरक आहे. आता सत्तेमुळे किंवा चटक लागल्यामुळे काहींची लाळ गळू शकते. मग आम्ही लोकांना रूमाल देतो आमच्या प्रेमाचा ओला करून. म्हटलं हा घे ओला रूमाल पुन्हा तू ओला केलास असं कुणी म्हणू नये. मग ते थंड होतात. आज अन्य पक्षांतील कितीतरी असंतुष्ट माणसं कामाला लागली आहेत. जोरात कामाला लागली आहेत. याबाबतीत शिवसेना इतर पक्षांच्या मानानं कितीतरी सुखी आहे.

◗ घोलपांचं प्रकरण नेमकं काय आहे?

तो थोडा संशयित प्रकार आहे. आम्ही त्याचा अंदाज घेतलाय. गडबड झालीय यात वाद नाही. थोडी आणखी चौकशी करू. पण आमचं दुर्दैव आहे ती जागा

आमची रद्द झाल्यामुळे आमची पंचाईत झालेली आहे. तिथं आमच्या विरोधकाचा अर्ज पास झालाय. यांनी बरोबर घुसखोरी केली. हुशारीनं. इतपत निर्णयावर आम्ही आलेले आहोत, पण ही घुसखोरी... त्याच्याकरिता एका बारीकशा मुद्द्याचा शोध घ्यायचा आहे. नंतर मग आम्ही गंभीर पाऊल टाकू. पण प्रकरण संशयास्पद आहे याबद्दल वाद नाही. पुन्हा हे काय होतं. हे मतदारसंघ आम्ही त्यांना देतो ते त्यांना आंदण दिल्यासारखे वाटतात. ते तिथूनचे गॉडफादर होतात. गॉडफादर कशामुळे होतो याची कल्पना आपल्याला असेलच. लोकं त्यांना मानतात. निष्ठा नसली तरी थोड्याशा मिंधेपणातून हे होतं. त्याला ते गॉडफादर बनवतात.

◗ राजकारणामध्ये मतदारासंघांच्या वर्षानुवर्षे वतनदाऱ्या निर्माण झाल्यात. त्यासाठी ५ वर्षांनी किंवा १० वर्षांनी जुन्यांना वगळून नव्यांना आपण संधी द्यायला हवी.

एवढी तुमची लोकशाही परिपक्व नाही. मध्यंतरी गिलसाहेबांनी सांगितलं होतं, कितनी पार्टीया हैं। पार्टीवाले सब अच्छे लोग दे दे कोई, इंजिनीयर, डॉक्टर ऐसे। पण यांना लोकं निवडून देत नाहीत हो. कारण गावची ऊठबस यांच्याशी नसते. डॉक्टर असला तरी काय पेशंटपुरता मर्यादित. तू बिल घेतोस ना माझ्याकडून मग मत कशाला मागतोस? अशा तऱ्हेच्या प्रवृत्तीची माणसं असू शकतात ना! पण लोकप्रियता हा जो प्रकार आहे, की तिथूनच्या लोकांना कुठच्याही कारणामुळे का असेना काही लोक दारू प्यायला एकत्र बसतात. आता तुम्ही म्हणाल हा माणूस चांगला असताना तुम्ही दारुड्याला का संधी देता? म्हटलं बाबा, दारुड्यानं जेवढी दोस्ती जमवली तेवढी या चांगल्या माणसानं जमवली नाही. त्याला काय करणार?

◗ पाच वर्षांपूर्वी तुम्ही लोकांना जी वचनं दिलीत त्यातील किती पूर्ण झाली? तुम्ही किती समाधानी आहात?

तुम्ही हा प्रश्न विचारताय याचं मला आश्चर्य वाटतं. याचा अर्थ तुम्ही 'वचनपूर्तीची सफल कहाणी' ही पुस्तिका मी काढलीय ती वाचलेली दिसत नाही. ती वाचा. नंतर हा प्रश्न मला विचारा. सगळी दाबून टाकलेली कामं एका घमेंडीतली सेन्सॉरशिप बजावलेली. त्यामुळे आमची कामं लोकांच्या समोर आली नाहीत. पूल दिसले तरी टीका, नाही दिसले तरी टीका. कृष्णा खोरे उभं राहतंय. २००० च्या आत पुरं करतोय. तरी टीका. काही कराल तर भ्रष्टाचार. मग आम्ही काय करणार? बरं, भ्रष्टाचार केला पण कार्य तर उभं केलं. तुम्ही काय केलंत? तुम्ही नुसता भ्रष्टाचार केलात. कार्य कुठं उभं राहिलंय? इतके हलकट प्रश्न विचारले काँग्रेसवाल्यांनी. ३५ वर्षांत तुम्ही काय केलंय त्याचा पाढा वाचूया. ४

वर्षांत आम्ही काय केलं तेही समोर ठेवूया. या वचनपूर्तीच्या सफल कहाणीमध्ये जे छापलंय ते खोटं असेल, तर कालच्या एका सभेत मी बोलली की, माझ्या सगळ्या उमेदवारांना मी माघारी या असं सांगेन.

रस्ते, पूल आणि पाटबंधारे यांच्या बऱ्याच योजना पश्चिम महाराष्ट्रात झाल्या तरी हा भाग काँग्रेससोबत का? काँग्रेसच अनुकूल का?

अनुकूल अशासाठी की साखर कारखाने नाही म्हटले तरी त्यांची मक्तेदारी आहे. सभेस गर्दी करणारेसुद्धा हेच. फॅक्टऱ्या बंद करून, कामगारांना गाडीत कोंबून ट्रक, टेम्पो काय मिळेल त्याच्यात कोंबून सभेस गर्दी करण्याचे पवित्र कार्य ते करताहेत. पण साखर कारखानदारी ज्या पद्धतीनं मोडून काढायला हवी होती, त्यांच्या कर्जवसुलीचं लचांड त्यांच्या मागे लागायला हवं होतं ते आमच्या माणसांनी केलं नाही. बरं, अनेक वेळा मी विचारयचो की बाबांनो काय झालंय? ५०० कोटींच्या वर येणं आहे या लोकांकडून त्याची वसुली झालीच नाही आणि आमच्या माणसांनी केली नाही. नाही ते साहेब कोर्टात जातील... ते कोर्टात जिंकू नये म्हणून सगळा बंदोबस्त करतोय. सगळा बंदोबस्त काहीच झाला नाही. आणि हे टगे माजलेत. आता त्यांना अपेक्षा आहे की, त्यांचं सरकार आल्यावर पुन्हा जोरात जाऊ. सगळा नाही म्हटलं तरी उसाचा कडबा झाल्याशिवाय राहाणार नाही त्यांचा!

शेतकरी आणि कामगारवर्ग युतीबरोबर आहे का?

शेतकरी जरूर आहे. नक्कीच आहे. कामगारवर्गाबद्दल म्हणाल तर हा शरद पवार नेहमी मुंबईत आल्यावर आरवतो. गिरणी कामगारांच्या बाबतीत ८० साली तुमचंच सरकार होतं. अंतुले होते मुख्यमंत्री. त्यावेळी संप झाला. त्या विरोधात मी, शरद पवार, जॉर्ज फर्नांडिस उभे राहिलो पण काही यशस्वी झालो नाही. कारण त्यांचे गिरण्यांचे मालक होते ते आशीर्वादाखालीच मोठे झालेले. त्यांचे दिल्लीत चांगल्या तऱ्हेनं वजन होतं. कोणाची डाळ शिजू द्यायची नाही. त्यांच्या कचेरीवर मोर्चा नेला होता. शरद पवार आमच्या व्यासपीठावर आले होते. जॉर्ज फर्नांडिस माझ्या व्यासपीठावर आले होते. शिवसेना हा मागे बॅनर. शिवाजी पार्कला झालेली सभा! आता तुम्हाला आम्ही जातीय अन् धर्मांध वाटतो. पण पुलोदमध्ये जनसंघाला घेताना ते जातीय अन् धर्मांध नव्हते? आमच्या व्यासपीठावर शरद पवार येऊन बसला त्यावेळी आम्ही जातीय अन् धर्मांध नव्हतो? आता कशाला तुमचाच शेंबूड हाताला लावून बोंब मारतो?

बहुसंख्य कारखाने, गिरण्या बंद पडल्या...

गिरणी कामगारांची मोनोपॉली राष्ट्रीय मिल मजदूर संघाकडे आहे. जो आम्ही बीआयआर कायदा रद्द करू इच्छितो ते आचारसंहितेमुळे मागं पडलं प्रकरण. मजदूर संघ वाचवण्यासाठी काँग्रेस सरकारनं आणलेला हा कायदा आहे. या सगळ्या गिरण्या दुसऱ्या कुणाच्या हातात जाऊ नयेत म्हणून तो बंदोबस्त. म्हणून जेव्हा हा कायदा रद्द करायला जातो तेव्हा तेवढेच लोक ओरडा करतात. बाकी कामगारांना हा कायदा नको आहे. गिरणी कामगारांचा सत्यानाश काँग्रेसच्या राजवटीत झाला ८० साली. दत्ता सामंतच्या रूपानं त्यावेळेला जो भस्मासूर उभा केला होता तो काँग्रेसवाल्यांनीच, आम्ही नाही. आम्हाला तो प्रश्न सोडवायचा होता. कुठच्याही गिरणी मालकास आम्ही कसलंही प्रलोभन दाखवलं नाही. योजना दिली होती. सुरुवातीला सर्वच गिरणी मालकांनी ती मान्य केली होती. पण ट्रेड युनियननी विरोध केला. त्या त्यांच्याच आहेत. आम्ही मग ठरवलं की, मूळ गिरणी तिथंच ठेवून अतिरिक्त जमीन विकून त्यातून येणारे पैसे आहेत त्यातून जुनी देणी देऊन परत मिल चालू करा. ऑटोमेशन आणायचं असेल तर कामगाराच्या मुलालाच नोकरी दिली पाहिजे. गिरणी बंद करून जर जागा विकण्याची तयारी चालवली असती तर आम्ही दोषी ठरलो असतो. पण गिरण्यांचं स्थलांतर होऊ द्यायचं नाही हा आमचा हट्ट आहे. एवढी चांगली योजना. सगळ्यांचं भलं झालं असतं; पण याच लोकांनी ती पाडून ठेवली. राष्ट्रीय मिल मजदूर संघाने पाडली. आम्ही कमिटीही त्यांच्या म्हणण्याप्रमाणे नेमायला तयार आहोत. पाहूया.

शेतकऱ्यांचं काय? हे सरकार शेतकऱ्यांचा शत्रू आहे असा त्यांचा प्रचार आहे?

आज जो शरद जोशी बोंब मारतोय कापूस एकाधिकार रद्द करा म्हणून, पण ही योजना शेतकऱ्यांना हवी आहे. कारण त्यांना बांधलेला भाव मिळतो. मग शेतकऱ्यांचा खरा शत्रू आम्ही का शरद जोशी? आमच्यातर्फे शेतकऱ्यानं यावं हा नियम सरकार करू शकत नाही.

शरद जोशींचं आणि तुमचं फार जुळलं होतं...

हो, मला काहीच कळत नाही त्या माणसाचं. मी त्याला मुख्यमंत्रिपदाची ऑफर दिली होती मागं सात-आठ वर्षांपूर्वी. तुम्ही मुख्यमंत्री व्हा. एमएलसी करून मुख्यमंत्री झाला असता; पण ती जबाबदारी स्वीकारायला तो तयार नाही. इकडे लाथा मारण्याचं जे स्वातंत्र्य मिळतं ते त्या पदावर बसल्यानंतर मिळत नाही.

हे शरद जोशींचं झालं, पण तुमच्यासोबतचे अपक्ष राज्यमंत्री शरद पवारांनी इशारा करताच त्यांच्या सोबत गेले...

ते जाणार याची आम्हाला कल्पना होती. एकाला तर मी तोंडावर सांगितलं होतं. म्हटलं, हा पवारधार्जिणा आहे लक्षात ठेवा. पण तुम्ही आणलंच आहात आमच्यासोबत. बसणारच आहे तर ठीक आहे. काही इमानानं राहिले त्यांना आम्ही पुरस्कृत केलंय. त्यांच्या विरोधात आम्ही कुणाला उभं केलं नाही. ना शिवसेनेनं ना भाजपनं. आणखी आमच्या प्रामाणिकपणाबद्दल कशाला संशय घेता?

तुमची झोपडपट्टीवासीयांना मोफत घरांची योजना फार रखडत पुढे गेली...

त्याला कारण असं आहे. शिवशाही प्रकल्प काढला. त्यात विरोध किती? कोर्टात गेले किती? झोपडपट्टीवालेसुद्धा अगदीच तुम्ही अडाणी समजू नका. त्यांनी थेट बिल्डरांशी संधान बांधलं. बिल्डरकडून निराळ्या पद्धतीनं बांधून घेतलं. हे राजकारण सुरू झालं. बाकी एवढ्या इमारती उभ्या राहिल्या. त्याचा एक फोटो कोणी छापायला तयार नाही.

हे असं का व्हावं?

विरोधच करायचा. विकली गेलेली आहेत माणसं. पहिल्या पानावर बातमी आणायची असेल तर काय करायला लागतं ही सगळी माहिती अन् पुरावे माझ्याकडे आहेत. आज काही बोलत नाही. 'महाराष्ट्र टाइम्स' सोनिया गांधीकडे गहाण पडलाय. 'लोकसत्ता' शरद पवारांकडे गहाण पडलाय. यांच्याकडून काय अपेक्षा करणार? एक स्तंभ, एक पत्रलेखन आमच्या विरोधात नाही असं नाही. प्रत्येक दिवस काही ना काही चालू. ९५ सालीसुद्धा एवढा विरोध असताना निवडून आलो. 'टाइम्स ऑफ इंडिया' वाल्यांना तोंडावर सांगितलं, म्हटलं, तुमचा विरोध होता तरी लोकांनी आम्हाला निवडून दिलं.

या सर्व वृत्तपत्र मालकांना– संस्थांना युती सरकारनं फार मोठे भूखंड दिले आहेत...

त्याचं काय असतं शेअरबाजारचे भाव कसे पडतात- चढतात हे जसं कोडं असतं. हा भाव चढला तो उतरला तसं साखळी वृत्तपत्रांच्या मालकांचं असतं. दिल्लीत काय पडझड होतेय त्यावर पाठिंबा कुणाला द्यायचा, कसा द्यायचा हे ठरतं. कितीतरी उद्योगपती सोनिया गांधीना पैशांची मदत करताहेत. एका उद्योगपतीनं आम्हाला सांगितलं की, सत्तेवर असलेल्यांना आम्ही मदत करीत नाही. हे पटतं तरी काय? बरं, मग

तुम्ही ज्यांना मदत करता त्यांची सत्ता आल्यावर काय करता? विरोधकांना मदत करता?

◗ लोकसभेसाठी मतदान होत आहे. स्थिरता हा महत्त्वाचा मुद्दा आहे. पुन्हा एकदा आघाड्यांचं राजकारण सुरू झालंय. तरी अस्थिरतेची टांगती तलवार आहेच ही परिस्थिती आणखी किती काळ चालणार?

हे आमच्या हातात नाही. मतदारांच्या हातात आहे. मतदार हा खरा मानकरी आहे. आम्हाला सत्तेवर बसवण्याकरिता तो कारणीभूत असतो. स्थिरता अस्थिरताही त्याच्याच हातात आहे. आज दोन तुकड्यांना मतदान करून मत फुकट घालवण्यापेक्षा वाजपेयींसारख्या एका मजबूत गाड्याला मतदान करून केंद्रात बसवूया. त्यासाठी युतीला मदत करूया अशी भावना आता मतदारांच्या मनात रुजू लागली आहे. नव्हे, आता आकार घेऊ लागलेली आहे. म्हणून अस्थिर अस्थिर हा शब्द जो आहे, आज केंद्रात स्थिर सरकार येणार नाही ही भावना काँग्रसच्या दोन तुकड्यांची आहे. आमच्यात ती अस्थिरतेची भावना नाही. आम्ही स्थिर सरकार देऊ शकतो. यात लोकांची भूमिका महत्त्वाची. देशाला आता अस्थिरता परवडणार नाही. कारण पाकड्यांचं सैन्य देशात घुसलेलं आहे. अशा परिस्थितीत काळजीवाहू सरकार परवडणार नाही. म्हणून ठोस सरकार आणायचं असेल तर आता जी घडी आहे ती विस्कटून चालणार नाही.

◗ महाराष्ट्राचे तुम्ही स्टार कॅम्पेनर आहात... सुपरस्टार कॅम्पेनर आहात. वाजपेयींसाठी तुम्ही मतं मागत आहात तर वाजपेयी या देशाला तारू शकतील काय?

तारलंच ना! कुठच्या पंतप्रधानानं पाकिस्तान आणि अमेरिकेच्या क्लिंटनला इतक्या धाडसानं उत्तर दिलं? पाकिस्तानला त्यांनी सरळ सांगितलं, घुसखोरांना मागे घेतल्याशिवाय चर्चा नाही. आणि क्लिंटननं आमंत्रण दिल्यानंतर मला वेळ नाही म्हणून सांगितलं. कोणी ताबडतोब अमेरिकेला धावला असता बूट चाटायला. नानी पालखीवालानं तर चाटलेच होते कार्टरच्या आईचे बूट. आपला राजदूत तो त्यावेळच्या कार्टरच्या आईच्या बुटाची लेस बांधतोय... अत्यंत शरमेची गोष्ट आहे. वर म्हणे संस्कृती. कसली संस्कृती? स्वत:च्या आईच्या बुटाची कधी लेस बांधलीस का तू? अत्यंत हिडीसपणानं आपण वागतो काही वेळेला. शंकरराव चव्हाणांनी तर संजय गांधींच्या चपला शिवतीर्थावर उचलल्या होत्या.

◗ देशाचा पंतप्रधान ठरलाय वाजपेयींच्या रूपानं. महाराष्ट्राचा मुख्यमंत्री कोण होईल याविषयी वाद सुरू आहे...

वाद काही नाही. वाद घडवून आणता तुम्ही कारण नसताना. काड्या घातल्या. सरळ धोरण आहे. ज्यांचं बहुमत त्यांचा मुख्यमंत्री. प्रश्न मिटला. बहुमत आणावं. मुंडेंनी आणावं. राणेंनी आणावं. वाद कशाला हवा?

◗ राणे होणार नाहीत किंवा त्यांना केलं जाणार नाही असं काही...

असं काही नाही. मी इथं बसलोय. मी माझ्या पद्धतीनं निर्णय घेईन संघटनेच्या हिताचा, महाराष्ट्राच्या हिताचा. मी कोणा व्यक्तीसाठी शिवसेनेला जन्म दिलेला नाही हे पहिलं माझं सूत्र आहे. कोणीतरी माझ्याकडे आलं आणि मी त्याला सांगितलं की, तुला मुख्यमंत्री व्हायचं असेल तर मी एखादी संघटना काढतो असा विचार झालेला नाही. गंगेचा प्रवाह उलटा करू नका.

◗ निकालानंतर महाराष्ट्रात आणि देशात नव्या राजकीय समीकरणाची सुरुवात होईल असं वाटतं का तुम्हाला?

समीकरणाचं काय असतं की, ही सगळी गोंडस, सोन्याचा म्हणा, काशाचा म्हणा. मुलामा लावलेली वाक्य आहेत. आघाडी काय, अलायन्स काय लुळ्यापांगळ्याचं राजकारण आहे. आणि आमचं जरी इथं असलं तरी काय अगदी लुळंपांगळं नाही. कितीतरी पटीनं बरं; कारण दोनच पार्टनर आहेत. जास्त पार्टनर आले की धंदा बुडतो. आता पक्ष वाढत चाललेत. अपक्ष असूनसुद्धा फडफड जास्त. शेवटी प्रश्न येतो वाचायचं कसं. फाईट फॉर सर्व्हाइव्हल. देश-महाराष्ट्राचा इथं विचार नाही. पक्ष कसा वाचेल हा विचार आहे. आम्ही कसे वाचू हा विचार आता जास्त प्रभावी ठरलाय. त्यामुळे हे आघाड्यांचं राजकारण सुरू होतं.

◗ राजकीय पक्षांच्या निर्मितीवर बंदी आणायला हवी...

निर्मितीवर बंदी म्हणण्यापेक्षा हे अपक्ष जे फडफडताहेत त्यांच्यावर बंदी आणायला हवी. अनामत रकमा ज्यांच्या जप्त होतात त्यांना खड्यासारखं बाजूला करा. ५ वर्षे, १० वर्षे निवडणूक लढवता येणार नाही. जे पडतील त्यांच्यावरही बंदी आणा. ते जास्त बरं होईल. त्यांची हवं तर शिक्षा कमी करा. तरच याला आळा बसेल.

◗ तुम्हाला अपेक्षित राज्य कारभार महाराष्ट्रात करू शकला काय?

अपेक्षा पूर्ण व्हायला काही वर्षं लागतात. चार वर्षांपैकी दीड वर्ष आमचं आचारसंहितेत गेलं. बाराच्या भावात. काही टांगत्या तलवारी होत्या आमच्यावर.

अपात्र ठरवले गेले आमचे काही आमदार. सूर्यकांत महाडिक, सुभाष देसाई, आणखी एक-दोन आहेत. प्रभू तर अगोदरच गेले. त्यांचा निर्णय खूप उशिरा लागला. अपात्र ठरले. मनोहर जोशींवर टांगती तलवार होती. ते कसेबसे वाचले. यात वेळ गेला. विकासकार्यास अडथळे येऊ लागले आचारसंहितेमुळे. पण कामाला जी गती हवी होती ती आली नाही. आता त्यांनी तो कायदा केला की विकासकार्याला आचारसंहिता नाही म्हणून आमची कामं चालू राहिली.

महाराष्ट्राच्या जनतेला तुमचं आवाहन...

एकच सांगेन, गणपती आले असले तरी एवढ्यात गावाला जाऊ नका. आधी मतदान करा. मतदानासारखं पवित्र काम करा. देशकार्य करा आणि मग बेशक गणपतीला गावाला जा. तो विघ्नहर्ता आहे. तो तुम्हाला सुबुद्धी देईल. आणि मतदान करूनच एसटीत बसा. नाही तर घात होईल. हे केलं नाही तर पुन्हा अस्थिर सरकार, पुन्हा मध्यावधी निवडणुका, पुन्हा खर्चाचा बोजा. देशात बेबंदशाही माजेल. अजूनही तशी माजते, पण अजून हातात आहे परिस्थिती. या निवडणुकीनंतर वाकडंतिकडं झालं तर देश फार मोठ्या घाणेरड्या खाईत लोटला जाईल. हे पाप सुज्ञ मतदार करणार नाहीत याबद्दल मला स्वतःला खात्री आहे.

[५ सप्टेंबर, १९९९]